ਦਅ ਨਿਊ ਵਰਲਡ ਆਰਡਰ

ਅੰਤਰਰਾਸ਼ਟਰੀ ਕਾਰਪੋਰੇਟ ਗਣਰਾਜ ਦਾ ਉਭਾਰ

ਦਅ ਨਿਊ ਵਰਲਡ ਆਰਡਰ

ਅੰਤਰਰਾਸ਼ਟਰੀ ਕਾਰਪੋਰੇਟ ਗਣਰਾਜ ਦਾ ਉਭਾਰ

ਬਲਵਿੰਦਰ ਰੂਬੀ

ਅਨੁਵਾਦਕ
ਗੁਰਵਿੰਦਰ ਸਿੰਘ

Rethink Books
ਕਿਤਾਬਾਂ ਦੀ ਇਕ ਸੰਜੋੜ ਚੋਣ ਵਾਲੀ ਦੁਨੀਆ

2025

THE NEW WORLD ORDER: Antar-Rashtri Corportate Ganjraaj Da Ubhaar
By Balvinder Ruby
Tr By Gurwinder Singh

Published By
RETHINK BOOKS
Vill. Fatehgarh Chhanna
P.O. Deh-Kalan
Teh./Distt. Sangrur-148034
Website: www.rethinkbooks.in
Email: info@rethinkbooks.in
Contact No. + 88376-61984, 94648-95424

1st Published in September 2025

ISBN: 978-93-49752-69-6

Printed in India

ਵਿਸ਼ਾ-ਸੂਚੀ

.

Contents

ਭੂਮਿਕਾ viii

ਧੰਨਵਾਦ ix

ਤਸਵੀਰਾਂ ਦੀ ਸੂਚੀ xi

1. ਜਾਣ-ਪਛਾਣ 14

2. ਸਾਜ਼ਿਸ਼ੀ ਸਿਧਾਂਤ 18

3. ਲੋਕਤੰਤਰਾਂ ਦਾ ਅੰਤ 23

ਪਿਛੋਕੜ 23

ਕੇਸ ਅਧਿਐਨ 26

ਅਪਰਾਧੀਆਂ ਦਾ ਕਾਨੂੰਨਸਾਜ਼ ਬਣਨਾ 29

ਚੋਣ ਫ਼ੰਡਿੰਗ, ਇਕ ਕਾਰਪੋਰੇਟ ਸੰਬੰਧ 30

ਭ੍ਰਿਸ਼ਟਾਚਾਰ ਦਾ ਕਾਨੂੰਨੀਕਰਨ - ਚੋਣ ਬਾਂਡ 30

ਮੀਡੀਆ 33

ਸੋਸ਼ਲ ਮੀਡੀਆ 33

ਫ਼ਰਜ਼ੀ ਖ਼ਬਰਾਂ (Fake News) 36

ਸਮਾਜ ਦਾ ਧਰੁਵੀਕਰਨ 41

ਮੀਡੀਆ ਨੂੰ ਚੁੱਪ ਕਰਾਉਣਾ 42

ਮੀਡੀਆ ਏਕਾਧਿਕਾਰ 42

ਰਾਜਨੀਤਿਕ ਕਮਜ਼ੋਰੀਆਂ 47

ਰਾਏ ਸਰਵੇਖਣ (Opinion Surveys) 48

ਪਛਾਣ ਦੀ ਰਾਜਨੀਤੀ 48

ਪੋਸਟ-ਟ੍ਰੂਥ ਅਤੇ ਲੋਕ-ਪ੍ਰੇਰਨਾ (Demagoguery) 49

ਲੋਕਤੰਤਰ ਦਾ ਸਵੈ-ਬਲੀਦਾਨ - ਸੱਜੇ-ਪੱਖੀ ਕੱਟੜਪੰਥੀ 51

4. ਪੂੰਜੀਵਾਦ ਦਾ ਨਕਾਰਾਪਣ 54

ਪਿਛੋਕੜ 54

ਪੂੰਜੀਵਾਦ ਕੀ ਹੈ? 55

ਗ਼ੈਰ-ਕਾਰਜਸ਼ੀਲ ਸੰਪੱਤੀਆਂ (NPA) - ਪੂੰਜੀਵਾਦ ਦਾ ਕੈਂਸਰ.....57
ਕੁੱਲ ਘਰੇਲੂ ਉਤਪਾਦ (GDP) - ਵਾਧੇ ਲਈ ਵਾਧਾ ਇਕ ਛੂਤ ਹੈ.....60
ਸ਼ੌਕ ਡਾਕਟਰੀਨ (Shock Doctrine)..... 63
ਸਟਾਕ ਮਾਰਕੀਟ..... 63
ਸ਼ੇਅਰ ਅਤੇ ਉਨ੍ਹਾਂ ਦੀਆਂ ਕਿਸਮਾਂ.....65
ਸ਼ੇਅਰ-ਧਾਰਕਾਂ ਦਾ ਭਰਮ..... 66
ਕਾਰਪੋਰੇਟ ਪਰਦੇ ਦੇ ਪਿੱਛੇ.....66
ਸ਼ੈੱਲ ਕੰਪਨੀਆਂ.....67
ਮਨੀ ਲਾਂਡਰਿੰਗ..... 68
ਕਾਲਾ ਧਨ..... 72
ਕਾਰਪੋਰੇਟ ਬੇਲਆਊਟਸ..... 72
ਬ੍ਰੈਟਨ ਵੁੱਡ ਅਤੇ ਆਰਥਕ ਸਿਧਾਂਤ – ਵਿਸ਼ਵ ਬੈਂਕ ਅਤੇ ਅੰਤਰਰਾਸ਼ਟਰੀ ਮੁਦਰਾ ਫ਼ੰਡ (ਆਈਐੱਮਐੱਫ਼) ਦਾ ਗਠਨ..... 74
ਵਿਸ਼ਵ ਆਰਥਕ ਫੋਰਮ (WEF).....75
ਕਰਜ਼ਾ, ਇਕ ਰਾਜਨੀਤਿਕ ਹਥਿਆਰ..... 76
5. ਮੁਦਰਾ ਪ੍ਰਣਾਲੀ ਦਾ ਕਾਇਆ-ਕਲਪ..... 87
ਪਿਛੋਕੜ..... 87
ਪੈਸਾ..... 88
ਡਿਜੀਟਲ ਮੁਦਰਾ..... 88
ਕ੍ਰਿਪਟੋ ਕਰੰਸੀ.....89
ਗ਼ੈਰ-ਫੰਗਿਬਲ ਟੋਕਨ.....90
ਕ੍ਰਿਪਟੋ ਐਕਸਚੇਂਜ..... 91
ਬਲਾਕਚੇਨ, ਤਕਨਾਲੋਜੀ.....93
ਕ੍ਰਿਪਟੋ ਕਰੰਸੀ - ਮੁਦਰਾ ਪ੍ਰਭੂਸੱਤਾ ਦਾ ਅੰਤ.....97
6. ਰਾਸ਼ਟਰ-ਰਾਜਾਂ ਦਾ ਖੰਡਨ.....99
ਵਿਸ਼ਵੀਕਰਨ.....99
ਰਾਸ਼ਟਰ-ਰਾਜਾਂ ਦਾ ਖੰਡਨ..... 100
ਪ੍ਰਭੂਸੱਤਾ ਦਾ ਘਟਣਾ (Dilution of Sovereignty).....101
ਦੋਹਰੀ ਨਾਗਰਿਕਤਾ (Dual Citizenship)..... 102
ਕਾਰਪੋਰੇਟ ਨਾਗਰਿਕਤਾ..... 103
ਨਾਗਰਿਕਤਾ ਵਿਕਰੀ ਲਈ.....105
ਗੋਲਡਨ ਵੀਜ਼ਾ..... 106

ਚੀਨੀ ਕਰਜ਼ਾ-ਫੰਦ ਕੂਟਨੀਤੀ 107
ਚੀਨੀ ਕਰਜ਼ਾ-ਫੰਦ ਕੂਟਨੀਤੀ ਦੇ ਅਸਲੀ ਖ਼ਤਰੇ 109
ਅਫਰੀਕਾ ਅਤੇ ਦੱਖਣੀ ਏਸ਼ੀਆ ਵਿਚ ਖ਼ਤਰੇ 110
ਬੀਆਰਆਈ ਅਤੇ ਨਵਾਂ ਆਰਥਕ ਮਾਡਲ 110
ਅਮਰੀਕਾ ਅਤੇ ਹੋਰ ਦੇਸ਼ਾਂ ਦੀ ਚਿੰਤਾ 110
ਆਈਐੱਮਐੱਫ਼ ਅਤੇ ਵਿਸ਼ਵ ਬੈਂਕ ਨਾਲ ਤੁਲਨਾ 111
7. ਅੰਤਰਰਾਸ਼ਟਰੀ ਕਾਰਪੋਰੇਟ ਗਣਰਾਜ ਦਾ ਉਭਾਰ 112
ਟੈਕਸ ਹੈਵਨ 112
ਕਾਰਪੋਰੇਟ ਰਾਜ 114
ਕਾਰਪੋਰੇਟੋਕ੍ਰੇਸੀ 117
ਰਾਜ ਨਿਗਮ 120
ਅੰਤਰਰਾਸ਼ਟਰੀ ਕਾਰਪੋਰੇਟ ਗਣਰਾਜ 122
8. ਸਿੱਟਾ 127
ਨੋਟਸ 129
ਪੁਸਤਕ ਸੂਚੀ 141
ਲੇਖਕ ਬਾਰੇ 154
ਕਿਤਾਬ ਦਾ ਉਦੇਸ਼ 155
ਬਲਵਿੰਦਰ ਰੂਬੀ ਦੀਆਂ ਹੋਰ ਕਿਤਾਬਾਂ 156

ਭੂਮਿਕਾ

ਇਹ ਕਿਤਾਬ ਦੂਜੇ ਵਿਸ਼ਵ ਯੁੱਧ ਤੋਂ ਬਾਅਦ ਦੇ ਰਾਜਨੀਤਿਕ, ਆਰਥਕ ਅਤੇ ਸੈਨਿਕ ਬਦਲਾਅ ਨੂੰ ਸਮਝਣ ਦੀ ਕੋਸ਼ਿਸ਼ ਕਰਦੀ ਹੈ। ਇਸ ਦੌਰਾਨ ਤਾਕਤ ਯੂਨਾਈਟਿਡ ਕਿੰਗਡਮ ਤੋਂ ਸੰਯੁਕਤ ਰਾਜ ਅਮਰੀਕਾ ਵੱਲ ਚਲੀ ਗਈ। ਸ਼ੀਤ ਯੁੱਧ ਦੇ ਸਮੇਂ, ਦੋ ਵੱਖ-ਵੱਖ ਰਾਜਨੀਤਿਕ ਅਤੇ ਆਰਥਕ ਮਾਡਲ ਉੱਭਰੇ: ਅਮਰੀਕਾ ਦੀ ਅਗਵਾਈ ਵਾਲਾ ਲੋਕਤੰਤਰੀ ਪੂੰਜੀਵਾਦੀ ਮਾਡਲ ਅਤੇ ਸੋਵੀਅਤ ਯੂਨਿਅਨ (USSR) ਦੀ ਅਗਵਾਈ ਵਾਲਾ ਕਮਿਊਨਿਸਟ, ਸਮਾਜਵਾਦੀ ਮਾਡਲ। ਇਹ ਦੋਵੇਂ ਪੱਖ ਆਪਣੇ-ਆਪਣੇ ਗਠਜੋੜਾਂ – ਨਾਟੋ (NATO) ਅਤੇ ਵਾਰਸਾ ਪੈਕਟ (Warsaw Pact) – ਰਾਹੀਂ ਇਕ-ਦੂਜੇ ਦੇ ਵਿਰੁੱਧ ਖੜ੍ਹੇ ਸਨ। ਇਸ ਨਾਲ ਦੁਨੀਆ ਵਿਚ ਤਾਕਤ ਦਾ ਸੰਤੁਲਨ ਬਣਿਆ ਰਿਹਾ। ਗ਼ੈਰ-ਜੁੜੇ ਦੇਸ਼ਾਂ ਦਾ ਅੰਦੋਲਨ (NAM) ਵੀ ਕਿਸੇ ਹੱਦ ਤੱਕ ਇਸ ਸੰਤੁਲਨ ਨੂੰ ਕਾਇਮ ਰੱਖਣ ਵਿਚ ਸਹਾਇਕ ਰਿਹਾ। ਪਰ ਜਦੋਂ USSR ਡਿੱਗਿਆ ਅਤੇ ਟੁੱਟ ਗਿਆ, ਤਾਂ ਦੁਨੀਆ ਇਕ-ਧਰੁਵੀ ਹੋ ਗਈ। ਇਸ ਵਿਚ ਅਮਰੀਕਾ ਇਕੱਲਾ ਹੀ ਗਲੋਬਲ ਰਾਜਨੀਤਿਕ ਅਤੇ ਆਰਥਕ ਤਾਕਤ ਵਜੋਂ ਉੱਭਰ ਕੇ ਸਾਹਮਣੇ ਆ ਗਿਆ।

ਆਪਣੇ ਉਤਪਾਦਾਂ ਲਈ ਤੀਜੀ ਦੁਨੀਆ ਦੇ ਦੇਸ਼ਾਂ ਵਿਚ ਬਜ਼ਾਰ ਲੱਭਣ ਹਿਤ, ਅਮਰੀਕਾ ਅਤੇ ਹੋਰ ਪੱਛਮੀ ਦੇਸ਼ਾਂ ਨੇ ਵਿਸ਼ਵੀਕਰਨ ਦਾ ਵਿਚਾਰ ਬਣਾਇਆ ਅਤੇ ਇਸ ਨੂੰ ਅੱਗੇ ਵਧਾਇਆ। ਵਿਸ਼ਵੀਕਰਨ ਦੇ ਦੋ ਅਣਚਾਹੇ ਨਤੀਜੇ ਨਿਕਲੇ। ਪਹਿਲਾ, ਨਿਰਮਾਣ ਵੱਡੇ ਪੱਧਰ 'ਤੇ ਚੀਨ ਵਿਚ ਚਲਾ ਗਿਆ, ਜਿਸ ਨਾਲ ਚੀਨ ਦੁਨੀਆ ਦਾ ਨਿਰਮਾਣ ਕੇਂਦਰ ਬਣ ਗਿਆ; ਦੂਜਾ, ਸੇਵਾਵਾਂ ਉਦਯੋਗ ਭਾਰਤ ਵਰਗੇ ਤੀਜੀ ਦੁਨੀਆ ਦੇ ਦੇਸ਼ਾਂ ਵਿਚ ਚਲਾ ਗਿਆ, ਜੋ ਆਊਟਸੋਰਸਿੰਗ ਅਤੇ ਸੂਚਨਾ ਤਕਨਾਲੋਜੀ ਤੇ ਦੂਰਸੰਚਾਰ ਵਿਚ ਤਰੱਕੀ ਕਰਕੇ ਸੰਭਵ ਹੋਇਆ। ਨਿਰਮਾਣ ਅਤੇ ਸੇਵਾਵਾਂ ਖੇਤਰ ਖੋਹ ਬੈਠਣ ਨਾਲ ਪੱਛਮ ਅਤੇ ਅਮਰੀਕਾ ਦੀ ਮਜ਼ਬੂਤੀ ਘੱਟ ਗਈ। ਇਸ ਕਾਰਨ ਅਮਰੀਕਾ ਹੁਣ ਇਕੱਲੀ ਮਹਾਂਸ਼ਕਤੀ ਨਹੀਂ ਰਿਹਾ, ਕਿਉਂਕਿ ਚੀਨ ਆਰਥਕ ਤਾਕਤ ਵਿਚ ਇਸ ਦੇ ਬਰਾਬਰ ਹੋ ਗਿਆ ਹੈ।

ਜਦੋਂ ਕੋਵਿਡ-19 ਮਹਾਂਮਾਰੀ ਦੌਰਾਨ ਚੀਨ ਤੋਂ ਗਲੋਬਲ ਸਪਲਾਈ ਚੇਨ ਟੁੱਟ ਗਈ, ਤਾਂ ਇਹ ਸਾਫ਼ ਨਜ਼ਰ ਆਇਆ ਕਿ ਦੁਨੀਆ ਜ਼ਿਆਦਾਤਰ ਨਿਰਮਿਤ ਸਮਾਨ ਲਈ ਚੀਨ 'ਤੇ ਨਿਰਭਰ ਹੈ। ਇਸ ਨਵੇਂ ਹਾਲਾਤ ਵਿਚ, ਬਹੁ-ਰਾਸ਼ਟਰੀ ਕੰਪਨੀਆਂ ਆਪਣੀਆਂ ਨਿਰਮਾਣ ਅਤੇ ਮਾਰਕੀਟਿੰਗ ਥਾਵਾਂ ਨੂੰ ਰਣਨੀਤਕ ਤਰੀਕੇ ਨਾਲ ਬਦਲ ਕੇ ਨਫ਼ਾ ਕਮਾਉਣ ਅਤੇ ਆਪਣਾ ਪ੍ਰਭਾਵ ਵਧਾਉਣ ਦੀ ਕੋਸ਼ਿਸ਼ ਕਰ ਰਹੀਆਂ ਹਨ।

ਇਸ ਕਿਤਾਬ ਦਾ ਮੁੱਖ ਮਕਸਦ ਇਹ ਸਮਝਣਾ ਹੈ ਕਿ ਸਮੇਂ ਦੇ ਨਾਲ ਲੋਕਤੰਤਰੀ ਸ਼ਾਸਨ ਮਾਡਲ ਦੀ ਹੌਲੀ-ਹੌਲੀ ਕਮਜ਼ੋਰੀ ਦੇ ਹਾਲਾਤ ਵਿਚ ਇਹ ਨਵੇਂ ਬਦਲਾਅ ਕਿਵੇਂ ਅਸਰ ਪਾਉਣਗੇ ਅਤੇ ਤਾਕਤ ਵਿਚ ਬਹੁ-ਰਾਸ਼ਟਰੀ ਕੰਪਨੀਆਂ ਦਾ ਛੁਪਿਆ ਵਾਧਾ ਨਵੀਂ ਉੱਭਰ ਰਹੀ ਵਿਸ਼ਵ-ਵਿਵਸਥਾ ਨੂੰ ਕਿਵੇਂ ਬਦਲੇਗਾ।

ਧੰਨਵਾਦ

ਮੈਂ ਆਪਣੇ ਸਦੀਵੀ ਉਸਤਾਦ, ਪ੍ਰੇਰਕ, ਸਿਖਲਾਈ ਦੇਣ ਵਾਲੇ, ਸੁਪਰਵਾਈਜ਼ਰ, ਸਹਿਕਰਮੀ ਅਤੇ ਦੋਸਤ ਡਾ. ਓਐਨ ਭਾਰਗਵ ਦਾ ਵਿਸ਼ੇਸ਼ ਧੰਨਵਾਦ ਕਰਦਾ ਹਾਂ। ਉਹ ਪੰਜਾਬ ਯੂਨੀਵਰਸਿਟੀ, ਚੰਡੀਗੜ੍ਹ ਦੇ ਐਮੇਰੀਟਸ ਪ੍ਰੋਫ਼ੈਸਰ; ਵਿਆਨਾ ਯੂਨੀਵਰਸਿਟੀ ਦੇ ਸਾਬਕਾ ਵਿਜ਼ਿਟਿੰਗ ਪ੍ਰੋਫ਼ੈਸਰ; ਭਾਰਤੀ ਭੂ-ਵਿਗਿਆਨਕ ਸਰਵੇਖਣ (Geological Survey of India) ਦੇ ਸਾਬਕਾ ਡਾਇਰੈਕਟਰ; ਅਤੇ ਇੰਡੀਅਨ ਨੈਸ਼ਨਲ ਸਾਇੰਸ ਅਕੈਡਮੀ ਵਿਖੇ INSA ਆਨਰੇਰੀ ਸਾਇੰਟਿਸਟ ਰਹੇ ਹਨ। ਉਹ ਹਮੇਸ਼ਾ ਮੇਰੇ ਲਈ ਪ੍ਰੇਰਨਾ ਦਾ ਸਰੋਤ ਰਹੇ ਹਨ। ਖੋਜ ਲਈ ਡੂੰਘੀ ਲਗਨ ਅਤੇ ਵਿਗਿਆਨਕ ਸੋਚ ਪੈਦਾ ਕਰਨ ਲਈ ਮੈਂ ਉਨ੍ਹਾਂ ਦਾ ਬਹੁਤ ਧੰਨਵਾਦੀ ਹਾਂ।

ਮੈਂ ਡਾ. ਕੇਸੀ ਪ੍ਰਾਸ਼ਰ ਦਾ ਵੀ ਵਿਸ਼ੇਸ਼ ਧੰਨਵਾਦ ਕਰਦਾ ਹਾਂ, ਜੋ ਭਾਰਤੀ ਭੂ-ਵਿਗਿਆਨਕ ਸਰਵੇਖਣ ਦੇ ਸਾਬਕਾ ਡਾਇਰੈਕਟਰ, ਪ੍ਰਮੁੱਖ ਵਿਗਿਆਨੀ ਅਤੇ ਕਵੀ ਹਨ। ਉਨ੍ਹਾਂ ਨੇ ਮੈਨੂੰ ਪ੍ਰਕਾਸ਼ਨ ਦੀ ਦੁਨੀਆ ਵਿਚ ਕਦਮ ਰੱਖਣ ਲਈ ਮਦਦ ਕੀਤੀ ਅਤੇ ਵੱਖ-ਵੱਖ ਵਿਗਿਆਨਕ ਰਸਾਲਿਆਂ ਵਿਚ ਕਈ ਖੋਜ ਪੱਤਰ ਪ੍ਰਕਾਸ਼ਿਤ ਕਰਨ ਵਿਚ ਮੇਰੀ ਰਹਿਨੁਮਾਈ ਕੀਤੀ।

ਮੈਂ ਆਪਣੇ ਬਹੁਤ ਸਾਰੇ ਸਮਝਦਾਰ ਦੋਸਤਾਂ ਦਾ ਧੰਨਵਾਦ ਕਰਦਾ ਹਾਂ, ਖ਼ਾਸ ਕਰਕੇ ਉਹ ਜਿਨ੍ਹਾਂ ਨਾਲ ਮੈਨੂੰ ਕਈ ਵਿਸ਼ਿਆਂ 'ਤੇ ਲੰਬੀਆਂ ਗੱਲਾਂ ਅਤੇ ਵਿਚਾਰ-ਵਟਾਂਦਰੇ ਕਰਨ ਦਾ ਮੌਕਾ ਮਿਲਿਆ। ਇਨ੍ਹਾਂ ਗੱਲਬਾਤਾਂ ਨੇ ਇਸ ਕਿਤਾਬ ਦੇ ਵਿਸ਼ੇ ਨੂੰ ਸਾਫ਼ ਬਣਾਉਣ, ਮੇਰੇ ਸੰਕਲਪਾਂ ਨੂੰ ਵਿਕਸਤ ਕਰਨ ਤੇ ਬਾਰੀਕੀ ਨਾਲ ਸਮਝਣ ਵਿਚ ਮਦਦ ਕੀਤੀ। ਇਸ ਸੰਦਰਭ ਵਿਚ ਮੈਂ ਖ਼ਾਸ ਤੌਰ 'ਤੇ ਜੀਵਨ ਢਿੱਲੋਂ (ਕੈਨਬਰਾ, ਆਸਟ੍ਰੇਲੀਅਨ ਕੈਪੀਟਲ ਟੈਰੀਟਰੀ ਵਿਚ ਡਿਫੈਂਸ ਮੈਟੀਰੀਅਲਜ਼ ਆਰਗੇਨਾਈਜ਼ੇਸ਼ਨ ਦੇ ਸਾਬਕਾ ਡਾਇਰੈਕਟਰ), ਡਾ. ਦਲਬੀਰ ਅਹਿਲਾਵਤ (ਆਸਟ੍ਰੇਲੀਆ ਦੀ ਮੈਕੁਆਇਰ ਯੂਨੀਵਰਸਿਟੀ ਵਿਚ ਸੁਰੱਖਿਆ ਅਧਿਐਨ ਅਤੇ ਅਪਰਾਧ ਵਿਗਿਆਨ ਵਿਭਾਗ ਦੇ ਸੀਨੀਅਰ ਲੈਕਚਰਾਰ), ਅਤੇ ਰਵਿੰਦਰ ਗੁਰੋਂ (NSW, ਆਸਟ੍ਰੇਲੀਆ ਵਿਚ RTA ਦੇ ਸਾਬਕਾ ਡਾਟਾਬੇਸ ਪ੍ਰਸ਼ਾਸਕ) ਦਾ ਧੰਨਵਾਦ ਕਰਦਾ ਹਾਂ।

ਮੈਂ ਖ਼ਾਸ ਤੌਰ 'ਤੇ ਜੀਵਨ ਢਿੱਲੋਂ ਦੀ ਸਹਾਇਤਾ ਦਰਜ ਕਰਦਾ ਹਾਂ, ਜਿਨ੍ਹਾਂ ਨੇ ਖਰੜੇ ਨੂੰ ਧਿਆਨ ਨਾਲ ਪੜ੍ਹ ਕੇ ਸਮੀਖਿਆ ਕੀਤੀ ਅਤੇ ਕਈ ਸੁਧਾਰ ਸੁਝਾਏ, ਜਿਸ ਨਾਲ ਸੰਦਰਭ, ਸਮਗਰੀ ਅਤੇ ਗੁਣਵੱਤਾ ਵਿਚ ਸੁਧਾਰ ਆਇਆ।

ਅੰਤ ਵਿਚ, ਮੈਂ ਆਪਣੀ ਗਿਆਰਾਂ ਸਾਲ ਦੀ ਪੋਤੀ ਸਮਰੀਨ ਅਤੇ ਸੱਤ ਸਾਲ ਦੇ ਪੋਤੇ ਜੋਹਰ ਲਈ ਆਪਣੇ ਪਿਆਰ, ਸਨੇਹ ਅਤੇ ਸ਼ੁਕਰਗੁਜ਼ਾਰੀ ਦਾ ਪ੍ਰਗਟਾਵਾ ਕਰਦਾ ਹਾਂ। ਉਹ ਮੇਰੀ ਤਾਕਤ ਦੇ ਸਤੰਭ ਹਨ ਅਤੇ ਆਪਣੀਆਂ ਮਾਸੂਮ ਤੇ ਪਿਆਰੀਆਂ ਮੁਸਕਰਾਹਟਾਂ ਅਤੇ ਗਲਵੱਕੜੀਆਂ ਨਾਲ ਹਮੇਸ਼ਾ ਮੈਨੂੰ ਖ਼ੁਸ਼ ਤੇ ਤਰੋ-ਤਾਜ਼ਾ ਰੱਖਦੇ ਹਨ।

ਬਲਵਿੰਦਰ ਰੂਬੀ ਸਿਡਨੀ,

ਫਰਵਰੀ 2023

ਤਸਵੀਰਾਂ ਦੀ ਸੂਚੀ

1. ਸ਼ੀਤ ਯੁੱਧ ਅਤੇ ਦੋ-ਧਰੁਵੀ ਸੰਸਾਰ
2. ਇਕ ਅਜੀਬ ਸਾਜ਼ਿਸ਼ ਸਿਧਾਂਤ ਬਿਲ ਗੇਟਸ ਨੂੰ ਕੋਰੋਨਾਵਾਇਰਸ ਸੰਕਟ ਨਾਲ ਜੋੜਦਾ ਹੈ।
3. ਸਰਕਾਰ ਦੀ ਕਿਸਮ ਅਨੁਸਾਰ ਦੇਸ਼ਾਂ ਦੀ ਸੂਚੀ
4. ਸੰਸਦ (ਲੋਕ ਸਭਾ) ਚੋਣਾਂ 2019: ਨਕਦੀ, ਨਸ਼ੀਲੇ ਪਦਾਰਥ, ਸੋਨਾ ਅਤੇ ਹੋਰ ਕੀਮਤੀ ਵਸਤੂਆਂ ਦੀ ਜ਼ਬਤੀ 2014 ਦੀਆਂ ਚੋਣਾਂ ਦੇ ਅੰਕੜਿਆਂ ਤੋਂ ਵੱਧ ਗਈ। (ਫੋਟੋ: ਏਐਨਆਈ)
5. ਨਸ਼ੀਲੇ ਪਦਾਰਥਾਂ, ਨਕਦੀ ਅਤੇ ਸ਼ਰਾਬ ਦੀ ਜ਼ਬਤੀ ਦੀ ਤੁਲਨਾ (2014 ਵਿਰੁੱਧ 2019)
6. ਚੋਣ ਬਾਂਡ
7. ਸੋਸ਼ਲ ਮੀਡੀਆ
8. ਸਰਗਰਮ ਉਪਭੋਗਤਾਵਾਂ ਦੇ ਲੱਖਾਂ ਵਿਚ ਸਭ ਤੋਂ ਉੱਪਰ ਦੀਆਂ 15 ਸੋਸ਼ਲ ਮੀਡੀਆ ਸਾਈਟਾਂ
9. ਝੂਠੀਆਂ ਖ਼ਬਰਾਂ
10. ਮੀਡੀਆ ਦੀ ਮਾਲਕੀ – ਅਮਰੀਕਾ
11. ਮੀਡੀਆ ਦਾ ਮਾਲਕ ਕੌਣ ਹੈ?
12. ਆਸਟ੍ਰੇਲੀਆ ਵਿਚ ਮੀਡੀਆ ਦਿਲਚਸਪੀਆਂ ਦਾ ਸਾਰ
13. 22 ਕੰਪਨੀਆਂ ਦੇ ਸ਼ੇਅਰਹੋਲਡਰ $15 ਟ੍ਰਿਲੀਅਨ ਅਮੀਰ ਹੋਏ, ਜਦਕਿ ਕਰਮਚਾਰੀਆਂ ਨੂੰ ਲਾਭ ਦਾ 2% ਤੋਂ ਘੱਟ ਮਿਲਿਆ
14. ਗਲੋਬਲ ਫਾਰਚੂਨ 500 ਵਾਧਾ ਬਨਾਮ ਗਲੋਬਲ GDP ਵਾਧਾ (2009–19)
15. ਕੁੱਲ ਘਰੇਲੂ ਉਤਪਾਦ (GDP) ਕੀ ਹੈ, ਅਤੇ ਇਹ ਤੁਹਾਡੇ ਉੱਤੇ ਕਿਵੇਂ ਅਸਰ ਕਰਦਾ ਹੈ?
16. ਸਟਾਕ ਮਾਰਕੀਟ ਸੂਚਕ-ਅੰਕ
17. ਦੁਨੀਆ ਦੇ ਸਭ ਤੋਂ ਵੱਡੇ ਟੈਕਸ ਹੈਵਨ
18. ਮਨੀ ਲਾਂਡਰਿੰਗ ਦੀ ਪ੍ਰਕਿਰਿਆ
19. ਮਾੜੇ ਕਰਜ਼ਿਆਂ ਦਾ ਵਿਸ਼ਲੇਸ਼ਣ
20. ਨੈੱਟ ਅੰਤਰਰਾਸ਼ਟਰੀ ਨਿਵੇਸ਼ ਸਥਿਤੀ (ਕਰਜ਼ਦਾਰਾਂ) ਅਨੁਸਾਰ ਦੇਸ਼ਾਂ ਦੀ ਸੂਚੀ
21. ਸਕਾਰਾਤਮਕ ਨੈੱਟ ਅੰਤਰਰਾਸ਼ਟਰੀ ਨਿਵੇਸ਼ ਸਥਿਤੀ (ਕਰਜ਼ਾ ਦੇਣ ਵਾਲਿਆਂ) ਅਨੁਸਾਰ ਦੇਸ਼ਾਂ ਦੀ ਸੂਚੀ
22. ਮਹਾਂਦੀਪੀ ਖਿੱਚ
23. ਕਾਰਬਨ ਮਾਰਕੀਟਿੰਗ
24. ਕੋਵਿਡ-19 ਤੋਂ ਲਾਭ ਲੈਣ ਵਾਲੇ
25. ਗਲੋਬਲ ਕੋਵਿਡ-19 ਮਹਾਂਮਾਰੀ – ਵੱਡੇ ਫਾਰਮਾ ਉਦਯੋਗ ਲਈ ਮੌਕੇ
26. ਕੇਂਦਰੀਕ੍ਰਿਤ ਅਤੇ ਵਿਕੇਂਦਰੀਕ੍ਰਿਤ
27. 3 ਜੂਨ 2022 ਤੱਕ ਦੀਆਂ ਪ੍ਰਸਿੱਧ ਕ੍ਰਿਪਟੋ ਕਰੰਸੀਆਂ

28. ਡਿਸਟ੍ਰੀਬਿਊਟਿਡ ਲੈਜਰ ਤਕਨਾਲੋਜੀ ਦੀਆਂ ਖ਼ਾਸੀਅਤਾਂ
29. ਡਿਸਟ੍ਰੀਬਿਊਟਿਡ ਆਟੋਨੋਮਸ ਸੰਗਠਨ
30. ਅਮੀਰ ਲੋਕਾਂ ਦਾ ਪ੍ਰਵਾਸ
31. ਚੀਨ ਦੀ ਕਰਜ਼ਾ-ਫਸਾਉਣ ਵਾਲੀ ਕੂਟਨੀਤੀ
32. ਬੈਲਟ ਐਂਡ ਰੋਡ ਇਨੀਸ਼ੀਏਟਿਵ ਦਾ ਨਕਸ਼ਾ
33. ਗਲੋਬਲ ਆਰਥਕ ਤਬਦੀਲੀ

1. ਜਾਣ-ਪਛਾਣ

ਦੂਜੇ ਵਿਸ਼ਵ ਯੁੱਧ ਤੋਂ ਬਾਅਦ ਦੇ ਰਾਜਨੀਤਿਕ, ਆਰਥਕ, ਸਮਾਜਕ ਅਤੇ ਤਕਨੀਕੀ ਬਦਲਾਅ ਨੂੰ ਸਮਝਣਾ ਇਹ ਦਿਖਾ ਸਕਦਾ ਹੈ ਕਿ ਕਿਵੇਂ ਉਹ ਤਾਕਤਾਂ ਦੁਨੀਆ ਦੀ ਵਿਵਸਥਾ ਨੂੰ ਮੁੜ ਬਣਾਉਣ ਅਤੇ ਸਜਾਉਣ ਵਿਚ ਸਾਹਮਣੇ ਆਉਣਗੀਆਂ। ਸ਼ੀਤ ਯੁੱਧ ਤੋਂ ਬਾਅਦ ਸੋਵੀਅਤ ਸਮਾਜਵਾਦੀ ਗਣਰਾਜ ਸੰਘ ਟੁੱਟ ਗਿਆ, ਜਿਸ ਨਾਲ ਅਮਰੀਕਾ ਇਕੱਲਾ ਹੀ ਰਾਜਨੀਤਿਕ, ਆਰਥਕ ਅਤੇ ਸੈਨਿਕ ਤਾਕਤ ਵਜੋਂ ਸਾਹਮਣੇ ਆਇਆ ਅਤੇ ਦੁਨੀਆ ਇਕ-ਧਰੁਵੀ ਹੋ ਗਈ। ਹੁਣ, ਵਿਸ਼ਵੀਕਰਨ ਦੇ ਅਣਚਾਹੇ ਨਤੀਜੇ ਕਾਰਨ ਅਮਰੀਕਾ ਦੀ ਇਹ ਉੱਚੀ ਸਥਿਤੀ ਵੱਧ ਚੁਣੌਤੀ ਦਾ ਸਾਹਮਣਾ ਕਰ ਰਹੀ ਹੈ। ਇਹ ਹਾਲਾਤ ਦੁਨੀਆ ਦੀ ਵਿਵਸਥਾ ਦੇ ਬਦਲਾਅ ਨੂੰ ਦਿਲਚਸਪ ਬਣਾਉਂਦੇ ਹਨ ਅਤੇ ਇਹ ਸੋਚਣ ਲਈ ਮਜਬੂਰ ਕਰਦੇ ਹਨ ਕਿ ਇਹ ਸਾਨੂੰ ਅੱਗੇ ਕਿੱਥੇ ਲੈ ਕੇ ਜਾਵੇਗਾ।

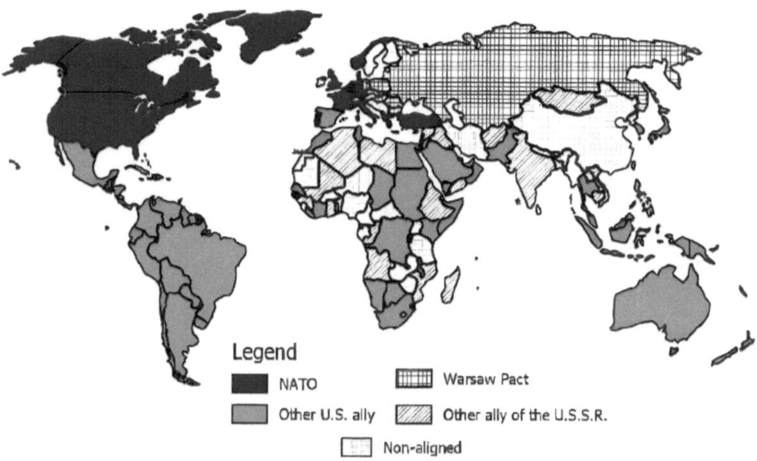

ਦੋ ਵੱਖ-ਵੱਖ ਸਮਾਜਕ, ਆਰਥਕ ਅਤੇ ਵਿਚਾਰਧਾਰਕ ਮਾਡਲ ਮੌਜੂਦ ਸਨ। ਇਹ 12

ਚਿੱਤਰ 1: ਸ਼ੀਤ ਯੁੱਧ ਅਤੇ ਦੋ-ਧਰੁਵੀ ਸੰਸਾਰ

Source: Joseph Salukvadze; https://wwwresearchgatenet/profile/Joseph-Salukvadze/publication/329844941/figure/fig1/AS:706387063611397@1545427208947/Cold-Warand-the-bipolar-world_W640jpg

ਮਾਰਚ 1947 ਤੋਂ 26 ਦਸੰਬਰ 1991 ਤੱਕ ਦੇ ਸ਼ੀਤ ਯੁੱਧ ਦੇ ਦੌਰਾਨ ਚੱਲਦੇ ਰਹੇ। ਇਕ ਪਾਸੇ ਅਮਰੀਕਾ ਦੀ ਅਗਵਾਈ ਵਾਲਾ ਉਦਾਰਵਾਦੀ ਲੋਕਤੰਤਰੀ ਪੂੰਜੀਵਾਦੀ ਮਾਡਲ ਸੀ, ਜਦਕਿ ਦੂਜੇ ਪਾਸੇ ਸੋਵੀਅਤ ਸਮਾਜਵਾਦੀ ਗਣਰਾਜ ਸੰਘ (USSR) ਦੀ ਅਗਵਾਈ ਵਾਲਾ ਕਮਿਊਨਿਸਟ, ਸਮਾਜਵਾਦੀ ਮਾਡਲ ਸੀ। ਇਹ ਦੋਵੇਂ ਗਠਜੋੜ ਵਿਚਾਰਧਾਰਕ ਅਤੇ ਸੈਨਿਕ ਵਿਰੋਧੀ ਵਜੋਂ ਇਕ-ਦੂਜੇ ਦੇ ਸਾਹਮਣੇ ਖੜ੍ਹੇ ਸਨ। ਅਮਰੀਕਾ ਦੀ ਅਗਵਾਈ ਵਾਲੇ ਪੂੰਜੀਵਾਦੀ ਦੇਸ਼ਾਂ ਦੇ ਸਮੂਹ ਨੇ 1949 ਵਿਚ ਨਾਟੋ (NATO) ਬਣਾਇਆ। ਇਸ ਤੋਂ ਬਾਅਦ 1955 ਵਿਚ USSR ਦੀ ਅਗਵਾਈ ਵਾਲੇ ਕਮਿਊਨਿਸਟ ਦੇਸ਼ਾਂ ਦੇ ਸਮੂਹ ਨੇ ਵਾਰਸਾ ਪੈਕਟ (Warsaw Pact) ਬਣਾਇਆ। ਵਾਰਸਾ ਪੈਕਟ ਅਸਲ ਵਿਚ ਦੋਸਤੀ, ਸਹਿਯੋਗ ਅਤੇ ਆਪਸੀ ਮਦਦ ਦੀ ਸੰਧੀ ਸੀ। ਇਹ ਇਕ ਸਾਂਝਾ ਰੱਖਿਆ ਸਮਝੌਤਾ ਸੀ, ਜੋ ਸੋਵੀਅਤ ਯੂਨੀਅਨ ਅਤੇ ਕੇਂਦਰੀ ਅਤੇ ਪੂਰਬੀ ਯੂਰਪ ਦੇ ਹੋਰ ਸੱਤ ਸਮਾਜਵਾਦੀ ਦੇਸ਼ਾਂ ਵਿਚਕਾਰ ਪੋਲੈਂਡ ਦੀ ਰਾਜਧਾਨੀ ਵਾਰਸਾ ਵਿਚ ਹਸਤਾਖਰ ਕੀਤਾ ਗਿਆ ਸੀ।

ਇਨ੍ਹਾਂ ਗਰੁੱਪਾਂ ਨੇ ਇਕ-ਦੂਜੇ ਨੂੰ ਹਰਾਉਣ ਲਈ ਕਈ ਤਰੀਕੇ ਵਰਤੇ, ਜਿਵੇਂ ਕਿ ਸਿੱਧੇ ਟਕਰਾਅ, ਗੁਪਤ ਕਾਰਵਾਈਆਂ ਅਤੇ ਸਾਜ਼ਿਸ਼ਾਂ। ਇਸ ਤੋਂ ਇਲਾਵਾ, ਉਹ ਪ੍ਰਮਾਣੂ ਹਥਿਆਰਾਂ ਦੀ ਦੌੜ, ਮੀਡੀਆ ਦੀ ਵਰਤੋਂ ਅਤੇ ਪੁਲਾੜ ਦੌੜ ਵਿਚ ਵੀ ਇਕ-ਦੂਜੇ ਨਾਲ ਮੁਕਾਬਲਾ ਕਰਦੇ ਰਹੇ। ਇਹ ਦੁਨੀਆ ਮੁੱਖ ਤੌਰ 'ਤੇ ਦੋ-ਧਰੁਵੀ ਸੀ, ਅਤੇ ਸ਼ਕਤੀ ਦਾ ਸੰਤੁਲਨ ਦੋਵੇਂ ਪਾਸਿਆਂ ਦੇ ਇਕ-ਦੂਜੇ 'ਤੇ ਨਿਗਰਾਨੀ ਰੱਖਣ ਨਾਲ ਬਣਿਆ ਰਿਹਾ। ਇਕ ਤੀਜਾ ਗਰੁੱਪ – ਗੁੱਟ ਨਿਰਲੇਪ ਅੰਦੋਲਨ (NAM) – ਵੀ ਸੀ, ਜੋ ਤਤਕਾਲੀ ਯੂਗੋਸਲਾਵੀਆ ਦੇ ਰਾਸ਼ਟਰਪਤੀ ਜੋਸਿਪ ਬਰੋਜ਼ ਟੀਟੋ, ਭਾਰਤ ਦੇ ਪ੍ਰਧਾਨ ਮੰਤਰੀ ਜਵਾਹਰ ਲਾਲ ਨਹਿਰੂ, ਮਿਸਰ ਦੇ ਰਾਸ਼ਟਰਪਤੀ ਗਾਮਲ ਅਬਦੈਲ ਨਾਸਰ, ਘਾਨਾ ਦੇ ਰਾਸ਼ਟਰਪਤੀ ਕਵਾਮੇ ਨਕਰੂਮਾਹ ਅਤੇ ਇੰਡੋਨੇਸ਼ੀਆ ਦੇ ਰਾਸ਼ਟਰਪਤੀ ਸੁਕਰਨੋ ਦੀ ਪਹਿਲਕਦਮੀ ਨਾਲ ਸ਼ੁਰੂ ਹੋਇਆ। ਇਸ ਅੰਦੋਲਨ ਨੇ ਵੀ ਸ਼ਕਤੀ ਦਾ ਸੰਤੁਲਨ ਬਣਾਈ ਰੱਖਣ ਵਿਚ ਮਹੱਤਵਪੂਰਨ ਭੂਮਿਕਾ ਨਿਭਾਈ।

1949 ਵਿਚ ਜਦੋਂ ਸੋਵੀਅਤ ਯੂਨੀਅਨ ਨੇ ਪਰਮਾਣੂ ਹਥਿਆਰ ਬਣਾ ਲਏ, ਤਾਂ ਇਹ ਹਥਿਆਰ ਅਮਰੀਕਾ ਅਤੇ ਸੋਵੀਅਤ ਯੂਨੀਅਨ ਦੋਵਾਂ ਲਈ ਰੋਕ ਵਾਂਗ ਕੰਮ ਕਰਨ ਲੱਗੇ। ਇਸ ਦਾ ਮਤਲਬ ਸੀ ਕਿ ਜੇ ਕੋਈ ਦੇਸ਼ ਦੂਜੇ 'ਤੇ ਹਮਲਾ ਕਰਦਾ, ਤਾਂ ਦੂਜਾ ਦੇਸ਼ ਵੀ ਪੂਰੀ ਤਾਕਤ ਨਾਲ ਜਵਾਬੀ ਹਮਲਾ ਕਰਦਾ, ਜਿਸ ਨਾਲ ਦੋਵੇਂ ਪੂਰੀ ਤਰ੍ਹਾਂ ਨਸ਼ਟ ਹੋ ਜਾਂਦੇ। ਇਸ ਡਰ ਨੇ ਦੋਵਾਂ ਨੂੰ ਵੱਡੇ ਯੁੱਧ ਤੋਂ ਬਚਾ ਲਿਆ। ਇਸ ਹਾਲਤ ਨੂੰ ਆਪਸੀ ਯਕੀਨੀ ਵਿਨਾਸ਼ (Mutual Assured Destruction) ਕਿਹਾ ਜਾਂਦਾ ਹੈ।

ਅਮਰੀਕਾ ਅਤੇ ਸੋਵੀਅਤ ਯੂਨੀਅਨ ਨੇ ਸਿੱਧਾ ਇਕ-ਦੂਜੇ ਨਾਲ ਲੜਨ ਦੀ ਬਜਾਏ, ਹੋਰ ਦੇਸ਼ਾਂ ਨੂੰ ਪੈਸਾ, ਹਥਿਆਰ, ਸਿਖਲਾਈ ਅਤੇ ਹੋਰ ਮਦਦ ਦੇ ਕੇ ਹਿੰਸਾ ਵਧਾਈ। ਇਸ ਨੂੰ ਪ੍ਰੌਕਸੀ ਯੁੱਧ ਕਿਹਾ ਜਾਂਦਾ ਹੈ। ਇਸ ਤਰੀਕੇ ਨਾਲ ਦੋਵੇਂ ਪਾਸਿਆਂ ਤੋਂ ਵੱਡੀ ਤਬਾਹੀ ਹੋਈ। ਸ਼ੀਤ ਯੁੱਧ ਦੇ ਸਮੇਂ ਹੋਏ ਅਜਿਹੇ ਯੁੱਧਾਂ ਅਤੇ ਘਟਨਾਵਾਂ ਵਿਚ ਬਰਲਿਨ ਦੀਵਾਰ ਦਾ ਬਣਨਾ, ਕੋਰੀਆ ਯੁੱਧ, ਅਰਬ-ਇਜ਼ਰਾਈਲ ਯੁੱਧ, ਕਿਊਬਾ ਮਿਜ਼ਾਈਲ ਸੰਕਟ, ਅੰਗੋਲਾ ਯੁੱਧ, ਵਿਅਤਨਾਮ ਯੁੱਧ ਅਤੇ ਅਫ਼ਗ਼ਾਨਿਸਤਾਨ ਵਿਚ ਫ਼ੌਜੀ ਦਖਲ ਸ਼ਾਮਲ ਸਨ।

ਯੂਐਸਐਸਆਰ ਦਾ ਪਤਨ ਅਤੇ ਟੁੱਟ ਜਾਣਾ ਇਹ ਸਾਬਤ ਕਰ ਗਿਆ ਕਿ ਕਮਿਊਨਿਸਟ ਸਮਾਜਕ-ਆਰਥਕ ਪ੍ਰਣਾਲੀ ਕਾਮਯਾਬ ਨਹੀਂ ਹੋ ਸਕੀ। ਯੂਐਸਐਸਆਰ ਦੇ ਖ਼ਤਮ ਹੋਣ ਤੋਂ ਬਾਅਦ, ਅਮਰੀਕਾ ਨੂੰ ਟੱਕਰ ਦੇਣ ਵਾਲੀ ਕੋਈ ਵੱਡੀ ਤਾਕਤ ਨਾ ਰਹੀ। ਇਸ ਕਰਕੇ

ਅਮਰੀਕਾ ਵਿਦੇਸ਼ਾਂ ਵਿਚ ਬਿਨਾਂ ਡਰ ਜਾਂ ਚਿੰਤਾ ਦੇ ਹੋਰ ਜ਼ਿਆਦਾ ਹਮਲਾਵਰ ਅਤੇ ਸੈਨਿਕ ਕਾਰਵਾਈਆਂ ਕਰਨ ਲੱਗ ਪਿਆ।

ਅਮਰੀਕਾ ਨੇ ਸ਼ੀਤ ਯੁੱਧ ਦੌਰਾਨ ਸੋਵੀਅਤ ਯੂਨੀਅਨ ਦੇ ਖ਼ਤਰੇ ਨੂੰ ਰੋਕਣ ਦਾ ਬਹਾਨਾ ਬਣਾ ਕੇ ਤੀਜੀ ਦੁਨੀਆ ਦੇ ਦੇਸ਼ਾਂ ਵਿਚ ਦਖਲ ਕੀਤਾ। ਸ਼ੀਤ ਯੁੱਧ ਖ਼ਤਮ ਹੋਣ ਤੋਂ ਬਾਅਦ ਅਮਰੀਕਾ ਨੇ ਕਿਹਾ ਕਿ ਹੁਣ ਉਹ ਦੇਸ਼ਾਂ ਨੂੰ ਸੋਵੀਅਤ ਯੂਨੀਅਨ ਤੋਂ ਬਚਾਉਣ ਦੀ ਬਜਾਏ ਸ਼ਾਂਤੀ ਬਣਾਈ ਰੱਖੇਗਾ ਅਤੇ ਇਕ ਗਲੋਬਲ ਰੱਖਿਅਕ ਵਜੋਂ ਕੰਮ ਕਰੇਗਾ। ਪਰ ਇਸ ਨਕਾਬ ਪਿੱਛੇ ਅਮਰੀਕਾ ਨੇ ਤਾਨਾਸ਼ਾਹੀ ਸਰਕਾਰਾਂ ਦਾ ਸਮਰਥਨ ਕੀਤਾ। ਉਦਾਹਰਨ ਲਈ, ਇਸ ਨੇ ਖਾੜੀ ਯੁੱਧ ਵਿਚ ਕੁਵੈਤ ਤੋਂ ਅਮਰੀਕੀ ਫੌਜਾਂ ਨੂੰ ਵਾਪਸ ਬੁਲਾਉਣ ਬਾਰੇ ਗੱਲਬਾਤ ਕਰਨ ਤੋਂ ਇਨਕਾਰ ਕਰ ਦਿੱਤਾ। ਸੋਵੀਅਤ ਯੂਨੀਅਨ ਦੇ ਖ਼ਤਮ ਹੋਣ ਤੋਂ ਬਾਅਦ ਅਮਰੀਕਾ ਨੂੰ ਆਪਣੇ ਸੈਨਿਕ ਹਿਤਾਂ ਨੂੰ ਜਾਇਜ਼ ਠਹਿਰਾਉਣ ਲਈ ਨਵੇਂ ਦੁਸ਼ਮਣਾਂ ਦੀ ਲੋੜ ਸੀ। ਉਸ ਨੇ ਲੀਬੀਆ ਦੇ ਕਰਨਲ ਗੱਦਾਫੀ, ਕਿਊਬਾ ਦੇ ਫਿਦੇਲ ਕਾਸਤਰੋ, ਈਰਾਨ ਦੇ ਆਇਤੁੱਲਾ, ਅਤੇ ਫਿਰ ਇਰਾਕ ਦੇ ਸੱਦਾਮ ਹੁਸੈਨ ਨੂੰ ਆਪਣਾ ਨਵਾਂ ਦੁਸ਼ਮਣ ਬਣਾਇਆ। ਇਰਾਕ 'ਤੇ ਅਮਰੀਕਾ ਦਾ ਹਮਲਾ ਇਸ ਗੱਲ ਦਾ ਸਬੂਤ ਹੈ ਕਿ ਉਹ ਕਿਵੇਂ ਝੂਠੇ ਬਹਾਨੇ ਬਣਾ ਕੇ ਹਮਲਾ ਕਰਦਾ ਹੈ। ਉਸ ਨੇ ਇਰਾਕ 'ਤੇ 'ਜਨਤਕ ਤਬਾਹੀ ਦੇ ਹਥਿਆਰ' ਰੱਖਣ ਦਾ ਦੋਸ਼ ਲਾਇਆ, ਜੋ ਬਾਅਦ ਵਿਚ ਝੂਠਾ ਨਿਕਲਿਆ। ਇਸ ਦਾ ਦੋਗਲਾਪਨ ਉਸ ਵੇਲੇ ਸਪਸ਼ਟ ਹੋ ਜਾਂਦਾ ਹੈ ਜਦੋਂ ਇਹ ਉੱਤਰੀ ਕੋਰੀਆ ਤੋਂ ਦੂਰ ਰਹਿੰਦਾ ਹੈ, ਜੋ ਖੁੱਲ੍ਹੇਆਮ ਕਹਿੰਦਾ ਹੈ ਕਿ ਉਸ ਕੋਲ ਅਜਿਹੇ ਹਥਿਆਰ ਹਨ।

ਲੱਗਦਾ ਹੈ ਕਿ ਅਮਰੀਕਾ ਨੇ 1973 ਵਿਚ ਵਿਅਤਨਾਮ ਤੋਂ ਆਪਣੀ ਸ਼ਰਮਨਾਕ ਹਾਰ ਅਤੇ ਵਾਪਸੀ ਤੋਂ ਕੁਝ ਨਹੀਂ ਸਿੱਖਿਆ। ਅੰਤ ਵਿਚ ਅਮਰੀਕਾ ਇਕ ਲੰਬੀ ਦਲਦਲ ਵਿਚ ਫਸ ਗਿਆ ਅਤੇ 1 ਮਈ 2021 ਨੂੰ ਅਫ਼ਗਾਨਿਸਤਾਨ ਤੋਂ ਵਾਪਸ ਜਾਣ ਦਾ ਫ਼ੈਸਲਾ ਕੀਤਾ। ਇਹ ਪੂੰਜੀਵਾਦੀ ਮਾਡਲ ਲਈ ਇਕ ਝਟਕਾ ਸੀ ਅਤੇ ਇਸ ਗੱਲ ਦਾ ਸੰਕੇਤ ਸੀ ਕਿ ਇਹ ਮਾਡਲ ਵੀ ਲੰਬੇ ਸਮੇਂ ਵਿਚ ਨਾ ਤਾਂ ਆਦਰਸ਼ ਹੈ ਅਤੇ ਨਾ ਹੀ ਕਾਰਗਰ।

ਉਦਾਰਵਾਦੀ ਲੋਕਤੰਤਰੀ ਗਰੁੱਪ ਦੇ ਮੁਕਤ ਬਾਜ਼ਾਰ ਪੂੰਜੀਵਾਦੀ ਮਾਡਲ ਨੂੰ ਪਿਛਲੇ ਕੁਝ ਦਹਾਕਿਆਂ ਵਿਚ ਵਾਰ-ਵਾਰ ਵੱਡੇ ਝਟਕੇ ਲੱਗੇ ਹਨ। ਇਸ ਕਰਕੇ ਪੂੰਜੀਵਾਦ ਆਪਣੇ ਖ਼ਾਲਿਸ ਰੂਪ ਵਿਚ ਹੁਣ ਦੁਨੀਆ ਦੇ ਕਿਸੇ ਵੀ ਦੇਸ਼ ਵਿਚ ਨਹੀਂ ਹੈ। ਵੱਡੀਆਂ ਕੰਪਨੀਆਂ ਨੂੰ ਸਰਕਾਰ ਵੱਲੋਂ ਦਿੱਤੀ ਜਾਣ ਵਾਲੀ ਨਿਯਮਤ ਅਤੇ ਸਪਸ਼ਟ ਮਦਦ (ਬੇਲਆਉਟ) ਮੁਕਤ ਬਾਜ਼ਾਰ ਦੇ ਮੁੱਖ ਸਿਧਾਂਤਾਂ ਨੂੰ ਕਮਜ਼ੋਰ ਕਰਦੀ ਹੈ। ਇਹ ਦਰਸਾਉਂਦੀ ਹੈ ਕਿ ਪੂੰਜੀਵਾਦ ਅਸਫ਼ਲ ਹੋ ਗਿਆ ਹੈ ਅਤੇ ਵਧਦੀਆਂ ਕਾਰਪੋਰੇਟ ਤਾਕਤਾਂ ਦੇ ਹੱਥਾਂ ਵਿਚ ਫਸ ਗਿਆ ਹੈ। ਜ਼ਿਆਦਾਤਰ ਅਜਿਹੇ ਦੇਸ਼, ਜਿਨ੍ਹਾਂ ਨੂੰ ਲੋਕਤੰਤਰੀ ਪੂੰਜੀਵਾਦੀ ਕਿਹਾ ਜਾਂਦਾ ਹੈ, ਉੱਥੇ ਕਈ ਸਮਾਜਕ ਸੁਰੱਖਿਆ ਯੋਜਨਾਵਾਂ ਮੌਜੂਦ ਹਨ, ਜੋ ਅਸਲ ਵਿਚ ਪੂੰਜੀਵਾਦੀ ਮਾਡਲ ਦੇ ਉਲਟ ਹਨ।

ਵਿਸ਼ਵ ਵਪਾਰ ਸੰਗਠਨ (WTO) ਦਾ ਬਣਨਾ, ਮੁਕਤ ਵਪਾਰ ਸਮਝੌਤਿਆਂ 'ਤੇ ਹਸਤਾਖਰ, ਅਤੇ ਵਿਸ਼ੇਸ਼ ਆਰਥਕ ਖੇਤਰਾਂ ਦੀ ਸਥਾਪਨਾ – ਜੋ ਤਕਨਾਲੋਜੀ, ਦੂਰਸੰਚਾਰ ਅਤੇ ਇੰਟਰਨੈਟ ਵਿਚ ਤਰੱਕੀ ਨਾਲ ਸੰਭਵ ਹੋਈ – ਨੇ ਦੁਨੀਆ ਭਰ ਵਿਚ ਵਸਤੂਆਂ, ਸੇਵਾਵਾਂ, ਪੂੰਜੀ ਅਤੇ ਮਨੁੱਖੀ ਸਰੋਤਾਂ ਦੇ ਖੁੱਲ੍ਹੇ ਆਵਾਜਾਈ ਕਾਰਨ ਰਾਸ਼ਟਰ ਦੀ ਪ੍ਰਭੂਸੱਤਾ ਦੀ ਧਾਰਨਾ ਨੂੰ ਕਮਜ਼ੋਰ ਕਰ ਦਿੱਤਾ ਹੈ।

ਖ਼ਜ਼ਾਨਾ, ਬੈਂਕਾਂ ਅਤੇ ਫਿਏਟ ਮੁਦਰਾਵਾਂ ਵਾਲੀ ਮੌਜੂਦਾ ਮੁਦਰਾ ਪ੍ਰਣਾਲੀ ਨੂੰ ਤਕਨਾਲੋਜੀ ਦੀ ਤਰੱਕੀ ਅਤੇ ਕ੍ਰਿਪਟੋ ਕਰੰਸੀ ਦੇ ਆਉਣ ਨਾਲ ਚੁਣੌਤੀ ਮਿਲੀ ਹੈ। ਸੰਕੇਤ ਹਨ ਕਿ ਕ੍ਰਿਪਟੋ ਕਰੰਸੀ ਜਲਦੀ ਹੀ ਮੌਜੂਦਾ ਮੁਦਰਾ ਪ੍ਰਣਾਲੀ ਦੀ ਥਾਂ ਲੈ ਸਕਦੀ ਹੈ। ਸਾਰੀਆਂ ਰਵਾਇਤੀ

ਵਪਾਰਕ ਪ੍ਰਕਿਰਿਆਵਾਂ ਬਲਾਕਚੇਨ ਤਕਨਾਲੋਜੀ 'ਤੇ ਆਧਾਰਿਤ ਹੋਣਗੀਆਂ। ਬਲਾਕਚੇਨ ਉਹ ਮੰਚ ਵੀ ਹੈ, ਜਿਸ 'ਤੇ ਪਹਿਲੀ ਕ੍ਰਿਪਟੋ ਕਰੰਸੀ, ਬਿਟਕੋਇਨ, 2009 ਵਿਚ ਸ਼ੁਰੂ ਹੋਈ ਸੀ।

ਸ਼ੇਅਰ-ਧਾਰਕ-ਕੇਂਦ੍ਰਿਤ ਸਟਾਕ ਮਾਰਕੀਟ, ਜੋ ਏਕਾਧਿਕਾਰਵਾਦੀ ਤਰੀਕਿਆਂ, ਟੈਕਸ ਸਵਰਗਾਂ, ਵਿਲੀਨਤਾਵਾਂ ਅਤੇ ਸ਼ੈੱਲ ਕੰਪਨੀ ਢਾਂਚਿਆਂ ਨੂੰ ਵਧਾਉਂਦੀ ਹੈ, ਨੇ ਪੂੰਜੀਵਾਦ ਨੂੰ ਪੂਰੀ ਤਰ੍ਹਾਂ ਭ੍ਰਿਸ਼ਟ ਕਰ ਦਿੱਤਾ ਹੈ। ਇਸ ਨੇ ਰਾਜ ਨੂੰ ਪਿੱਛੇ ਛੱਡ ਦਿੱਤਾ ਹੈ ਅਤੇ ਭ੍ਰਿਸ਼ਟ ਰਾਜਨੀਤਿਕਾਂ ਅਤੇ ਬਹੁ-ਰਾਸ਼ਟਰੀ ਕੰਪਨੀਆਂ ਨੂੰ ਦੌਲਤ ਇਕੱਠੀ ਕਰਨ ਅਤੇ ਆਪਣੀਆਂ ਖ਼ਰਾਬ ਯੋਜਨਾਵਾਂ ਪੂਰੀਆਂ ਕਰਨ ਲਈ ਸੰਪੂਰਨ ਮੰਚ ਦਿੱਤਾ ਹੈ। ਨਤੀਜੇ ਵਜੋਂ, ਕੰਪਨੀਆਂ ਬਹੁਤ ਤਾਕਤਵਰ ਹੋ ਗਈਆਂ ਹਨ, ਵਿਸ਼ਵ ਅਰਥ-ਵਿਵਸਥਾ 'ਤੇ ਕਾਬੂ ਕਰ ਰਹੀਆਂ ਹਨ ਅਤੇ ਸਰਕਾਰਾਂ 'ਤੇ ਆਪਣੀ ਮਰਜ਼ੀ ਥੋਪਣ ਵੀ ਲੱਗ ਪਈਆਂ ਹਨ। ਰਾਸ਼ਟਰ ਦੀ ਪ੍ਰਭੂਸੱਤਾ ਦੀ ਧਾਰਨਾ ਇਸ ਰੁਝਾਨ ਨਾਲ ਕਮਜ਼ੋਰ ਹੋ ਰਹੀ ਹੈ, ਅਤੇ ਆਖ਼ਰ ਵਿਚ ਇਹ ਖ਼ਤਮ ਵੀ ਹੋ ਸਕਦੀ ਹੈ।

ਇਹ ਤਬਦੀਲੀਆਂ ਤੇਜ਼ੀ ਨਾਲ ਹੋ ਰਹੀਆਂ ਹਨ ਅਤੇ ਕਾਰਪੋਰੇਸ਼ਨ ਅਸਲ ਵਿਚ ਸਰਕਾਰਾਂ ਤੋਂ ਕਾਬੂ ਆਪਣੇ ਹੱਥ ਵਿਚ ਲੈ ਰਹੀਆਂ ਹਨ। ਰਾਜ ਦੇ ਮੁਖੀ ਕਾਰਪੋਰੇਟ ਸ਼ਤਰੰਜ ਦੀ ਖੇਡ ਵਿਚ ਸਿਰਫ਼ ਪਿਆਦੇ ਬਣ ਗਏ ਹਨ। ਬਹੁਤ ਸਾਰੇ ਰਾਜਨੀਤਿਕ ਨੇਤਾ ਸੇਵਾ-ਮੁਕਤੀ ਤੋਂ ਬਾਅਦ ਕਾਰਪੋਰੇਸ਼ਨਾਂ ਦੁਆਰਾ ਸਲਾਹਕਾਰ ਜਾਂ ਲਾਬੀ ਕਰਨ ਵਾਲੇ ਵਜੋਂ ਰੱਖੇ ਜਾਂਦੇ ਹਨ।

ਅੱਜਕੱਲ੍ਹ ਇਕ ਨਵਾਂ ਅਤੇ ਚਿੰਤਾਜਨਕ ਰੁਝਾਨ ਸਾਹਮਣੇ ਆ ਰਿਹਾ ਹੈ। ਚੀਨ ਹੁਣ ਨਾ ਤਾਂ ਪੂਰੀ ਤਰ੍ਹਾਂ ਸਮਾਜਵਾਦੀ ਹੈ ਅਤੇ ਨਾ ਹੀ ਪੂੰਜੀਵਾਦੀ, ਸਗੋਂ ਇਹ ਦੋਵਾਂ ਦਾ ਮਿਲਾਪ ਹੈ, ਜਿਸ ਨੂੰ ਇਕ 'ਹਾਈਬ੍ਰਿਡ' ਮਾਡਲ ਕਿਹਾ ਜਾ ਸਕਦਾ ਹੈ। ਇਹ ਦੇਸ਼ ਇਕ ਵੱਡੀ ਕਾਰਪੋਰੇਸ਼ਨ ਵਾਂਗ ਕੰਮ ਕਰ ਰਿਹਾ ਹੈ। ਚੀਨ ਨੇ ਆਪਣੀ 'ਬੈਲਟ ਐਂਡ ਰੋਡ ਇਨੀਸ਼ੀਏਟਿਵ' (Belt and Road Initiative) ਯੋਜਨਾ ਰਾਹੀਂ ਕਈ ਦੇਸ਼ਾਂ ਵਿਚ ਵੱਡੇ ਨਿਵੇਸ਼ ਕੀਤੇ ਹਨ। ਇਸ ਤੋਂ ਇਲਾਵਾ, ਚੀਨ ਕੁਝ ਹੋਰ ਗੁਪਤ ਅਤੇ ਖ਼ਤਰਨਾਕ ਕੰਮ ਵੀ ਕਰ ਰਿਹਾ ਹੈ, ਜਿਨ੍ਹਾਂ ਬਾਰੇ ਅਜੇ ਪੂਰੀ ਜਾਣਕਾਰੀ ਸਾਹਮਣੇ ਆਉਣੀ ਬਾਕੀ ਹੈ। ਇਹ ਆਪਣੇ ਹਿਤਾਂ ਲਈ ਦੁਨੀਆ ਭਰ ਦੇ ਸਿਆਸਤਦਾਨਾਂ ਨੂੰ ਪ੍ਰਭਾਵਿਤ ਕਰ ਰਿਹਾ ਹੈ ਅਤੇ ਉਨ੍ਹਾਂ ਨੂੰ ਆਪਣੀ ਸਰਕਾਰ ਦੇ ਫ਼ਾਇਦੇ ਲਈ ਕੰਮ ਕਰਨ ਵੱਲ ਧੱਕ ਰਿਹਾ ਹੈ। ਇਸ ਦੀ ਇਕ ਉਦਾਹਰਨ ਸੈਮ ਡੈਸਟਯਾਰੀ ਹੈ, ਜੋ ਆਸਟ੍ਰੇਲੀਆ ਦੀ ਲੇਬਰ ਪਾਰਟੀ ਦਾ ਸਿਆਸਤਦਾਨ ਸੀ। ਉਸ ਨੂੰ ਚੀਨੀ ਸਰਕਾਰ ਦੇ ਪ੍ਰਭਾਵ ਹੇਠ ਕੰਮ ਕਰਨ ਦੇ ਦੋਸ਼ਾਂ ਕਾਰਨ ਰਾਜਨੀਤੀ ਛੱਡਣੀ ਪਈ। ਚੀਨ ਦੀ ਸਰਕਾਰ, ਖ਼ਾਸ ਕਰਕੇ ਸ਼ੀ ਜਿਨਪਿੰਗ ਦੀ ਅਗਵਾਈ ਹੇਠ, ਵਿਦੇਸ਼ੀ ਦੇਸ਼ਾਂ ਨੂੰ ਪ੍ਰਭਾਵਿਤ ਕਰਨ ਵਿਚ ਬਹੁਤ ਸਰਗਰਮ ਹੋ ਗਈ ਹੈ। ਇਹ ਕੋਸ਼ਿਸ਼ਾਂ 2000 ਤੋਂ ਹੀ ਜਾਰੀ ਹਨ। (ਚੱਬ, ਏ, 2022)

2. ਸਾਜ਼ਿਸ਼ੀ ਸਿਧਾਂਤ

ਨਿਊ ਵਰਲਡ ਆਰਡਰ ਜਾਂ ਨਵੀਂ ਵਿਸ਼ਵ-ਵਿਵਸਥਾ ਕਈ ਬਦਨਾਮ, ਪਰ ਅਸਪਸ਼ਟ ਸਾਜ਼ਿਸ਼ੀ ਸਿਧਾਂਤਾਂ ਦਾ ਵਿਸ਼ਾ ਰਹੀ ਹੈ। ਇਨ੍ਹਾਂ ਸਿਧਾਂਤਾਂ ਅਨੁਸਾਰ ਕਿਹਾ ਜਾਂਦਾ ਹੈ ਕਿ ਕੁਝ ਤਾਕਤਵਰ ਵਿਅਕਤੀਆਂ ਦਾ ਗੁਪਤ ਸਮੂਹ ਜਾਂ ਤਾਂ ਦੁਨੀਆ ਚਲਾ ਰਿਹਾ ਹੈ, ਜਾਂ ਅਜਿਹਾ ਕਰਨ ਦੀ ਯੋਜਨਾ ਬਣਾ ਰਿਹਾ ਹੈ, ਜਾਂ ਫਿਰ ਦੁਨੀਆ 'ਤੇ ਕਾਬੂ ਕਰਨ ਦੇ ਨੇੜੇ ਹੈ।

ਇਹ ਸਾਜ਼ਿਸ਼ੀ ਸਿਧਾਂਤ ਇਸ ਲਈ ਮੌਜੂਦ ਹੈ ਕਿਉਂਕਿ ਵੱਡੀਆਂ ਰਾਜਨੀਤਿਕ ਹਸਤੀਆਂ ਕਦੇ-ਕਦੇ ਆਪਣੇ ਨੁਕਤੇ ਨੂੰ ਮਜ਼ਬੂਤ ਕਰਨ ਲਈ ਇਸ ਨੂੰ ਕਿਸੇ ਹੋਰ ਸੰਦਰਭ ਵਿਚ ਵਰਤ ਲੈਂਦੀਆਂ ਹਨ। 29 ਜਨਵਰੀ 1991 ਨੂੰ, ਅਮਰੀਕੀ ਰਾਸ਼ਟਰਪਤੀ ਜਾਰਜ ਐਚ. ਡਬਲਯੂ. ਬੁਸ਼ ਨੇ ਆਪਣੇ ਦੂਜੇ *ਸਟੇਟ ਆਫ਼ ਦ ਯੂਨੀਅਨ* ਸੰਬੋਧਨ ਵਿਚ, ਜਦੋਂ ਖਾੜੀ ਯੁੱਧ ਚੱਲ ਰਿਹਾ ਸੀ, ਨਵੇਂ ਯੁੱਗ ਨੂੰ ਉਤਸ਼ਾਹਿਤ ਕਰਨ ਦੀ ਆਪਣੀ ਇੱਛਾ ਵਿਚ ਇਹ ਦਾਅਵਾ ਕੀਤਾ ਕਿ ਸੰਘਰਸ਼ ਦਰਸਾਉਂਦਾ ਹੈ:

> "ਇਕ ਵੱਡਾ ਵਿਚਾਰ, ਇਕ ਨਵੀਂ ਵਿਸ਼ਵ-ਵਿਵਸਥਾ, ਜਿੱਥੇ ਵੱਖ-ਵੱਖ ਰਾਸ਼ਟਰ ਮਨੁੱਖਤਾ ਦੀਆਂ ਸਾਂਝੀਆਂ ਇੱਛਾਵਾਂ – ਸ਼ਾਂਤੀ ਅਤੇ ਸੁਰੱਖਿਆ, ਆਜ਼ਾਦੀ ਅਤੇ ਕਾਨੂੰਨ ਦਾ ਰਾਜ – ਪੂਰਾ ਕਰਨ ਲਈ ਇਕੱਠੇ ਹੁੰਦੇ ਹਨ। ਅਜਿਹਾ ਸੰਸਾਰ ਸਾਡੇ ਸੰਘਰਸ਼ਾਂ ਅਤੇ ਸਾਡੇ ਬੱਚਿਆਂ ਦੇ ਭਵਿੱਖ ਦੇ ਕਾਬਲ ਹੈ।"
>
> ਜਾਰਜ ਐਚ ਡਬਲਯੂ ਬੁਸ਼

ਇਕ ਸਾਜ਼ਿਸ਼ ਇਕ ਗੁਪਤ ਯੋਜਨਾ ਹੁੰਦੀ ਹੈ ਜੋ ਕਿਸੇ ਵਿਅਕਤੀ, ਲੋਕਾਂ ਦੇ ਸਮੂਹ ਜਾਂ ਰਾਜਨੀਤਿਕ ਸੰਸਥਾ ਦੁਆਰਾ ਆਪਣੇ ਲੁਕੇ ਹੋਏ ਮਕਸਦ ਲਈ ਤਿਆਰ ਕੀਤੀ ਜਾਂਦੀ ਹੈ, ਤਾਂ ਜੋ ਉਹ ਚਾਹੇ ਨਤੀਜੇ ਨੂੰ ਹਾਸਲ ਕਰ ਸਕਣ ਬਿਨਾਂ ਆਮ ਲੋਕਾਂ ਨੂੰ ਪਤਾ ਲੱਗੇ। ਇਸ ਨੂੰ ਭੋਲੀ-ਭਾਲੀ ਅਤੇ ਉੱਚ ਸੁੱਚੀ ਭਾਸ਼ਾ ਵਿਚ ਲਪੇਟਿਆ ਜਾਂਦਾ ਹੈ ਅਤੇ ਇਸ ਤਰ੍ਹਾਂ ਪੇਸ਼ ਕੀਤਾ ਜਾਂਦਾ ਹੈ ਜਿਵੇਂ ਕਿ ਇਹ ਆਮ ਲੋਕਾਂ ਦੇ ਫ਼ਾਇਦੇ ਲਈ ਉੱਚ ਸਿਧਾਂਤਾਂ ਅਤੇ ਸਮਾਜਕ ਨਿਆਂ ਨੂੰ ਅੱਗੇ ਵਧਾ ਰਿਹਾ ਹੋਵੇ।

ਇਸੇ ਦੇ ਨਾਲ, ਦੂਜੇ ਪਾਸੇ, ਕੋਈ ਅਸਲ ਵਿਚਾਰ, ਸੰਕਲਪ ਜਾਂ ਚਿੰਤਾ ਨੂੰ ਵੀ ਉਹੀ ਵਿਅਕਤੀ, ਲੋਕਾਂ ਦਾ ਸਮੂਹ ਜਾਂ ਰਾਜਨੀਤਿਕ ਸੰਸਥਾ ਬਦਨਾਮ ਕਰਕੇ ਸਾਜ਼ਿਸ਼ ਕਹਿ ਸਕਦੇ ਹਨ, ਕਿਉਂਕਿ ਉਨ੍ਹਾਂ ਦੇ ਹਿਤ ਇਸ ਨਵੀਂ ਘਟਨਾ ਨਾਲ ਪ੍ਰਭਾਵਿਤ ਹੋ ਸਕਦੇ ਹਨ।

ਅਸਲ ਵਿਚ, ਇਕ ਸਾਜ਼ਿਸ਼ ਸਿਧਾਂਤ ਸਿਰਫ਼ ਇਕ ਅਨੁਮਾਨ ਹੁੰਦਾ ਹੈ, ਨਾ ਕਿ ਪੱਕਾ ਤੱਥ ਜਾਂ ਝੂਠ। ਸਮੇਂ ਦੇ ਨਾਲ, ਜਦੋਂ ਨਵਾਂ ਡਾਟਾ ਅਤੇ ਸਬੂਤ ਮਿਲਦੇ ਹਨ, ਤਾਂ ਇਹ ਇਕ ਤੱਥਾਤਮਕ ਹਕੀਕਤ ਵਜੋਂ ਸਾਬਤ ਹੋ ਸਕਦਾ ਹੈ। ਜਦੋਂ ਉਹ ਸਮਾਂ ਆਉਂਦਾ ਹੈ, ਤਾਂ ਇਹ ਸਿਧਾਂਤ

ਸਥਾਪਿਤ ਅਤੇ ਸਾਬਤ ਹੋ ਜਾਂਦਾ ਹੈ।

ਸਾਜ਼ਿਸ਼ੀ ਸਿਧਾਂਤਾਂ ਵਿਚ ਆਮ ਤੌਰ 'ਤੇ ਤਿੰਨ ਜੁੜੇ ਹੋਏ ਤੱਤ ਹੁੰਦੇ ਹਨ: ਉਨ੍ਹਾਂ ਦੇ ਟੀਚੇ ਮਾੜੇ ਹੁੰਦੇ ਹਨ, ਉਨ੍ਹਾਂ ਦੀਆਂ ਕਾਰਵਾਈਆਂ ਚਲਾਕੀ ਜਾਂ ਹੇਰਾਫੇਰੀ ਵਾਲੀਆਂ ਹੁੰਦੀਆਂ ਹਨ, ਅਤੇ ਸਾਜ਼ਿਸ਼ਕਾਰਾਂ ਕੋਲ ਆਪਣੀ ਤਾਕਤ ਦੇ ਕਾਰਨ ਘਟਨਾਵਾਂ ਅਤੇ ਕਹਾਣੀ ਨੂੰ ਨਿਯੰਤਰਿਤ ਕਰਨ ਦੀ ਸਮਰੱਥਾ ਹੁੰਦੀ ਹੈ। ਆਖ਼ਰਕਾਰ, ਉਹ ਗੁਪਤ ਤਰੀਕੇ ਨਾਲ ਕੰਮ ਕਰਦੇ ਹਨ ਅਤੇ ਆਪਣੀਆਂ ਅਸਲ ਗਤੀਵਿਧੀਆਂ ਨੂੰ ਛੁਪਾਉਂਦੇ ਹਨ। ਇਸ ਲੁਕਾਓ ਵਿਚ ਡਾਟਾ ਬਣਾਉਣਾ, ਸਬੂਤ ਮਿਟਾਉਣਾ ਜਾਂ ਅਧਿਕਾਰਤ ਕਹਾਣੀ ਨੂੰ ਕਾਬੂ ਕਰਨ ਵਾਲੇ ਲੋਕਾਂ ਨੂੰ ਪ੍ਰਭਾਵਿਤ ਕਰਨਾ ਸ਼ਾਮਲ ਹੋ ਸਕਦਾ ਹੈ। ਜੋ ਵੀ ਵਿਅਕਤੀ ਹਰ ਗੱਲ 'ਤੇ ਸਵਾਲ ਕਰਦਾ ਹੈ, ਜਿਵੇਂ ਕਿ ਮੀਡੀਆ ਜਾਂ ਵਿਦਵਾਨ, ਅਤੇ ਜੋ ਅਧਿਕਾਰਤ ਕਹਾਣੀ 'ਤੇ ਸ਼ੱਕ ਜਾਂ ਵਿਰੋਧ ਕਰਦਾ ਹੈ, ਉਸ ਨੂੰ ਨਾਪਸੰਦ ਕੀਤਾ ਜਾਂਦਾ ਹੈ, ਨਿੰਦਿਆ ਜਾਂਦਾ ਹੈ ਅਤੇ ਲੋਕ-ਵਿਰੋਧੀ ਜਾਂ ਰਾਸ਼ਟਰ-ਵਿਰੋਧੀ ਕਹਿ ਦਿੱਤਾ ਜਾਂਦਾ ਹੈ।

ਨਵੀਂ ਵਿਸ਼ਵ-ਵਿਵਸਥਾ ਬਾਰੇ ਸਾਜ਼ਿਸ਼ ਦਾ ਆਮ ਵਿਚਾਰ ਇਹ ਹੈ ਕਿ ਇਕ ਗੁਪਤ ਕੁਲੀਨ ਵਰਗ, ਜਿਸ ਦਾ ਵਿਸ਼ਵਵਾਦੀ ਏਜੰਡਾ ਹੈ, ਅਖ਼ੀਰਕਾਰ ਦੁਨੀਆ 'ਤੇ ਕਬਜ਼ਾ ਕਰਨ ਅਤੇ ਸ਼ਾਸਨ ਕਰਨ ਦੀ ਸਾਜ਼ਿਸ਼ ਰਚ ਰਿਹਾ ਹੈ। ਇਹ ਸੰਭਵ ਹੈ ਕਿ ਉਹ ਪ੍ਰਭੂਸੱਤਾ ਰਾਸ਼ਟਰ-ਰਾਜਾਂ ਨੂੰ ਖ਼ਤਮ ਕਰਕੇ ਉਨ੍ਹਾਂ ਦੀ ਥਾਂ ਖੁਦ ਲਵੇ।

ਇਤਿਹਾਸਕ ਤੌਰ 'ਤੇ, ਕਈ ਸਮਕਾਲੀ ਪ੍ਰਭਾਵਸ਼ਾਲੀ ਹਸਤੀਆਂ 'ਤੇ ਇਹ ਦੋਸ਼ ਲਗਾਇਆ ਗਿਆ ਹੈ ਕਿ ਉਹ ਇਕ ਅਜਿਹੇ ਗੁਪਤ ਗਠਜੋੜ ਦਾ ਹਿੱਸਾ ਹਨ, ਜੋ ਫਰੰਟ ਸੰਗਠਨਾਂ ਰਾਹੀਂ ਕੰਮ ਕਰਦਾ ਹੈ ਅਤੇ ਵੱਡੀਆਂ ਰਾਜਨੀਤਿਕ ਤੇ ਵਿੱਤੀ ਘਟਨਾਵਾਂ ਨੂੰ ਨਿਯੰਤਰਿਤ ਕਰਨ ਦੀ ਕੋਸ਼ਿਸ਼ ਕਰਦਾ ਹੈ। ਕਿਹਾ ਜਾਂਦਾ ਹੈ ਕਿ ਉਹ ਵਿਸ਼ਵ 'ਤੇ ਕਾਬੂ ਪਾਉਣ ਦੀ ਚੱਲ ਰਹੀ ਸਾਜ਼ਿਸ਼ ਦੇ ਹਿੱਸੇ ਵਜੋਂ ਵਿਵਾਦਪੂਰਨ ਰਾਸ਼ਟਰੀ ਅਤੇ ਅੰਤਰਰਾਸ਼ਟਰੀ ਨੀਤੀਆਂ ਨੂੰ ਅੱਗੇ ਵਧਾਉਣ ਲਈ ਜਾਣ-ਬੁੱਝ ਕੇ ਯੋਜਨਾਬੱਧ ਸੰਕਟ ਪੈਦਾ ਕਰਦੇ ਹਨ।

ਦੱਖਣੀ ਕੈਲੀਫੋਰਨੀਆ ਯੂਨੀਵਰਸਿਟੀ ਦੇ ਐਨਨਬਰਗ ਸਕੂਲ ਦੇ ਪ੍ਰੋਫ਼ੈਸਰ ਸਟੀਫਨ ਓ'ਲੀਅਰੀ, ਜੋ ਪਿਛਲੇ ਦੋ ਦਹਾਕਿਆਂ ਤੋਂ ਸਾਜ਼ਿਸ਼ੀ ਸਿਧਾਂਤਾਂ 'ਤੇ ਖੋਜ ਕਰ ਰਹੇ ਹਨ, ਅਨੁਸਾਰ ਇਨ੍ਹਾਂ ਸਿਧਾਂਤਾਂ ਦੇ ਸਮਰਥਕ ਮੰਨਦੇ ਹਨ ਕਿ ਵੱਖ-ਵੱਖ ਦੇਸ਼ਾਂ ਅਤੇ ਸੱਭਿਆਚਾਰਾਂ ਵਿਚਕਾਰ ਅੰਤਰਰਾਸ਼ਟਰੀ ਸਹਿਯੋਗ ਦਾ ਇਕ ਨਵਾਂ ਯੁੱਗ ਆ ਰਿਹਾ ਹੈ। ਉਨ੍ਹਾਂ ਦਾ ਵਿਸ਼ਵਾਸ ਹੈ ਕਿ ਇਹ ਯੁੱਗ ਧਰਤੀ ਦੇ ਸਾਰੇ ਲੋਕਾਂ ਨੂੰ ਉਨ੍ਹਾਂ ਦੀਆਂ ਲੋੜੀਂਦੀਆਂ ਚੀਜ਼ਾਂ ਤੱਕ ਪਹੁੰਚ ਦੇਵੇਗਾ। ਦੂਜੇ ਪਾਸੇ, ਇਨ੍ਹਾਂ ਸਿਧਾਂਤਾਂ ਦੇ ਵਿਰੋਧੀ ਕਹਿੰਦੇ ਹਨ ਕਿ ਇਹ ਅਰਧ-ਸਰਕਾਰੀ ਸੰਸਥਾਵਾਂ ਅਤੇ ਕਾਰਪੋਰੇਸ਼ਨਾਂ ਦੇ ਗਠਜੋੜ ਰਾਹੀਂ ਕਾਬੂ ਕਰਨ ਦਾ ਇਕ ਯੋਜਨਾਬੱਧ ਤਰੀਕਾ ਹੈ। ਇਹ ਕਾਰਪੋਰੇਸ਼ਨ ਗੁਪਤ ਤਰੀਕੇ ਨਾਲ ਦੁਨੀਆ 'ਤੇ ਕਾਬੂ ਪਾਉਣ ਅਤੇ ਇਕ ਸਭ ਤੋਂ ਤਾਕਤਵਰ ਵਿਸ਼ਵ ਸਰਕਾਰ ਬਣਾਉਣ ਦੀ ਕੋਸ਼ਿਸ਼ ਕਰ ਰਹੀਆਂ ਹਨ, ਜਿਸ ਦਾ ਮਕਸਦ ਲੋਕਾਂ ਦੇ ਜੀਵਨ ਦੇ ਹਰ ਪਹਿਲੂ ਨੂੰ ਕਾਬੂ ਕਰਨਾ ਅਤੇ ਉਨ੍ਹਾਂ ਨੂੰ ਸਿਰਫ਼ ਇਕ ਮਜ਼ਦੂਰ ਵਰਗ ਵਜੋਂ ਰੱਖਣਾ ਹੈ।

ਸਾਜ਼ਿਸ਼ੀ ਸਿਧਾਂਤਾਂ ਦੇ ਮਾਹਰ ਮਾਰਕ ਡਾਈਸ ਅਨੁਸਾਰ, ਇਹ ਸਿਧਾਂਤ 1990 ਦੇ ਦਹਾਕੇ ਤੋਂ ਸੱਜੇ-ਪੱਖੀ ਸਰਕਾਰ ਵਿਰੋਧੀ ਕੱਟੜਪੰਥੀਆਂ ਨਾਲ ਜੁੜਿਆ ਹੋਇਆ ਹੈ। ਇਹ ਲੋਕ ਮੰਨਦੇ ਹਨ ਕਿ ਇਕ ਸਮਾਜਵਾਦੀ ਤਾਨਾਸ਼ਾਹੀ 'ਇਕ-ਵਿਸ਼ਵ ਸਾਜ਼ਿਸ਼' ਪਹਿਲਾਂ ਹੀ ਦੁਨੀਆ ਦੇ ਵੱਡੇ ਹਿੱਸੇ 'ਤੇ ਕਾਬੂ ਕਰ ਚੁੱਕੀ ਹੈ। ਉਨ੍ਹਾਂ ਦੇ ਅਨੁਸਾਰ, ਸਰਕਾਰ ਅੰਦਰਲੇ ਸਾਥੀਆਂ ਦੀ ਮਦਦ ਨਾਲ ਇਹ ਸਾਜ਼ਿਸ਼ਕਾਰੀ ਅੱਤਵਾਦੀ ਹਮਲਿਆਂ ਅਤੇ ਮਹਾਂਮਾਰੀਆਂ ਵਰਗੇ ਦਮਨਕਾਰੀ ਕਦਮਾਂ ਅਤੇ ਬਣਾਵਟੀ ਸੰਕਟਾਂ ਰਾਹੀਂ ਆਜ਼ਾਦ ਸਮਾਜ ਨੂੰ ਖ਼ਤਮ ਕਰਨ ਦੀ ਯੋਜਨਾ

ਬਣਾਉਂਦੇ ਹਨ, ਤਾਂ ਜੋ ਵਿਰੋਧੀ ਅਵਾਜ਼ਾਂ ਨੂੰ ਦਬਾਇਆ ਜਾ ਸਕੇ।

ਐਨ-ਮੈਰੀ ਸਲੈਟਰ ਇਸ ਵਿਸ਼ੇ ਨੂੰ ਬਿਲਕੁਲ ਵੱਖਰੇ ਢੰਗ ਨਾਲ ਵੇਖਦੀ ਹੈ ਅਤੇ ਸਾਨੂੰ ਰਾਜਨੀਤੀ ਦੇਖਣ ਦੇ ਆਪਣੇ ਤਰੀਕੇ 'ਤੇ ਮੁੜ ਸੋਚਣ ਦੀ ਅਪੀਲ ਕਰਦੀ ਹੈ। ਉਸ ਦੇ ਅਨੁਸਾਰ, ਦੁਨੀਆ ਸਿਰਫ਼ ਰਾਸ਼ਟਰ-ਰਾਜਾਂ ਦਾ ਇਕ ਗਰੁੱਪ ਨਹੀਂ ਹੈ ਜੋ ਰਾਸ਼ਟਰਪਤੀਆਂ, ਪ੍ਰਧਾਨ ਮੰਤਰੀਆਂ, ਵਿਦੇਸ਼ ਮੰਤਰੀਆਂ ਅਤੇ ਸੰਯੁਕਤ ਰਾਸ਼ਟਰ ਜਾਂ ਗ਼ੈਰ-ਸਰਕਾਰੀ ਸੰਗਠਨਾਂ ਵਰਗੇ ਮੁਖੀਆਂ ਰਾਹੀਂ ਸੰਚਾਰ ਕਰਦੇ ਹਨ, ਬਲਕਿ ਇਹ ਸਰਕਾਰੀ ਨੈੱਟਵਰਕਾਂ ਦੇ ਇਕ ਜਾਲ ਰਾਹੀਂ ਚੱਲ ਰਹੀ ਪ੍ਰਣਾਲੀ ਹੈ।

ਸਲੈਟਰ ਕਹਿੰਦੀ ਹੈ ਕਿ ਗਲੋਬਲ ਗਵਰਨੈਂਸ ਮੌਜੂਦ ਹੈ – ਪਰ ਉੱਥੇ ਨਹੀਂ ਜਿੱਥੇ ਜ਼ਿਆਦਾਤਰ ਲੋਕ ਸੋਚਦੇ ਹਨ। ਸਰਕਾਰੀ ਅਧਿਕਾਰੀ, ਪੁਲਿਸ ਜਾਂਚਕਰਤਾ, ਵਿੱਤੀ ਨਿਯੰਤਰਕ, ਜੱਜ ਅਤੇ ਇੱਥੋਂ ਤੱਕ ਕਿ ਕਾਨੂੰਨ ਬਣਾਉਣ ਵਾਲੇ ਵੀ ਅੰਤਰਰਾਸ਼ਟਰੀ ਗੱਲਬਾਤ ਦਾ ਹਿੱਸਾ ਬਣਦੇ ਹਨ। ਉਹ ਅਪਰਾਧ ਅਤੇ ਅੱਤਵਾਦ ਨਾਲ ਨਜਿੱਠਣ ਲਈ ਰਾਸ਼ਟਰੀ ਸਰਹੱਦਾਂ ਤੋਂ ਪਾਰ ਨਿਯਮਿਤ ਤੌਰ 'ਤੇ ਜਾਣਕਾਰੀ ਸਾਂਝੀ ਕਰਦੇ ਹਨ ਅਤੇ ਆਪਣੀਆਂ ਗਤੀਵਿਧੀਆਂ ਦਾ ਤਾਲਮੇਲ ਕਰਦੇ ਹਨ।

ਵਰਲਡ ਇਕਨਾਮਿਕ ਫੋਰਮ (WEF) ਨੇ ਜੂਨ 2020 ਵਿਚ 'ਗ੍ਰੇਟ ਰੀਸੈਟ' ਨਾਮ ਦੀ ਇਕ ਪਹਿਲਕਦਮੀ ਸ਼ੁਰੂ ਕੀਤੀ। ਇਸ ਦਾ ਮਕਸਦ ਕੋਵਿਡ-19 ਮਹਾਂਮਾਰੀ ਨਾਲ ਹੋਈ ਤਬਾਹੀ ਤੋਂ ਬਾਅਦ ਵਿਸ਼ਵ ਅਰਥ-ਵਿਵਸਥਾ ਨੂੰ ਮੁੜ ਚਲਾਉਣਾ ਹੈ। ਇਹ ਪਹਿਲਕਦਮੀ ਵਧੇਰੇ ਨਿਰਪੱਖ ਨਤੀਜੇ ਅਤੇ ਗਲੋਬਲ ਨਿਵੇਸ਼ ਅਤੇ ਸਰਕਾਰੀ ਖਰਚਿਆਂ 'ਤੇ ਮੁੜ ਸੋਚਣ ਦੀ ਗੱਲ ਕਰਦੀ ਹੈ। ਇਸ ਕਾਰਨ ਨਵੀਂ ਵਿਸ਼ਵ-ਵਿਵਸਥਾ ਨਾਲ ਜੁੜੇ ਸਾਜ਼ਿਸ਼ੀ ਸਿਧਾਂਤ ਫਿਰ ਤੋਂ ਚਰਚਾ ਵਿਚ ਆ ਗਏ ਹਨ।

ਮੰਨਿਆ ਜਾਂਦਾ ਹੈ ਕਿ ਇਹ ਕੁਲੀਨ ਵਰਗ ਵੱਲੋਂ ਕੋਵਿਡ-19 ਦੀ ਆੜ ਵਿਚ ਇਕ, ਇਕ-ਵਿਸ਼ਵ ਸਰਕਾਰ ਲਿਆਉਣ ਦੀ ਨਵੀਂ ਸਾਜ਼ਿਸ਼ ਹੈ। ਇਸ ਨੂੰ ਜ਼ਬਰਦਸਤੀ ਟੀਕਾਕਰਨ, ਨਿੱਜਤਾ ਖ਼ਤਮ ਕਰਨ, ਡਿਜੀਟਲ ਆਈਡੀ ਲਿਆਂਦੇ ਜਾਣ ਅਤੇ ਲੋਕਾਂ ਦੁਆਰਾ ਸੰਪਤੀ ਅਧਿਕਾਰ ਛੱਡਣ ਦੇ ਮੌਕੇ ਵਜੋਂ ਵਰਤਿਆ ਜਾ ਸਕਦਾ ਹੈ। ਉਦਾਹਰਨ ਲਈ, ਬਿਲ ਗੇਟਸ ਕੋਰੋਨਾਵਾਇਰਸ ਸੰਕਟ ਦੌਰਾਨ ਇਕ ਅਜੀਬ ਸਾਜ਼ਿਸ਼ੀ ਸਿਧਾਂਤ ਦੇ ਕੇਂਦਰ ਵਿਚ ਆ ਗਏ। ਕਾਰਨ ਇਹ ਸੀ ਕਿ ਉਨ੍ਹਾਂ ਨੇ ਪਹਿਲਾਂ ਹੀ ਅਜਿਹੀਆਂ ਮਹਾਂਮਾਰੀਆਂ ਦੀ ਚੇਤਾਵਨੀ ਦਿੱਤੀ ਸੀ ਅਤੇ ਉਹ ਟੀਕਿਆਂ ਦੇ ਕਾਰੋਬਾਰ ਵਿਚ ਵਪਾਰਕ ਤੌਰ 'ਤੇ ਜੁੜੇ ਹੋਏ ਸਨ।

ਚਿੱਤਰ 2: ਇਕ ਅਜੀਬ ਸਾਜ਼ਿਸ਼ੀ ਸਿਧਾਂਤ ਕੋਰੋਨਾਵਾਇਰਸ ਸੰਕਟ ਦੇ ਕੇਂਦਰ ਵਿਚ ਬਿਲ ਗੇਟਸ ਨੂੰ ਰੱਖਦਾ ਹੈ।

Source: https://shorturlat/dsuJT

ਇਸ ਸਾਜ਼ਿਸ਼ੀ ਸਿਧਾਂਤ 'ਤੇ ਲੰਬੇ ਸਮੇਂ ਤੱਕ ਚੁੱਪ-ਚਾਪ ਗੱਲ ਕੀਤੀ ਜਾਂਦੀ ਰਹੀ, ਪਰ ਹੁਣ ਇਹ ਸਾਹਮਣੇ ਆ ਗਿਆ ਹੈ ਅਤੇ ਮੌਜੂਦਾ ਸਮੇਂ ਦਾ ਇਕ ਵੱਡਾ ਮੁੱਦਾ ਬਣ ਗਿਆ ਹੈ। ਵਰਲਡ ਇਕਨਾਮਿਕ ਫੋਰਮ (WEF) ਦੇ ਚੇਅਰਮੈਨ ਕਲਾਉਸ ਸ਼ਵਾਬ ਲੰਬੇ ਸਮੇਂ ਤੋਂ ਇਸ ਸੰਭਾਵਨਾ 'ਤੇ ਜ਼ੋਰ ਦੇ ਰਹੇ ਹਨ ਅਤੇ ਇਹ ਧਾਰਨਾ ਅੱਗੇ ਵਧਾ ਰਹੇ ਹਨ ਕਿ ਬਹੁ-ਰਾਸ਼ਟਰੀ ਕਾਰਪੋਰੇਸ਼ਨ (ਜਿਨ੍ਹਾਂ ਨੂੰ "ਅੰਤਰਰਾਸ਼ਟਰੀ ਕਾਰਪੋਰੇਸ਼ਨ" ਵੀ ਕਿਹਾ ਜਾਂਦਾ ਹੈ) ਨੂੰ ਸਿਰਫ਼ ਆਪਣੇ ਸ਼ੇਅਰ-ਹੋਲਡਰਾਂ ਦੀ ਸੇਵਾ ਕਰਨ ਤੱਕ ਹੀ ਸੀਮਤ ਨਹੀਂ ਰਹਿਣਾ ਚਾਹੀਦਾ, ਸਗੋਂ ਸਮਾਜ ਦੇ ਰਖਵਾਲੇ ਵਜੋਂ ਹੋਰ ਜ਼ਿੰਮੇਵਾਰੀਆਂ ਵੀ ਨਿਭਾਉਣੀਆਂ ਚਾਹੀਦੀਆਂ ਹਨ। ਉਹ ਸੁਝਾਅ ਦੇ ਰਹੇ ਹਨ ਅਤੇ ਇਸ ਗੱਲ 'ਤੇ ਜ਼ੋਰ ਦੇ ਰਹੇ ਹਨ ਕਿ ਅੰਤਰਰਾਸ਼ਟਰੀ ਕਾਰਪੋਰੇਸ਼ਨ ਨੂੰ ਦੁਨੀਆ 'ਤੇ ਸ਼ਾਸਨ ਕਰਨ ਦੀ ਜ਼ਿੰਮੇਵਾਰੀ ਲੈਣੀ ਚਾਹੀਦੀ ਹੈ। ਸਮਾਜਾਂ 'ਤੇ ਕਾਰਪੋਰੇਸ਼ਨਾਂ ਨੂੰ ਸ਼ਕਤੀ ਦੇਣ ਦੀ ਇਹ ਖ਼ਤਰਨਾਕ ਅਤੇ ਘਿਣਾਉਣੀ ਯੋਜਨਾ ਹੁਣ ਖੁੱਲ੍ਹ ਕੇ ਸਾਹਮਣੇ ਆ ਗਈ ਹੈ।

ਇਹ ਧਿਆਨ ਦੇਣ ਯੋਗ ਹੈ ਕਿ ਇਸ 'ਹੋਲਡਅੱਪ' ਵਿਚ ਦੁਨੀਆ ਦੀਆਂ ਸਭ ਤੋਂ ਵੱਡੀਆਂ ਕਾਰਪੋਰੇਸ਼ਨਾਂ ਅਤੇ ਉਨ੍ਹਾਂ ਦੇ ਵਿਆਪਕ ਕੰਮ ਸ਼ਾਮਲ ਹਨ। ਇਹ ਕਾਰਪੋਰੇਸ਼ਨਾਂ ਵੱਖ-ਵੱਖ ਖੇਤਰਾਂ ਤੋਂ ਹਨ, ਜਿਵੇਂ ਕਿ:

- **ਤੇਲ ਉਦਯੋਗ:** ਆਡੀ, ਅਰਾਮਕੋ, ਸ਼ੈੱਲ, ਸ਼ੈਵਰੋਨ ਅਤੇ ਬੀਪੀ
- **ਭੋਜਨ:** ਯੂਨੀਲੀਵਰ, ਕੋਕਾ-ਕੋਲਾ ਕੰਪਨੀ ਅਤੇ ਨੇਸਲੇ

- **ਤਕਨਾਲੋਜੀ:** ਫੇਸਬੁੱਕ, ਗੂਗਲ, ਐਮਾਜ਼ਾਨ, ਮਾਈਕ੍ਰੋਸਾਫਟ ਅਤੇ ਐਪਲ
- **ਫਾਰਮਾਸਿਊਟੀਕਲ:** ਐਸਟ੍ਰਾਜ਼ੈਨੇਕਾ, ਫਾਈਜ਼ਰ ਅਤੇ ਮੋਡਰਨਾ

ਇਨ੍ਹਾਂ ਨਾਮਾਂ ਨੂੰ ਦੇਖ ਕੇ ਹੀ ਸਮਝ ਆ ਜਾਂਦਾ ਹੈ ਕਿ ਇਹ ਕੌਣ ਹਨ ਅਤੇ ਕੀ ਕਰ ਰਹੇ ਹਨ।

ਇਸ ਹਾਲਾਤ ਵਿਚ ਸਰਕਾਰਾਂ ਨੂੰ ਸਿਰਫ਼ ਕਈ ਸਧਾਰਨ ਹਿੱਸੇਦਾਰਾਂ ਵਿੱਚੋਂ ਇਕ ਵਜੋਂ ਹਾਸ਼ੀਏ 'ਤੇ ਧੱਕਿਆ ਜਾ ਸਕਦਾ ਹੈ। ਉਸੇ ਸਮੇਂ, ਕਾਰਪੋਰੇਸ਼ਨਾਂ ਨੂੰ ਅਧਿਕਾਰਤ ਫ਼ੈਸਲੇ ਕਰਨ ਵਾਲੇ ਅਤੇ ਮੁੱਖ ਹਿੱਸੇਦਾਰ ਵਜੋਂ ਅੱਗੇ ਲਿਆਇਆ ਗਿਆ ਹੈ। ਇਹ ਵਿਕਾਸ ਲੋਕਤੰਤਰ ਦੀ ਧਾਰਨਾ ਲਈ ਚੁਣੌਤੀ ਹਨ, ਜਿਸ ਬਾਰੇ ਅਗਲੇ ਅਧਿਆਇ ਵਿਚ ਚਰਚਾ ਕੀਤੀ ਗਈ ਹੈ।

3. ਲੋਕਤੰਤਰਾਂ ਦਾ ਅੰਤ

ਪਿਛੋਕੜ

"ਲੋਕਤੰਤਰ" ਸ਼ਬਦ ਯੂਨਾਨੀ ਭਾਸ਼ਾ ਤੋਂ ਆਇਆ ਹੈ। ਪੰਜਵੀਂ ਸਦੀ ਦੇ ਮੱਧ ਵਿਚ ਐਥਨਜ਼ ਅਤੇ ਉਸ ਦੇ ਨੇੜਲੇ ਕੁਝ ਹੋਰ ਸ਼ਹਿਰਾਂ ਵਿਚ ਅਜਿਹੀ ਰਾਜਨੀਤਿਕ ਪ੍ਰਣਾਲੀ ਮੌਜੂਦ ਸੀ। ਅੰਗਰੇਜ਼ੀ ਸ਼ਬਦ "democracy" ਯੂਨਾਨੀ ਸ਼ਬਦ "demokratia" ਤੋਂ ਬਣਿਆ ਹੈ, ਜਿੱਥੇ "demos" ਦਾ ਮਤਲਬ ਲੋਕ ਅਤੇ "kratos" ਦਾ ਮਤਲਬ ਅਧਿਕਾਰ ਜਾਂ ਕਾਬੂ ਹੈ। ਉਸ ਸਮੇਂ ਰਾਸ਼ਟਰ-ਰਾਜਾਂ ਦਾ ਖ਼ਿਆਲ ਮੌਜੂਦ ਨਹੀਂ ਸੀ। ਉਸ ਤੋਂ ਬਾਅਦ ਲੋਕਤੰਤਰ ਦੇ ਸਿਧਾਂਤ ਅਤੇ ਅਭਿਆਸ ਕਾਫ਼ੀ ਵਿਕਸਿਤ ਹੋਏ, ਕਿਉਂਕਿ ਸਮੇਂ ਦੇ ਨਾਲ ਨਵੇਂ ਵਿਚਾਰ ਆਉਂਦੇ ਰਹੇ। ਇਸ ਦੇ ਨਤੀਜੇ ਵਜੋਂ ਅਠਾਰਵੀਂ ਸਦੀ ਦੇ ਸ਼ੁਰੂ ਵਿਚ ਰਾਸ਼ਟਰ-ਰਾਜਾਂ ਅਤੇ ਪ੍ਰਭੂਸੱਤਾ ਵਾਲੇ ਰਾਜ ਬਣੇ। ਬਹੁਤ ਸਾਰੇ ਦੇਸ਼ਾਂ, ਖ਼ਾਸਕਰ ਉੱਤਰੀ ਯੂਰਪ ਅਤੇ ਅਮਰੀਕਾ ਵਿਚ, ਲੋਕਤੰਤਰ ਨੂੰ ਆਪਣੀ ਰਾਜਨੀਤਿਕ ਪ੍ਰਣਾਲੀ ਦਾ ਮਾਡਲ ਬਣਾਇਆ ਗਿਆ।

ਆਦਰਸ਼ ਤੌਰ 'ਤੇ, ਲੋਕਤੰਤਰ ਵਿਚ ਲੋਕਾਂ ਨੂੰ ਨੀਤੀਆਂ ਬਣਾਉਣ ਵਿਚ ਸਿੱਧਾ ਹਿੱਸਾ ਲੈਣਾ ਚਾਹੀਦਾ ਹੈ। ਪਰ ਕਿਸੇ ਵੀ ਦੇਸ਼ ਵਿਚ ਵੱਡੀ ਆਬਾਦੀ ਕਾਰਨ ਇਹ ਤਰੀਕਾ ਅਸਲੀਅਤ ਵਿਚ ਸੰਭਵ ਨਹੀਂ ਹੁੰਦਾ। ਇਸ ਸਮੱਸਿਆ ਨੂੰ ਹੱਲ ਕਰਨ ਲਈ, ਇਕ ਖ਼ਾਸ ਖੇਤਰ ਦੇ ਲੋਕ ਆਪਣੇ ਪ੍ਰਤੀਨਿਧੀ ਦੀ ਚੋਣ ਕਰਦੇ ਹਨ। ਇਸ ਤਰ੍ਹਾਂ ਵੱਖ-ਵੱਖ ਚੋਣ ਖੇਤਰਾਂ ਤੋਂ ਵੱਖ-ਵੱਖ ਪਾਰਟੀਆਂ ਦੇ ਚੁਣੇ ਹੋਏ ਪ੍ਰਤੀਨਿਧੀ ਲੋਕ ਭਲਾਈ ਲਈ ਨੀਤੀਆਂ ਬਣਾਉਣ ਅਤੇ ਫ਼ੈਸਲੇ ਲੈਣ ਦੀ ਪ੍ਰਕਿਰਿਆ ਵਿਚ ਹਿੱਸਾ ਲੈਂਦੇ ਹਨ। ਇਸ ਤਰ੍ਹਾਂ ਦੇ ਲੋਕਤੰਤਰ ਨੂੰ ਪ੍ਰਤੀਨਿਧ ਲੋਕਤੰਤਰ ਕਿਹਾ ਜਾਂਦਾ ਹੈ।

ਲੋਕਤੰਤਰ ਦੀਆਂ ਮੁੱਖ ਵਿਸ਼ੇਸ਼ਤਾਵਾਂ ਹਨ: ਇਕੱਠੇ ਹੋਣ ਦੀ ਆਜ਼ਾਦੀ, ਸੰਗਠਨ ਬਣਾਉਣ ਦੀ ਆਜ਼ਾਦੀ, ਬੋਲਣ ਦੀ ਆਜ਼ਾਦੀ, ਸਮਾਨਤਾ ਅਤੇ ਨਾਗਰਿਕਾਂ ਦੀ ਵਿਅਕਤੀਗਤ ਆਜ਼ਾਦੀ।

ਸਿਧਾਂਤਕ ਤੌਰ 'ਤੇ ਲੋਕਤੰਤਰ ਦੀਆਂ ਕਈ ਕਿਸਮਾਂ ਹਨ, ਪਰ ਅਸਲ ਵਿਚ ਮੌਜੂਦਾ ਸਮੇਂ ਵਿਚ ਦੁਨੀਆ ਵਿਚ ਲੋਕਤੰਤਰ ਦੇ ਸਿਰਫ਼ ਦੋ ਰੂਪ ਹਨ: ਰਾਸ਼ਟਰਪਤੀ ਪ੍ਰਣਾਲੀ ਵਾਲਾ ਲੋਕਤੰਤਰ ਅਤੇ ਸੰਸਦੀ ਪ੍ਰਣਾਲੀ ਵਾਲਾ ਲੋਕਤੰਤਰ।

ਸੰਸਦੀ ਲੋਕਤੰਤਰ ਇਕ ਅਜਿਹੀ ਪ੍ਰਣਾਲੀ ਹੈ ਜਿੱਥੇ ਕਾਰਜਕਾਰੀ ਸ਼ਕਤੀ ਸੰਸਦ ਤੋਂ ਮਿਲਦੀ ਹੈ ਅਤੇ ਉਹ ਸੰਸਦ ਅੱਗੇ ਜਵਾਬਦੇਹ ਹੁੰਦਾ ਹੈ। ਇਸ ਪ੍ਰਣਾਲੀ ਵਿਚ, ਰਾਜ ਦਾ ਮੁਖੀ ਅਤੇ ਸਰਕਾਰ ਦਾ ਮੁਖੀ ਵੱਖਰੇ ਹੁੰਦੇ ਹਨ। ਸਰਕਾਰ ਦਾ ਮੁਖੀ ਮੰਤਰੀ ਮੰਡਲ ਦਾ ਮੁਖੀ ਹੁੰਦਾ ਹੈ। ਸੰਸਦੀ ਲੋਕਤੰਤਰ ਪ੍ਰਣਾਲੀ ਦੁਨੀਆ ਵਿਚ ਸਰਕਾਰ ਦਾ ਸਭ ਤੋਂ ਆਮ ਰੂਪ ਹੈ। ਯੂਰਪ ਦੇ ਪੰਜਾਹ ਪ੍ਰਭੂਸੱਤਾ ਰਾਜਾਂ ਵਿੱਚੋਂ ਬੱਤੀ (32) ਦੇਸ਼ ਇਸ ਨੂੰ ਅਪਣਾਉਂਦੇ ਹਨ (ਚਿੱਤਰ 1)। ਇਸ

ਤੋਂ ਇਲਾਵਾ, ਕੈਰੇਬੀਅਨ ਦੇ ਤੇਰ੍ਹਾਂ ਟਾਪੂਆਂ ਵਿੱਚੋਂ ਦਸ, ਆਸਟ੍ਰੇਲੀਆ ਅਤੇ ਨਿਊਜ਼ੀਲੈਂਡ ਵੀ ਇਸ ਪ੍ਰਣਾਲੀ ਦਾ ਅਭਿਆਸ ਕਰਦੇ ਹਨ। ਇਹ ਪ੍ਰਣਾਲੀ ਪੁਰਾਣੀਆਂ ਬ੍ਰਿਟਿਸ਼ ਉਪਨਿਵੇਸ਼ਾਂ, ਜਿਸ ਵਿਚ ਭਾਰਤ ਵੀ ਸ਼ਾਮਲ ਹੈ, ਵਿਚ ਵੀ ਅਪਣਾਈ ਗਈ ਹੈ।

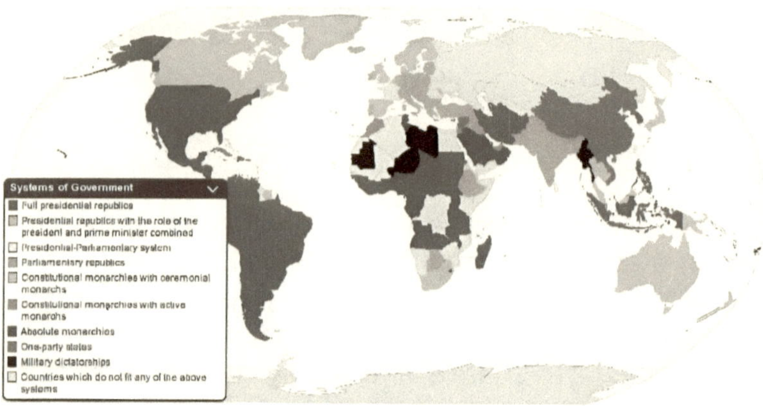

ਚਿੱਤਰ 3: ਸਰਕਾਰ ਦੀ ਪ੍ਰਣਾਲੀ ਅਨੁਸਾਰ ਦੇਸ਼ਾਂ ਦੀ ਸੂਚੀ

Source: https://ireddit/ivqt3um9ehd21jpg

ਰਾਸ਼ਟਰਪਤੀ ਪ੍ਰਣਾਲੀ ਵਾਲੀ ਸਰਕਾਰ ਇਕ ਇਕਹਿਰੀ ਕਾਰਜਕਾਰੀ ਪ੍ਰਣਾਲੀ ਹੈ ਜਿੱਥੇ "ਰਾਸ਼ਟਰਪਤੀ" ਹੀ ਰਾਜ ਅਤੇ ਸਰਕਾਰ ਦਾ ਮੁਖੀ ਹੁੰਦਾ ਹੈ। ਇਸ ਪ੍ਰਣਾਲੀ ਵਿਚ, ਰਾਸ਼ਟਰਪਤੀ ਸਿੱਧੇ ਲੋਕਾਂ ਦੁਆਰਾ ਚੁਣਿਆ ਜਾਂਦਾ ਹੈ ਅਤੇ ਉਹ ਵਿਧਾਨ ਸਭਾ ਅੱਗੇ ਜਵਾਬਦੇਹ ਨਹੀਂ ਹੁੰਦਾ। ਉੱਤਰੀ ਅਤੇ ਦੱਖਣੀ ਅਮਰੀਕਾ ਦੇ 22 ਪ੍ਰਭੂਸੱਤਾ ਰਾਜਾਂ ਵਿੱਚੋਂ 19 ਦੇਸ਼ਾਂ ਵਿਚ ਇਹ ਪ੍ਰਣਾਲੀ ਹੈ (ਕੈਨੇਡਾ, ਬੇਲੀਜ਼ ਅਤੇ ਸੂਰੀਨਾਮ ਨੂੰ ਛੱਡ ਕੇ)। ਇਹ ਤਰੀਕਾ ਮੱਧ ਏਸ਼ੀਆ ਅਤੇ ਦੱਖਣੀ ਅਤੇ ਮੱਧ ਅਫਰੀਕਾ ਵਿਚ ਵੀ ਵਰਤਿਆ ਜਾਂਦਾ ਹੈ।

ਸਿਧਾਂਤਕ ਤੌਰ 'ਤੇ ਲੋਕਤੰਤਰ ਦਾ ਮੁੱਖ ਵਿਚਾਰ "ਇਕ ਵਿਅਕਤੀ, ਇਕ ਵੋਟ" ਦੇ ਸਿਧਾਂਤ ਰਾਹੀਂ ਵਿਅਕਤੀ ਨੂੰ ਮਜ਼ਬੂਤ ਬਣਾਉਣਾ ਹੈ। ਪਰ ਅਸਲ ਜ਼ਿੰਦਗੀ ਵਿਚ ਹਾਲਾਤ ਉਸ ਤੋਂ ਕਾਫ਼ੀ ਵੱਖਰੇ ਹਨ, ਜਿਵੇਂ ਸੋਚਿਆ ਗਿਆ ਸੀ।

> "ਸਾਡੇ ਕੋਲ ਜਾਂ ਤਾਂ ਲੋਕਤੰਤਰ ਹੋ ਸਕਦਾ ਹੈ, ਜਾਂ ਫਿਰ ਕੁਝ ਹੱਥਾਂ ਵਿਚ ਕੇਂਦਰਿਤ ਦੌਲਤ – ਪਰ ਦੋਵੇਂ ਇਕੱਠੇ ਨਹੀਂ ਹੋ ਸਕਦੇ।"

ਲੂਈਸ ਡੀ ਬ੍ਰੈਂਡੀਸ, ਅਮਰੀਕੀ ਸੁਪਰੀਮ ਕੋਰਟ, 1916-19391

ਅਸਲ ਵਿਚ ਵਿਅਕਤੀ ਸ਼ਕਤੀਹੀਣ ਹਨ ਅਤੇ ਫ਼ੈਸਲੇ ਲੈਣ ਦੀ ਪ੍ਰਕਿਰਿਆ ਵਿਚ ਉਨ੍ਹਾਂ ਦਾ ਬਹੁਤ ਥੋੜ੍ਹਾ ਜਾਂ ਕੋਈ ਯੋਗਦਾਨ ਨਹੀਂ ਹੁੰਦਾ। ਇਸ ਦਾ ਕਾਰਨ ਕਈ ਕੁਰੀਤੀਆਂ ਹਨ ਜੋ ਸਮੇਂ ਦੇ ਨਾਲ ਹੌਲੀ-ਹੌਲੀ ਅੰਦਰ ਆ ਗਈਆਂ ਹਨ ਅਤੇ ਵਿਅਕਤੀਆਂ ਨੂੰ ਸਿਰਫ਼ ਇਕ ਗਿਣਤੀ, ਇਕ ਵੋਟ ਤੋਂ ਵੱਧ ਕੁਝ ਨਹੀਂ ਬਣਨ ਦਿੰਦੀਆਂ। ਵਿਅਕਤੀਆਂ ਦੀ ਇਸ ਘੱਟ ਮਹੱਤਤਾ, ਜੋ

ਉਨ੍ਹਾਂ ਨੂੰ ਅਸਲ ਵਿਚ ਕਮਜ਼ੋਰ, ਨਾਜ਼ੁਕ ਅਤੇ ਬੇਬੱਸ ਬਣਾ ਦਿੰਦੀ ਹੈ, ਲੋਕਤੰਤਰ ਦੀ ਸ਼ਾਨ ਘਟਣ, ਇਸ ਦੀ ਪ੍ਰਸੰਗਿਕਤਾ ਖ਼ਤਮ ਹੋਣ ਅਤੇ ਇਸ ਦੇ ਖਰਾਬ ਹੋਣ ਦੇ ਮੁੱਖ ਕਾਰਨਾਂ ਵਿੱਚੋਂ ਇਕ ਹੈ। ਕਾਰਪੋਰੇਸ਼ਨਾਂ ਵੱਲੋਂ ਸ਼ਕਤੀ ਹਥਿਆਉਣ ਦਾ ਦੂਜਾ ਵੱਡਾ ਕਾਰਨ ਇਹ ਹੈ ਕਿ ਰਾਜਨੀਤਿਕ ਨੇਤਾ ਖੁਦ ਹੀ ਸ਼ਾਸਨ ਨੂੰ ਕਾਰਪੋਰੇਸ਼ਨਾਂ ਦੇ ਹੱਥਾਂ ਵਿਚ ਸੌਂਪ ਦਿੰਦੇ ਹਨ।

> "ਅਰਸਤੂ ਦਾ ਲੋਕਤੰਤਰ 'ਤੇ ਇਤਰਾਜ਼ ਇਹ ਸੀ ਕਿ ਇਹ ਅੰਦਰੋਂ ਹੀ ਅਸਥਿਰ ਸੀ ਅਤੇ ਕੁਦਰਤੀ ਤੌਰ 'ਤੇ ਜ਼ੁਲਮ ਵਿਚ ਬਦਲ ਜਾਂਦਾ ਸੀ। ਪਰ ਯੂਰਪ ਅਤੇ ਉੱਤਰੀ ਅਮਰੀਕਾ ਵਿਚ ਜਦੋਂ ਤੋਂ ਲੋਕਤੰਤਰ ਪ੍ਰਚਲਿਤ ਪ੍ਰਣਾਲੀ ਬਣਿਆ ਹੈ, ਉਸ ਵੇਲੇ ਤੋਂ ਇਹ ਕਾਨੂੰਨ ਜਾਂ ਸੰਵਿਧਾਨ ਨਹੀਂ ਸਨ ਜਿਨ੍ਹਾਂ ਨੇ ਇਸ ਨੂੰ ਰੋਕਿਆ, ਬਲਕਿ ਇਕ ਸਾਂਝੀ ਰਾਜਨੀਤਿਕ ਸੰਸਕ੍ਰਿਤੀ ਨੇ ਇਹ ਕੰਮ ਕੀਤਾ। ਜਿਵੇਂ ਹੋਰ ਸੱਭਿਆਚਾਰਕ ਰਵਾਇਤਾਂ ਹੁੰਦੀਆਂ ਹਨ, ਓਹੀ ਤਰ੍ਹਾਂ ਸਾਂਝੀ ਰਾਜਨੀਤਿਕ ਸੰਸਕ੍ਰਿਤੀ ਵੀ ਸਵੈ-ਇੱਛਤ ਤੌਰ 'ਤੇ ਬਣਦੀ ਹੈ। ਇਸ ਨੂੰ ਬਣਾਉਣਾ ਮੁਸ਼ਕਲ ਹੈ, ਪਰ ਇਸ ਨੂੰ ਤੋੜਨਾ ਬਹੁਤ ਆਸਾਨ ਹੈ।"

ਜੋਨਾਥਨ ਸਮਪਸ਼ਨ (ਸਮਪਸ਼ਨ, ਜੋਨਾਥਨ, 2021)।

ਸਿੱਧੇ ਸ਼ਬਦਾਂ ਵਿਚ ਕਹੀਏ ਤਾਂ, ਦੁਨੀਆ ਭਰ ਵਿਚ ਲੋਕਤੰਤਰ ਹਮਲੇ ਹੇਠ ਹਨ, ਕਿਉਂਕਿ ਨੇਤਾ ਬਹੁਲਵਾਦ ਦੀ ਕੀਮਤ 'ਤੇ ਲੋਕਪ੍ਰਿਯ ਨੀਤੀਆਂ ਅਪਣਾ ਰਹੇ ਹਨ ਅਤੇ ਘੱਟ ਗਿਣਤੀਆਂ ਨੂੰ ਕਥਿਤ ਦੁਸ਼ਮਣ ਦਿਖਾ ਕੇ ਉਨ੍ਹਾਂ ਦੀ ਕੀਮਤ 'ਤੇ ਗ਼ੈਰ-ਜਾਇਜ਼ ਤਾਕਤ ਹਾਸਲ ਕਰ ਰਹੇ ਹਨ। ਅਜਿਹੇ ਭੂਤ ਪੈਦਾ ਕਰਕੇ ਅਤੇ ਡਰ ਦਾ ਮਾਹੌਲ ਬਣਾਕੇ, ਇਹ ਨੇਤਾ ਅਨੈਤਿਕ ਅਤੇ ਗੁਪਤ ਤਰੀਕਿਆਂ ਦਾ ਸਹਾਰਾ ਲੈਂਦੇ ਹਨ ਤਾਂ ਜੋ ਉਹ ਆਪਣੀਆਂ ਤਾਨਾਸ਼ਾਹੀ ਅਤੇ ਨਿਰੰਕੁਸ਼ ਯੋਜਨਾਵਾਂ ਲਈ ਲੋਕਾਂ ਨੂੰ ਇਕ-ਦੂਜੇ ਦੇ ਵਿਰੁੱਧ ਖੜ੍ਹਾ ਕਰਕੇ ਹਮੇਸ਼ਾ ਲਈ ਸੱਤਾ ਵਿਚ ਰਹਿ ਸਕਣ। ਬਹੁਤ ਸਾਰੇ ਲੋਕਤੰਤਰਾਂ ਵਿਚ ਵੀ ਹਾਲਾਤ ਓਹੋ ਜਿਹੇ ਹੀ ਮਾੜੇ ਹਨ।

ਇਹ ਤਾਨਾਸ਼ਾਹੀ ਨੇਤਾ ਹਰ ਸਾਲ ਹੋਰ ਬੇਕਾਬੂ ਹੁੰਦੇ ਜਾ ਰਹੇ ਹਨ। ਉਨ੍ਹਾਂ ਦੇਸ਼ਾਂ ਦੀ ਗਿਣਤੀ ਵੱਧ ਰਹੀ ਹੈ ਜਿੱਥੇ ਰਾਜਨੀਤਿਕ ਅਧਿਕਾਰ ਅਤੇ ਨਾਗਰਿਕ ਸੁਤੰਤਰਤਾਵਾਂ ਘਟ ਰਹੀਆਂ ਹਨ। ਦੁਨੀਆ ਦੇ ਸਭ ਤੋਂ ਪੁਰਾਣੇ ਅਤੇ ਸਭ ਤੋਂ ਵੱਡੇ ਲੋਕਤੰਤਰ, ਅਮਰੀਕਾ ਅਤੇ ਭਾਰਤ, ਇਸ ਵਿਚ ਖ਼ਾਸ ਤੌਰ 'ਤੇ ਜ਼ਿਕਰ ਕਰਨ ਯੋਗ ਹਨ। ਭਾਰਤ ਵਿਚ, 2014 ਤੋਂ ਬਾਅਦ ਜਦੋਂ ਨਰਿੰਦਰ ਮੋਦੀ ਦੀ ਅਗਵਾਈ ਵਾਲੀ ਹਿੰਦੂ ਰਾਸ਼ਟਰਵਾਦੀ ਸਰਕਾਰ ਸੱਤਾ ਵਿਚ ਆਈ, ਉਸ ਨੇ ਮਨੁੱਖੀ ਅਧਿਕਾਰ ਸੰਗਠਨਾਂ 'ਤੇ ਦਬਾਅ ਪਾਇਆ ਅਤੇ ਉਨ੍ਹਾਂ ਨੂੰ ਚੁੱਪ ਕਰਨ ਦੀ ਕੋਸ਼ਿਸ਼ ਕੀਤੀ। ਇਸ ਨੇ ਨਾਗਰਿਕ ਸੁਤੰਤਰਤਾ ਗਰੁੱਪਾਂ, ਅਧਿਆਪਕਾਂ ਅਤੇ ਪੱਤਰਕਾਰਾਂ ਨੂੰ ਵੀ ਡਰਾਉਣਾ ਸ਼ੁਰੂ ਕਰ ਦਿੱਤਾ ਹੈ, ਨਸਲੀ ਘੱਟ ਗਿਣਤੀ ਮੁਸਲਮਾਨਾਂ 'ਤੇ ਵੱਡੇ ਹਮਲਿਆਂ ਰਾਹੀਂ।

ਕੋਵਿਡ-19 ਮਹਾਂਮਾਰੀ ਦੇ ਦੌਰਾਨ, ਤਾਨਾਸ਼ਾਹੀ ਨੇਤਾਵਾਂ ਨੇ ਆਪਣੀ ਸ਼ਕਤੀ ਦਾ ਗ਼ਲਤ ਇਸਤੇਮਾਲ ਕਰਕੇ ਨਾਗਰਿਕ ਸੁਤੰਤਰਤਾਵਾਂ ਅਤੇ ਅਸਹਿਮਤੀ ਨੂੰ ਘਟਾਇਆ। ਉਨ੍ਹਾਂ ਨੇ ਇਹ ਕੰਮ ਝੂਠੀ ਜਾਣਕਾਰੀ ਅਤੇ ਪ੍ਰਚਾਰ ਫੈਲਾ ਕੇ, ਮੀਡੀਆ ਨੂੰ ਆਪਣੀ ਮਰਜ਼ੀ ਅਨੁਸਾਰ ਕੰਮ ਕਰਨ ਲਈ ਮਜਬੂਰ ਕਰਕੇ ਅਤੇ ਅਕਸਰ ਇੰਟਰਨੈਟ ਤੇ ਮੋਬਾਈਲ ਨੈੱਟਵਰਕ ਬੰਦ ਕਰਕੇ ਕੀਤਾ।

ਲੋਕਤੰਤਰੀ ਤਰੀਕੇ ਨਾਲ ਚੁਣੇ ਗਏ ਨੇਤਾ ਕਾਨੂੰਨੀ ਢੰਗ ਨਾਲ ਹੌਲੀ-ਹੌਲੀ ਲੋਕਤੰਤਰ ਨੂੰ ਕਮਜ਼ੋਰ ਕਰ ਰਹੇ ਹਨ। ਉਹ ਵਿਰੋਧੀ ਨੇਤਾਵਾਂ ਦੀ ਆਲੋਚਨਾ ਕਰਨ, ਉਨ੍ਹਾਂ ਨੂੰ ਚੁਣੌਤੀ ਦੇਣ ਅਤੇ ਤੰਗ ਕਰਨ ਦੀ ਸਮਰੱਥਾ ਘਟਾ ਰਹੇ ਹਨ। ਉਹ ਕਾਨੂੰਨੀ ਚੈਨਲਾਂ ਰਾਹੀਂ ਬਦਲਾਅ

ਕਰਕੇ ਲੋਕਤੰਤਰੀ ਸੰਸਥਾਵਾਂ ਨੂੰ ਕਮਜ਼ੋਰ ਕਰਦੇ ਹਨ, ਮੀਡੀਆ ਨੂੰ ਰੋਕਦੇ ਜਾਂ ਕਾਬੂ ਕਰਦੇ ਹਨ, ਅਤੇ ਸੁਤੰਤਰ ਅਤੇ ਨਿਰਪੱਖ ਚੋਣਾਂ ਨੂੰ ਕਮਜ਼ੋਰ ਕਰਦੇ ਹਨ। ਇਹ ਪ੍ਰਕਿਰਿਆ ਨਿਆਂ ਪ੍ਰਣਾਲੀ ਉੱਤੇ ਕਾਬੂ ਪਾ ਕੇ ਵੀ ਕੀਤੀ ਜਾਂਦੀ ਹੈ – ਜੱਜਾਂ ਨੂੰ ਫ਼ਾਇਦੇਮੰਦ ਸੇਵਾ-ਮੁਕਤੀ ਤੋਂ ਬਾਅਦ ਦੇ ਅਹੁਦੇ ਦੇ ਕੇ ਜਾਂ ਉਨ੍ਹਾਂ ਨੂੰ ਸੰਸਦ ਦੇ ਉਪਰਲੇ ਸਦਨ ਵਿਚ ਨਾਮਜ਼ਦ ਕਰਕੇ – ਤਾਂ ਜੋ ਕਾਨੂੰਨ ਦੇ ਸ਼ਾਸਨ ਨੂੰ ਕਮਜ਼ੋਰ ਕੀਤਾ ਜਾ ਸਕੇ।

ਕੇਸ ਅਧਿਐਨ

ਸਹੂਲਤ ਲਈ, ਮੈਂ ਆਪਣੇ ਨੁਕਤੇ ਨੂੰ ਸਮਝਾਉਣ ਅਤੇ ਦਿਖਾਉਣ ਵਾਸਤੇ ਲੋਕਤੰਤਰੀ ਪ੍ਰਣਾਲੀਆਂ ਦੀ ਤੁਲਨਾ ਕਰਨ ਲਈ ਤਿੰਨ ਦੇਸ਼ਾਂ ਨੂੰ ਕੇਸ ਅਧਿਐਨ ਵਜੋਂ ਚੁਣਿਆ ਹੈ: ਭਾਰਤ – ਸਭ ਤੋਂ ਵੱਡਾ ਲੋਕਤੰਤਰ, ਆਸਟ੍ਰੇਲੀਆ – ਸਭ ਤੋਂ ਛੋਟਾ ਲੋਕਤੰਤਰ, ਅਤੇ ਅਮਰੀਕਾ – ਸਭ ਤੋਂ ਪੁਰਾਣਾ ਲੋਕਤੰਤਰ। ਭਾਵੇਂ ਭਾਰਤ ਅਤੇ ਆਸਟ੍ਰੇਲੀਆ ਦੋਵੇਂ ਵਿਚ ਸੰਸਦੀ ਲੋਕਤੰਤਰ ਹੈ ਜਿੱਥੇ ਰਾਸ਼ਟਰੀ ਸਰਕਾਰਾਂ ਗੁਪਤ ਮਤਦਾਨ ਰਾਹੀਂ ਚੁਣੀਆਂ ਜਾਂਦੀਆਂ ਹਨ, ਫਿਰ ਵੀ ਕੁਝ ਵੱਡੇ ਅੰਤਰ ਹਨ। ਆਸਟ੍ਰੇਲੀਆ ਇਕ ਸੰਵਿਧਾਨਕ ਰਾਜਸ਼ਾਹੀ ਹੈ, ਜਦੋਂ ਕਿ ਭਾਰਤ ਇਕ ਸੰਵਿਧਾਨਕ ਗਣਰਾਜ ਹੈ। ਇਹ ਅੰਤਰ ਜ਼ਿਕਰਯੋਗ ਹਨ।

ਪਹਿਲਾ ਵੱਡਾ ਅੰਤਰ ਇਹ ਹੈ ਕਿ ਭਾਰਤ ਵਿਚ ਵੋਟ ਪਾਉਣਾ ਇੱਛਾ ਅਨੁਸਾਰ ਹੈ, ਜਦੋਂ ਕਿ ਆਸਟ੍ਰੇਲੀਆ ਵਿਚ ਇਹ ਲਾਜ਼ਮੀ ਹੈ ਅਤੇ ਨਾ ਪਾਉਣ 'ਤੇ ਜੁਰਮਾਨਾ ਲੱਗਦਾ ਹੈ। ਇਸ ਤੋਂ ਇਲਾਵਾ, ਭਾਰਤ ਨੇ ਹਾਲ ਹੀ ਵਿਚ "ਨੋਟਾ" (NOTA) ਦਾ ਵਿਕਲਪ ਦਿੱਤਾ ਹੈ, ਜਿਸ ਦਾ ਅਰਥ ਹੈ "ਉਪਰੋਕਤ ਵਿੱਚੋਂ ਕੋਈ ਨਹੀਂ" – ਜਿਸ ਨਾਲ ਵੋਟਰ ਕਿਸੇ ਵੀ ਉਮੀਦਵਾਰ ਨੂੰ ਵੋਟ ਨਾ ਦੇਣ ਦੀ ਚੋਣ ਕਰ ਸਕਦੇ ਹਨ। ਭਾਰਤ ਇਲੈਕਟ੍ਰਾਨਿਕ ਵੋਟਿੰਗ ਮਸ਼ੀਨਾਂ (EVMs) ਦੀ ਵਰਤੋਂ ਕਰਦਾ ਹੈ, ਜਦੋਂ ਕਿ ਬਾਕੀ ਦੁਨੀਆ ਨੇ ਇਨ੍ਹਾਂ ਨੂੰ ਅਜ਼ਮਾਉਣ ਤੋਂ ਬਾਅਦ ਛੱਡ ਦਿੱਤਾ ਹੈ, ਕਿਉਂਕਿ ਉਨ੍ਹਾਂ ਵਿਚ ਹੇਰਾਫੇਰੀ ਦੀ ਸੰਭਾਵਨਾ ਮੰਨੀ ਜਾਂਦੀ ਹੈ। ਭਾਰਤ ਵਿਚ ਹਾਲ ਹੀ ਦੀਆਂ ਚੋਣਾਂ ਦੌਰਾਨ ਇਲੈਕਟ੍ਰਾਨਿਕ ਵੋਟਿੰਗ ਪ੍ਰਣਾਲੀ ਵਿਚ ਗੜਬੜ ਅਤੇ ਹੇਰਾਫੇਰੀ ਦੇ ਕਈ ਦਾਅਵੇ ਸਾਹਮਣੇ ਆਏ ਹਨ।

ਦੂਜਾ ਅੰਤਰ ਇਹ ਹੈ ਕਿ ਆਸਟ੍ਰੇਲੀਆ ਵਿਚ ਪ੍ਰੈਫਰੈਂਸ਼ੀਅਲ ਵੋਟਿੰਗ ਪ੍ਰਣਾਲੀ ਹੈ। ਇਸ ਵਿਚ ਵੋਟਰ ਉਮੀਦਵਾਰ ਦੇ ਨਾਮ ਦੇ ਸਾਹਮਣੇ 'ਇਕ' ਲਿਖ ਕੇ ਆਪਣੀ ਪਹਿਲੀ ਪਸੰਦ ਦੱਸਦੇ ਹਨ, ਫਿਰ ਉਮੀਦਵਾਰਾਂ ਦੀ ਗਿਣਤੀ ਅਨੁਸਾਰ ਦੂਜੀ, ਤੀਜੀ ਅਤੇ ਅਗਲੀ ਪਸੰਦਾਂ ਦਰਸਾਉਣੀ ਪੈਂਦੀ ਹੈ। ਜੇ ਕਿਸੇ ਉਮੀਦਵਾਰ ਨੂੰ ਪਹਿਲੀ ਪਸੰਦ ਦੀਆਂ ਵੋਟਾਂ ਦਾ ਪੂਰਾ ਬਹੁਮਤ ਨਹੀਂ ਮਿਲਦਾ, ਤਾਂ ਸਭ ਤੋਂ ਘੱਟ ਵੋਟਾਂ ਵਾਲਾ ਉਮੀਦਵਾਰ ਬਾਹਰ ਕਰ ਦਿੱਤਾ ਜਾਂਦਾ ਹੈ। ਉਸ ਦੀਆਂ ਵੋਟਾਂ ਦੂਜੀ ਪਸੰਦ ਅਨੁਸਾਰ ਹੋਰ ਉਮੀਦਵਾਰਾਂ ਵਿਚ ਵੰਡੀਆਂ ਜਾਂਦੀਆਂ ਹਨ। ਜੇ ਫਿਰ ਵੀ ਬਹੁਮਤ ਨਹੀਂ ਮਿਲਦਾ, ਤਾਂ ਇਹ ਪ੍ਰਕਿਰਿਆ ਦੁਹਰਾਈ ਜਾਂਦੀ ਹੈ ਅਤੇ ਹਰ ਵਾਰ ਸਭ ਤੋਂ ਘੱਟ ਵੋਟਾਂ ਵਾਲਾ ਉਮੀਦਵਾਰ ਹਟਾਇਆ ਜਾਂਦਾ ਹੈ। ਇਹ ਪ੍ਰਣਾਲੀ ਲੰਬੀ, ਔਖੀ ਅਤੇ ਉਲਝਣ ਵਾਲੀ ਹੈ, ਪਰ ਸਭ ਤੋਂ ਵਧੀਆ ਮੰਨੀ ਜਾਂਦੀ ਹੈ, ਕਿਉਂਕਿ ਇਸ ਵਿਚ ਜਿੱਤਣ ਵਾਲਾ ਉਮੀਦਵਾਰ ਉਹ ਹੁੰਦਾ ਹੈ ਜਿਸ ਨੂੰ ਸਭ ਤੋਂ ਵੱਧ ਪਸੰਦ ਮਿਲਦੀ ਹੈ। ਇਸ ਤੋਂ ਇਲਾਵਾ, ਛੋਟੀਆਂ ਪਾਰਟੀਆਂ ਦੀਆਂ ਵੋਟਾਂ ਵੀ ਜਿੱਤੂ ਦਾ ਫ਼ੈਸਲਾ ਕਰਨ ਵਿਚ ਸ਼ਾਮਲ ਹੁੰਦੀਆਂ ਹਨ। ਇੱਕੋ ਜਿਹੇ ਵਿਚਾਰ ਅਤੇ ਨੀਤੀਆਂ ਵਾਲੀਆਂ ਪਾਰਟੀਆਂ ਆਪਣੀਆਂ ਪਸੰਦਾਂ ਇਕ-ਦੂਜੇ ਦੇ ਹੱਕ ਵਿਚ ਰੱਖ ਕੇ ਸਹਿਯੋਗ ਦੇ ਸਕਦੀਆਂ ਹਨ।

ਦੂਜੇ ਪਾਸੇ, ਭਾਰਤ ਵਿਚ ਕੋਈ ਪ੍ਰੈਫਰੈਂਸ਼ੀਅਲ ਵੋਟਿੰਗ ਪ੍ਰਣਾਲੀ ਨਹੀਂ ਹੈ। ਇੱਥੇ ਕੋਈ ਵੀ

ਪਾਰਟੀ ਪੰਜਾਹ ਪ੍ਰਤੀਸ਼ਤ ਤੋਂ ਘੱਟ ਵੋਟਾਂ ਨਾਲ ਵੀ ਸੱਤਾ ਵਿਚ ਆ ਸਕਦੀ ਹੈ, ਕਿਉਂਕਿ ਵੋਟਾਂ ਵੰਡੀਆਂ ਹੋਈਆਂ ਹਨ ਅਤੇ ਬਹੁ-ਪਾਰਟੀ ਪ੍ਰਣਾਲੀ ਹੈ। ਉਦਾਹਰਨ ਲਈ, ਭਾਰਤ ਵਿਚ ਭਾਰਤੀ ਜਨਤਾ ਪਾਰਟੀ 1999 ਵਿਚ ਸਿਰਫ਼ 37.36% ਵੋਟਾਂ ਲੈ ਕੇ ਸੱਤਾ ਵਿਚ ਆ ਗਈ ਸੀ, ਭਾਵੇਂ 62.64% ਲੋਕਾਂ ਨੇ ਇਸ ਦਾ ਸਮਰਥਨ ਨਹੀਂ ਕੀਤਾ ਸੀ। ਅਜਿਹੀ ਹਾਲਤ ਵਿਚ, ਲੋਕਤੰਤਰ ਸਿਰਫ਼ ਇਕ ਮੁਖੌਟਾ ਬਣ ਕੇ ਰਹਿ ਜਾਂਦਾ ਹੈ।

ਤੀਜਾ ਅੰਤਰ ਇਹ ਹੈ ਕਿ ਆਸਟ੍ਰੇਲੀਆ ਵਿਚ ਚੋਣਾਂ ਕੁਝ ਹੱਦ ਤੱਕ ਜਨਤਕ ਤੌਰ 'ਤੇ ਫੰਡ ਕੀਤੀਆਂ ਜਾਂਦੀਆਂ ਹਨ। ਜਿਹੜੇ ਉਮੀਦਵਾਰ ਇਕ ਨਿਸ਼ਚਿਤ ਪ੍ਰਤੀਸ਼ਤ ਵੋਟਾਂ ਲੈਂਦੇ ਹਨ, ਉਨ੍ਹਾਂ ਨੂੰ ਪ੍ਰਤੀ ਵੋਟ ਦੇ ਅਧਾਰ 'ਤੇ ਰਕਮ ਦਿੱਤੀ ਜਾਂਦੀ ਹੈ। ਉਲਟ, ਭਾਰਤ ਵਿਚ ਚੋਣਾਂ ਬਹੁਤ ਮਹਿੰਗੀਆਂ ਹੁੰਦੀਆਂ ਹਨ। ਇਹ ਗ਼ੈਰ-ਕਾਨੂੰਨੀ ਫੰਡਿੰਗ 'ਤੇ ਨਿਰਭਰ ਕਰਦੀਆਂ ਹਨ ਅਤੇ ਅਕਸਰ ਪਾਰਟੀ ਫਾਈਨਾਂਸਰਾਂ ਦੇ ਹੱਕ ਵਿਚ ਧੱਕੇਸ਼ਾਹੀ ਹੁੰਦੀ ਹੈ। ਇਸ ਕਾਰਨ ਪ੍ਰਣਾਲੀ ਧੋਖਾਧੜੀ, ਭ੍ਰਿਸ਼ਟਾਚਾਰ ਅਤੇ ਅਨੈਤਿਕ ਤਰੀਕਿਆਂ ਲਈ ਕਮਜ਼ੋਰ ਹੋ ਜਾਂਦੀ ਹੈ।

ਅਮਰੀਕਾ ਵਿਚ, ਦੂਜੇ ਪਾਸੇ, ਰਾਸ਼ਟਰਪਤੀ ਪ੍ਰਣਾਲੀ ਹੈ। ਰਾਸ਼ਟਰਪਤੀ ਪ੍ਰਣਾਲੀ ਅਤੇ ਸੰਸਦੀ ਪ੍ਰਣਾਲੀ ਵਿਚ ਸਭ ਤੋਂ ਵੱਡਾ ਅੰਤਰ ਇਹ ਹੈ ਕਿ ਕਾਰਜਕਾਰੀ ਵਿਧਾਨ ਸਭਾ ਪ੍ਰਤੀ ਜਵਾਬਦੇਹ ਨਹੀਂ ਹੁੰਦਾ। ਰਾਸ਼ਟਰਪਤੀ ਪ੍ਰਣਾਲੀ ਵਿਚ, ਸਰਕਾਰ ਦਾ ਮੁਖੀ ਵਿਧਾਨ ਸਭਾ ਤੋਂ ਸੁਤੰਤਰ ਇਕ ਕਾਰਜਕਾਰੀ ਦੀ ਅਗਵਾਈ ਕਰਦਾ ਹੈ। ਇਸ ਪ੍ਰਣਾਲੀ ਵਿਚ ਸਰਕਾਰ ਦਾ ਮੁਖੀ ਅਤੇ ਰਾਜ ਦਾ ਮੁਖੀ ਇਕ ਹੀ ਵਿਅਕਤੀ ਹੁੰਦਾ ਹੈ। ਰਾਸ਼ਟਰਪਤੀ ਅਤੇ ਕਾਰਜਕਾਰੀ ਵਿਧਾਨ ਸਭਾ ਨੂੰ ਜਵਾਬਦੇਹ ਨਹੀਂ ਹੁੰਦੇ।

ਲੋਕਤੰਤਰ ਦਾ ਅਪਮਾਨ - ਚੋਣ ਧੋਖਾਧੜੀ

ਚਿੱਤਰ 4: ਸੰਸਦ (ਲੋਕ ਸਭਾ) ਚੋਣਾਂ 2019: ਨਕਦੀ, ਨਸ਼ੀਲੇ ਪਦਾਰਥਾਂ, ਸੋਨੇ ਅਤੇ ਹੋਰ ਕੀਮਤੀ ਵਸਤਾਂ ਦੀ ਜ਼ਬਤੀ ਪਹਿਲਾਂ ਹੀ 2014 ਦੀਆਂ ਲੋਕ ਸਭਾ ਚੋਣਾਂ ਦੇ ਅੰਕੜਿਆਂ ਨੂੰ ਪਾਰ ਕਰ ਚੁੱਕੀ ਹੈ। (ਤਸਵੀਰ: ਏਐਨਆਈ)

ਚੋਣਾਂ ਪ੍ਰਤੀਨਿਧ ਲੋਕਤੰਤਰਾਂ ਵਿਚ ਇਕ ਜ਼ਰੂਰੀ ਪ੍ਰਕਿਰਿਆ ਹਨ। ਇਹ ਕੁਝ ਸਾਲਾਂ ਦੇ ਨਿਰਧਾਰਤ ਸਮੇਂ ਬਾਅਦ, ਕਿਸੇ ਦੇਸ਼ ਦੀ ਸੰਸਦ ਦੇ ਕਾਰਜਕਾਲ ਦੇ ਅਧਾਰ 'ਤੇ, ਵਿਧਾਨ ਸਭਾ ਨੂੰ ਚੁਣਦੀਆਂ ਹਨ। ਨਿਰਪੱਖ ਅਤੇ ਆਜ਼ਾਦ ਚੋਣਾਂ ਇਕ ਸਿਹਤਮੰਦ ਅਤੇ ਕਾਰਜਸ਼ੀਲ ਲੋਕਤੰਤਰ ਲਈ ਸਭ ਤੋਂ ਮਹੱਤਵਪੂਰਨ ਸ਼ਰਤ ਹਨ।

ਭਾਰਤ ਇਸ ਦਾ ਇਕ ਕੇਸ ਸਟੱਡੀ ਹੈ, ਜਿੱਥੇ ਵੋਟਰਾਂ ਨੂੰ ਲੁਭਾਉਣ ਲਈ ਨਸ਼ੇ, ਪੈਸੇ ਅਤੇ ਸ਼ਰਾਬ ਵੰਡਣ ਦੀ ਪ੍ਰਥਾ ਆਮ ਰਹੀ ਹੈ। 2019 ਦੀਆਂ ਸੰਸਦੀ (ਲੋਕ ਸਭਾ) ਚੋਣਾਂ ਵਿਚ, ਚੋਣ ਕਮਿਸ਼ਨ ਨੇ 502 ਮਿਲੀਅਨ ਅਮਰੀਕੀ ਡਾਲਰ ਦੀਆਂ ਵਸਤੂਆਂ ਅਤੇ ਨਕਦੀ ਜ਼ਬਤ ਕੀਤੀ ਸੀ। ਚੋਣ ਕਮਿਸ਼ਨ ਇਨ੍ਹਾਂ ਜ਼ਬਤੀਆਂ ਦੀਆਂ ਰੋਜ਼ਾਨਾ ਰਿਪੋਰਟਾਂ ਦੀ ਨਿਗਰਾਨੀ ਕਰਦਾ ਹੈ ਅਤੇ ਉਨ੍ਹਾਂ ਨੂੰ ਅਪਲੋਡ ਕਰਦਾ ਹੈ (ਚਿੱਤਰ 3)।

2014 ਅਤੇ 2019 ਦੇ ਅੰਕੜਿਆਂ ਦੀ ਤੁਲਨਾ ਦਿਖਾਉਂਦੀ ਹੈ ਕਿ ਭਾਰਤ ਵਿਚ ਵਿਆਪਕ ਚੋਣ ਧੋਖਾਧੜੀ, ਹੇਰਾਫੇਰੀ ਅਤੇ ਹਿੰਸਾ ਬਾਰੇ ਕਈ ਅਧਿਕਾਰਤ ਰਿਪੋਰਟਾਂ ਅਤੇ ਦੋਸ਼ਾਂ ਦੇ ਬਾਵਜੂਦ, ਇਹ ਗਿਣਤੀ ਹਰ ਅਗਲੀ ਚੋਣ ਨਾਲ ਲਗਾਤਾਰ ਵਧ ਰਹੀ ਹੈ (ਚਿੱਤਰ 3)। ਇਸ ਵਿਸ਼ੇ 'ਤੇ ਅਕਾਦਮਿਕ ਖੋਜ ਬਹੁਤ ਘੱਟ ਹੈ।

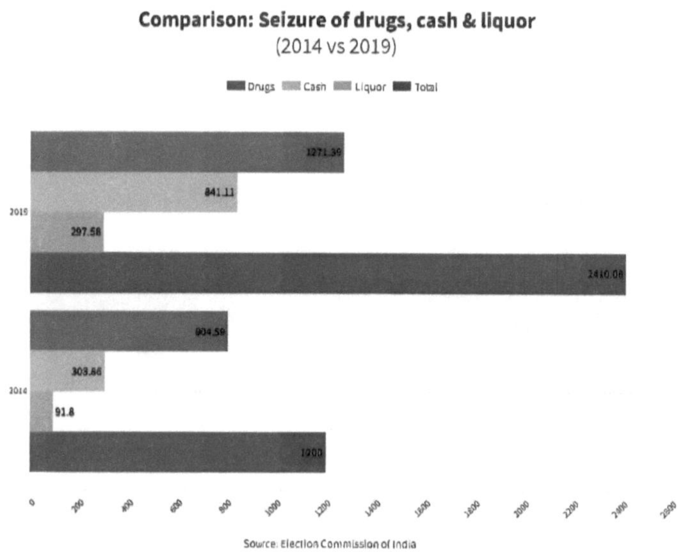

ਚਿੱਤਰ 5: ਨਸ਼ੀਲੇ ਪਦਾਰਥਾਂ, ਨਕਦੀ ਅਤੇ ਸ਼ਰਾਬ ਦੀ ਜ਼ਬਤੀ ਦੀ ਤੁਲਨਾ (2014 ਬਨਾਮ 2019)
ਸਰੋਤ: ਭਾਰਤੀ ਚੋਣ ਕਮਿਸ਼ਨ

ਭਾਵੇਂ ਭਾਰਤ ਵਿਚ ਰਾਜ ਅਤੇ ਰਾਸ਼ਟਰੀ ਚੋਣਾਂ ਦੌਰਾਨ ਇਹ ਅਕਸਰ ਹੁੰਦਾ ਹੈ, ਪਰ ਇਹ ਅਭਿਆਸ ਗ਼ੈਰ-ਕਾਨੂੰਨੀ ਹੈ। ਇਸ ਗਤੀਵਿਧੀ ਨੂੰ ਰੋਕਣ ਲਈ ਬਣੇ ਕਾਨੂੰਨਾਂ ਨੂੰ ਲਾਗੂ ਕਰਨ ਲਈ ਰਾਜਨੀਤਿਕ ਇੱਛਾ ਸ਼ਕਤੀ ਦੀ ਘਾਟ ਨਜ਼ਰ ਆਉਂਦੀ ਹੈ। ਅਨਿਰਬਾਨ ਮਿੱਤਰਾ ਅਤੇ ਸ਼ਬਾਨਾ ਮਿੱਤਰਾ ਦੇ ਇਕ ਅਧਿਐਨ (ਮਿੱਤਰਾ, ਐਸ., ਮਿੱਤਰਾ, ਏ., ਅਤੇ ਮੁਖਰਜੀ, ਏ.,

2016, 1 ਜਨਵਰੀ) ਅਨੁਸਾਰ, ਘਰਾਂ ਦੇ ਖਰਚੇ ਅਤੇ ਖਪਤ ਦੇ ਪੈਟਰਨ ਵਿਚ ਕੋਈ ਵੱਡਾ ਬਦਲਾਅ ਨਹੀਂ ਦੇਖਿਆ ਗਿਆ। ਇਸ ਲਈ ਇਹ ਕਹਿਣਾ ਔਖਾ ਹੈ ਕਿ ਰਾਜਨੀਤਿਕ ਪਾਰਟੀਆਂ ਦੁਆਰਾ ਨਕਦੀ, ਸ਼ਰਾਬ ਜਾਂ ਨਸ਼ਿਆਂ ਦੀ ਵੰਡ ਸਚਮੁੱਚ ਵਧੇਰੇ ਵੋਟਾਂ ਵਿਚ ਬਦਲਦੀ ਹੈ ਜਾਂ ਨਹੀਂ।

ਭਾਰਤ ਦੇ ਚੋਣ ਕਮਿਸ਼ਨ ਦੀ 2014 ਦੀਆਂ ਰਾਸ਼ਟਰੀ ਚੋਣਾਂ ਬਾਰੇ ਇਕ ਰਿਪੋਰਟ ਅਨੁਸਾਰ, ਚੋਣਾਂ ਨਾਲ ਸਬੰਧਿਤ ਵੱਖ-ਵੱਖ ਉਲੰਘਣਾਵਾਂ ਲਈ ਪੁਲਿਸ ਕੋਲ ਪਚੱਤਰ ਹਜ਼ਾਰ ਤੋਂ ਵੱਧ ਐਫਆਈਆਰ ਦਰਜ ਹੋਈਆਂ। ਵੱਡੀ ਮਾਤਰਾ ਵਿਚ ਨਕਦੀ, ਸ਼ਰਾਬ ਅਤੇ ਨਸ਼ੇ ਜ਼ਬਤ ਕੀਤੇ ਗਏ ਸਨ (ਅਨੋਨ, 2014, 18 ਮਈ)। ਸਹੀ ਗਿਣਤੀ ਮੁਤਾਬਕ, ਤਿੰਨ ਅਰਬ ਰੁਪਏ ਤੋਂ ਵੱਧ ਨਕਦੀ, ਸਾਢੇ ਛੇ ਮਿਲੀਅਨ ਲੀਟਰ ਸ਼ਰਾਬ ਅਤੇ ਲਗਭਗ ਪੰਜ ਲੱਖ ਕਿਲੋ ਨਸ਼ੇ ਜ਼ਬਤ ਹੋਏ। ਸਥਾਨਕ ਅਤੇ ਰਾਸ਼ਟਰੀ ਮੀਡੀਆ ਚੋਣਾਂ ਵਿਚ ਹੋਈਆਂ ਵੱਖ-ਵੱਖ ਧੋਖਾਧੜੀ ਵਾਲੀਆਂ ਪ੍ਰਥਾਵਾਂ ਨਾਲ ਭਰੀ ਪਈ ਸੀ। ਉਦਾਹਰਨ ਲਈ, ਮੁੰਬਈ ਵਿਚ ਵੋਟਿੰਗ ਸੂਚੀਆਂ ਵਿੱਚੋਂ ਦੋ ਲੱਖ ਨਾਮ ਅਚਾਨਕ ਗਾਇਬ ਹੋ ਗਏ। 2019 ਦੀਆਂ ਭਾਰਤੀ ਰਾਸ਼ਟਰੀ ਚੋਣਾਂ ਵਿਚ ਵੀ ਇਸੇ ਤਰ੍ਹਾਂ ਦਾ ਰੁਝਾਨ ਦੇਖਣ ਨੂੰ ਮਿਲਿਆ (ਮਾਰਟਿਨ, ਐਨ, ਅਤੇ ਪੀਚਰਿਟ, ਡੀ, 2019)।

ਅਪਰਾਧੀਆਂ ਦਾ ਕਾਨੂੰਨਸਾਜ਼ ਬਣਨਾ

2009 ਦੀਆਂ ਸੰਸਦੀ ਚੋਣਾਂ ਵਿਚ 543 ਹਲਕਿਆਂ ਤੋਂ 8,070 ਉਮੀਦਵਾਰਾਂ ਦੇ ਵਿਸ਼ਲੇਸ਼ਣ ਨਾਲ ਇਹ ਸਾਹਮਣੇ ਆਇਆ ਕਿ ਅਪਰਾਧਿਕ ਪਿਛੋਕੜ ਵਾਲੇ ਅਮੀਰ ਉਮੀਦਵਾਰਾਂ ਦੀ ਚੋਣ ਜਿੱਤਣ ਦੀ ਸੰਭਾਵਨਾ ਵੱਧ ਸੀ, ਭਾਵੇਂ ਉਨ੍ਹਾਂ ਉੱਤੇ ਅਪਰਾਧਿਕ ਦੋਸ਼ ਹੀ ਕਿਉਂ ਨਾ ਲੱਗੇ ਹੋਣ (ਦੁਰਾਈਸਾਮੀ, ਪੀ, ਅਤੇ ਜੇਰੋਮ, ਬੀ, 2017)। ਇਸ ਤਰ੍ਹਾਂ ਇਹ ਅਮੀਰੀ, ਅਪਰਾਧਿਕ ਪਿਛੋਕੜ ਅਤੇ ਚੋਣ ਨਤੀਜਿਆਂ ਵਿਚਕਾਰ ਇਕ ਮਜ਼ਬੂਤ ਸੰਬੰਧ ਦਿਖਾਉਂਦਾ ਹੈ।

ਐਨਜੀਓ *ਐਸੋਸੀਏਸ਼ਨਜ਼ ਆਫ਼ ਡੈਮੋਕ੍ਰੇਟਿਕ ਰਿਫਾਰਮਸ* (ADR) ਅਨੁਸਾਰ, 2019 ਦੀਆਂ ਭਾਰਤੀ ਸੰਸਦੀ ਚੋਣਾਂ ਵਿਚ ਚੁਣੇ ਗਏ 543 ਮੈਂਬਰਾਂ ਵਿੱਚੋਂ 233, ਜੋ ਲਗਭਗ 43% ਹਨ, ਉਨ੍ਹਾਂ ਦੇ ਵਿਰੁੱਧ ਅਪਰਾਧਿਕ ਦੋਸ਼ ਹਨ। ਇਹ ਅੰਕੜੇ 2014 ਦੀਆਂ ਪਿਛਲੀਆਂ ਚੋਣਾਂ ਨਾਲੋਂ 24% ਵੱਧ ਹਨ।

ਸੰਸਦਾਂ ਵਿਚ ਅਪਰਾਧਿਕ ਪਿਛੋਕੜ ਵਾਲੇ ਕਈ ਰਾਜਨੀਤੀਵਾਨ ਇਹ ਦਰਸਾਉਂਦੇ ਹਨ ਕਿ ਰਾਜਨੀਤੀਵਾਨਾਂ ਅਤੇ ਅਪਰਾਧੀਆਂ ਵਿਚਕਾਰ ਖ਼ਤਰਨਾਕ ਅਤੇ ਵਿਆਪਕ ਗਠਜੋੜ ਮੌਜੂਦ ਹੈ। ਇਹ ਹੈਰਾਨੀ ਦੀ ਗੱਲ ਨਹੀਂ ਕਿ ਅਪਰਾਧੀਆਂ ਨੂੰ ਅਕਸਰ ਰਾਜਨੀਤੀਵਾਨਾਂ ਵੱਲੋਂ ਸਹਾਇਤਾ ਅਤੇ ਉਕਸਾਹਟ ਮਿਲਦੀ ਹੈ (ਅਨੂਪ, ਸੀ, 2020)। ਮਿਲਾਨ ਵੈਸ਼ਨਵ ਨੇ ਆਪਣੀ ਕਿਤਾਬ *When Crime Pays: Money and Muscle in Indian Politics* ਵਿਚ ਕਈ ਸਵਾਲ ਉਠਾਏ ਹਨ। ਉਸ ਨੇ ਪੁੱਛਿਆ ਹੈ ਕਿ ਜਦੋਂ ਰਾਜ ਅਤੇ ਰਾਸ਼ਟਰੀ ਵਿਧਾਇਕਾਂ ਵਿੱਚੋਂ ਇਕ ਤਿਹਾਈ ਦਾ ਅਪਰਾਧਿਕ ਪਿਛੋਕੜ ਹੈ, ਤਾਂ ਅਪਰਾਧ ਅਤੇ ਰਾਜਨੀਤੀ ਵਿਚਕਾਰ ਅਜਿਹੇ ਨੇੜਲੇ ਸੰਬੰਧਾਂ ਦੇ ਨਾਲ ਸੁਤੰਤਰ ਅਤੇ ਨਿਰਪੱਖ ਲੋਕਤੰਤਰੀ ਪ੍ਰਕਿਰਿਆਵਾਂ ਕਿਵੇਂ ਟਿਕ ਸਕਦੀਆਂ ਹਨ (ਵੈਸ਼ਨਵ, ਐਮ, 2017, 24 ਜਨਵਰੀ)। ਇਸ ਕਿਤਾਬ ਦੀ ਸਮਝ ਇਕ ਕੌੜੀ ਸਚਾਈ ਸਾਹਮਣੇ ਲਿਆਉਂਦੀ ਹੈ: ਅਪਰਾਧੀ ਇਸ ਲਈ ਨਹੀਂ ਚੁਣੇ ਜਾਂਦੇ ਕਿ ਵੋਟਰਾਂ ਨੂੰ ਉਨ੍ਹਾਂ ਦੀ ਅਪਰਾਧਿਕ ਪਿਛੋਕੜ ਦੀ ਜਾਣਕਾਰੀ ਨਹੀਂ ਹੁੰਦੀ, ਸਗੋਂ ਇਸ ਲਈ ਕਿ ਇਕ ਗ਼ੈਰ-ਕਾਰਜਸ਼ੀਲ ਨਿਆਂ ਪ੍ਰਣਾਲੀ ਵਿਚ ਅਪਰਾਧੀ ਲੋਕਾਂ ਨੂੰ ਤੁਰੰਤ ਹੱਲ ਪ੍ਰਦਾਨ ਕਰਦੇ ਹਨ।

ਚੋਣ ਫ਼ੰਡਿੰਗ, ਇਕ ਕਾਰਪੋਰੇਟ ਸੰਬੰਧ

ਲੋਕਤੰਤਰਾਂ ਵਿਚ ਚੋਣਾਂ ਤੇਜ਼ੀ ਨਾਲ ਮਹਿੰਗੀਆਂ ਹੋ ਰਹੀਆਂ ਹਨ, ਹਾਲਾਂਕਿ ਇਹ ਰਾਜਨੀਤਿਕ ਪ੍ਰਕਿਰਿਆ ਦਾ ਹਿੱਸਾ ਹੋਣ ਕਰਕੇ ਹਰ ਕੁਝ ਸਾਲਾਂ ਬਾਅਦ ਕਰਵਾਈਆਂ ਜਾਣੀਆਂ ਲਾਜ਼ਮੀ ਹਨ। ਸਾਰੀਆਂ ਰਾਜਨੀਤਿਕ ਪਾਰਟੀਆਂ ਨੂੰ ਚੋਣਾਂ ਲੜਨੀਆਂ ਪੈਂਦੀਆਂ ਹਨ, ਜਿਸ ਲਈ ਵੱਡੇ ਵਿੱਤੀ ਸਰੋਤਾਂ ਦੀ ਲੋੜ ਹੁੰਦੀ ਹੈ।

ਇਹ ਫੰਡ ਕਿੱਥੋਂ ਆਉਂਦਾ ਹੈ? ਵੱਡੀਆਂ ਕਾਰਪੋਰੇਸ਼ਨਾਂ ਜਿਨ੍ਹਾਂ ਕੋਲ ਬਹੁਤ ਪੈਸਾ ਹੁੰਦਾ ਹੈ, ਉਹ ਸਰਕਾਰ ਅਤੇ ਵਿਰੋਧੀ ਦੋਵਾਂ ਨੂੰ ਫੰਡ ਦਿੰਦੀਆਂ ਹਨ। ਵੱਡੀਆਂ ਕੰਪਨੀਆਂ ਇਹ ਫੰਡ ਕਿਉਂ ਦਿੰਦੀਆਂ ਹਨ ਅਤੇ ਬਦਲੇ ਵਿਚ ਕੀ ਉਮੀਦ ਕਰਦੀਆਂ ਹਨ? ਉਹ ਚਾਹੁੰਦੀਆਂ ਹਨ ਕਿ ਰਾਜਨੀਤੀਵਾਨ ਅਜਿਹੀਆਂ ਨੀਤੀਆਂ ਬਣਾਉਣ ਜੋ ਉਨ੍ਹਾਂ ਦੇ ਹੱਕ ਵਿਚ ਕੰਮ ਕਰਨ।

ਅਜਿਹੀ ਸਥਿਤੀ ਵਿਚ ਰਾਜਨੀਤੀਵਾਨਾਂ ਨੂੰ ਕਿਸ ਦੀ ਪ੍ਰਤੀਨਿਧਤਾ ਕਰਨੀ ਚਾਹੀਦੀ ਹੈ? ਉਨ੍ਹਾਂ ਨੂੰ ਕਿਸ ਦੇ ਹਿਤਾਂ ਦੀ ਸੇਵਾ ਕਰਨੀ ਚਾਹੀਦੀ ਹੈ – ਆਪਣੇ ਮਾਲਕਾਂ, ਕਾਰਪੋਰੇਸ਼ਨਾਂ ਦੀ, ਨਾ ਕਿ ਲੋਕਾਂ ਜਾਂ ਨਾਗਰਿਕਾਂ ਦੀ। ਨਤੀਜੇ ਵਜੋਂ, ਰਾਜਨੀਤੀਵਾਨ ਕਾਰਪੋਰੇਟ ਪਿਆਦੇ ਤੋਂ ਵੱਧ ਕੁਝ ਨਹੀਂ ਰਹਿ ਜਾਂਦੇ। ਉਹ ਆਪਣੀ ਸੁਤੰਤਰ ਇੱਛਾ ਅਤੇ ਸੋਚਣ ਦੀ ਆਜ਼ਾਦੀ ਗੁਆ ਬੈਠਦੇ ਹਨ ਅਤੇ ਆਪਣੀ ਜ਼ਮੀਰ ਆਪਣੇ ਕਾਰਪੋਰੇਟ ਮਾਲਕਾਂ ਨੂੰ ਗਹਿਣੇ ਰੱਖ ਦਿੰਦੇ ਹਨ। ਕੀ ਉਨ੍ਹਾਂ ਕੋਲ ਹੋਰ ਕੋਈ ਚਾਰਾ ਹੈ?

ਇਕ ਅਰਥ-ਵਿਵਸਥਾ ਉਹ ਗਤੀਵਿਧੀਆਂ ਦਾ ਸਮੂਹ ਹੈ ਜੋ ਆਪਸ ਵਿਚ ਜੁੜੀਆਂ ਹੁੰਦੀਆਂ ਹਨ ਅਤੇ ਲੋਕਾਂ ਦੀਆਂ ਜ਼ਰੂਰਤਾਂ ਪੂਰੀ ਕਰਨ ਲਈ ਵਸਤੂਆਂ ਅਤੇ ਸੇਵਾਵਾਂ ਦਾ ਉਤਪਾਦਨ, ਖਪਤ ਅਤੇ ਵੰਡ ਕਰਦੀਆਂ ਹਨ। ਜਦੋਂ ਅਸੀਂ ਖ਼ਬਰਾਂ ਦੀਆਂ ਸੁਰਖੀਆਂ ਵੇਖਦੇ ਹਾਂ, ਤਾਂ ਪਤਾ ਲੱਗਦਾ ਹੈ ਕਿ ਦੇਸ਼ਾਂ ਨੂੰ ਅਸਲ ਵਿਚ ਅਰਥ-ਵਿਵਸਥਾਵਾਂ ਵਜੋਂ ਹੀ ਦੇਖਿਆ ਜਾਂਦਾ ਹੈ, ਜਿੱਥੇ ਨਾਗਰਿਕ ਸਿਰਫ਼ ਖਪਤਕਾਰ ਬਣ ਕੇ ਰਹਿ ਜਾਂਦੇ ਹਨ, ਜੋ ਕੁਝ ਵੀ ਕੰਪਨੀਆਂ ਲਗਾਤਾਰ ਪੇਸ਼ ਕਰਦੀਆਂ ਹਨ, ਉਹੀ ਵਰਤਦੇ ਹਨ।

ਭ੍ਰਿਸ਼ਟਾਚਾਰ ਦਾ ਕਾਨੂੰਨੀਕਰਨ - ਚੋਣ ਬਾਂਡ

ਭਾਰਤ ਨੇ ਜਨਵਰੀ 2018 ਵਿਚ, ਵਿੱਤ ਬਿੱਲ (2017) ਦੇ ਨਾਲ, ਚੋਣ ਬਾਂਡਾਂ ਦੀ ਸ਼ੁਰੂਆਤ ਕੀਤੀ। ਚੋਣ ਬਾਂਡ ਵਿੱਤੀ ਸਾਧਨ ਹਨ ਜੋ ਰਾਜਨੀਤਿਕ ਪਾਰਟੀਆਂ ਨੂੰ ਪੈਸਾ ਦੇਣ ਲਈ ਵਰਤੇ ਜਾਂਦੇ ਹਨ। ਇਹ ਬੇਅਰਰ ਪ੍ਰੋਮਿਸਰੀ ਨੋਟਾਂ ਦੇ ਰੂਪ ਵਿਚ ਹੁੰਦੇ ਹਨ। ਸਾਧਨ ਦਾ ਧਾਰਕ ਹੀ ਇਸ ਦਾ ਮਾਲਕ ਮੰਨਿਆ ਜਾਂਦਾ ਹੈ, ਭਾਵੇਂ ਇਸ 'ਤੇ ਖਰੀਦਦਾਰ ਜਾਂ ਪ੍ਰਾਪਤਕਰਤਾ ਦਾ ਨਾਮ ਨਹੀਂ ਹੁੰਦਾ। ਦੂਜੇ ਸ਼ਬਦਾਂ ਵਿਚ, ਇਹ ਬਾਂਡ ਬਿਲ ਆਫ਼ ਐਕਸਚੇਂਜ ਵਾਂਗ ਕੰਮ ਕਰਦੇ ਹਨ।

ਰਾਜਨੀਤਿਕ ਪਾਰਟੀਆਂ ਨੂੰ ਵਿਦੇਸ਼ੀ ਸੰਗਠਨਾਂ ਤੋਂ ਦਾਨ ਲੈਣ ਦੀ ਇਜਾਜ਼ਤ ਨਹੀਂ ਹੈ। 2014 ਵਿਚ ਦਿੱਲੀ ਹਾਈ ਕੋਰਟ ਨੇ ਦੋ ਵੱਡੀਆਂ ਪਾਰਟੀਆਂ ਨੂੰ ਵਿਦੇਸ਼ੀ ਯੋਗਦਾਨ (ਰੈਗੂਲੇਸ਼ਨ) ਐਕਟ (FCRA) 1976 ਦੀ ਉਲੰਘਣਾ ਕਰਨ ਦਾ ਦੋਸ਼ੀ ਪਾਇਆ ਸੀ। ਇਹ ਦੋ ਕੰਪਨੀਆਂ ਭਾਰਤ ਵਿਚ ਰਜਿਸਟਰਡ ਸਨ, ਪਰ ਉਨ੍ਹਾਂ ਦੇ ਕੰਟਰੋਲਿੰਗ ਸ਼ੇਅਰ-ਧਾਰਕ ਇਕ ਵਿਦੇਸ਼ੀ ਕਾਰਪੋਰੇਸ਼ਨ ਸੀ, ਜਿਸ ਤੋਂ ਇਨ੍ਹਾਂ ਪਾਰਟੀਆਂ ਨੇ ਗ਼ੈਰ-ਕਾਨੂੰਨੀ ਢੰਗ ਨਾਲ ਫੰਡ ਲਏ ਸਨ। ਮੌਜੂਦਾ ਭਾਜਪਾ ਸਰਕਾਰ ਨੇ 2016 ਅਤੇ 2018 ਵਿਚ ਵਿੱਤ ਬਿੱਲਾਂ ਰਾਹੀਂ FCRA ਨੂੰ ਪਿਛਲੇ ਸਮੇਂ ਤੋਂ ਸੋਧਿਆ ਅਤੇ ਚੋਣ ਬਾਂਡ ਲਿਆਏ, ਜਿਸ ਨਾਲ ਕਾਰੋਬਾਰਾਂ ਲਈ ਪੂਰੀ ਤਰ੍ਹਾਂ

ਗੁਪਤਤਾ ਯਕੀਨੀ ਬਣ ਗਈ। ਇਸ ਤਰ੍ਹਾਂ ਭ੍ਰਿਸ਼ਟਾਚਾਰ ਅਤੇ ਮਨੀ ਲਾਂਡਰਿੰਗ ਨੂੰ ਕਾਨੂੰਨੀ ਜਾਮਾ ਪਹਿਨਾਉਣ ਦੀ ਕੋਸ਼ਿਸ਼ ਕੀਤੀ ਗਈ। ਸਿਧਾਂਤਕ ਤੌਰ 'ਤੇ ਹੁਣ ਰਾਜਨੀਤਿਕ ਪਾਰਟੀਆਂ ਨੂੰ ਭਾਰਤ ਵਿਚ ਕੰਮ ਕਰ ਰਹੀ ਇਕ ਵਿਦੇਸ਼ੀ ਕੰਪਨੀ ਦੁਆਰਾ ਇਕ ਸ਼ੈੱਲ ਕੰਪਨੀ ਰਾਹੀਂ ਪੂਰੀ ਤਰ੍ਹਾਂ ਫੰਡ ਕੀਤਾ ਜਾ ਸਕਦਾ ਹੈ। ਇਸ ਤੋਂ ਇਲਾਵਾ, ਪਹਿਲਾਂ ਸਿਰਫ਼ ਲਾਭ ਕਮਾਉਣ ਵਾਲੀਆਂ ਕੰਪਨੀਆਂ ਹੀ ਰਾਜਨੀਤਿਕ ਦਾਨ ਦੇ ਸਕਦੀਆਂ ਸਨ, ਪਰ ਹੁਣ ਘਾਟੇ ਵਿਚ ਚੱਲ ਰਹੀਆਂ ਕੰਪਨੀਆਂ ਨੂੰ ਵੀ ਦਾਨ ਦੇਣ ਦੀ ਆਜ਼ਾਦੀ ਹੈ।

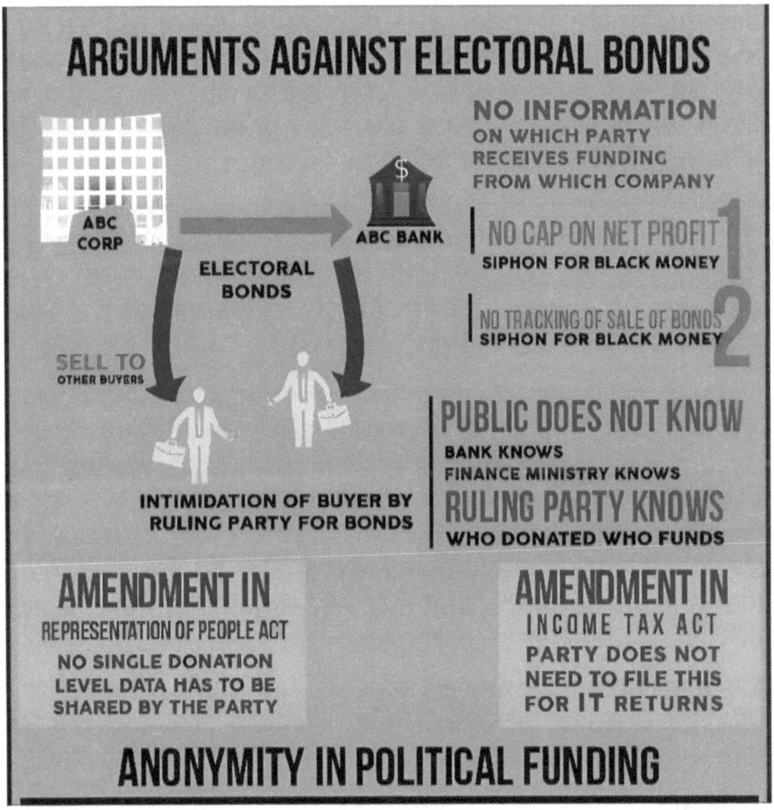

ਸਟੇਟ ਬੈਂਕ ਆਫ਼ ਇੰਡੀਆ 1,000 ਰੁਪਏ, 10,000 ਰੁਪਏ, 100,000 ਰੁਪਏ ਅਤੇ 10,000,000 ਰੁਪਏ (ਇਕ ਕਰੋੜ) ਦੇ ਗੁਣਾ ਵਿਚ ਚੋਣ ਬਾਂਡ ਜਾਰੀ ਕਰ ਸਕਦਾ ਹੈ। ਕੋਈ ਵੀ ਭਾਰਤੀ ਨਾਗਰਿਕ ਜਾਂ ਭਾਰਤੀ ਕੰਪਨੀ ਇਹ ਬਾਂਡ ਖਰੀਦ ਸਕਦੀ ਹੈ ਅਤੇ ਇਸ ਰਾਹੀਂ ਕਿਸੇ ਵੀ ਰਾਜਨੀਤਿਕ ਪਾਰਟੀ ਨੂੰ ਦਾਨ ਦੇ ਸਕਦੀ ਹੈ ਜੋ ਲੋਕ ਪ੍ਰਤਿਨਿਧਤਾ ਐਕਟ, 1951 ਦੀ ਧਾਰਾ 29ਏ ਅਧੀਨ ਮਾਨਤਾ ਪ੍ਰਾਪਤ ਹੈ। ਕੋਈ ਵੀ ਰਜਿਸਟਰਡ ਰਾਜਨੀਤਿਕ ਪਾਰਟੀ ਜਿਸ ਨੇ ਹਾਲੀਆ ਆਮ ਜਾਂ ਵਿਧਾਨ ਸਭਾ ਚੋਣਾਂ ਵਿਚ ਘੱਟੋ-ਘੱਟ 1% ਵੋਟਾਂ ਲਈਆਂ ਹਨ, ਚੋਣ ਬਾਂਡ ਪ੍ਰਾਪਤ ਕਰ ਸਕਦੀ ਹੈ। ਖਰੀਦੇ ਜਾਣ ਵਾਲੇ ਬਾਂਡਾਂ ਦੀ ਗਿਣਤੀ 'ਤੇ ਕੋਈ ਸੀਮਾ ਨਹੀਂ ਹੈ। ਬਾਂਡ ਦਾਨ ਲੈਣ ਵਾਲੀਆਂ ਰਾਜਨੀਤਿਕ ਪਾਰਟੀਆਂ ਨੂੰ ਦਾਨੀ ਦੀ ਪਹਿਚਾਣ ਦਾ ਕੋਈ ਰਿਕਾਰਡ ਰੱਖਣ ਜਾਂ ਚੋਣ ਕਮਿਸ਼ਨ ਆਫ਼ ਇੰਡੀਆ ਨੂੰ ਸੂਚਿਤ ਕਰਨ ਦੀ ਲੋੜ ਨਹੀਂ।

ਪਾਰਟੀ ਆਪਣੇ ਪ੍ਰਮਾਣਿਤ ਬੈਂਕ ਖਾਤੇ ਰਾਹੀਂ ਇਹ ਬਾਂਡ ਕੈਸ਼ ਕਰ ਸਕਦੀ ਹੈ।

ਚਿੱਤਰ 6: ਇਲੈਕਟੋਰਲ ਬਾਂਡ

Source: https://wwwinsightsonindiacom/

ਸਰਕਾਰ ਅਨੁਸਾਰ, ਚੋਣ ਬਾਂਡ ਇਹ ਯਕੀਨੀ ਬਣਾਉਣਗੇ ਕਿ ਪਾਰਟੀ ਨੂੰ ਦਿੱਤੇ ਗਏ ਸਾਰੇ ਯੋਗਦਾਨ ਬੈਲੈਂਸ ਸ਼ੀਟਾਂ ਵਿਚ ਦਰਜ ਹੋਣਗੇ, ਬਿਨਾਂ ਦਾਨੀ ਦੀ ਪਹਿਚਾਣ ਦੱਸੇ। ਇਸ ਤਰੀਕੇ ਨਾਲ ਚੋਣਾਂ ਨੂੰ ਫੰਡ ਦੇਣ ਲਈ ਅਣਦੱਸੇ ਪੈਸੇ ਦੀ ਵਰਤੋਂ 'ਤੇ ਨਿਗਰਾਨੀ ਕੀਤੀ ਜਾ ਸਕੇਗੀ। ਦੂਜੇ ਪਾਸੇ, ਇਸ ਯੋਜਨਾ ਦੇ ਆਲੋਚਕ ਕਹਿੰਦੇ ਹਨ ਕਿ ਇਸ ਵਿਚ ਗੁਪਤਤਾ ਅਤੇ ਪਾਰਦਰਸ਼ਤਾ ਦੀ ਘਾਟ ਹੈ, ਜੋ ਅਸਲ ਵਿਚ ਮਨੀ ਲਾਂਡਰਿੰਗ ਨੂੰ ਵਧਾਵੇਗੀ ਅਤੇ ਇਸ ਪਹਿਲਕਦਮੀ ਨੂੰ ਵਿਵਾਦਪੂਰਨ ਬਣਾਏਗੀ।

ਇਸ ਨਾਲ ਨਾਗਰਿਕਾਂ ਅਤੇ ਵੋਟਰਾਂ ਦੇ ਉਸ ਬੁਨਿਆਦੀ ਅਧਿਕਾਰ ਦੀ ਉਲੰਘਣਾ ਹੁੰਦੀ ਹੈ ਕਿ ਉਨ੍ਹਾਂ ਨੂੰ ਇਹ ਪਤਾ ਹੋਣਾ ਚਾਹੀਦਾ ਹੈ ਕਿ ਕਿਸ ਤਰ੍ਹਾਂ ਇਕ ਰਾਜਨੀਤਿਕ ਪਾਰਟੀ ਨੂੰ ਸਮਰਥਨ ਮਿਲ ਰਿਹਾ ਹੈ। ਜਦੋਂ ਦਾਨੀ ਦੀ ਪਹਿਚਾਣ ਅਣਜਾਣ ਰਹਿੰਦੀ ਹੈ, ਤਾਂ ਗ਼ੈਰ-ਕਾਨੂੰਨੀ ਪੈਸੇ ਦਾ ਪ੍ਰਵਾਹ ਹੋ ਸਕਦਾ ਹੈ। ਦਾਨੀ ਦੀ "ਗੁਪਤਤਾ" ਦੀ ਇਹ ਗਾਰੰਟੀ ਲੋਕਤੰਤਰ ਨੂੰ ਹੀ ਖ਼ਤਰੇ ਵਿਚ ਪਾ ਦਿੰਦੀ ਹੈ।

ਇਨ੍ਹਾਂ ਬਾਂਡਾਂ ਰਾਹੀਂ, ਸਰਕਾਰ ਵੱਖ-ਵੱਖ ਕਾਰੋਬਾਰਾਂ ਨੂੰ ਇਨਫੋਰਸਮੈਂਟ ਏਜੰਸੀਆਂ ਦੇ ਛਾਪਿਆਂ ਨਾਲ ਡਰਾ ਸਕਦੀ ਹੈ ਅਤੇ ਰਿਸ਼ਵਤ ਮੰਗ ਸਕਦੀ ਹੈ। ਮੌਜੂਦਾ ਸਰਕਾਰ ਨੂੰ ਪਤਾ ਹੋਵੇਗਾ ਕਿ ਕੌਣ ਬਾਂਡ ਖਰੀਦ ਰਿਹਾ ਹੈ ਅਤੇ ਉਨ੍ਹਾਂ ਦੀ ਕੀਮਤ ਕੀ ਹੈ, ਕਿਉਂਕਿ ਇਹ ਬਾਂਡ KYC ਨਿਯਮਾਂ ਦੀ ਪਾਲਣਾ ਕਰਨ ਵਾਲੇ ਬੈਂਕ ਖਾਤਿਆਂ ਰਾਹੀਂ ਜਾਰੀ ਹੁੰਦੇ ਹਨ। ਅੱਜ, ਕੋਈ ਵੀ ਵਿਅਕਤੀ ਰਾਜਨੀਤਿਕ ਪਾਰਟੀਆਂ ਨੂੰ ਗੁਮਨਾਮ ਤਰੀਕੇ ਨਾਲ ਦਾਨ ਦੇ ਸਕਦਾ ਹੈ, ਇੱਥੋਂ ਤੱਕ ਕਿ ਅੰਤਰਰਾਸ਼ਟਰੀ ਕਾਰਪੋਰੇਸ਼ਨ ਅਤੇ ਸ਼ੈੱਲ ਕੰਪਨੀਆਂ ਵੀ। ਇਸ ਕਾਰਨ, ਬਾਹਰੀ ਧਿਰਾਂ ਜਾਂ ਰਾਸ਼ਟਰ ਭਾਰਤ ਦੇ ਪ੍ਰਭੂਸੱਤਾ ਸੰਪੰਨ ਰਾਜਾਂ ਦੇ ਪ੍ਰਸ਼ਾਸਨ ਵਿਚ ਦਖ਼ਲ ਦੇ ਸਕਦੇ ਹਨ।

ਇਹ ਬਾਂਡ ਭ੍ਰਿਸ਼ਟਾਚਾਰ ਨੂੰ ਸੰਸਥਾਗਤ ਕਰਨ ਅਤੇ ਮਨੀ ਲਾਂਡਰਿੰਗ ਨੂੰ ਕਾਨੂੰਨੀ ਜਾਮਾ ਪਹਿਨਾਉਣ ਦੇ ਬਰਾਬਰ ਹਨ। ਇਨਫੋਰਸਮੈਂਟ ਅਧਿਕਾਰੀਆਂ ਨੇ ਹਾਲ ਹੀ ਵਿਚ ਉਨ੍ਹਾਂ ਕਾਰੋਬਾਰਾਂ 'ਤੇ ਅਕਸਰ ਅਤੇ ਬੇਲੋੜੇ ਛਾਪੇ ਮਾਰੇ ਹਨ ਜੋ ਬਾਂਡਾਂ ਰਾਹੀਂ ਦਾਨ ਨਹੀਂ ਕਰਦੇ।

ਐਸੋਸੀਏਸ਼ਨ ਫਾਰ ਡੈਮੋਕ੍ਰੇਟਿਕ ਰਿਫਾਰਮਸ (ADR), ਇਕ ਗ਼ੈਰ-ਲਾਭਕਾਰੀ ਸੰਸਥਾ, ਨੇ 2017 ਵਿਚ ਰਾਜਨੀਤਿਕ ਪਾਰਟੀਆਂ ਦੀ ਗ਼ੈਰ-ਕਾਨੂੰਨੀ ਅਤੇ ਵਿਦੇਸ਼ੀ ਫੰਡਿੰਗ ਅਤੇ ਚੋਣ ਬਾਂਡ ਪ੍ਰਣਾਲੀ ਵਿਚ ਪਾਰਦਰਸ਼ਤਾ ਦੀ ਘਾਟ ਕਾਰਨ ਕਥਿਤ ਭ੍ਰਿਸ਼ਟਾਚਾਰ ਅਤੇ ਲੋਕਤੰਤਰ ਦੇ ਨੁਕਸਾਨ ਬਾਰੇ ਇਕ ਜਨਹਿਤ ਮੁਕੱਦਮਾ ਦਾਇਰ ਕੀਤਾ। 6 ਅਪ੍ਰੈਲ 2022 ਨੂੰ, ਚੀਫ਼ ਜਸਟਿਸ ਐਨਵੀ ਰਮਨਾ ਦੀ ਅਗਵਾਈ ਵਾਲੀ ਬੈਂਚ ਅੱਗੇ, ਨਾਗਰਿਕ ਸੁਤੰਤਰਤਾ ਕਾਰਕੁਨ ਅਤੇ ADR ਦੇ ਵਕੀਲ ਐਡਵੋਕੇਟ ਪ੍ਰਸ਼ਾਂਤ ਭੂਸ਼ਣ ਨੇ ਕਿਹਾ ਕਿ ਇਹ ਇਕ ਮਹੱਤਵਪੂਰਨ ਮਾਮਲਾ ਹੈ ਜਿਸ ਦੀ ਤੁਰੰਤ ਸੁਣਵਾਈ ਹੋਣੀ ਚਾਹੀਦੀ ਹੈ। ਉਨ੍ਹਾਂ ਨੇ ਇਕ ਕਲਕੱਤਾ-ਆਧਾਰਿਤ ਕੰਪਨੀ ਬਾਰੇ ਖ਼ਬਰ ਦਾ ਹਵਾਲਾ ਦਿੱਤਾ, ਜਿਸ ਨੇ 40 ਕਰੋੜ ਰੁਪਏ ਚੋਣ ਬਾਂਡਾਂ ਰਾਹੀਂ ਇਸ ਲਈ ਅਦਾ ਕੀਤੇ ਕਿ ਉਸ 'ਤੇ ਕੋਈ ਐਕਸਾਈਜ਼ ਛਾਪਾ ਨਾ ਪਵੇ। ਅਦਾਲਤ ਨੇ ਇਹ ਵੇਖਣ ਦਾ ਫ਼ੈਸਲਾ ਕੀਤਾ ਕਿ ਕੀ ਮੌਜੂਦਾ ਚੋਣ ਬਾਂਡ ਪ੍ਰੋਗਰਾਮ

ਰਾਜਨੀਤਿਕ ਪਾਰਟੀਆਂ ਦੀ ਗੁਪਤ ਕਾਰਪੋਰੇਟ ਫੰਡਿੰਗ ਨੂੰ ਵਧਾਵਦਾ ਹੈ ਅਤੇ ਕੀ ਇਸ ਨੂੰ ਗ਼ਲਤ ਤਰੀਕੇ ਨਾਲ ਵਿੱਤ ਐਕਟ ਵਜੋਂ ਪਾਸ ਕੀਤਾ ਗਿਆ ਸੀ। ਇਸ ਤੋਂ ਬਾਅਦ ਇਸ ਮਾਮਲੇ 'ਤੇ ਕੋਈ ਸੁਣਵਾਈ ਨਹੀਂ ਹੋਈ।

ਚੋਣ ਬਾਂਡਾਂ ਦੀ ਸ਼ੁਰੂਆਤ ਨਾਲ, ਭਾਜਪਾ ਦੀਆਂ 2019 ਦੀਆਂ ਆਮ ਚੋਣਾਂ ਲਈ ਪ੍ਰਚਾਰ ਮੁਹਿੰਮ ਵਿਚ ਬੇਹੱਦ ਖ਼ਰਚਾ ਹੋਇਆ ਅਤੇ ਇਹ ਬਹੁਤ ਅਸਪਸ਼ਟ ਤੇ ਸਮਝਣ ਵਿਚ ਔਖੀ ਹੋ ਗਈ (ਜੈਫ੍ਰੇਲੋਟ, ਸੀ, ਅਤੇ ਵਰਨੀਅਰਸ, ਜੀ, 2020)।

ਮੀਡੀਆ

ਅਸੀਂ ਇਕ ਬਹੁਤ ਜੁੜੇ ਹੋਏ ਸੰਸਾਰ ਵਿਚ ਰਹਿੰਦੇ ਹਾਂ, ਜਿੱਥੇ ਅਸੀਂ ਕਿਸੇ ਵੀ ਵਿਅਕਤੀ ਨਾਲ ਕਿਤੇ ਵੀ ਤੁਰੰਤ ਸੰਪਰਕ ਕਰ ਸਕਦੇ ਹਾਂ। ਪਰ ਹਮੇਸ਼ਾ ਅਜਿਹਾ ਨਹੀਂ ਸੀ। ਇਤਿਹਾਸ ਵਿਚ, ਮੀਡੀਆ ਦਾ ਵਿਕਾਸ ਵੱਖ-ਵੱਖ ਲਹਿਰਾਂ ਵਿਚ ਹੋਇਆ, ਜਿੱਥੇ ਇਕ ਲਹਿਰ ਹੌਲੀ-ਹੌਲੀ ਦੂਜੀ ਵਿਚ ਬਦਲਦੀ ਰਹੀ। ਜੈਫ ਡੇਸਜਾਰਡਿਨਸ (ਡੇਸਜਾਰਡਿਨਸ, ਜੇ, 2022, 7 ਜੁਲਾਈ) ਨੇ ਇਨ੍ਹਾਂ ਨੂੰ ਤਿੰਨ ਮੁੱਖ ਲਹਿਰਾਂ ਵਿਚ ਵੰਡਿਆ, ਜੋ ਪ੍ਰੋਟੋ ਮੀਡੀਆ (50,000+ ਸਾਲ) ਦੇ ਸ਼ੁਰੂਆਤੀ ਪੜਾਅ ਤੋਂ ਬਾਅਦ ਆਈਆਂ। ਉਸ ਸਮੇਂ ਸੰਦੇਸ਼ ਮਨੁੱਖੀ ਗਤੀਵਿਧੀਆਂ ਰਾਹੀਂ ਭੇਜੇ ਜਾਂਦੇ ਸਨ, ਜਿਵੇਂਕਿ ਮੌਖਿਕ ਪਰੰਪਰਾ ਅਤੇ ਹੱਥ ਨਾਲ ਲਿਖੇ ਪਾਠ।

ਲਹਿਰ 1: ਐਨਾਲਾਗ ਅਤੇ ਸ਼ੁਰੂਆਤੀ ਡਿਜ਼ਿਟਲ ਮੀਡੀਆ (1430-2004) – ਜਦੋਂ ਪ੍ਰਿੰਟਿੰਗ ਪ੍ਰੈੱਸ, ਰੇਡੀਓ, ਟੈਲੀਵਿਜ਼ਨ ਅਤੇ ਕੰਪਿਊਟਰ ਸੰਚਾਰ ਦੇ ਆਮ ਸਾਧਨ ਬਣ ਗਏ।

ਲਹਿਰ 2: ਜੁੜਿਆ ਮੀਡੀਆ (2004-ਵਰਤਮਾਨ) – ਜਦੋਂ ਵੈੱਬ 2.0 ਅਤੇ ਸੋਸ਼ਲ ਮੀਡੀਆ ਆਏ, ਜਿਸ ਨਾਲ ਹਰ ਕੋਈ ਭਾਗ ਲੈ ਸਕਦਾ ਸੀ, ਸਮਗਰੀ ਬਣਾ ਸਕਦਾ ਸੀ ਅਤੇ ਪੂਰੀ ਦੁਨੀਆ ਤੱਕ ਪਹੁੰਚ ਸਕਦਾ ਸੀ।

ਲਹਿਰ 3: ਡਾਟਾ ਮੀਡੀਆ (2015-ਵਰਤਮਾਨ) – ਜਦੋਂ ਬਹੁਤ ਵੱਡੀ ਮਾਤਰਾ ਵਿਚ ਓਪਨ ਸੋਰਸ ਡਾਟਾ ਹਰ ਕਿਸੇ ਲਈ ਉਪਲਬਧ ਹੋਇਆ। ਇਸ ਬੇਹੱਦ ਡਾਟਾ ਕਾਰਨ ਸਟੋਰੇਜ, ਸਹੀਪਣ ਅਤੇ ਮਾਲਕੀ ਪਤਾ ਕਰਨ ਦੀ ਸਮੱਸਿਆ ਉੱਠੀ। ਉੱਭਰ ਰਹੀ ਵੈੱਬ3 ਬਲਾਕਚੇਨ ਤਕਨਾਲੋਜੀ ਇਸ ਸਮੱਸਿਆ ਦਾ ਹੱਲ ਦੇ ਸਕਦੀ ਹੈ।

ਸੋਸ਼ਲ ਮੀਡੀਆ

ਮੀਡੀਆ ਨੂੰ 19ਵੀਂ ਸਦੀ ਵਿਚ ਚੌਥੀ ਸ਼ਕਤੀ (Fourth Estate) ਕਿਹਾ ਜਾਣ ਲੱਗਾ। ਇਸ ਸ਼ਬਦ ਦੀ ਸ਼ੁਰੂਆਤ ਨੂੰ ਮੱਧਕਾਲੀਨ ਰਾਜ ਦੇ "ਐਸਟੇਟਸ" ਦੇ ਸੰਦਰਭ ਵਿਚ ਸਭ ਤੋਂ ਵਧੀਆ ਤਰੀਕੇ ਨਾਲ ਸਮਝਿਆ ਜਾ ਸਕਦਾ ਹੈ। ਮੱਧਕਾਲੀ ਸਮਾਜ ਵਿਚ ਤਿੰਨ ਐਸਟੇਟਸ ਨੂੰ ਰਸਮੀ ਤੌਰ 'ਤੇ ਮੰਨਿਆ ਗਿਆ ਸੀ: ਪਾਦਰੀ ਵਰਗ (clergy), ਕੁਲੀਨ ਵਰਗ (nobility), ਅਤੇ ਆਮ ਲੋਕ (commoners)। ਹਰ ਐਸਟੇਟ ਦੀ ਆਪਣੀ ਵੱਖਰੀ ਸਮਾਜਕ ਭੂਮਿਕਾ ਅਤੇ ਸ਼ਕਤੀ ਦਾ ਇਕ ਪੱਧਰ ਸੀ, ਅਤੇ ਰਾਜ ਦੇ ਐਸਟੇਟਸ ਦਾ ਇਹ ਵਿਚਾਰ ਸਮਾਜ ਵਿਚ ਡੂੰਘਾ ਰਚ ਗਿਆ ਸੀ। ਇਸ ਤਰ੍ਹਾਂ, ਮੀਡੀਆ ਨੂੰ ਚੌਥੀ ਸ਼ਕਤੀ ਮੰਨਿਆ ਗਿਆ ਤਾਂ ਜੋ ਇਹ ਵੀ ਸ਼ਕਤੀ ਦਾ ਹਿੱਸਾ ਬਣ ਸਕੇ।

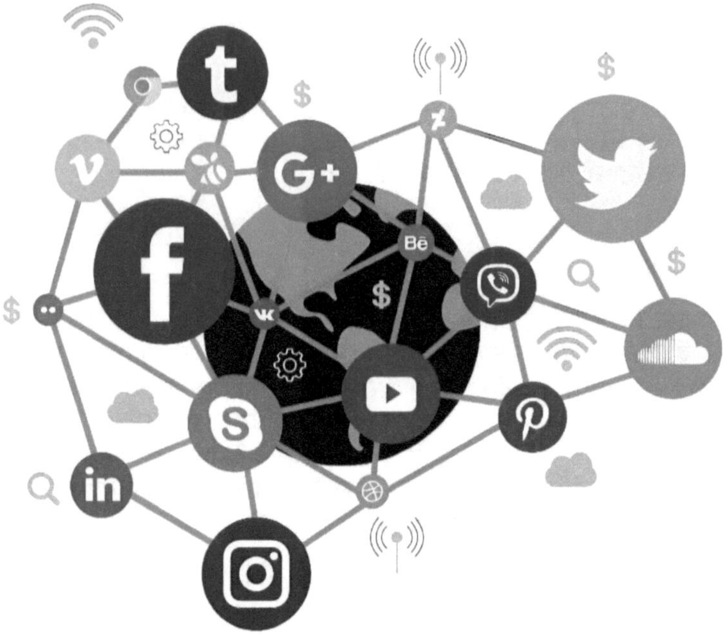

ਚਿੱਤਰ 7: ਸ਼ੋਸਲ ਮੀਡੀਆ

Source:https://cwpwp2betterthanpapercom/wpcontent/uploads/2019/05/social-mediamarketing

ਪ੍ਰੈੱਸ ਦੀ ਆਜ਼ਾਦੀ ਸਮਾਜ ਦਾ ਇਕ ਜ਼ਰੂਰੀ ਹਿੱਸਾ ਰਹੀ ਹੈ। ਇਸ ਦਾ ਮਤਲਬ ਹੈ ਕਿ ਇਕ ਵੱਧ ਦਖ਼ਲ ਕਰਨ ਵਾਲੀ ਸਰਕਾਰ ਤੋਂ ਬਚਾਉਣ ਲਈ ਸੰਵਿਧਾਨਕ ਅਤੇ ਕਾਨੂੰਨੀ ਸੁਰੱਖਿਆ ਦੇ ਨਾਲ ਪ੍ਰੈੱਸ ਵਿਚ ਦਖ਼ਲ ਨਾ ਹੋਵੇ। ਮਨੁੱਖੀ ਅਧਿਕਾਰਾਂ ਦੇ ਵਿਸ਼ਵ-ਵਿਆਪੀ ਐਲਾਨਨਾਮੇ ਅਨੁਸਾਰ, ਹਰ ਵਿਅਕਤੀ ਨੂੰ ਰਾਏ ਅਤੇ ਪ੍ਰਗਟਾਵੇ ਦੀ ਆਜ਼ਾਦੀ ਦਾ ਅਧਿਕਾਰ ਹੈ। ਇਸ ਵਿਚ ਇਹ ਸ਼ਾਮਲ ਹੈ ਕਿ ਕੋਈ ਵਿਅਕਤੀ ਬਿਨਾਂ ਦਖ਼ਲ ਦੇ ਆਪਣੀ ਰਾਏ ਰੱਖ ਸਕਦਾ ਹੈ ਅਤੇ ਸਰਹੱਦਾਂ ਦੀ ਪ੍ਰਵਾਹ ਕੀਤੇ ਬਿਨਾਂ ਕਿਸੇ ਵੀ ਮੀਡੀਆ ਰਾਹੀਂ ਜਾਣਕਾਰੀ ਅਤੇ ਵਿਚਾਰ ਪ੍ਰਾਪਤ ਅਤੇ ਸਾਂਝੇ ਕਰ ਸਕਦਾ ਹੈ।

ਰਵਾਇਤੀ ਮੀਡੀਆ, ਚਾਹੇ ਪ੍ਰਿੰਟ ਹੋਵੇ ਜਾਂ ਟੀਵੀ, ਦੁਨੀਆ ਭਰ ਵਿਚ ਨਿੱਜੀ ਹਿਤਾਂ ਦੀ ਮਾਲਕੀ ਅਤੇ ਨਿਯੰਤਰਣ ਹੇਠ ਰਿਹਾ ਹੈ। ਸੰਪਾਦਕਾਂ ਅਤੇ ਲੇਖਕਾਂ ਕੋਲ ਆਪਣੀ ਰਾਏ ਦੇਣ ਜਾਂ ਖ਼ਬਰਾਂ ਰਿਪੋਰਟ ਕਰਨ ਦੀ ਪੂਰੀ ਆਜ਼ਾਦੀ ਨਹੀਂ ਹੁੰਦੀ। ਅਕਸਰ ਉਨ੍ਹਾਂ ਨੂੰ ਮਾਲਕਾਂ – ਜੋ ਆਮ ਤੌਰ 'ਤੇ ਵਪਾਰਕ ਘਰਾਣੇ ਜਾਂ ਸਰਕਾਰਾਂ ਹੁੰਦੇ ਹਨ – ਦੁਆਰਾ ਨਿਰਧਾਰਤ ਸੋਚ ਅਤੇ ਹਦਾਇਤਾਂ ਦੀ ਸਖ਼ਤੀ ਨਾਲ ਪਾਲਣਾ ਕਰਨੀ ਪੈਂਦੀ ਹੈ, ਤਾਂ ਜੋ ਉਨ੍ਹਾਂ ਦੇ ਹਿਤ ਪੂਰੇ ਹੋ ਸਕਣ।

ਮੀਡੀਆ 'ਤੇ ਇਨ੍ਹਾਂ ਹਿਤਾਂ ਦੀ ਮਜ਼ਬੂਤ ਪਕੜ ਆਜ਼ਾਦੀ-ਪਸੰਦ ਸਮਾਜ ਲਈ ਘੁੱਟਣ ਵਾਲੀ ਅਤੇ ਅਸਹਿਣ ਬਣ ਗਈ ਸੀ। ਇਸ ਲਈ ਇਕ ਐਸਾ ਵਿਕਲਪਕ ਮੰਚ ਚਾਹੀਦਾ ਸੀ, ਜਿੱਥੇ ਲੋਕ ਬਿਨਾਂ ਡਰ, ਪੱਖਪਾਤ ਜਾਂ ਜ਼ਬਰਦਸਤੀ ਦੇ, ਆਜ਼ਾਦੀ ਨਾਲ ਅਤੇ ਖੁੱਲ੍ਹੇ ਤੌਰ 'ਤੇ

ਆਪਣੇ-ਆਪ ਨੂੰ ਪ੍ਰਗਟ ਕਰ ਸਕਣ।

ਇਸ ਨੇ ਡਾਟਕਾਮ ਬੂਮ ਯੁੱਗ ਦੌਰਾਨ ਸੋਸ਼ਲ ਮੀਡੀਆ ਦੀ ਧਾਰਨਾ ਅਤੇ ਜਨਮ ਨੂੰ ਜ਼ਰੂਰੀ ਬਣਾ ਦਿੱਤਾ। ਸੂਚਨਾ ਤਕਨਾਲੋਜੀ ਵਿਚ ਤਰੱਕੀ ਕਾਰਨ ਫੇਸਬੁੱਕ, ਟਵਿੱਟਰ, ਲਿੰਕਡਇਨ, ਯੂਟਿਊਬ, ਵਟਸਐਪ ਅਤੇ ਇਸ ਤਰ੍ਹਾਂ ਦੇ ਹੋਰ ਕਈ ਸੋਸ਼ਲ ਮੀਡੀਆ ਪਲੇਟਫਾਰਮਾਂ ਨੂੰ ਵਿਕਸਤ ਹੋਣ ਲਈ ਉਪਜਾਊ ਮੌਕਾ ਮਿਲਿਆ (ਚਿੱਤਰ 7 ਅਤੇ 8)। ਚੀਨ ਨੇ ਜ਼ਿਆਦਾਤਰ ਅਮਰੀਕੀ ਸੋਸ਼ਲ ਮੀਡੀਆ ਪਲੇਟਫਾਰਮਾਂ ਨੂੰ ਰੋਕ ਦਿੱਤਾ ਅਤੇ ਆਪਣੀਆਂ ਐਪਲੀਕੇਸ਼ਨਾਂ ਜਿਵੇਂ ਬਾਇਡੂ, ਵੀਚੈਟ, ਟਿਕਟੌਕ ਆਦਿ ਬਣਾਈਆਂ। ਇਨ੍ਹਾਂ ਸੋਸ਼ਲ ਮੀਡੀਆ ਪਲੇਟਫਾਰਮਾਂ ਨੇ ਅਰਬਾਂ ਲੋਕਾਂ ਨੂੰ ਆਪਣਾ ਗ਼ੁੱਸਾ ਕੱਢਣ ਅਤੇ ਖੁੱਲ੍ਹੇ ਤੌਰ 'ਤੇ ਆਪਣੇ-ਆਪ ਨੂੰ ਪ੍ਰਗਟ ਕਰਨ ਦਾ ਮੌਕਾ ਦਿੱਤਾ। ਇਸ ਨਾਲ ਪ੍ਰਿੰਟ ਮੀਡੀਆ ਲਈ ਮੌਤ ਦੀ ਘੰਟੀ ਵੱਜ ਗਈ।

ਹਰ ਸਮੇਂ ਦੀਆਂ ਅਤੇ ਹਰ ਕਿਸਮ ਦੀਆਂ ਸਰਕਾਰਾਂ ਜਾਣਕਾਰੀ ਨੂੰ ਸੰਵੇਦਨਸ਼ੀਲਤਾ ਦੇ ਬਹਾਨੇ ਗੁਪਤ ਰੱਖਦੀਆਂ ਹਨ ਅਤੇ ਸਿਰਫ਼ ਉਹੀ ਛਾਣੀ ਹੋਈ ਜਾਣਕਾਰੀ ਜਾਰੀ ਕਰਦੀਆਂ ਹਨ ਜੋ ਪ੍ਰਚਾਰ ਵਜੋਂ ਕੰਮ ਕਰਦੀ ਹੈ ਅਤੇ ਆਪਣੇ ਏਜੰਡੇ ਨੂੰ ਵਧਾਉਂਦੀ ਹੈ। ਇਸੇ ਤਰ੍ਹਾਂ, ਕਾਰੋਬਾਰੀ ਘਰਾਣੇ ਵੀ ਮੀਡੀਆ ਨੂੰ ਆਪਣੇ ਉਤਪਾਦਾਂ ਅਤੇ ਸੇਵਾਵਾਂ ਨੂੰ ਉਤਸ਼ਾਹਿਤ ਕਰਨ ਲਈ ਵਰਤਦੇ ਹਨ, ਬਿਨਾਂ ਇਸ ਗੱਲ ਦਾ ਧਿਆਨ ਕੀਤੇ ਕਿ ਜਾਣਕਾਰੀ ਸੁਤੰਤਰ ਅਤੇ ਨਿਰਪੱਖ ਹੋਵੇ, ਜੋ ਆਮ ਲੋਕਾਂ ਤੱਕ ਪਹੁੰਚੇ। ਅਜਿਹੇ ਘਰਾਣਿਆਂ ਦੀ ਮਾਲਕੀ ਵਾਲੇ ਮੀਡੀਆ ਨੂੰ ਸਿਰਫ਼ ਵੱਡੇ ਪੱਧਰ ਦੀ ਇਸ਼ਤਿਹਾਰਬਾਜ਼ੀ ਅਤੇ ਪ੍ਰਚਾਰ ਵਜੋਂ ਹੀ ਦੇਖਿਆ ਜਾ ਸਕਦਾ ਹੈ। ਸਮਾਜ ਵਿਚ ਜਾਣਕਾਰੀ ਦੀ ਕਮੀ ਭ੍ਰਿਸ਼ਟਾਚਾਰ ਨੂੰ ਜਨਮ ਦਿੰਦੀ ਹੈ। ਇਹੀ ਕਾਰਨ ਹੈ ਕਿ ਤੀਜੀ ਦੁਨੀਆ ਜਾਂ ਵਿਕਾਸਸ਼ੀਲ ਦੇਸ਼ਾਂ ਵਿਚ ਭ੍ਰਿਸ਼ਟਾਚਾਰ ਬਹੁਤ ਵੱਧ ਪਾਇਆ ਜਾਂਦਾ ਹੈ।

ਭਾਰਤ ਵਿਚ, 1990 ਦੇ ਦਹਾਕੇ ਦੇ ਸ਼ੁਰੂ ਵਿਚ ਰਾਜਸਥਾਨ ਵਿਚ ਸੂਚਨਾ ਦੇ ਅਧਿਕਾਰ ਲਈ ਇਕ ਅੰਦੋਲਨ ਸ਼ੁਰੂ ਹੋਇਆ। ਇਹ ਅੰਦੋਲਨ ਜਾਣਕਾਰੀ ਤੱਕ ਪਹੁੰਚ ਰਾਹੀਂ ਭ੍ਰਿਸ਼ਟਾਚਾਰ ਨੂੰ ਬੇਨਕਾਬ ਕਰਨ ਵਿਚ ਕਾਮਯਾਬ ਰਿਹਾ। ਇਹ ਸਿਵਲ ਸੁਸਾਇਟੀ ਲਈ ਇਕ ਪ੍ਰੇਰਣਾ ਬਣਿਆ ਅਤੇ ਇਸ ਦੇ ਨਤੀਜੇ ਵਜੋਂ ਭਾਰਤ ਦੇ ਕਈ ਰਾਜਾਂ ਅਤੇ ਕੇਂਦਰ ਵਿਚ ਸੂਚਨਾ ਦਾ ਅਧਿਕਾਰ (RTI) ਕਾਨੂੰਨ ਲਾਗੂ ਕੀਤਾ ਗਿਆ।

ਸੋਸ਼ਲ ਮੀਡੀਆ ਦੇ ਆਉਣ ਨਾਲ ਅਮੀਰ-ਗ਼ਰੀਬ, ਵੱਡੇ-ਛੋਟੇ ਸਭ ਨੂੰ ਆਪਣੇ ਵਿਚਾਰ ਪੇਸ਼ ਕਰਨ, ਆਪਣੀ ਨਿਰਾਸ਼ਾ ਕੱਢਣ, ਸਰਕਾਰਾਂ ਪ੍ਰਤੀ ਨਾਰਾਜ਼ਗੀ ਦਿਖਾਉਣ ਅਤੇ ਆਪਣੀ ਪ੍ਰਤਿਭਾ ਦਿਖਾਉਣ ਲਈ ਬਰਾਬਰ ਦਾ ਮੌਕਾ ਮਿਲਿਆ ਹੈ। ਰੋਜ਼ਾਨਾ ਦੇ ਘਟਨਾਕ੍ਰਮ 'ਤੇ ਆਪਣਾ ਵਿਚਾਰ ਦੇਣਾ ਜਾਂ ਆਪਣਾ ਪੱਤਰ ਸੰਪਾਦਕ ਤੱਕ ਪਹੁੰਚਾਉਣਾ ਪਹਿਲਾਂ ਬਹੁਤ ਔਖਾ ਕੰਮ ਸੀ। ਹੁਣ ਅਜਿਹਾ ਨਹੀਂ ਹੈ। ਕੋਈ ਵੀ ਆਸਾਨੀ ਨਾਲ ਬਲੌਗ ਸ਼ੁਰੂ ਕਰ ਸਕਦਾ ਹੈ ਅਤੇ ਆਪਣੀ ਸੋਚ ਸਾਂਝੀ ਕਰ ਸਕਦਾ ਹੈ, ਜਿਸ ਨੂੰ ਚਿੰਤਤ ਅਤੇ ਜਾਗਰੂਕ ਲੋਕ ਧਿਆਨ ਨਾਲ ਪੜ੍ਹ ਸਕਦੇ ਹਨ।

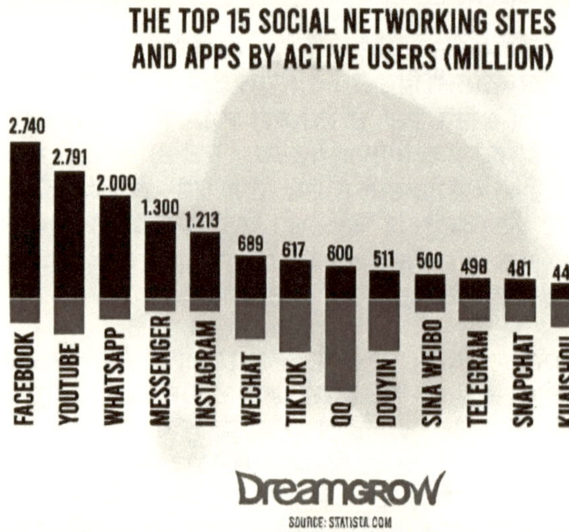

ਚਿੱਤਰ 8: ਸਰਗਰਮ ਵਰਤੋਂਕਾਰਾਂ ਵਾਲੀਆਂ 15 ਪ੍ਰਮੁੱਖ ਸੋਸ਼ਲ ਮੀਡੀਆ ਸਾਈਟਾਂ (ਮਿਲੀਅਨ ਵਿਚ)।

Source:
https://wwwdreamgrowcom/wp-content/uploads/2021/05/Top-15-Social-Networking-Sites-and-Apps-by-Acti ve-Users-1webp

ਲੋਕਾਂ ਦਾ ਕੋਈ ਵੀ ਸਮੂਹ ਗੂਗਲ ਮੀਟ, ਸਕਾਈਪ, ਜ਼ੂਮ ਜਾਂ ਹੋਰ ਮੁਫ਼ਤ ਐਪਲੀਕੇਸ਼ਨਾਂ ਰਾਹੀਂ ਔਨਲਾਈਨ ਵੀਡੀਓ ਚੈਟ, ਮੀਟਿੰਗ ਜਾਂ ਸੈਮੀਨਾਰ ਕਰ ਸਕਦਾ ਹੈ, ਸ਼ਕਤੀਸ਼ਾਲੀ ਲਾਬੀ ਸਮੂਹ ਬਣਾ ਸਕਦਾ ਹੈ ਅਤੇ ਸੱਤਾ ਵਿਚ ਬੈਠੇ ਲੋਕਾਂ ਤੱਕ ਆਪਣੀ ਗੱਲ ਪਹੁੰਚਾ ਸਕਦਾ ਹੈ, ਜੋ ਨਹੀਂ ਤਾਂ ਉਨ੍ਹਾਂ ਦੀਆਂ ਬੇਨਤੀਆਂ ਸੁਣਦੇ ਹੀ ਨਹੀਂ। ਤਕਨਾਲੋਜੀ ਕਿਸੇ ਨਵੇਂ ਵਿਅਕਤੀ ਨੂੰ ਵੀ ਕਿਸੇ ਗ਼ੈਰ-ਕਾਨੂੰਨੀ ਗਤੀਵਿਧੀ ਜਾਂ ਵਿਅਕਤੀ 'ਤੇ ਸਟਿੰਗ ਓਪਰੇਸ਼ਨ ਕਰਨ ਦੀ ਆਜ਼ਾਦੀ ਦਿੰਦੀ ਹੈ। ਅਜਿਹਾ ਸੁਨੇਹਾ ਜਾਂ ਖੁਲਾਸਾ ਕੁਝ ਮਿੰਟਾਂ ਵਿਚ ਹੀ ਵਾਇਰਲ ਹੋ ਜਾਂਦਾ ਹੈ।

ਨੌਜਵਾਨ ਅਤੇ ਨਵੇਂ ਪ੍ਰਤਿਭਾਸ਼ਾਲੀ ਲੋਕ ਯੂਟਿਊਬ 'ਤੇ ਆਪਣੇ ਗਾਣੇ, ਸੰਗੀਤ ਜਾਂ ਕੰਮ ਪੋਸਟ ਕਰਕੇ ਰਾਤੋ-ਰਾਤ ਮਸ਼ਹੂਰ ਹੋ ਸਕਦੇ ਹਨ। ਹੁਣ ਉਨ੍ਹਾਂ ਨੂੰ ਰਿਕਾਰਡਿੰਗ ਕੰਪਨੀਆਂ ਤੋਂ ਕੰਮ ਲੈਣ ਲਈ ਮਿੰਨਤਾਂ ਨਹੀਂ ਕਰਨੀ ਪੈਂਦੀਆਂ। ਜੇ ਤੁਹਾਡੀ ਪ੍ਰਤਿਭਾ ਮਿਆਰੀ ਹੈ, ਤਾਂ ਕੰਪਨੀਆਂ ਆਪ ਤੁਹਾਨੂੰ ਸਾਈਨ ਕਰਨ ਲਈ ਖੋਜਣ ਆਉਣਗੀਆਂ। ਇਸ ਤਰ੍ਹਾਂ ਸਮੀਕਰਨ ਪੂਰੀ ਤਰ੍ਹਾਂ ਬਦਲ ਗਿਆ ਹੈ – ਹੁਣ ਕੰਪਨੀਆਂ ਤੁਹਾਡੇ ਪਿੱਛੇ ਆਉਂਦੀਆਂ ਹਨ, ਨਾ ਕਿ ਤੁਸੀਂ ਉਨ੍ਹਾਂ ਦੇ।

ਛੋਟੇ ਕਾਰੋਬਾਰ ਵੀ ਬਿਨਾਂ ਵੱਡਾ ਖ਼ਰਚਾ ਕੀਤੇ ਲੱਖਾਂ ਲੋਕਾਂ ਅਤੇ ਆਪਣੇ ਨਿਸ਼ਾਨੇ ਵਾਲੇ ਦਰਸ਼ਕਾਂ ਤੱਕ ਪਹੁੰਚ ਸਕਦੇ ਹਨ। ਇਸ ਨਾਲ ਮੁਕਾਬਲਾ ਸਭ ਲਈ ਬਰਾਬਰ ਹੋ ਗਿਆ ਹੈ।

ਫ਼ਰਜ਼ੀ ਖ਼ਬਰਾਂ (Fake News)

ਅੱਜਕੱਲ੍ਹ ਪੈਸੇ ਦੇ ਕੇ ਫੈਲਾਈਆਂ ਜਾਣ ਵਾਲੀਆਂ ਅਤੇ ਫ਼ਰਜ਼ੀ ਖ਼ਬਰਾਂ ਆਮ ਹੋ ਗਈਆਂ ਹਨ। ਫ਼ਰਜ਼ੀ ਖ਼ਬਰਾਂ ਸੋਸ਼ਲ ਮੀਡੀਆ ਦਾ ਇਕ ਸਾਈਡ-ਇਫੈਕਟ ਹਨ। ਸੋਸ਼ਲ ਮੀਡੀਆ ਦੇ ਇਸ ਯੁੱਗ ਵਿਚ, ਤੱਥ ਅਤੇ ਸਚਾਈ ਦੀ ਮਹੱਤਤਾ ਘਟ ਗਈ ਹੈ ਅਤੇ ਹੁਣ ਉਨ੍ਹਾਂ ਦੀ ਕੋਈ ਵਧੀਕ ਕਦਰ ਨਹੀਂ ਰਹੀ (ਚਿੱਤਰ 9)। ਹੁਣ ਸਿਰਫ਼ ਧਾਰਨਾਵਾਂ ਹੀ ਮਹੱਤਵ ਰੱਖਦੀਆਂ ਹਨ – ਅਤੇ ਇਹ ਧਾਰਨਾਵਾਂ ਪ੍ਰਚਾਰ ਰਾਹੀਂ ਬਣਾਈਆਂ ਜਾਂਦੀਆਂ ਹਨ। ਇਸ ਦਾ ਮੁੱਖ ਤੱਤ ਇਹ ਹੈ ਕਿ ਆਪਣੇ ਏਜੰਡੇ ਨੂੰ ਅੱਗੇ ਵਧਾਉਣ ਲਈ ਪ੍ਰਚਾਰ ਵਿਚ ਨਿਵੇਸ਼ ਕੀਤਾ ਜਾਵੇ, ਭਾਵੇਂ ਉਹ ਕਿੰਨਾ ਵੀ ਨੁਕਸਾਨਦਾਇਕ ਕਿਉਂ ਨਾ ਹੋਵੇ।

ਪਹਿਲਾਂ, ਤੱਥਾਂ ਅਤੇ ਸਚਾਈ ਨੂੰ ਛੁਪਾਉਣ ਲਈ ਡਾਟਾ ਅਤੇ ਜਾਣਕਾਰੀ ਨੂੰ ਦਬਾਇਆ ਜਾਂਦਾ ਸੀ। ਹੁਣ ਉਹੀ ਉਦੇਸ਼ ਝੂਠੀ ਜਾਣਕਾਰੀ, ਗ਼ਲਤ ਜਾਣਕਾਰੀ ਅਤੇ ਪ੍ਰਚਾਰ ਰਾਹੀਂ ਤੱਥਾਂ ਨੂੰ ਢਕ ਕੇ ਹਾਸਲ ਕੀਤਾ ਜਾਂਦਾ ਹੈ। ਇਹ ਇਸ ਤਰ੍ਹਾਂ ਕੀਤਾ ਜਾਂਦਾ ਹੈ ਕਿ ਅਜਿਹੀਆਂ ਕਹਾਣੀਆਂ ਫੈਲਾਈਆਂ ਜਾਂ ਬਣਾਈਆਂ ਜਾਂਦੀਆਂ ਹਨ ਜਿਨ੍ਹਾਂ ਵਿਚ ਅਪ੍ਰਮਾਣਿਤ ਹਵਾਲੇ ਅਤੇ ਸਰੋਤ ਹੁੰਦੇ ਹਨ, ਤਾਂ ਜੋ ਪਾਠਕਾਂ ਨੂੰ ਗੁੰਮਰਾਹ ਕੀਤਾ ਜਾ ਸਕੇ (ਦੇਸਾਈ, ਐਸ, 2022, 26 ਮਈ)। ਵਟਸਐਪ ਗਰੁੱਪਾਂ ਅਤੇ ਸੋਸ਼ਲ ਮੀਡੀਆ 'ਤੇ ਕਾਪੀ-ਪੇਸਟ ਅਤੇ ਸਾਂਝਾ ਕਰਨ ਦੀ ਤਕਨੀਕੀ ਸੌਖ ਕਾਰਨ ਇਹ ਸਮੱਸਿਆ ਹੋਰ ਵੀ ਵੱਧ ਗਈ ਹੈ।

ਫ਼ਰਜ਼ੀ ਖ਼ਬਰਾਂ ਦੇ ਵਧਣ ਨਾਲ, ਖ਼ਬਰਾਂ ਦੀ ਜਾਂਚ ਅਤੇ ਸਚਾਈ ਦੀ ਪੜਤਾਲ ਲਈ ਕਈ ਤੱਥ-ਜਾਂਚ ਵੈੱਬਸਾਈਟਾਂ ਅਤੇ ਸਾਧਨ ਉੱਭਰ ਕੇ ਸਾਹਮਣੇ ਆਏ ਹਨ। ਇਕ ਗ਼ੈਰ-ਮੁਨਾਫ਼ਾ ਮੀਡੀਆ ਸੰਸਥਾ ਅਤੇ ਨਿਊਜ਼ਰੂਮ ਪੋਇੰਟਰ (Poynter) ਨੇ 2015 ਵਿਚ ਇੰਟਰਨੈਸ਼ਨਲ ਫੈਕਟ-ਚੈਕਿੰਗ ਨੈੱਟਵਰਕ (IFCN) ਸ਼ੁਰੂ ਕੀਤਾ, ਤਾਂ ਜੋ ਵੱਖ-ਵੱਖ ਤੱਥ-ਜਾਂਚਕਰਤਾਵਾਂ ਅਤੇ ਵੈੱਬਸਾਈਟਾਂ ਨੂੰ ਇਕੱਠਾ ਕਰਕੇ ਫ਼ਰਜ਼ੀ ਖ਼ਬਰਾਂ ਦੇ ਖ਼ਤਰੇ ਨੂੰ ਰੋਕਿਆ ਜਾ ਸਕੇ। ਇਸੇ ਉਦੇਸ਼ ਲਈ, ਗੂਗਲ ਨੇ ਵੀ ਇਕ ਤੱਥ-ਜਾਂਚ ਐਕਸਪਲੋਰਰ ਬਣਾਇਆ ਹੈ, ਜੋ https://toolbox.google.com/factcheck/explorer 'ਤੇ ਉਪਲਬਧ ਹੈ। ਭਾਰਤ ਵਿਚ, ਆਲਟਨਿਊਜ਼ (Altnews) (https://www.altnews.in), ਇਕ ਗ਼ੈਰ-ਮੁਨਾਫ਼ਾ ਤੱਥ-ਜਾਂਚ ਵੈੱਬਸਾਈਟ ਹੈ, ਜਿਸ ਦੀ ਸਥਾਪਨਾ ਸਾਬਕਾ ਸਾਫਟਵੇਅਰ ਇੰਜੀਨੀਅਰ ਪ੍ਰਤੀਕ ਸਿਨਹਾ ਅਤੇ ਮੁਹੰਮਦ ਜ਼ੁਬੈਰ ਨੇ ਕੀਤੀ ਸੀ ਅਤੇ ਇਹ ਉਹੀ ਚਲਾਉਂਦੇ

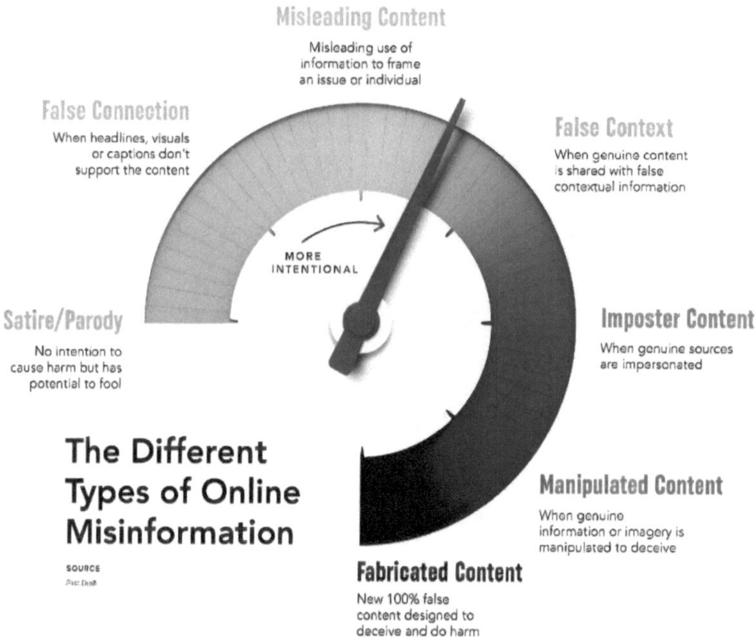

ਹਨ। ਇਹ ਵੈੱਬਸਾਈਟ ਫ਼ਰਜ਼ੀ ਖ਼ਬਰਾਂ ਦਾ ਪਰਦਾਫਾਸ਼ ਕਰਨ ਵਿਚ ਖ਼ਾਸ ਤੌਰ 'ਤੇ ਪ੍ਰਭਾਵਸ਼ਾਲੀ ਹੈ।

ਫ਼ਰਜ਼ੀ ਖ਼ਬਰਾਂ ਦੇ ਸਪਸ਼ਟ ਆਰਥਕ, ਰਾਜਨੀਤਿਕ ਅਤੇ ਸਮਾਜਕ ਨਤੀਜੇ ਹੁੰਦੇ ਹਨ। ਇਸ ਦੇ ਬਣਾਉਣ ਵਾਲੇ, ਇਸ ਨੂੰ ਖਪਤ ਕਰਨ ਵਾਲੇ ਅਤੇ ਫ਼ੈਸਲੇ ਲੈਣ ਵਾਲੇ ਆਪਸ ਵਿਚ ਇਕ-ਦੂਜੇ ਨੂੰ ਮਜ਼ਬੂਤ ਕਰਦੇ ਹਨ ਅਤੇ ਇਕ ਖ਼ਤਰਨਾਕ ਚੱਕਰ ਬਣਾਉਂਦੇ ਹਨ, ਜਿਸ ਨੂੰ ਤੋੜਨਾ ਜ਼ਰੂਰੀ ਹੈ।

ਚਿੱਤਰ 9: ਫ਼ਰਜ਼ੀ ਖ਼ਬਰਾਂ

Source:
https://wwwvisualcapitalistcom/wp-content/uploads/2021/02/How-to-Spot-Fake-News-full2jpg

ਫ਼ਰਜ਼ੀ ਖ਼ਬਰਾਂ ਦੇ ਦੋ ਰੂਪ ਹੁੰਦੇ ਹਨ:

4. **ਹਾਨੀ ਰਹਿਤ ਗ਼ਲਤ ਜਾਣਕਾਰੀ** (benign misinformation) – ਜੋ ਸਿਰਫ਼ ਗ਼ਲਤ ਹੁੰਦੀ ਹੈ ਅਤੇ ਅਕਸਰ ਅਣਜਾਣੇ ਵਿਚ ਫੈਲ ਜਾਂਦੀ ਹੈ।
4. **ਗ਼ਲਤ ਪ੍ਰਚਾਰ** (disinformation) – ਜੋ ਜਾਣ-ਬੁੱਝ ਕੇ ਧੋਖਾ ਦੇਣ ਲਈ ਫੈਲਾਇਆ ਜਾਂਦਾ ਹੈ।

ਇਹ ਗ਼ਲਤ ਪ੍ਰਚਾਰ ਸਮਾਜਕ ਇੰਜੀਨੀਅਰਿੰਗ ਅਤੇ ਧੋਖਾਧੜੀ ਦੇ ਮਕਸਦਾਂ ਲਈ ਵਰਤਿਆ ਜਾਂਦਾ ਹੈ। ਇਸ ਵਿਚ ਪਾਠਕਾਂ ਦੇ ਵਿਹਾਰਾਂ ਨੂੰ ਬਦਲਣ ਲਈ ਤਕਨੀਕੀ ਢੰਗ ਦੀ ਬਜਾਏ ਮਨੋਵਿਗਿਆਨਕ ਤਰੀਕੇ ਵਰਤੇ ਜਾਂਦੇ ਹਨ (ਕਸ਼ੇਤਰੀ, ਐਨ, ਅਤੇ ਵੋਆਸ, ਜੇ, 2017a)।

ਟਿਕਟੋਕ ਵਰਗੇ ਸੋਸ਼ਲ ਮੀਡੀਆ ਪਲੇਟਫਾਰਮ, ਤੇਜ਼ ਫੀਡਬੈਕ ਲੂਪਸ (fast feedback loops) ਕਾਰਨ, ਐਲਗੋਰਿਦਮ ਨੂੰ ਸਿਖਾ ਸਕਦੇ ਹਨ ਅਤੇ ਇਸ ਦੇ ਇੰਜਣ ਉਪਭੋਗਤਾਵਾਂ ਨੂੰ ਜਲਦੀ ਹੀ ਬਹੁਤ ਹੀ ਅੱਤਵਾਦੀ ਸਮਗਰੀ ਵੱਲ ਧੱਕਣ ਦੀ ਸਿਫ਼ਾਰਸ਼ ਕਰ ਸਕਦੇ ਹਨ। ਇਸ ਘਟਨਾ ਨੂੰ ਐਲਗੋਰਿਦਮ ਰੈਡੀਕਲਾਈਜ਼ੇਸ਼ਨ ਕਿਹਾ ਜਾਂਦਾ ਹੈ, ਜੋ ਇਕ ਸਮਾਜਕ ਤੌਰ 'ਤੇ ਖ਼ਤਰਨਾਕ ਅਤੇ ਅਣਚਾਹਿਆ ਰੁਝਾਨ ਹੈ (ਰੂਟਲੇ, ਐਨ, 2022, 29 ਜੂਨ)।

ਬੋਟਸ (Bots) ਕੰਪਿਊਟਰ-ਬਣੇ ਐਲਗੋਰਿਦਮ ਹੁੰਦੇ ਹਨ ਜੋ ਸੋਸ਼ਲ ਮੀਡੀਆ ਪਲੇਟਫਾਰਮਾਂ ਵੱਲੋਂ ਦਿੱਤੇ ਜਾਣ ਵਾਲੇ ਐਪਲੀਕੇਸ਼ਨ ਪ੍ਰੋਗਰਾਮਿੰਗ ਇੰਟਰਫੇਸ (API) ਦੀ ਵਰਤੋਂ ਕਰਕੇ ਆਸਾਨੀ ਨਾਲ ਬਣਾਏ ਜਾ ਸਕਦੇ ਹਨ। ਇਕ ਵਿਅਕਤੀ ਹਜ਼ਾਰਾਂ ਬੋਟਸ ਚਲਾ ਸਕਦਾ ਹੈ। ਇਹ ਬੋਟਸ ਚਰਚਾਵਾਂ ਵਿਚ ਹੇਰਾਫੇਰੀ ਕਰਦੇ ਹਨ ਅਤੇ ਕੁਝ ਸੰਦੇਸ਼ਾਂ ਨੂੰ ਵਧਾ ਚੜ੍ਹਾ ਕੇ ਪੇਸ਼ ਕਰਦੇ ਹਨ। ਇਹੋ ਜਿਹੇ ਬੋਟਸ 2016 ਦੀਆਂ ਅਮਰੀਕੀ ਚੋਣਾਂ ਦੌਰਾਨ ਵਰਤੇ ਜਾਣ ਦੀਆਂ ਰਿਪੋਰਟਾਂ ਹਨ (ਮੇਨਸਰ, ਐਫ, 2020ਬੀ, 1 ਦਸੰਬਰ)। 2017 ਵਿਚ, ਟਵਿੱਟਰ ਦੇ ਸਰਗਰਮ ਉਪਭੋਗਤਾ ਖਾਤਿਆਂ ਵਿੱਚੋਂ ਲਗਭਗ 15 ਪ੍ਰਤੀਸ਼ਤ ਬੋਟਸ ਸਨ, ਅਤੇ ਉਨ੍ਹਾਂ ਨੇ ਗ਼ਲਤ ਜਾਣਕਾਰੀ ਫੈਲਾਉਣ ਵਿਚ ਮੁੱਖ ਭੂਮਿਕਾ ਨਿਭਾਈ, ਇਕ ਸਾਇੰਟਿਫਿਕ ਅਮਰੀਕਨ ਰਿਪੋਰਟ ਅਨੁਸਾਰ। ਫੇਸਬੁੱਕ ਅਤੇ ਟਵਿੱਟਰ ਨੇ 2020 ਦੀਆਂ ਅਮਰੀਕੀ ਚੋਣਾਂ ਅਤੇ 2019 ਦੀਆਂ ਭਾਰਤੀ ਚੋਣਾਂ ਨੂੰ ਪ੍ਰਭਾਵਿਤ ਕੀਤਾ। ਮੰਨਿਆ ਜਾਂਦਾ ਹੈ ਕਿ ਸੋਸ਼ਲ ਮੀਡੀਆ ਨੇ ਇਨ੍ਹਾਂ ਚੋਣਾਂ ਵਿਚ ਮਹੱਤਵਪੂਰਨ ਭੂਮਿਕਾ ਨਿਭਾਈ ਅਤੇ ਉਨ੍ਹਾਂ ਦੇ ਨਤੀਜਿਆਂ ਨੂੰ ਪ੍ਰਭਾਵਿਤ ਕੀਤਾ।

ਕੋਵਿਡ ਮਹਾਂਮਾਰੀ ਕਾਰਨ, ਵੱਧ ਤੋਂ ਵੱਧ ਲੋਕ ਵਰਚੁਅਲ ਸੰਚਾਰ 'ਤੇ ਨਿਰਭਰ ਹੋ ਗਏ। ਸੋਸ਼ਲ ਮੀਡੀਆ ਨੇ ਖ਼ਾਸ ਤੌਰ 'ਤੇ ਪਹਿਲੀ ਵਾਰ ਦੇ ਤਕਨੀਕੀ ਜਾਣੂ ਹਜ਼ਾਰਾ ਵੋਟਰਾਂ ਵਿਚ ਸਮਾਜਕ ਸ਼ਮੂਲੀਅਤ ਵਧਾਈ। ਹਾਲਾਂਕਿ, ਉਹ ਰਾਜਨੀਤਿਕ ਸ਼ਮੂਲੀਅਤ ਵਿਚ ਗ਼ਲਤ ਜਾਣਕਾਰੀ, ਝੂਠੇ ਪ੍ਰਚਾਰ, ਫ਼ਰਜ਼ੀ ਖ਼ਬਰਾਂ, ਬਣਾਵਟੀ ਵੀਡੀਓ ਕਲਿੱਪਾਂ ਅਤੇ ਮੀਮਜ਼ ਨਾਲ ਰੁੱਝ ਗਏ। 2020 ਦੀਆਂ ਅਮਰੀਕੀ ਚੋਣਾਂ ਇਤਿਹਾਸ ਦੀਆਂ ਸਭ ਤੋਂ ਵੱਧ ਵੰਡ ਵਾਲੀਆਂ ਚੋਣਾਂ ਸਨ। ਸੋਸ਼ਲ ਮੀਡੀਆ ਵਿਚ ਆਰਟੀਫੀਸ਼ੀਅਲ ਇੰਟੈਲੀਜੈਂਸ ਦੀ ਵਰਤੋਂ ਅਤੇ ਪ੍ਰਚਲਨ ਨੇ ਵੋਟਰਾਂ ਨੂੰ ਉਹੀ ਸਮਗਰੀ ਵਾਰ-ਵਾਰ ਦਿਖਾ ਕੇ ਮੁੱਦੇ ਨੂੰ ਹੋਰ ਵਧਾ ਦਿੱਤਾ, ਜਿਸ ਵਿਚ ਉਨ੍ਹਾਂ ਨੇ ਪਹਿਲਾਂ ਦਿਲਚਸਪੀ ਦਿਖਾਈ ਸੀ। ਡੋਨਾਲਡ ਟਰੰਪ ਦਾ ਟਵਿੱਟਰ ਖਾਤਾ ਵਿਆਪਕ ਤੌਰ 'ਤੇ ਮੰਨਿਆ ਗਿਆ ਅਤੇ ਇਸ ਦਾ 2016 ਦੀਆਂ ਚੋਣਾਂ ਦੇ ਨਤੀਜਿਆਂ 'ਤੇ ਬਹੁਤ ਵੱਡਾ ਪ੍ਰਭਾਵ ਪਿਆ, ਕਿਉਂਕਿ ਉਸ ਸਮੇਂ ਟਵਿੱਟਰ 'ਤੇ ਉਸ ਦੇ ਲਗਭਗ ਸਤਾਸੀ ਮਿਲੀਅਨ ਫਾਲੋਅਰਜ਼ ਹੋਣ ਦੀ ਰਿਪੋਰਟ ਕੀਤੀ ਗਈ ਸੀ।

ਫੈਡਰਲ ਇਲੈਕਸ਼ਨ ਕਮਿਸ਼ਨ (ਸ਼ਮਾਰਗਾਦ, ਵਾਈ, ਅਤੇ ਸਾਂਚੇਜ਼, ਐਲ, 2020) ਦੇ ਡਾਟਾ ਅਤੇ 2016 ਦੀਆਂ ਅਮਰੀਕੀ ਕਾਂਗਰਸ ਚੋਣਾਂ ਦੇ ਉਮੀਦਵਾਰਾਂ ਦੇ ਟਵਿੱਟਰ ਅੰਕੜਿਆਂ ਤੋਂ ਪਤਾ ਲੱਗਦਾ ਹੈ ਕਿ ਉਹ ਗ਼ਰੀਬ ਉਮੀਦਵਾਰ, ਜਿਨ੍ਹਾਂ ਨੇ ਆਪਣੇ ਮੁਕਾਬਲੇ ਵਾਲਿਆਂ ਨਾਲੋਂ ਘੱਟ ਖ਼ਰਚ ਕੀਤਾ ਸੀ, ਉਨ੍ਹਾਂ ਨੇ ਵਧੀਆ ਪ੍ਰਦਰਸ਼ਨ ਕੀਤਾ ਜੇਕਰ ਉਨ੍ਹਾਂ ਦਾ ਟਵਿੱਟਰ 'ਤੇ ਅਸਿੱਧਾ ਪ੍ਰਭਾਵ ਸੀ। ਇਸ ਦਾ ਮਤਲਬ ਹੈ ਕਿ ਉਨ੍ਹਾਂ ਦੇ ਟਵੀਟ ਉਨ੍ਹਾਂ ਉਪਭੋਗਤਾਵਾਂ ਦੁਆਰਾ ਸਾਂਝੇ ਕੀਤੇ ਗਏ ਜਿਨ੍ਹਾਂ ਦੇ ਆਪਣੇ ਟਵੀਟ ਵੀ ਵੱਡੇ ਪੱਧਰ 'ਤੇ ਸਾਂਝੇ ਕੀਤੇ ਜਾਂਦੇ ਸਨ।

ਇਸੇ ਤਰ੍ਹਾਂ, ਭਾਰਤ ਵਿਚ, ਇਲੈਕਟ੍ਰਾਨਿਕ ਮੀਡੀਆ 2014 ਦੀਆਂ ਚੋਣਾਂ ਤੋਂ ਜਨਤਕ ਪ੍ਰਚਾਰ

ਲਈ ਇਕ ਮਹੱਤਵਪੂਰਨ ਭੂਮਿਕਾ ਨਿਭਾ ਰਿਹਾ ਹੈ (ਪ੍ਰਕਾਸ਼, ਏ, 2019, 12 ਅਪ੍ਰੈਲ)। ਕਿਉਂਕਿ ਸੋਸ਼ਲ ਮੀਡੀਆ ਸਰਕਾਰਾਂ ਤੋਂ ਇਸ਼ਤਿਹਾਰ ਲੈਂਦਾ ਹੈ ਅਤੇ ਇਸ ਦੇ ਬਦਲੇ ਉਨ੍ਹਾਂ ਨੂੰ ਪ੍ਰਚਾਰ ਲਈ ਮੁਫ਼ਤ ਮੌਕਾ ਮਿਲ ਜਾਂਦਾ ਹੈ। ਇਸ ਨਾਲ ਸੱਤਾਧਾਰੀ ਪਾਰਟੀ ਨੂੰ ਵਿਰੋਧੀ ਪਾਰਟੀ ਉੱਤੇ ਫ਼ਾਇਦਾ ਮਿਲਦਾ ਹੈ ਅਤੇ ਉਹ ਮੀਡੀਆ ਨੂੰ ਪ੍ਰਭਾਵਿਤ ਕਰ ਸਕਦੀ ਹੈ। ਸੋਸ਼ਲ ਮੀਡੀਆ ਉਪਭੋਗਤਾਵਾਂ ਦੀ ਗਿਣਤੀ ਵਿਚ ਭਾਰਤ ਦੁਨੀਆ ਦੇ ਚੋਟੀ ਦੇ ਦਸ ਦੇਸ਼ਾਂ ਵਿਚ ਹੈ। ਭਾਰਤ ਵਿਚ ਲਗਭਗ 200 ਮਿਲੀਅਨ ਵਟਸਐਪ ਉਪਭੋਗਤਾ, 765 ਮਿਲੀਅਨ ਟਵਿੱਟਰ ਉਪਭੋਗਤਾ, 300 ਮਿਲੀਅਨ ਫੇਸਬੁੱਕ ਉਪਭੋਗਤਾ, ਅਤੇ 41 ਮਿਲੀਅਨ ਯੂਟਿਊਬ ਉਪਭੋਗਤਾ ਹਨ। ਸਪਸ਼ਟ ਹੈ ਕਿ ਸੋਸ਼ਲ ਮੀਡੀਆ ਦੇ ਇੰਨੇ ਵੱਡੇ ਉਪਭੋਗਤਾਵਾਂ ਨਾਲ, ਤੇਜ਼ ਸੰਚਾਰ ਦਾ ਪ੍ਰਭਾਵ ਨਿਰਣਾਇਕ ਹੋ ਸਕਦਾ ਹੈ।

ਸੋਸ਼ਲ ਮੀਡੀਆ ਤਕਨਾਲੋਜੀ ਕਿਸੇ ਵੀ ਵਿਅਕਤੀ ਨੂੰ ਇੱਕੋ ਸਮੇਂ ਬਹੁਤ ਵੱਡੀ ਗਿਣਤੀ ਦੇ ਲੋਕਾਂ ਤੱਕ ਪਹੁੰਚਣ ਦੀ ਸਮਰੱਥਾ ਦਿੰਦੀ ਹੈ। ਇਸ ਨਾਲ ਕੁਝ ਹੀ ਲੋਕਾਂ ਲਈ ਇਸ 'ਤੇ ਕਾਬੂ ਪਾਉਣਾ ਬਹੁਤ ਆਸਾਨ ਹੋ ਜਾਂਦਾ ਹੈ। ਬਹੁਤ ਘੱਟ ਖ਼ਰਚ 'ਤੇ, ਉਮੀਦਵਾਰ ਵੋਟਰਾਂ ਤੱਕ ਆਪਣਾ ਰਾਜਨੀਤਿਕ ਸੰਦੇਸ਼ ਪਹੁੰਚਾ ਸਕਦੇ ਹਨ, ਅਤੇ ਇਸ ਲਈ ਉਨ੍ਹਾਂ ਨੂੰ ਵੱਡੀ ਜਵਾਬਦੇਹੀ ਜਾਂ ਜ਼ਿੰਮੇਵਾਰੀ ਨਹੀਂ ਨਿਭਾਉਣੀ ਪੈਂਦੀ।

ਟਵਿੱਟਰ ਵਰਗੇ ਸੋਸ਼ਲ ਮੀਡੀਆ ਨੇ ਪ੍ਰਚਾਰ ਰਾਹੀਂ ਵੱਡੀ ਗਿਣਤੀ ਦੇ ਪੈਰੋਕਾਰ ਇਕੱਠੇ ਕਰਨ ਦੀ ਆਸਾਨੀ ਦੇ ਕੇ ਸ਼ਖਸੀਅਤ ਪੂਜਾ ਬਣਾਉਣ ਅਤੇ ਮਜ਼ਬੂਤ ਕਰਨ ਵਿਚ ਮਦਦ ਕੀਤੀ ਹੈ। ਇਹ ਗੱਲ 2019 ਦੀਆਂ ਚੋਣਾਂ ਤੋਂ ਪਹਿਲਾਂ ਸਾਫ਼ ਤੌਰ 'ਤੇ ਨਜ਼ਰ ਆਈ ਸੀ। ਖ਼ਾਸ ਕਰਕੇ ਵਟਸਐਪ ਹਾਲ ਹੀ ਵਿਚ ਕਈ ਸਮਾਜਕ ਟਕਰਾਵਾਂ ਨੂੰ ਵਧਾਉਣ ਲਈ ਜ਼ਿੰਮੇਵਾਰ ਰਿਹਾ ਹੈ। ਇਸ ਨੇ ਆਬਾਦੀ ਦੇ ਨਿਸ਼ਾਨਾ ਬਣੇ ਹਿੱਸਿਆਂ ਨਾਲ ਜ਼ਿਆਦਤੀ ਤੋਂ ਲੈ ਕੇ ਹਜ਼ਾਰਾਂ ਵਾਰ ਦੁਬਾਰਾ ਭੇਜੇ ਗਏ ਫਿਰਕੂ ਤੇ ਭੜਕਾਊ ਸੰਦੇਸ਼ਾਂ ਰਾਹੀਂ ਸਮਾਜ ਵਿਚ ਡਰ ਅਤੇ ਅਸ਼ਾਂਤੀ ਫੈਲਾਈ ਹੈ, ਜਿਨ੍ਹਾਂ ਦੀ ਸਚਾਈ ਅਕਸਰ ਮਹੱਤਵਪੂਰਨ ਨਹੀਂ ਮੰਨੀ ਜਾਂਦੀ।

ਵੰਡਣ ਵਾਲੀਆਂ ਮੁਹਿੰਮਾਂ ਕਾਰਨ ਬਣੀ ਸਮਾਜਕ ਦਰਾੜ, ਜਿਸ ਨਾਲ ਹਾਸ਼ੀਏ 'ਤੇ ਰਹਿੰਦੇ ਵਰਗਾਂ ਲਈ ਅਸੁਰੱਖਿਆ ਵਧੀ, ਬੇਮਿਸਾਲ ਸੀ। ਇਹ ਗੱਲ ਉਜਾਗਰ ਕਰਨੀ ਲਾਜ਼ਮੀ ਹੈ ਕਿ ਜਨਤਕ ਵਿਚਾਰ-ਵਟਾਂਦਰੇ ਨੂੰ ਵਿਗਾੜਨ ਤੋਂ ਇਲਾਵਾ, ਸੋਸ਼ਲ ਮੀਡੀਆ ਰਾਹੀਂ ਫੈਲੀਆਂ ਫ਼ਰਜ਼ੀ ਖ਼ਬਰਾਂ ਅਤੇ ਗ਼ਲਤ ਜਾਣਕਾਰੀ ਨੇ ਅਨੈਤਿਕ ਤੇ ਗ਼ੈਰ-ਲੋਕਤੰਤਰੀ ਤਾਕਤਾਂ ਨੂੰ ਵੀ ਇਕ ਤਾਕਤਵਰ ਹਥਿਆਰ ਦਿੱਤਾ ਹੈ। ਸਮਾਜਕ ਤਣਾਅ ਪੈਦਾ ਕਰਨ ਅਤੇ ਲੋਕਾਂ ਦੀ ਸੋਚ ਨੂੰ ਗੁੰਮਰਾਹ ਕਰਨ ਤੋਂ ਇਲਾਵਾ, ਅਜਿਹੀ ਜਾਣਕਾਰੀ ਇੰਨੀ ਵੱਧ ਗਿਣਤੀ ਵਿਚ ਫੈਲਦੀ ਹੈ ਕਿ ਬਹੁਤ ਸਾਰੇ ਲੋਕਾਂ ਕੋਲ ਸੱਚ ਤੇ ਝੂਠ ਵਿਚ ਫ਼ਰਕ ਕਰਨ ਦੀ ਯੋਗਤਾ ਜਾਂ ਸਾਧਨ ਨਹੀਂ ਹੁੰਦੇ।

ਸੋਸ਼ਲ ਮੀਡੀਆ ਤਕਨਾਲੋਜੀਆਂ ਦੀ ਸਰਹੱਦਾਂ ਤੋਂ ਬਿਨਾਂ ਚੱਲਣ ਵਾਲੀ ਪ੍ਰਕਿਰਤੀ ਇਸ ਬਹਿਸ ਦਾ ਇਕ ਹੋਰ ਪਾਸਾ ਹੈ। ਭਾਰਤੀ ਪ੍ਰਵਾਸੀਆਂ, ਜੋ ਨਾਗਰਿਕ ਨਹੀਂ ਸਨ, ਨੇ 2014 ਅਤੇ 2019 ਦੀਆਂ ਲੋਕ ਸਭਾ ਚੋਣਾਂ ਅਤੇ 2022 ਦੀਆਂ ਰਾਜ ਚੋਣਾਂ ਵਿਚ ਵੋਟਰਾਂ ਅਤੇ ਨਤੀਜਿਆਂ ਨੂੰ ਪ੍ਰਭਾਵਿਤ ਕਰਨ ਵਿਚ ਵੱਡੀ ਭੂਮਿਕਾ ਨਿਭਾਈ। ਵੱਡੀ ਗਿਣਤੀ ਵਿਚ ਹੋ ਰਹੇ ਪਰਵਾਸ ਅਤੇ ਦੋਹਰੀ ਜਾਂ ਬਹੁ-ਨਾਗਰਿਕਤਾ ਦੇ ਨਿਯਮਾਂ ਕਰਕੇ ਇਹ ਰੁਝਾਨ ਅੱਗੇ ਵੀ ਜਾਰੀ ਰਹਿਣ ਦੀ ਸੰਭਾਵਨਾ ਹੈ। ਇਸ ਨੂੰ ਇਕ ਤਰੀਕੇ ਨਾਲ ਦੂਜੇ ਦੇਸ਼ਾਂ ਦੇ ਰਾਜਨੀਤਿਕ ਮਾਮਲਿਆਂ ਵਿਚ ਬਿਨਾਂ ਜਵਾਬਦੇਹੀ ਦੇ ਦਖ਼ਲ ਕਿਹਾ ਜਾ ਸਕਦਾ ਹੈ। ਭਾਰਤ ਦੇ ਪ੍ਰਧਾਨ ਮੰਤਰੀ ਨਰਿੰਦਰ ਮੋਦੀ ਨੇ ਵੀ ਅਮਰੀਕਾ ਵਿਚ ਇਕ ਪ੍ਰਵਾਸੀ ਸਮਾਗਮ ਦੌਰਾਨ 2020 ਦੀਆਂ ਅਮਰੀਕੀ ਚੋਣਾਂ ਵਿਚ ਡੋਨਾਲਡ ਟਰੰਪ ਦੇ ਹੱਕ ਵਿਚ ਖੁੱਲ੍ਹਾ ਸਮਰਥਨ ਕੀਤਾ, ਨਾਅਰੇ ਲਗਾਏ ਅਤੇ ਦੁਨੀਆ ਭਰ ਦੇ ਪ੍ਰਵਾਸੀਆਂ ਤੋਂ ਆਪਣੇ ਲਈ ਸਮਰਥਨ ਮੰਗਿਆ। ਉਹ ਸ਼ਾਇਦ

ਜਾਣਦੇ ਹੋਣ ਕਿ ਜੇਕਰ ਅੱਜ ਇਹ ਸਮਰਥਨ ਉਨ੍ਹਾਂ ਦੇ ਹੱਕ ਵਿਚ ਜਾਂਦਾ ਹੈ, ਤਾਂ ਕੱਲ੍ਹ ਇਹ ਉਨ੍ਹਾਂ ਦੇ ਵਿਰੁੱਧ ਵੀ ਜਾ ਸਕਦਾ ਹੈ, ਕਿਉਂਕਿ ਹੋਰ ਪਾਰਟੀ ਦੇ ਨੇਤਾ ਵੀ ਪ੍ਰਵਾਸੀਆਂ ਨਾਲ ਸੰਪਰਕ ਕਰਨਗੇ। ਜਨਤਕ ਤਰਕ ਪਿੱਛੇ ਰਹਿ ਗਿਆ ਹੈ, ਕਿਉਂਕਿ ਹਰ ਪਾਸੇ ਸੋਸ਼ਲ ਮੀਡੀਆ ਰਾਹੀਂ ਆਪਣੇ-ਆਪਣੇ ਗੂੰਜ ਵਾਲੇ ਸਮੂਹਾਂ ਨਾਲ ਹੀ ਗੱਲ ਕੀਤੀ ਜਾ ਰਹੀ ਹੈ। 2019 ਦੀਆਂ ਚੋਣਾਂ 'ਤੇ ਅਣ-ਰਸਮੀ ਸੋਸ਼ਲ ਮੀਡੀਆ ਮੁਹਿੰਮਾਂ ਦਾ ਵੱਡਾ ਅਸਰ ਪਿਆ ਸੀ।

ਸਮਾਜ ਦੇ ਕਈ ਹਿੱਸੇ, ਅਜਿਹੀ ਚੋਣੀ ਹੇਰਾਫੇਰੀ ਦੇ ਡਰ ਕਰਕੇ, ਫ਼ਰਜ਼ੀ ਖ਼ਬਰਾਂ ਜਾਂ ਗ਼ਲਤ ਜਾਣਕਾਰੀ 'ਤੇ ਆਧਾਰਿਤ ਰਾਜਨੀਤਿਕ ਮੁਹਿੰਮਾਂ ਦਾ ਜਵਾਬ ਦੇਣ ਲਈ ਹੋਰ ਸਮਾਨ ਸੋਚ ਵਾਲੇ ਲੋਕਾਂ ਨਾਲ ਮਿਲ ਕੇ ਗਠਜੋੜ ਬਣਾਉਣ ਲੱਗੇ ਹਨ। ਇਸ ਦਾ ਮਕਸਦ ਰਾਜਨੀਤਿਕ ਚਰਚਾ ਨੂੰ ਮੁੜ ਸਮਾਜਕ ਸਦਭਾਵਨਾ ਅਤੇ ਬਦਲ ਰਹੀਆਂ ਸਮਾਜਕ-ਆਰਥਕ ਜ਼ਰੂਰਤਾਂ ਵਰਗੇ ਬੁਨਿਆਦੀ ਮੁੱਦਿਆਂ ਵੱਲ ਵਾਪਸ ਲਿਆਉਣਾ ਹੈ।

ਵਟਸਐਪ ਕਈ ਚੀਜ਼ਾਂ ਦਾ ਸਰੋਤ ਬਣ ਗਿਆ ਹੈ ਅਤੇ ਅਕਸਰ ਫ਼ਰਜ਼ੀ ਖ਼ਬਰਾਂ ਅਤੇ ਗ਼ਲਤ ਜਾਣਕਾਰੀ ਫੈਲਾਉਣ ਦਾ ਸਾਧਨ ਬਣ ਜਾਂਦਾ ਹੈ। ਇਸ ਨੂੰ ਵੱਖ-ਵੱਖ ਬੰਦ ਵਟਸਐਪ ਗਰੁੱਪਾਂ ਵਿਚ, ਮਿਲੀ ਜਾਣਕਾਰੀ ਨੂੰ ਬਿਨਾਂ ਸਰੋਤ ਜਾਂ ਸੰਦਰਭ ਦੱਸੇ, ਸਿਰਫ਼ ਫਾਰਵਰਡ ਕਰਨ ਲਈ ਵਰਤਿਆ ਜਾਂਦਾ ਹੈ। ਇਸ ਨਾਲ ਲੋਕਾਂ ਦੇ ਪੱਖਪਾਤ ਅਤੇ ਸੀਮਿਤ ਸੋਚ ਹੋਰ ਮਜ਼ਬੂਤ ਹੋ ਜਾਂਦੇ ਹਨ।

ਜ਼ਿਆਦਾਤਰ ਲੋਕਾਂ ਕੋਲ ਜਾਂਚ ਕਰਨ ਲਈ ਨਾ ਸਮਾਂ ਹੁੰਦਾ ਹੈ, ਨਾ ਹੀ ਰੁਝਾਨ, ਨਾ ਹੀ ਪ੍ਰਵਾਹ। ਜੇਕਰ ਕੋਈ ਗੱਲ ਉਨ੍ਹਾਂ ਦੀ ਸੋਚ ਜਾਂ ਵਿਸ਼ਵਾਸ ਦੇ ਅਨੁਕੂਲ ਹੁੰਦੀ ਹੈ, ਤਾਂ ਉਹ ਇਸ ਨੂੰ ਹੋਰ ਗਰੁੱਪਾਂ ਨੂੰ ਫਾਰਵਰਡ ਕਰ ਦਿੰਦੇ ਹਨ। ਜੇਕਰ ਇਹ ਉਨ੍ਹਾਂ ਦੇ ਵਿਸ਼ਵਾਸ ਦੇ ਖ਼ਿਲਾਫ਼ ਹੁੰਦੀ ਹੈ, ਤਾਂ ਉਹ ਇਸ ਨੂੰ ਨਜ਼ਰਅੰਦਾਜ਼ ਕਰ ਦਿੰਦੇ ਹਨ। ਇਸ ਤਰ੍ਹਾਂ ਗ਼ਲਤ ਜਾਣਕਾਰੀ ਜਿਵੇਂ ਦੀ ਤਿਵੇਂ ਰਹਿੰਦੀ ਹੈ, ਕੋਈ ਨਵਾਂ ਮੁੱਲ ਨਹੀਂ ਜੋੜਦੀ, ਬਲਕਿ ਲੋਕਾਂ ਦੇ ਬੰਦ ਸੋਚ ਵਾਲੇ ਵਿਸ਼ਵਾਸਾਂ ਨੂੰ ਹੋਰ ਮਜ਼ਬੂਤ ਕਰਦੀ ਹੈ। ਕਿਉਂਕਿ ਵਟਸਐਪ ਗਰੁੱਪ ਛੋਟੇ ਹੁੰਦੇ ਹਨ ਅਤੇ ਲੋਕ ਇਕ-ਦੂਜੇ ਨੂੰ ਜਾਣਦੇ ਹਨ, ਇਸ ਲਈ ਕੋਈ ਵੀ ਸਵਾਲ ਪੁੱਛਣ ਦੀ ਹਿੰਮਤ ਨਹੀਂ ਕਰਦਾ, ਡਰਦਿਆਂ ਕਿ ਹੋਰ ਲੋਕ ਨਾਰਾਜ਼ ਨਾ ਹੋ ਜਾਣ।

ਫੇਸਬੁੱਕ ਦੇ ਮਾਮਲੇ ਵਿਚ, ਤੁਹਾਡੀਆਂ ਪੋਸਟਾਂ ਵੱਡੇ ਦਰਸ਼ਕਾਂ ਲਈ ਖੁੱਲ੍ਹੀਆਂ ਹੁੰਦੀਆਂ ਹਨ ਅਤੇ ਉਨ੍ਹਾਂ ਦੁਆਰਾ ਦੇਖੀਆਂ ਜਾ ਸਕਦੀਆਂ ਹਨ। ਤੁਹਾਨੂੰ ਸੁਣਨ ਦਾ ਮੌਕਾ ਮਿਲਦਾ ਹੈ, ਦੂਜਿਆਂ ਦੇ ਜਵਾਬੀ ਵਿਚਾਰ ਸੁਣਨ ਦਾ ਵੀ ਮੌਕਾ ਹੁੰਦਾ ਹੈ, ਅਤੇ ਜ਼ਰੂਰਤ ਪੈਣ 'ਤੇ ਆਪਣੀ ਸੋਚ ਬਦਲਣ ਦਾ ਵੀ। ਪਰ ਇਹ ਤਦ ਹੀ ਸੰਭਵ ਹੈ ਜੇ ਤੁਸੀਂ ਸਕਾਰਾਤਮਕ ਆਲੋਚਨਾ ਸੁਣਨ ਲਈ ਤਿਆਰ ਹੋ, ਖੁੱਲ੍ਹੇ ਦਿਮਾਗ ਵਾਲੇ ਹੋ ਅਤੇ ਆਪਣੀ ਚਰਚਾ ਦੇ ਵਿਸ਼ੇ ਨੂੰ ਦੂਜਿਆਂ ਵੱਲੋਂ ਅਗਵਾਈ ਕਰਨ ਲਈ ਵੀ ਖੁੱਲ੍ਹਾ ਛੱਡ ਸਕੋ।

ਸਮਾਜ ਦਾ ਧਰੁਵੀਕਰਨ

ਸੋਸ਼ਲ ਮੀਡੀਆ ਨੇ ਹਰ ਕਿਸੇ ਨੂੰ ਚਰਚਾ ਵਿਚ ਸ਼ਾਮਲ ਹੋਣ, ਹਿੱਸਾ ਲੈਣ ਅਤੇ ਆਪਣਾ ਯੋਗਦਾਨ ਦੇਣ ਲਈ ਇਕ ਮੰਚ ਦਿੱਤਾ ਹੈ। ਇਸ ਨੂੰ ਸਮਾਜ ਨੂੰ ਵੰਡਣ ਦੀ ਬਜਾਏ ਲੋਕਾਂ ਨੂੰ ਜੋੜਨ ਵਾਲਾ ਬਣਨਾ ਚਾਹੀਦਾ ਹੈ। ਟਵਿੱਟਰ ਵਰਗੇ ਕੁਝ ਸੋਸ਼ਲ ਮੀਡੀਆ ਨੈੱਟਵਰਕ ਕੇਂਦਰਿਤ ਹੁੰਦੇ ਹਨ, ਜਿੱਥੇ ਨੇਤਾਵਾਂ ਅਤੇ ਮਸ਼ਹੂਰ ਹਸਤੀਆਂ ਵੱਡੀ ਗਿਣਤੀ ਵਿਚ ਫਾਲੋਅਰ ਬਣਾਕੇ ਆਪਣਾ ਸੰਦੇਸ਼ ਇਕ-ਤਰਫ਼ਾ ਢੰਗ ਨਾਲ ਭੇਜਦੇ ਹਨ। ਇਸ ਵਿਚ ਕੁਝ ਲੋਕ

ਨੈੱਟਵਰਕ ਦੇ ਕੇਂਦਰ ਵਿਚ ਹੁੰਦੇ ਹਨ ਜੋ ਬਹੁਤ ਸਾਰਿਆਂ ਨਾਲ ਜੁੜੇ ਹੁੰਦੇ ਹਨ, ਜਦੋਂ ਕਿ ਘੇਰੇ 'ਤੇ ਬੈਠੇ ਲੋਕਾਂ ਦੇ ਕੁਝ ਹੀ ਸੰਪਰਕ ਹੁੰਦੇ ਹਨ। ਕੇਂਦਰ ਵਾਲੇ ਲੋਕ ਘੇਰੇ ਵਾਲਿਆਂ ਨੂੰ ਪ੍ਰਭਾਵਿਤ ਕਰ ਸਕਦੇ ਹਨ, ਸ਼ਖਸੀਅਤ ਪੂਜਾ ਕਰਵਾ ਸਕਦੇ ਹਨ, ਏਜੰਡਾ ਚਲਾ ਸਕਦੇ ਹਨ ਅਤੇ ਗੁੰਮਰਾਹ ਕਰ ਸਕਦੇ ਹਨ। ਜੇਕਰ ਉਹ ਪੱਖਪਾਤੀ ਸੰਦੇਸ਼ ਭੇਜਣ, ਤਾਂ ਇਹ ਤੇਜ਼ੀ ਨਾਲ ਫੈਲ ਕੇ ਸਮਾਜ ਵਿਚ ਵੰਡ ਪੈਦਾ ਕਰ ਸਕਦਾ ਹੈ। ਇਨ੍ਹਾਂ ਕੇਂਦਰਿਤ ਨੈੱਟਵਰਕਾਂ ਵਿਚ, ਵਿਚਾਰਾਂ ਨੂੰ ਫਿਲਟਰ ਕੀਤਾ ਜਾਂਦਾ ਹੈ, ਸੀਮਿਤ ਕੀਤਾ ਜਾਂਦਾ ਹੈ ਜਾਂ ਕਈ ਵਾਰ ਸ਼ਕਤੀਸ਼ਾਲੀ ਲੋਕ ਰਾਜਨੀਤਿਕ ਜਾਂ ਵਿੱਤੀ ਲਾਭ ਲਈ ਰੋਕ ਵੀ ਸਕਦੇ ਹਨ। ਇਸ ਲਈ ਟਵਿੱਟਰ ਸਮਾਜ ਵਿਚ ਧਰੁਵੀਕਰਨ ਵਧਾਉਣ ਵਿਚ ਮਹੱਤਵਪੂਰਨ ਭੂਮਿਕਾ ਨਿਭਾਂਦਾ ਜਾਪਦਾ ਹੈ। ਭਾਰਤ ਵਿਚ, ਪਛਾਣ-ਆਧਾਰਿਤ ਹਿੰਸਾ ਦੀਆਂ ਵਧਦੀਆਂ ਘਟਨਾਵਾਂ ਬਹੁਗਿਣਤੀਵਾਦ ਅਤੇ ਲੋਕਪ੍ਰਿਯ ਰਾਜਨੀਤੀ ਦੀ ਖੁੱਲ੍ਹੀ ਜਾਂ ਗੁਪਤ ਮਨਜ਼ੂਰੀ ਦਾ ਨਤੀਜਾ ਹਨ। ਟਵਿੱਟਰ ਦੇ ਉਲਟ, ਫੇਸਬੁੱਕ ਇਕ ਸਮਾਨਤਾਵਾਦੀ ਮੰਚ ਹੈ ਜਿੱਥੇ ਹਰ ਕੋਈ ਬਰਾਬਰੀ ਦੇ ਪੱਧਰ 'ਤੇ ਚੱਲ ਰਹੀ ਬਹਿਸ ਵਿਚ ਸ਼ਾਮਲ ਹੋ ਸਕਦਾ ਹੈ।

ਮੀਡੀਆ ਨੂੰ ਚੁੱਪ ਕਰਾਉਣਾ

ਭਾਰਤ ਵਿਚ ਹੁਣ ਸਰਕਾਰ 'ਤੇ ਸਵਾਲ ਚੁੱਕਣਾ ਇਕ ਅਪਰਾਧ ਬਣ ਗਿਆ ਹੈ। 2014 ਵਿਚ ਭਾਜਪਾ ਦੇ ਸੱਤਾ ਵਿਚ ਆਉਣ ਤੋਂ ਬਾਅਦ, ਇਸ ਦੇ ਆਲੋਚਕਾਂ ਨੂੰ ਅਪਰਾਧੀ ਅਤੇ ਭਾਰਤ ਵਿਰੋਧੀ ਕਹਿਣਾ ਆਮ ਗੱਲ ਬਣ ਗਈ ਹੈ। ਕਨ੍ਹਈਆ ਕੁਮਾਰ ਵਰਗੇ ਵਿਦਿਆਰਥੀ ਨੇਤਾਵਾਂ ਨੂੰ ਨਕਸਲੀ ਅਤੇ ਭਾਰਤ ਵਿਰੋਧੀ ਕਿਹਾ ਗਿਆ। ਦਿੱਲੀ ਦੀ ਸਰਹੱਦ 'ਤੇ ਤਿੰਨ ਖੇਤੀ ਕਾਨੂੰਨਾਂ ਵਿਰੁੱਧ ਪ੍ਰਦਰਸ਼ਨ ਕਰਦੇ ਕਿਸਾਨਾਂ ਨੂੰ ਅਤੇ ਸ਼ਾਹੀਨ ਬਾਗ ਵਿਚ ਨਾਗਰਿਕਤਾ ਸੋਧ ਐਕਟ ਵਿਰੁੱਧ ਪ੍ਰਦਰਸ਼ਨਾਂ ਨੂੰ ਵੀ ਬਦਨਾਮ ਕੀਤਾ ਗਿਆ। ਜਲਵਾਯੂ ਕਾਰਕੁਨ ਦਿਸ਼ਾ ਰਵੀ 'ਤੇ ਦੇਸ਼-ਧ੍ਰੋਹ ਦੇ ਦੋਸ਼ ਲਾਏ ਗਏ। ਰਾਸ਼ਟਰੀ ਸੁਰੱਖਿਆ ਐਕਟ (National Security Act) ਦੀ ਵਰਤੋਂ ਕਾਰਕੁਨਾਂ, ਲੇਖਕਾਂ, ਕਾਰਟੂਨਿਸਟਾਂ ਅਤੇ ਸਿਵਲ ਸੁਸਾਇਟੀ ਦੇ ਹੋਰ ਮੈਂਬਰਾਂ ਵਿਰੁੱਧ ਅਕਸਰ ਕੀਤੀ ਗਈ ਹੈ।

ਭਾਰਤੀ ਦੰਡ ਸਹਿੰਤਾ ਦੀ ਪੁਰਾਣੀ ਧਾਰਾ 124ਏ (Section 124A of the Indian Penal Code), ਜੋ ਬ੍ਰਿਟਿਸ਼ ਨੇ 1870 ਵਿਚ ਭਾਰਤ ਦੀ ਆਜ਼ਾਦੀ ਦੇ ਸਮੇਂ ਸਾਮਰਾਜ ਵਿਰੁੱਧ ਬਗਾਵਤ ਨੂੰ ਦਬਾਉਣ ਲਈ ਬਣਾਈ ਸੀ, ਅੱਜ ਭਾਰਤ ਵਿਚ ਕਿਸੇ ਵੀ ਵਿਅਕਤੀ ਵਿਰੁੱਧ ਵਰਤੀ ਜਾਂਦੀ ਹੈ ਜੋ ਸਵਾਲ ਪੁੱਛਣ ਦੀ ਹਿੰਮਤ ਕਰਦਾ ਹੈ। ਦਿਲਚਸਪ ਗੱਲ ਇਹ ਹੈ ਕਿ ਇਹ ਉਹੀ ਕਾਨੂੰਨ ਹੈ, ਜਿਸ ਨਾਲ ਬ੍ਰਿਟਿਸ਼ ਨੇ ਮਹਾਤਮਾ ਗਾਂਧੀ ਨੂੰ ਜੇਲ੍ਹ ਵਿਚ ਪਾਇਆ ਸੀ।

ਮੀਡੀਆ ਏਕਾਧਿਕਾਰ

ਮੀਡੀਆ ਵਿਚ ਖ਼ਬਰਾਂ, ਪ੍ਰਿੰਟ ਤੇ ਪ੍ਰਕਾਸ਼ਨ, ਡਿਜੀਟਲ, ਰਿਕਾਰਡਿੰਗ, ਇਸ਼ਤਿਹਾਰਬਾਜ਼ੀ, ਪ੍ਰਸਾਰਣ, ਨੈੱਟਵਰਕਿੰਗ, ਫ਼ਿਲਮਾਂ ਅਤੇ ਉਨ੍ਹਾਂ ਨਾਲ ਜੁੜਿਆ ਬੁਨਿਆਦੀ ਢਾਂਚਾ ਸ਼ਾਮਲ ਹੁੰਦਾ ਹੈ। ਮੀਡੀਆ ਜਨਤਾ ਲਈ ਜਾਣਕਾਰੀ ਦਾ ਮੁੱਖ ਸਰੋਤ ਹੈ, ਤਾਂ ਜੋ ਉਹ ਜਨਤਕ ਬਹਿਸ ਵਿਚ ਸ਼ਾਮਲ ਹੋਣ ਲਈ ਜਾਣਕਾਰੀ ਨਾਲ ਸਜੇ ਹੋਣ। ਵਿਧਾਨ ਪਾਲਿਕਾ, ਨਿਆਂ ਪਾਲਿਕਾ ਅਤੇ ਕਾਰਜ ਪਾਲਿਕਾ ਤੋਂ ਬਾਅਦ, ਮੀਡੀਆ ਲੋਕਤੰਤਰ ਦਾ ਚੌਥਾ ਥੰਮ੍ਹ ਹੈ। ਸੰਤੁਲਿਤ ਅਤੇ

ਸੁਤੰਤਰ ਮੀਡੀਆ ਤੋਂ ਬਿਨਾਂ, ਲੋਕਤੰਤਰ ਲੋਕਾਂ ਦੀ, ਲੋਕਾਂ ਲਈ ਅਤੇ ਲੋਕਾਂ ਦੁਆਰਾ ਇਕ ਸੱਚੀ ਸਰਕਾਰ ਵਜੋਂ ਕੰਮ ਨਹੀਂ ਕਰ ਸਕਦਾ। ਜੇ ਮੀਡੀਆ ਸੁਤੰਤਰ ਨਾ ਹੋਵੇ, ਤਾਂ ਜਨਤਾ ਅਣਜਾਣ ਰਹਿੰਦੀ ਹੈ ਅਤੇ ਪੱਖਪਾਤੀ ਜਾਂ ਚੁਣੀਂਦੀ ਜਾਣਕਾਰੀ ਰਾਹੀਂ ਹੇਰਾਫੇਰੀ ਦਾ ਸ਼ਿਕਾਰ ਬਣਦੀ ਹੈ। ਇਹ ਜਨਤਕ ਰਾਏ 'ਤੇ ਕਾਬੂ ਪਾਉਂਦਾ ਹੈ ਅਤੇ ਬੋਲਣ ਤੇ ਪ੍ਰਗਟਾਵੇ ਦੀ ਆਜ਼ਾਦੀ ਲਈ ਖ਼ਤਰਾ ਬਣਦਾ ਹੈ, ਜਿਸ ਨਾਲ ਤਾਨਾਸ਼ਾਹੀ ਪੈਦਾ ਹੋ ਸਕਦੀ ਹੈ। ਇਸ ਲਈ ਸੁਤੰਤਰ ਮੀਡੀਆ ਇਕ ਸਿਹਤਮੰਦ ਤੇ ਕਾਰਜਸ਼ੀਲ ਲੋਕਤੰਤਰ ਲਈ ਬਹੁਤ ਜ਼ਰੂਰੀ ਹੈ।

ਅੱਜਕੱਲ੍ਹ ਇਹ ਖੁੱਲ੍ਹਾ ਰਾਜ਼ ਹੈ ਕਿ ਦੁਨੀਆ ਦੇ ਸਾਰੇ ਵਿਕਸਤ ਲੋਕਤੰਤਰਾਂ ਵਿਚ ਮੀਡੀਆ ਦੀ ਮਾਲਕੀ ਕੁਝ ਹੀ ਹੱਥਾਂ ਵਿਚ ਸਿਮਟ ਗਈ ਹੈ। ਮੀਡੀਆ ਦੀ ਇਹ ਕੇਂਦਰਤਾ ਕੁਝ ਲੋਕਾਂ ਦੇ ਹੱਥਾਂ ਵਿਚ ਆ ਜਾਣਾ ਮੀਡੀਆ ਦੇ ਉਪਕਰਨੀਕਰਨ (instrumentalisation) ਦੇ ਬਰਾਬਰ ਹੈ। ਹਾਲਿਨ ਅਤੇ ਮਾਨਸਿਨੀ (2004) ਨੇ ਇਹ ਸ਼ਬਦ ਉਸ ਸਥਿਤੀ ਲਈ ਵਰਤਿਆ ਸੀ ਜਿੱਥੇ ਮੀਡੀਆ 'ਤੇ ਕਾਬੂ ਆਰਥਕ ਅਤੇ ਰਾਜਨੀਤਿਕ ਲਾਭ ਲਈ ਕੀਤਾ ਜਾਂਦਾ ਹੈ। ਇਹ ਹਾਲਤ ਲੋਕਤੰਤਰ ਦੇ ਬੁਨਿਆਦੀ ਸਿਧਾਂਤਾਂ ਦੇ ਉਲਟ ਹੈ ਅਤੇ ਉਨ੍ਹਾਂ ਨੂੰ ਕਮਜ਼ੋਰ ਕਰਦੀ ਹੈ।

ਭਾਵੇਂ ਹਾਲ ਹੀ ਵਿਚ ਸਿਵਲ ਸੁਸਾਇਟੀਆਂ ਅਤੇ ਕਾਰਕੁਨਾਂ ਨੇ ਵਾਤਾਵਰਨ ਸੁਰੱਖਿਆ, ਖਪਤਕਾਰ ਸੁਰੱਖਿਆ ਅਤੇ ਮਨੁੱਖੀ ਅਧਿਕਾਰ ਸੁਰੱਖਿਆ ਵਰਗੇ ਕਈ ਮਹੱਤਵਪੂਰਨ ਸਮਾਜਕ ਮੁੱਦਿਆਂ 'ਤੇ ਕਈ ਜਨਤਕ ਮੁਹਿੰਮਾਂ ਚਲਾਈਆਂ ਹਨ, ਪਰ ਹੈਰਾਨੀ ਦੀ ਗੱਲ ਹੈ ਕਿ ਮੀਡੀਆ ਦੀ ਕੁਝ 'ਕੁ ਹੱਥਾਂ ਵਿਚ ਕੇਂਦਰਤਾ ਦੇ ਵਿਰੁੱਧ ਕਦੇ ਕੋਈ ਲਗਾਤਾਰ ਮੁਹਿੰਮ ਨਹੀਂ ਚਲਾਈ ਗਈ। ਇਸ ਕੇਂਦਰਤਾ ਕਾਰਨ ਰਾਜਨੀਤਿਕ ਸ਼ਕਤੀ ਦੀ ਦੁਰਵਰਤੋਂ ਹੋ ਸਕਦੀ ਹੈ ਅਤੇ ਕਈ ਵਾਰ ਹੋਈ ਵੀ ਹੈ। ਇਸ ਦੀ ਇਕ ਉਦਾਹਰਨ ਸਿਲਵੀਓ ਬਰਲੂਸਕੋਨੀ ਹੈ, ਜਿਸ ਦਾ ਟੀਵੀ ਮੀਡੀਆ ਵਿਚ 40% ਹਿੱਸਾ ਸੀ ਅਤੇ ਉਸ ਨੇ 1994 ਵਿਚ ਇਟਲੀ ਵਿਚ ਆਪਣੀ ਰਾਜਨੀਤਿਕ ਪਾਰਟੀ ਦੇ ਹੱਕ ਵਿਚ ਮੀਡੀਆ ਦੀ ਵਰਤੋਂ ਕੀਤੀ ਸੀ (ਗ੍ਰਾਹਮ, ਏ, ਅਤੇ ਡੇਵਿਸ, ਜੀ, 1997)।

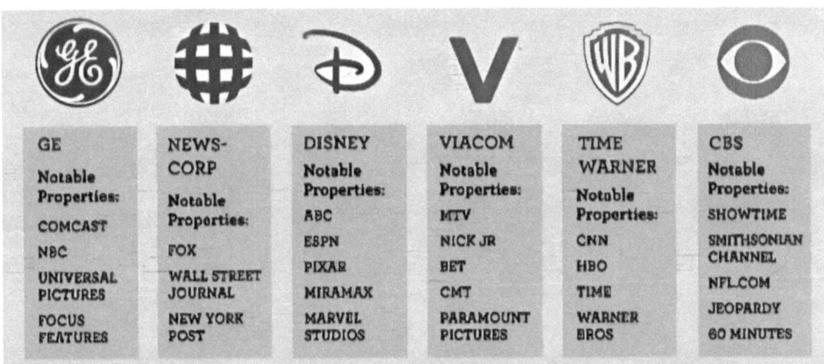

ਗਲੋਬਲਾਈਜ਼ੇਸ਼ਨ ਕਾਰਨ ਵੱਖ-ਵੱਖ ਮੀਡੀਆ ਕੰਪਨੀਆਂ ਦੀ ਅੰਤਰਰਾਸ਼ਟਰੀ ਮਾਲਕੀ ਵਧੀ ਹੈ। ਉਦਾਹਰਨ ਲਈ, ਅਮਰੀਕਾ ਵਿਚ ਟਾਈਮ ਵਾਰਨਰ/ਏਓਐਲ (Time Warner/AOL), ਪੀਅਰਸਨ (Pearson) ਅਤੇ ਬਰਟੇਲਸਮੈਨ (Bertelsmann) (ਚਿੱਤਰ 10)। ਇਸ ਨਾਲ ਸਮੱਸਿਆ ਹੋਰ ਵੀ ਵਧ ਗਈ ਹੈ। ਮੀਡੀਆ ਦੀ ਕੁਝ ਹੱਥਾਂ ਵਿਚ ਇਕਾਗਰਤਾ, ਵੱਖ-ਵੱਖ ਪਲੇਟਫਾਰਮਾਂ 'ਤੇ ਇੱਕੋ ਮਾਲਕੀ ਅਤੇ ਕਾਰਪੋਰੇਟ ਨਿਯੰਤਰਣ ਨੇ ਕਾਰਪੋਰੇਸ਼ਨਾਂ ਅਤੇ ਰਾਜਨੀਤੀਵਾਨਾਂ ਵਿਚਕਾਰ ਗਠਜੋੜ ਬਣਾ ਦਿੱਤਾ ਹੈ, ਜਿਸ ਦਾ ਨੁਕਸਾਨ

ਆਮ ਨਾਗਰਿਕਾਂ ਨੂੰ ਹੋ ਰਿਹਾ ਹੈ।

ਚਿੱਤਰ 10: ਅਮਰੀਕਾ ਵਿਚ ਮੀਡੀਆ ਦੀ ਮਲਕੀਅਤ

Source:https://wwwthecommonsenseshowcom/siteupload/2016/10/media-ownershipjpg

ਜਿਵੇਂ ਕਾਰੋਬਾਰ ਦੀ ਮਾਲਕੀ ਦਾ ਏਕਾਧਿਕਾਰ ਬਾਜ਼ਾਰ ਵਿਚ ਸਮੱਸਿਆਵਾਂ ਪੈਦਾ ਕਰਦਾ ਹੈ, ਓਹੋ ਜਿਹੀ ਸਮੱਸਿਆ ਮੀਡੀਆ ਦੀ ਮਾਲਕੀ ਕੁਝ ਹੱਥਾਂ ਵਿਚ ਇਕੱਠੀ ਹੋਣ ਨਾਲ ਵੀ ਖੜ੍ਹਦੀ ਹੈ। ਇਹ ਆਜ਼ਾਦ ਪ੍ਰਗਟਾਵੇ ਲਈ ਨੁਕਸਾਨਦਾਇਕ ਹੈ, ਕਿਉਂਕਿ ਇਸ ਨਾਲ ਸਮਾਜ ਵਿਚ ਵਿਚਾਰਾਂ ਅਤੇ ਜਾਣਕਾਰੀ ਦਾ ਖੁੱਲ੍ਹਾ ਪ੍ਰਵਾਹ ਰੁਕ ਜਾਂਦਾ ਹੈ, ਜੋ ਇਕ ਸਿਹਤਮੰਦ ਲੋਕਤੰਤਰ ਲਈ ਬਹੁਤ ਮਾੜਾ ਹੈ। ਲੋਕਤੰਤਰ ਲਈ ਇਹ ਬਹੁਤ ਜ਼ਰੂਰੀ ਹੈ ਕਿ ਉਸ ਕੋਲ ਜਾਣਕਾਰੀ ਨਾਲ ਭਰਪੂਰ, ਸਭ ਨੂੰ ਸ਼ਾਮਲ ਕਰਨ ਵਾਲਾ ਅਤੇ ਬਹੁ-ਪੱਖੀ ਜਨਤਕ ਖੇਤਰ ਹੋਵੇ। ਮੀਡੀਆ ਜਨਤਕ ਖੇਤਰ ਨੂੰ ਪ੍ਰਭਾਵਿਤ ਕਰ ਸਕਦਾ ਹੈ ਅਤੇ ਰਾਜਨੀਤਿਕ ਦਬਾਅ ਪਾ ਸਕਦਾ ਹੈ, ਜੋ ਲੋਕਤੰਤਰਿਕ ਮੁੱਲਾਂ ਲਈ ਖ਼ਤਰਨਾਕ ਹੈ।

ਇਹ ਕੁਝ ਮਾਲਕ, ਜੋ ਅਸਲ ਵਿਚ ਕਾਰਪੋਰੇਸ਼ਨ ਹਨ ਅਤੇ ਮੀਡੀਆ 'ਤੇ ਕਬਜ਼ਾ ਰੱਖਦੇ ਹਨ, ਰਾਜਨੀਤੀਵਾਨਾਂ ਅਤੇ ਸਰਕਾਰ 'ਤੇ ਬਹੁਤ ਜ਼ਿਆਦਾ ਕੰਟਰੋਲ ਕਰ ਸਕਦੇ ਹਨ। ਉਹ ਲੁਕਵੇਂ ਤਰੀਕੇ ਨਾਲ ਰਾਜਨੀਤਿਕ ਫ਼ੈਸਲਿਆਂ ਨੂੰ ਪ੍ਰਭਾਵਿਤ ਕਰਦੇ ਹਨ ਅਤੇ ਆਪਣੇ ਨਿੱਜੀ ਆਰਥਕ ਫ਼ਾਇਦੇ ਲੈਂਦੇ ਹਨ। ਕਾਰਪੋਰੇਟ ਮੀਡੀਆ ਅਤੇ ਰਾਜਨੀਤੀਵਾਨਾਂ ਦੀ ਇਹ ਸਾਂਝ ਅਮੀਰਾਂ ਤੇ ਗ਼ਰੀਬਾਂ ਵਿਚਕਾਰ ਖੱਡ ਵਧਾਉਂਦੀ ਹੈ। ਇਸ ਨਾਲ ਅਮੀਰ ਹੋਰ ਅਮੀਰ ਬਣਦੇ ਹਨ ਅਤੇ ਗ਼ਰੀਬ ਹੋਰ ਗ਼ਰੀਬ। ਅੰਤ ਵਿਚ, ਇਹ ਸਮਾਜ ਵਿਚ ਬੇਚੈਨੀ ਤੇ ਅਸ਼ਾਂਤੀ ਦਾ ਕਾਰਨ ਬਣ ਸਕਦਾ ਹੈ।

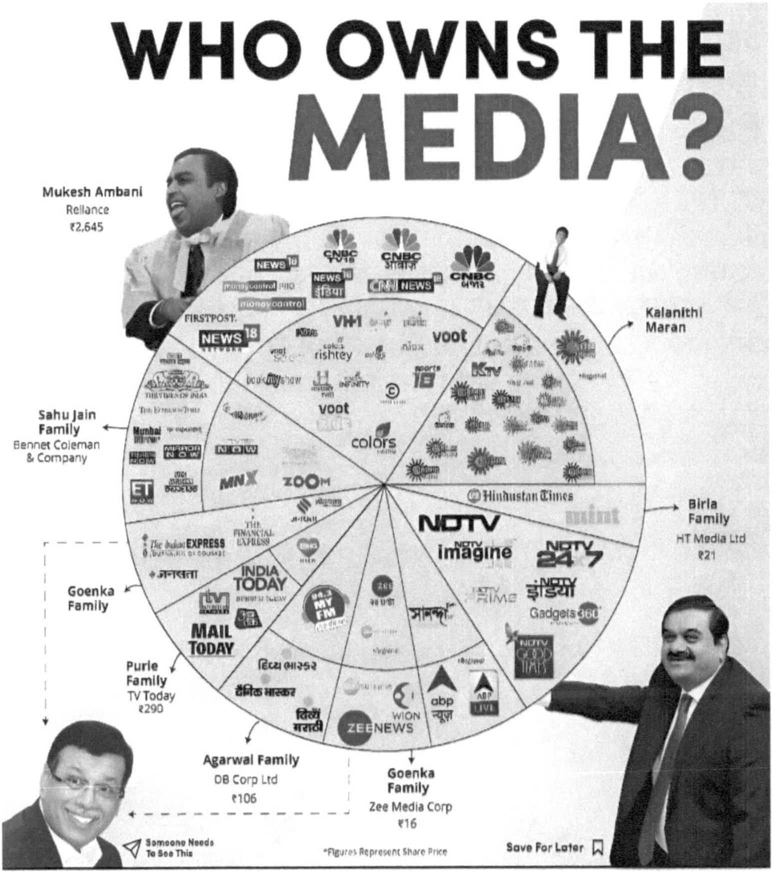

ਚਿੱਤਰ 11: ਮੀਡੀਆ ਦਾ ਮਾਲਕ ਕੌਣ ਹੈ?

Source: https://tinyurlcom/2zpdw64p

ਅਮਰੀਕਾ ਵਿਚ ਸਿਰਫ਼ ਛੇ ਮੀਡੀਆ ਗਰੁੱਪ, ਜਿਨ੍ਹਾਂ ਨੂੰ ਕਈ ਵਾਰ ਗਲੋਬਲ ਮੀਡੀਆ ਓਲੀਗੋਪੋਲੀ ਕਿਹਾ ਜਾਂਦਾ ਹੈ (ਜਿਵੇਂ ਜਨਰਲ ਇਲੈਕਟ੍ਰਿਕ, ਵਾਲਟ ਡਿਜ਼ਨੀ, ਨਿਊ ਕਾਰਪੋਰੇਸ਼ਨ, ਟਾਈਮ ਵਾਰਨਰ, ਵਾਇਕਾਮ ਅਤੇ ਸੀਬੀਐਸ ਕਾਰਪੋਰੇਸ਼ਨ), ਮੀਡੀਆ 'ਤੇ ਕੰਟਰੋਲ ਕਰ ਰਹੇ ਹਨ। ਇਕ ਸਿਹਤਮੰਦ ਲੋਕਤੰਤਰ ਲਈ ਚੌਥੇ ਥੰਮ੍ਹ ਵਜੋਂ ਜਨਤਾ ਦੀ ਆਵਾਜ਼ ਬਣਨ ਦੀ ਥਾਂ, ਮੀਡੀਆ ਕਾਰਪੋਰੇਸ਼ਨਾਂ ਅਤੇ ਰਾਜਨੀਤੀਵਾਨਾਂ ਦੇ ਹੱਥਾਂ ਵਿਚ ਸੰਦ ਬਣ ਗਿਆ ਹੈ। ਇਸ ਦੀ ਵਰਤੋਂ ਨਾਗਰਿਕ ਅਤੇ ਰਾਜਨੀਤਿਕ ਸ਼ਮੂਲੀਅਤ ਨੂੰ ਦਬਾਉਣ ਅਤੇ ਆਪਣੇ ਮਕਸਦ ਲਈ ਕਹਾਣੀਆਂ ਬਣਾਉਣ ਲਈ ਕੀਤੀ ਜਾਂਦੀ ਹੈ। ਹਾਲਾਂਕਿ ਅਮਰੀਕਾ ਵਿਚ ਐਂਟੀਟਰੱਸਟ ਕਾਨੂੰਨ ਹੈ ਜੋ ਕਾਰੋਬਾਰੀ ਮਾਲਕੀ ਦੇ ਕੇਂਦਰੀਕਰਨ ਨੂੰ ਰੋਕਦਾ ਹੈ ਅਤੇ ਏਕਾਧਿਕਾਰਾਂ ਜਾਂ ਕੀਮਤਾਂ ਨੂੰ ਕਾਬੂ ਕਰਨ ਵਾਲੀਆਂ ਪ੍ਰਥਾਵਾਂ ਨੂੰ ਬੰਦ ਕਰਕੇ ਮੁਕਾਬਲੇ ਨੂੰ ਵਧਾਉਂਦਾ ਹੈ, ਪਰ 1980 ਵਿਚ ਇਸ ਕਾਨੂੰਨ ਦੇ ਲਾਗੂ ਕਰਨ ਦੇ ਤਰੀਕੇ ਬਦਲ ਦਿੱਤੇ ਗਏ।

ਕਿਹਾ ਗਿਆ ਕਿ ਏਕਾਧਿਕਾਰਾਂ 'ਤੇ ਨਿਯੰਤਰਣ ਕਰਨਾ ਅਸਲ ਵਿਚ ਮੁਕਤ ਬਾਜ਼ਾਰ ਵਿਰੋਧੀ ਹੈ ਅਤੇ ਏਕਾਧਿਕਾਰ ਦੀਆਂ ਕੀਮਤਾਂ ਨੂੰ ਐਂਟੀਟਰੱਸਟ ਕਾਨੂੰਨਾਂ ਦੀ ਬਜਾਏ ਬਾਜ਼ਾਰ ਦੀਆਂ ਸ਼ਕਤੀਆਂ ਹੀ ਬਿਹਤਰ ਢੰਗ ਨਾਲ ਹਰਾਉਣਗੀਆਂ। (Shen, D, 2012)

ਰਿਪੋਰਟਰਜ਼ ਵਿਦਾਊਟ ਬਾਰਡਰ ਅਨੁਸਾਰ ਭਾਰਤ ਜੋ ਦੁਨੀਆ ਦਾ ਸਭ ਤੋਂ ਵੱਡਾ ਮੀਡੀਆ ਬਾਜ਼ਾਰ ਹੈ, ਵਿਚ ਮੀਡੀਆ 'ਤੇ ਕੁਝ ਤਾਕਤਵਰ ਲੋਕਾਂ ਦਾ ਕੰਟਰੋਲ ਹੈ, ਜਿਨ੍ਹਾਂ ਦੇ ਮਜ਼ਬੂਤ ਰਾਜਨੀਤਿਕ ਰਿਸ਼ਤੇ ਹਨ (ਚਿੱਤਰ 11)। ਇਹ ਰਾਜਨੀਤੀ ਅਤੇ ਕਾਰੋਬਾਰ ਵਿਚਕਾਰ ਇਕ ਮਿਲੇ-ਜੁਲੇ ਸੰਬੰਧ ਨੂੰ ਦਰਸਾਉਂਦਾ ਹੈ। ਮੀਡੀਆ ਓਨਰਸ਼ਿਪ ਮਾਨੀਟਰ (MoM) ਇੰਡੀਆ ਮੁਤਾਬਕ, ਦੇਸ਼ ਵਿਚ 111,239 ਪ੍ਰਕਾਸ਼ਨ ਅਤੇ 880 ਸੈਟੇਲਾਈਟ ਟੀਵੀ ਚੈਨਲ ਹਨ (ਅਨੋਨ, 2019, 29 ਜੂਨ)। ਅੰਬਾਨੀ ਲਗਭਗ 70% ਮੀਡੀਆ ਸੰਸਥਾਵਾਂ ਦਾ ਮਾਲਕ ਹੈ, ਜਿਸ ਵਿਚ ਨੈੱਟਵਰਕ 18 ਵੀ ਸ਼ਾਮਲ ਹੈ। ਅਡਾਨੀ ਨੇ ਕੁਇੰਟ (Quint) ਵਿਚ ਹਿੱਸੇਦਾਰੀ ਲਈ ਹੈ ਅਤੇ ਹਾਲ ਹੀ ਵਿਚ ਇਕ ਜਬਰਦਸਤੀ ਕਬਜ਼ੇ ਰਾਹੀਂ ਐਨਡੀਟੀਵੀ (NDTV) ਵਿਚ 29% ਹਿੱਸੇਦਾਰੀ ਹਾਸਲ ਕੀਤੀ ਹੈ।

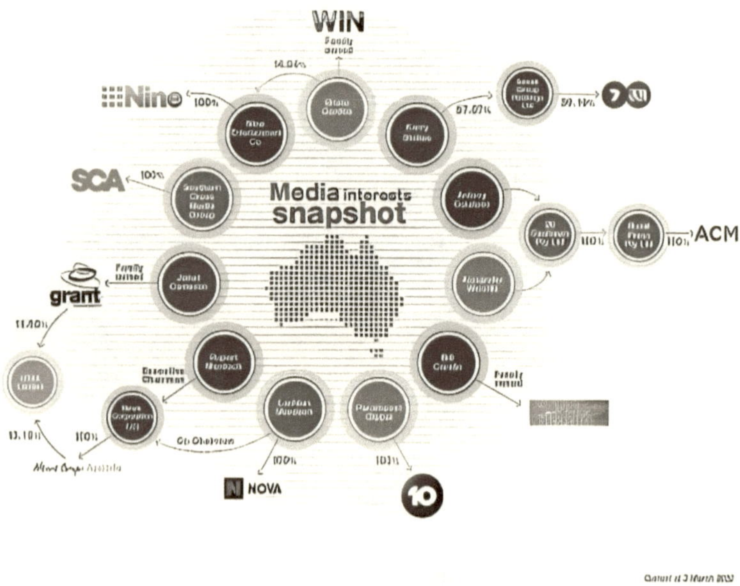

ਚਿੱਤਰ 12: ਮੀਡੀਆ ਹਿਤਾਂ ਦਾ ਸਨੈਪਸ਼ਾਟ, ਆਸਟ੍ਰੇਲੀਆ

Source:https://channelfinderacmagovau/webwr/media-ownership/MediaI nterestsSnapshotjpg

ਮੀਡੀਆ 'ਤੇ ਅਜਿਹੀ ਮਜ਼ਬੂਤ ਪਕੜ ਇਸ ਲਈ ਹੈ ਕਿ ਲੋਕ ਇਕੱਠੇ ਹੋ ਕੇ ਉਨ੍ਹਾਂ ਦੇ ਨਿਰੰਕੁਸ਼ ਫ਼ੈਸਲਿਆਂ ਨੂੰ ਚੁਣੌਤੀ ਨਾ ਦੇ ਸਕਣ। ਆਮ ਲੋਕਾਂ ਨੂੰ ਲੱਗਦਾ ਹੈ ਕਿ ਵੋਟ ਪਾਉਣ ਦਾ ਹੱਕ ਉਨ੍ਹਾਂ ਨੂੰ ਅਸਲੀ ਸੱਤਾ ਦਿੰਦਾ ਹੈ, ਪਰ ਇਹ ਸਿਰਫ਼ ਇਕ ਭਰਮ ਹੈ।

ਆਸਟ੍ਰੇਲੀਆ ਵਿਚ (ਚਿੱਤਰ 12), ਮੀਡੀਆ ਮਾਲਕੀ ਦੇ ਨਿਯਮ ਅਖ਼ਬਾਰਾਂ, ਟੈਲੀਵਿਜ਼ਨ

ਅਤੇ ਰੇਡੀਓ ਦੇ ਲਾਇਸੈਂਸਾਂ ਦੀ ਇਕੱਠੀ ਮਾਲਕੀ ਨੂੰ ਰੋਕਦੇ ਹਨ ਜੇ ਉਹ ਇੱਕੋ ਖੇਤਰ ਲਈ ਸੇਵਾ ਕਰਦੇ ਹਨ। ਇਸ ਕਾਨੂੰਨ ਦਾ ਮਕਸਦ ਵਪਾਰਕ ਮੀਡੀਆ ਦੇ ਸਭ ਤੋਂ ਪ੍ਰਭਾਵਸ਼ਾਲੀ ਰੂਪਾਂ – ਰੋਜ਼ਾਨਾ ਅਖ਼ਬਾਰਾਂ, ਮੁਫ਼ਤ ਟੀਵੀ ਅਤੇ ਰੇਡੀਓ – ਵਿਚ ਮਾਲਕੀ ਦੀ ਵੱਖ-ਵੱਖਤਾ ਬਣਾਈ ਰੱਖਣਾ ਹੈ। ਤਰਕ ਇਹ ਹੈ ਕਿ ਲੋਕਤੰਤਰ ਦੇ ਸਹੀ ਤਰੀਕੇ ਨਾਲ ਕੰਮ ਕਰਨ ਲਈ ਜਨਤਕ ਮੀਡੀਆ ਦੀ ਮਾਲਕੀ ਵੱਖ-ਵੱਖ ਹੋਣੀ ਚਾਹੀਦੀ ਹੈ, ਤਾਂ ਜੋ ਜਨਤਕ ਜੀਵਨ ਬਾਰੇ ਖ਼ਬਰਾਂ ਨਿਰਪੱਖ ਅਤੇ ਖੁੱਲ੍ਹੇ ਤੌਰ 'ਤੇ ਦਿੱਤੀਆਂ ਜਾ ਸਕਣ। ਆਸਟ੍ਰੇਲੀਆ ਵਿਚ, ਆਸਟ੍ਰੇਲੀਅਨ ਮੁਕਾਬਲਾ ਅਤੇ ਖਪਤਕਾਰ ਕਮਿਸ਼ਨ (ACCC) ਮੁੱਖ ਸੰਸਥਾ ਹੈ ਜੋ ਏਕਾਧਿਕਾਰ ਨੂੰ ਰੋਕਣ ਲਈ ਨਿਗਰਾਨੀ ਕਰਦੀ ਹੈ।

ਮੀਡੀਆ 'ਤੇ ਏਕਾਧਿਕਾਰ ਕਿਸੇ ਵੀ ਪੱਧਰ 'ਤੇ ਹੋ ਸਕਦਾ ਹੈ – ਰਾਸ਼ਟਰੀ ਜਾਂ ਅੰਤਰਰਾਸ਼ਟਰੀ; ਕਿਸੇ ਵੀ ਕਿਸਮ ਦਾ ਹੋ ਸਕਦਾ ਹੈ – ਵਪਾਰਕ ਜਾਂ ਸਰਕਾਰੀ; ਅਤੇ ਅਖ਼ਬਾਰਾਂ, ਫਿਲਮ, ਟੀਵੀ, ਰੇਡੀਓ ਜਾਂ ਸੈਟੇਲਾਈਟ ਪ੍ਰਸਾਰਣ 'ਤੇ ਹੋ ਸਕਦਾ ਹੈ। ਜੇ ਸਰਕਾਰ ਦਾ ਮੀਡੀਆ 'ਤੇ ਏਕਾਧਿਕਾਰ ਹੋਵੇ, ਤਾਂ ਇਹ ਪ੍ਰਚਾਰ ਕਰਨ, ਪ੍ਰਗਟਾਵੇ ਦੀ ਆਜ਼ਾਦੀ ਘਟਾਉਣ, ਅਸਹਿਮਤੀ ਦਬਾਉਣ ਅਤੇ ਬੇਇਨਸਾਫ਼ੀ ਤੇ ਸ਼ੋਸ਼ਣ ਕਰਨ ਲਈ ਵਰਤਿਆ ਜਾ ਸਕਦਾ ਹੈ।

ਪੀਅਰ-ਰਿਵਿਊਡ ਜਰਨਲਾਂ ਦੇ ਲੇਖਾਂ ਅਤੇ ਅਕਾਦਮਿਕ ਖੋਜ ਡਾਟਾ (ਚਿੱਤਰ 10, 11 ਅਤੇ 12) ਦਾ ਵਿਸ਼ਲੇਸ਼ਣ ਸਪਸ਼ਟ ਕਰਦਾ ਹੈ ਕਿ ਕਾਰਪੋਰੇਸ਼ਨਾਂ ਨੇ ਕਾਰਪੋਰੇਟ ਮੀਡੀਆ ਸਾਮਰਾਜਾਂ ਦਾ ਇਕ ਵੱਡਾ ਜਾਲ ਬਣਾਇਆ ਹੈ, ਜੋ ਮੁੱਖ ਤੌਰ 'ਤੇ ਉਨ੍ਹਾਂ ਦੀਆਂ ਆਪਣੀਆਂ ਇੱਛਾਵਾਂ ਅਤੇ ਲੋੜਾਂ ਨੂੰ ਪੂਰਾ ਕਰਦਾ ਹੈ।

ਰਾਜਨੀਤਿਕ ਕਮਜ਼ੋਰੀਆਂ

ਰਾਜਨੀਤਿਕ ਸਹੀਤਾ (Political Correctness)

ਰਾਜਨੀਤਿਕ ਸਹੀਤਾ ਉਸ ਵੇਲੇ ਹੁੰਦੀ ਹੈ ਜਦੋਂ ਰਾਜਨੀਤੀਵਾਨ ਕਿਸੇ ਮੁੱਦੇ ਬਾਰੇ ਗੱਲ ਕਰਨ ਤੋਂ ਵੀ ਕਤਰਾਉਂਦੇ ਹਨ, ਉਨ੍ਹਾਂ 'ਤੇ ਕਾਰਵਾਈ ਕਰਨ ਦੀ ਤਾਂ ਗੱਲ ਹੀ ਛੱਡੋ, ਸਿਰਫ਼ ਇਸ ਡਰ ਨਾਲ ਕਿ ਜਨਤਾ ਦਾ ਕੋਈ ਹਿੱਸਾ ਨਾਰਾਜ਼ ਨਾ ਹੋ ਜਾਵੇ। ਜਦੋਂ ਇਹ ਇਕ-ਅੱਧ ਗਲਤੀ ਦੀ ਥਾਂ ਆਮ ਤਰੀਕਾ ਬਣ ਜਾਂਦਾ ਹੈ, ਤਾਂ ਇਸ ਨੂੰ ਰਾਜਨੀਤਿਕ ਸਹੀਤਾ ਕਹਿੰਦੇ ਹਨ। ਰਾਜਨੀਤਿਕ ਸਹੀਤਾ ਦਾ ਵਰਤਾਰਾ ਕੀ ਹੈ? ਇਹ ਕਿਵੇਂ ਅਤੇ ਕਿਉਂ ਇੰਨਾ ਨੁਕਸਾਨਦਾਇਕ ਅਤੇ ਫੈਲਿਆ ਹੋਇਆ ਬਣ ਗਿਆ ਹੈ, ਅਤੇ ਇਸ ਨੂੰ ਵਧਾਉਣ ਵਾਲੇ ਕਾਰਕ ਕਿਹੜੇ ਹਨ?

ਸੋਸ਼ਲ ਮੀਡੀਆ ਰਾਜਨੀਤੀਵਾਨਾਂ ਦੇ ਇਸ ਰਵੱਈਏ ਦੇ ਵੱਧਣ ਦਾ ਮੁੱਖ ਕਾਰਨ ਹੈ। ਇਹ ਸੋਸ਼ਲ ਮੀਡੀਆ ਦੇ ਮਾੜੇ ਅਸਰਾਂ ਵਿੱਚੋਂ ਇਕ ਹੈ, ਜਿਸ ਨੂੰ ਰਾਜਨੀਤੀਵਾਨਾਂ ਨੂੰ ਸਮੇਂ ਦੇ ਨਾਲ ਕਾਬੂ ਕਰਨਾ ਪਵੇਗਾ ਜੇਕਰ ਉਹ ਸਿਆਸਤ ਵਿਚ ਟਿਕੇ ਰਹਿਣਾ ਅਤੇ ਪ੍ਰਭਾਵਸ਼ਾਲੀ ਬਣੇ ਰਹਿਣਾ ਚਾਹੁੰਦੇ ਹਨ। ਉਮੀਦ ਹੈ ਕਿ ਚੰਗੇ ਲੋਕ ਇਸ ਤੋਂ ਬਚਣ ਦਾ ਕੋਈ ਰਸਤਾ ਲੱਭ ਲੈਣਗੇ।

ਕਿਉਂਕਿ ਮੀਡੀਆ ਨੇ ਹਰ ਕਿਸੇ ਨੂੰ ਇਕ ਮੰਚ ਅਤੇ ਹਰ ਵਿਸ਼ੇ 'ਤੇ ਆਪਣੀ ਰਾਏ ਦੇਣ ਦਾ ਮੌਕਾ ਦਿੱਤਾ ਹੈ, ਲੋਕ ਬਿਨਾਂ ਰੁਕਾਵਟ ਦੇ ਬੋਲਦੇ ਹਨ, ਬਿਨਾਂ ਇਸ ਗੱਲ 'ਤੇ ਧਿਆਨ ਦਿੱਤੇ ਕਿ ਸਥਿਤੀ ਕਿੰਨੀ ਗੰਭੀਰ ਹੈ ਜਾਂ ਬਿੰਦੂ ਦਾ ਕੀ ਮਹੱਤਵ ਹੈ। ਉਹ ਅਕਸਰ ਤਰਕ, ਕਾਰਨ ਅਤੇ ਨਤੀਜਿਆਂ ਦੀ ਬਜਾਏ ਭਾਵਨਾ ਅਤੇ ਪੱਖਪਾਤ ਦੀ ਵਰਤੋਂ ਕਰਦੇ ਹਨ।

ਬਹਿਸ ਕਰਨ ਦੀ ਥਾਂ, ਮੁੱਦਾ ਜਲਦੀ ਹੀ ਇਕ ਚਿੰਗਾਰੀ ਬਣ ਜਾਂਦਾ ਹੈ ਜਿਸ ਨੂੰ ਲੋਕ ਫੜ ਲੈਂਦੇ ਹਨ। ਇਹ ਲੋਕ ਸਿਰਫ਼ ਟ੍ਰੋਲ ਬਣ ਕੇ ਰਹਿ ਜਾਂਦੇ ਹਨ, ਜਿਨ੍ਹਾਂ ਦਾ ਕੰਮ ਸਿਰਫ਼ ਮਖੌਲ ਉਡਾਉਣਾ ਅਤੇ ਸ਼ੋਰ ਮਚਾਉਣਾ ਹੁੰਦਾ ਹੈ। ਕਈ ਵਾਰ ਇਹ ਸਾਦੇ ਟ੍ਰੋਲ ਇਕ ਛੁਪੇ ਮਨੋਰਥ ਵਾਲੀ ਟੋਲੀ ਦੁਆਰਾ ਚੁਣੇ ਜਾਂਦੇ ਹਨ, ਜਿਸ ਵੱਲ ਮੁੱਦਾ ਮੋੜਿਆ ਜਾਂਦਾ ਹੈ ਅਤੇ ਜੋ ਧਿਆਨ ਦੇ ਕੇਂਦਰ ਵਿਚ ਹੁੰਦੇ ਹਨ। ਰਾਜਨੀਤੀਵਾਨਾਂ ਨੂੰ ਰਾਜਨੀਤਿਕ ਸਹੀਤਾ ਅਸਲ ਨੀਤੀ ਵਾਲੇ ਮੁੱਦਿਆਂ ਤੋਂ ਹਟਾ ਦਿੰਦੀ ਹੈ ਅਤੇ ਉਨ੍ਹਾਂ ਨੂੰ ਛੋਟੀਆਂ, ਬੇਮਤਲਬ ਅਤੇ ਅਣਜਰੂਰੀ ਗੱਲਾਂ ਵਿਚ ਫਸਾ ਲੈਂਦੀ ਹੈ। ਸਪਸ਼ਟ ਹੈ ਕਿ ਰਾਜਨੀਤਿਕ ਸਹੀਤਾ ਦਾ ਜਾਲ ਕਈ ਰਾਜਨੀਤੀਵਾਨਾਂ ਨੂੰ ਫਸਾ ਲੈਂਦਾ ਹੈ। ਇਹ ਕਾਨੂੰਨ ਬਣਾਉਣ ਵਾਲਿਆਂ ਨੂੰ ਬੇਤੁਕੀ ਬਕਵਾਸ ਵਿਚ ਫਸਾ ਕੇ ਮਹੱਤਵਪੂਰਨ ਨੀਤੀ ਵਾਲੇ ਮੁੱਦਿਆਂ ਤੋਂ ਦੂਰ ਰੱਖਦੀ ਹੈ।

ਰਾਏ ਸਰਵੇਖਣ (Opinion Surveys)

ਦੂਜੀ ਸਭ ਤੋਂ ਮਸ਼ਹੂਰ ਸ਼੍ਰੇਣੀ, ਰਾਏ ਸਰਵੇਖਣਾਂ, ਨੇ ਰਾਜਨੀਤਿਕ ਸਹੀਤਾ ਦੇ ਫੈਲਾਅ ਵਿਚ ਵੱਡਾ ਹਿੱਸਾ ਪਾਇਆ ਹੈ, ਜੋ ਅੱਜਕੱਲ੍ਹ ਬਹੁਤ ਆਮ ਹੋ ਗਿਆ ਹੈ।

ਇਹ ਮੰਨਿਆ ਜਾਂਦਾ ਹੈ ਕਿ ਰਾਏ ਸਰਵੇਖਣਾਂ ਦਾ ਮਕਸਦ ਦਿਨ ਦੇ ਸਭ ਤੋਂ ਵੱਡੇ ਮੁੱਦਿਆਂ 'ਤੇ ਜਨਤਾ ਦੀ ਰਾਏ ਨੂੰ ਮਾਪਣਾ ਅਤੇ ਦਰਸਾਉਣਾ ਹੈ। ਦੁੱਖ ਦੀ ਗੱਲ ਹੈ ਕਿ ਰਾਜਨੀਤੀਵਾਨ ਇਨ੍ਹਾਂ ਸਰਵੇਖਣਾਂ ਨੂੰ ਬਹੁਤ ਗੰਭੀਰਤਾ ਨਾਲ ਲੈਂਦੇ ਹਨ ਅਤੇ ਆਪਣਾ ਵਿਵਹਾਰ ਅਤੇ ਕੰਮ ਉਨ੍ਹਾਂ ਦੇ ਪ੍ਰਮੋਟਰਾਂ ਅਤੇ ਪੈਸਾ ਦੇਣ ਵਾਲਿਆਂ ਦੀ ਇੱਛਾ ਅਨੁਸਾਰ ਬਦਲ ਲੈਂਦੇ ਹਨ।

ਇਸ ਕਰਕੇ, ਵੱਡੇ ਮੁੱਦਿਆਂ, ਲੰਬੀ ਮਿਆਦ ਦੀਆਂ ਯੋਜਨਾਵਾਂ ਅਤੇ ਕਾਰਜ-ਪ੍ਰਣਾਲੀਆਂ 'ਤੇ ਧਿਆਨ ਦੇਣ ਦੀ ਬਜਾਏ, ਰਾਜਨੀਤੀਵਾਨ ਆਪਣੀਆਂ ਛੋਟੀ-ਮੋਟੀ ਗਲਤੀਆਂ 'ਤੇ ਹੀ ਪ੍ਰਤੀਕਿਰਿਆ ਕਰਦੇ ਰਹਿੰਦੇ ਹਨ ਅਤੇ ਆਪਣੇ-ਆਪ ਨੂੰ ਹੀ ਠੀਕ ਕਰਨ ਵਿਚ ਲੱਗੇ ਰਹਿੰਦੇ ਹਨ।

ਰਾਜਨੀਤੀਵਾਨਾਂ ਨੂੰ ਇਹ ਸਮਝਣਾ ਚਾਹੀਦਾ ਹੈ ਕਿ ਸਰਵੇਖਣਾਂ ਦਾ ਅਸਲ ਮਕਸਦ ਲੋਕਾਂ ਦੀ ਰਾਏ ਜਾਣਣਾ ਨਹੀਂ, ਸਗੋਂ ਸਰਵੇਖਣ ਦੇ ਮਾਲਕਾਂ ਦੀ ਇੱਛਾ ਅਨੁਸਾਰ ਰਾਏ ਨੂੰ ਮੋੜਨਾ ਅਤੇ ਪਰਦੇ ਪਿੱਛੇ ਡੋਰਾਂ ਖਿੱਚ ਕੇ ਉਨ੍ਹਾਂ ਨੂੰ ਕਠਪੁਤਲੀਆਂ ਬਣਾਉਣਾ ਹੈ।

ਪਛਾਣ ਦੀ ਰਾਜਨੀਤੀ

ਪਛਾਣ ਦੀ ਰਾਜਨੀਤੀ ਦਾ ਸ਼ਬਦ ਸਭ ਤੋਂ ਪਹਿਲਾਂ 1974 ਵਿਚ ਇਕ ਕਾਲੀ ਨਾਰੀਵਾਦੀ ਬਾਰਬਰਾ ਸਮਿਥ ਨੇ ਵਰਤਿਆ ਸੀ (ਗਾਰਜ਼ਾ, ਏ, 2019, 24 ਸਤੰਬਰ)। ਹਾਲਾਂਕਿ ਹਾਲ ਹੀ ਵਿਚ ਪਛਾਣ ਦੀ ਰਾਜਨੀਤੀ ਅਕਸਰ ਨਕਾਰਾਤਮਕ ਸੰਦਰਭ ਵਿਚ ਸੁਰਖੀਆਂ ਬਣੀ ਰਹੀ ਹੈ (ਓਲੀਵਰ, ਟੀ, 2018, 26 ਜੂਨ)। ਗਲੋਬਲਾਈਜ਼ੇਸ਼ਨ ਨਾਲ ਵੱਡੇ ਪੈਮਾਨੇ 'ਤੇ ਲੋਕਾਂ ਦੇ ਪਰਵਾਸ ਕਾਰਨ ਵੱਖ-ਵੱਖ ਸੱਭਿਆਚਾਰ ਅਤੇ ਮੁੱਲ ਇਕੱਠੇ ਹੋ ਰਹੇ ਹਨ। ਜਦੋਂ ਲੋਕ ਨਵੀਂ ਥਾਂ 'ਤੇ ਵੱਸਦੇ ਹਨ, ਉਹ ਅਕਸਰ ਆਪਣੇ-ਆਪ ਨੂੰ ਸਮਾਜ ਵਿਚ ਮਾਨਤਾ ਨਾ ਮਿਲਣ ਕਰਕੇ ਗੁੰਮਸੁੰਮ ਮਹਿਸੂਸ ਕਰਦੇ ਹਨ ਅਤੇ ਆਪਣੀ ਪਛਾਣ ਦਰਸਾਉਣ ਲਈ ਦਬਾਅ ਸਮੂਹ ਬਣਾ ਕੇ ਰਾਜਨੀਤਿਕ ਧਿਆਨ ਖਿੱਚਣ ਦੀ ਕੋਸ਼ਿਸ਼ ਕਰਦੇ ਹਨ। ਇਸੇ ਤਰ੍ਹਾਂ ਭਾਸ਼ਾ, ਧਰਮ, ਨਸਲ, ਲਿੰਗ ਅਤੇ ਜਿਨਸੀ ਰੁਝਾਨ ਦੇ ਆਧਾਰ 'ਤੇ ਬਣੇ ਹੋਰ ਸਮਾਜਕ ਸਮੂਹ ਵੀ ਅਜਿਹਾ ਹੀ ਕਰਦੇ ਹਨ। ਜਦੋਂ ਕਿਸੇ ਨੂੰ ਉਹ ਸਤਿਕਾਰ ਨਹੀਂ ਮਿਲਦਾ ਜੋ ਉਹ ਸਮਝਦਾ ਹੈ ਕਿ ਉਸ ਨੂੰ

ਮਿਲਣਾ ਚਾਹੀਦਾ ਹੈ, ਤਾਂ ਬੇਚੈਨੀ ਪੈਦਾ ਹੁੰਦੀ ਹੈ। ਇਸ ਨਾਲ ਹਿੰਸਾ ਅਤੇ ਧਾਰਮਿਕ ਕੱਟੜਪੰਥ ਵਧ ਸਕਦਾ ਹੈ, ਜਿਸ ਨਾਲ ਸਮਾਜ ਵਿਚ ਵਿਖੰਡਨ ਅਤੇ "ਅਸੀਂ ਬਨਾਮ ਉਹ" ਵਾਲੀ ਸੋਚ ਜਨਮ ਲੈਂਦੀ ਹੈ।

ਜਦੋਂ ਰਾਜਨੀਤੀਵਾਨ ਆਪਣੇ ਫ਼ਾਇਦੇ ਲਈ ਵੋਟ ਬੈਂਕ ਬਣਾਉਣ ਲਈ ਇਨ੍ਹਾਂ ਸਮੂਹਾਂ ਨਾਲ ਖੇਡਣਾ, ਜੋੜਨਾ ਜਾਂ ਉਨ੍ਹਾਂ ਨੂੰ ਖੁਸ਼ ਕਰਨਾ ਸ਼ੁਰੂ ਕਰਦੇ ਹਨ, ਤਾਂ ਉਹ ਪਛਾਣ ਦੀ ਰਾਜਨੀਤੀ ਨੂੰ ਵਧਾਵਾ ਦਿੰਦੇ ਹਨ। ਜਦੋਂ ਰਾਜਨੀਤੀਵਾਨ ਇਕ ਸਮਾਜਕ ਸਮੂਹ ਨੂੰ ਦੂਜੇ ਵਿਰੁੱਧ ਖੜ੍ਹਾ ਕਰਦੇ ਹਨ, ਤਾਂ ਇਹ ਨਕਾਰਾਤਮਕ ਰੂਪ ਲੈ ਲੈਂਦਾ ਹੈ ਅਤੇ ਸਮਾਜ ਵਿਚ ਵੰਡ ਪੈਦਾ ਹੁੰਦੀ ਹੈ। ਇਹ ਸੋਚ ਕਿ ਲੋਕ ਆਪਣੀ ਪਛਾਣ ਦੇ ਆਧਾਰ 'ਤੇ ਵੋਟ ਪਾਉਂਦੇ ਹਨ, ਸਮੂਹਾਂ ਨੂੰ ਖ਼ਾਨਿਆਂ ਵਿਚ ਵੰਡ ਦਿੰਦੀ ਹੈ ਅਤੇ ਉਨ੍ਹਾਂ ਨੂੰ ਰੂੜ੍ਹੀਵਾਦੀ ਬਣਾ ਦਿੰਦੀ ਹੈ। ਗਲੋਬਲਾਈਜ਼ੇਸ਼ਨ ਨਾਲ ਵੱਖ-ਵੱਖ ਸਮੂਹਾਂ ਦੀ ਪਛਾਣ ਦੀ ਰਾਜਨੀਤੀ ਦਾ ਮੁੜ ਉਭਾਰ ਅੱਜ ਦੇ ਰਾਜਨੀਤਿਕ ਸੰਸਾਰ ਦੀਆਂ ਵੱਡੀਆਂ ਗੁੰਝਲਾਂ ਵਿੱਚੋਂ ਇਕ ਹੈ। ਸਮੂਹਕ ਪਛਾਣ ਨੂੰ ਉਭਾਰ ਕੇ ਰਾਜਨੀਤਿਕ ਕਾਰਵਾਈ ਕਰਨ ਵਾਲੇ ਸਮੂਹ ਅੱਜਕੱਲ੍ਹ ਹਰ ਜਗ੍ਹਾ ਨਜ਼ਰ ਆਉਂਦੇ ਹਨ (ਬ੍ਰਾਊਨ, ਡੀ ਐਲ, 2012)।

ਹਰ ਵਿਅਕਤੀ ਵੱਖਰਾ ਹੈ ਅਤੇ ਉਸ ਨੂੰ ਆਪਣੇ ਲਈ ਸੋਚਣਾ ਚਾਹੀਦਾ ਹੈ। ਜੇ ਅਸੀਂ ਆਪਣੀ ਨਸਲ ਦੇ ਆਧਾਰ 'ਤੇ ਕਿਸੇ ਇਕ ਵਿਚਾਰਧਾਰਾ ਨਾਲ ਜੁੜਦੇ ਹਾਂ, ਉਸ ਵਿਚਾਰਧਾਰਾ ਦੀ ਬਜਾਏ ਜਿਸ ਲਈ ਅਸੀਂ ਸੱਚਮੁੱਚ ਖੜ੍ਹੇ ਹਾਂ, ਤਾਂ ਇਹ ਸਾਨੂੰ ਰਾਜਨੀਤਿਕ ਤੌਰ 'ਤੇ ਅਣਜਾਣ ਬਣਾ ਦਿੰਦਾ ਹੈ, ਜੋ ਸਾਡੇ ਅਤੇ ਸਾਡੇ ਲੋਕਤੰਤਰ ਲਈ ਨੁਕਸਾਨਦਾਇਕ ਹੈ। ਇਸ ਦਾ ਨਤੀਜਾ ਇਹ ਹੁੰਦਾ ਹੈ ਕਿ ਬਹੁਤ ਸਾਰੇ ਲੋਕ ਉਨ੍ਹਾਂ ਮੁੱਦਿਆਂ ਲਈ ਵੋਟ ਪਾ ਦਿੰਦੇ ਹਨ ਜਿਨ੍ਹਾਂ ਦੇ ਉਹ ਅਸਲ ਵਿਚ ਖਿਲਾਫ਼ ਹੁੰਦੇ ਹਨ, ਬਿਨਾਂ ਇਸ ਗੱਲ ਦਾ ਅਹਿਸਾਸ ਕੀਤੇ। ਇਹੀ ਪਛਾਣ ਸੰਘਰਸ਼ ਦੀ ਸਮੱਸਿਆ ਅਤੇ ਉਸ ਦਾ ਸਰੋਤ ਹੈ। ਪਛਾਣ ਦੀ ਰਾਜਨੀਤੀ, ਰਾਜਨੀਤਿਕ ਸਹੀਤਾ ਵਾਂਗ, ਇਕ ਹੋਰ ਮੁੱਦਾ ਹੈ ਜੋ ਸਮਾਜਕ ਸਮੂਹਾਂ ਦੇ ਹਿਤਾਂ ਅਤੇ ਸੋਚਾਂ 'ਤੇ ਅਧਾਰਿਤ ਰਾਜਨੀਤਿਕ ਸਥਿਤੀਆਂ ਨੂੰ ਦਰਸਾਉਂਦਾ ਹੈ ਜਿਨ੍ਹਾਂ ਨਾਲ ਉਹ ਆਪਣੇ-ਆਪ ਨੂੰ ਜੋੜਦੇ ਹਨ। ਜਿਵੇਂ ਪਛਾਣ ਦੀ ਰਾਜਨੀਤੀ ਵੱਖ-ਵੱਖ ਸਮੂਹਾਂ ਵਿਚਕਾਰ ਵੰਡ ਨੂੰ ਹੋਰ ਡੂੰਘਾ ਕਰਦੀ ਹੈ, ਇਹ ਨੁਕਸਾਨਦਾਇਕ ਹੈ ਅਤੇ ਰਾਜਨੀਤੀ 'ਤੇ ਨਕਾਰਾਤਮਕ ਪ੍ਰਭਾਵ ਪਾਉਂਦੀ ਹੈ।

ਉਦਾਹਰਨ ਲਈ, ਅਮਰੀਕਾ ਵਿਚ ਬਲੈਕ ਲਾਈਵਜ਼ ਮੈਟਰ (Black Lives Matter) ਅੰਦੋਲਨ ਨੇ ਪਛਾਣ ਦੀ ਰਾਜਨੀਤੀ ਨੂੰ ਹਥਿਆਰ ਬਣਾਇਆ, ਜਦੋਂ ਇਕ ਗੋਰੇ ਪੁਲਿਸ ਅਧਿਕਾਰੀ ਨੇ ਇਕ ਕਾਲੇ ਵਿਅਕਤੀ, ਜਾਰਜ ਫਲੋਇਡ ਨੂੰ ਮਾਰ ਦਿੱਤਾ। ਇਸ ਘਟਨਾ ਤੋਂ ਬਾਅਦ ਗੋਰੀ ਬਹੁਗਿਣਤੀ ਅਤੇ ਨਸਲੀ ਘੱਟ ਗਿਣਤੀਆਂ ਵਿਚਕਾਰ ਬਹੁਤ ਰੋਸ ਅਤੇ ਅਵਿਸ਼ਵਾਸ ਪੈਦਾ ਹੋਇਆ (ਹੈਫਰ, ਐਸ, 2021, 31 ਅਗਸਤ)। ਯੂਨਾਈਟਿਡ ਕਿੰਗਡਮ ਦੇ ਇਤਿਹਾਸਕਾਰ ਸਾਈਮਨ ਹੈਫਰ ਦਾ ਕਹਿਣਾ ਹੈ ਕਿ ਪਛਾਣ ਦੀ ਰਾਜਨੀਤੀ ਦਾ ਖਤਰਾ ਇਹ ਹੈ ਕਿ ਇਹ ਬਹੁਗਿਣਤੀ ਵਿਚਲੇ ਤਰਕਸ਼ੀਲ ਲੋਕਾਂ ਨੂੰ ਸਵੈ-ਨਫ਼ਰਤ ਵਾਲੇ ਤਰਕਹੀਣ ਲੋਕਾਂ ਵਿਚ ਬਦਲ ਦਿੰਦੀ ਹੈ। ਇਹ ਵਰਤਾਰਾ ਸੋਸ਼ਲ ਮੀਡੀਆ ਦੁਆਰਾ ਹੋਰ ਵਧਦਾ ਹੈ, ਕਿਉਂਕਿ ਇਹ ਆਮ ਤੌਰ 'ਤੇ ਤਰਕਸ਼ੀਲ ਬਹਿਸ ਨੂੰ ਪਾਸੇ ਕਰ ਦਿੰਦਾ ਹੈ ਅਤੇ ਉਸ ਦੀ ਥਾਂ ਉਨ੍ਹਾਂ ਲੋਕਾਂ ਵਿਰੁੱਧ ਨਫ਼ਰਤ ਪੈਦਾ ਕਰਦਾ ਹੈ, ਜੋ ਉਨ੍ਹਾਂ ਨਾਲ ਸਹਿਮਤ ਨਹੀਂ ਹੁੰਦੇ।

ਪੋਸਟ-ਟ੍ਰੁਥ ਅਤੇ ਲੋਕ-ਪ੍ਰੇਰਨਾ (Demagoguery)

ਜਦੋਂ ਜਨਤਕ ਰਾਏ ਬਣਾਉਣ ਵਿਚ ਭਾਵਨਾਵਾਂ ਅਤੇ ਨਿੱਜੀ ਵਿਸ਼ਵਾਸ ਤੱਥਾਂ ਨਾਲੋਂ ਵੱਧ ਅਸਰ

ਕਰਦੇ ਹਨ, ਤਾਂ ਇਸ ਨੂੰ ਪੋਸਟ-ਟ੍ਰਥ (Post-truth) ਕਿਹਾ ਜਾਂਦਾ ਹੈ। ਪੋਸਟ-ਟ੍ਰਥ ਰਾਜਨੀਤੀ ਉਹ ਸੱਭਿਆਚਾਰ ਹੈ ਜਿੱਥੇ ਬਹਿਸਾਂ ਸੱਚ ਤੇ ਝੂਠ ਵਿਚ ਹੀ ਫਸ ਜਾਂਦੀਆਂ ਹਨ ਅਤੇ ਸਮਾਜ ਦੇ ਅਸਲ ਮੁੱਦੇ ਪਿੱਛੇ ਰਹਿ ਜਾਂਦੇ ਹਨ। ਜਦੋਂ ਤੱਥਾਂ 'ਤੇ ਸਹਿਮਤੀ ਨਹੀਂ ਰਹਿੰਦੀ, ਤਾਂ ਦਾਅਵੇ ਨਿੱਜੀ ਹੋ ਜਾਂਦੇ ਹਨ (ਐਨਫੀਲਡ, ਐਨ, 2019)। ਇਸ ਕਾਰਨ ਦੁਨੀਆ ਦੇ ਸਭ ਤੋਂ ਵਧੀਆ ਸੋਚਵਾਨ ਲੋਕ ਸਾਹਮਣੇ ਆਉਂਦੇ ਹਨ ਅਤੇ ਉਸ ਗੱਲ ਨੂੰ ਚੁਣੌਤੀ ਦਿੰਦੇ ਹਨ ਜਿਸ ਨੂੰ ਸਾਨੂੰ ਤੱਥ ਵਜੋਂ ਪੇਸ਼ ਕੀਤਾ ਜਾਂਦਾ ਹੈ। ਲੀ ਮੈਕਿੰਟਾਇਰ (Lee McIntyre), ਜੋ ਬੋਸਟਨ ਯੂਨੀਵਰਸਿਟੀ ਦੇ ਫਿਲਾਸਫੀ ਅਤੇ ਵਿਗਿਆਨ ਦੇ ਇਤਿਹਾਸ ਕੇਂਦਰ ਵਿਚ ਖੋਜ ਫੈਲੋ ਹਨ ਅਤੇ ਹਾਰਵਰਡ ਐਕਸਟੈਂਸ਼ਨ ਸਕੂਲ ਵਿਚ ਨੈਤਿਕਤਾ ਪੜ੍ਹਾਉਂਦੇ ਹਨ, ਆਪਣੀ ਕਿਤਾਬ *Post-Truth* ਵਿਚ ਦੱਸਦੇ ਹਨ ਕਿ ਕਿਵੇਂ ਪੋਸਟ-ਟ੍ਰਥ ਵਰਤਾਰਾ ਸਮੇਂ ਦੇ ਨਾਲ ਬਣਿਆ। ਉਹ ਇਸ ਦੇ ਕਾਰਨਾਂ ਵਜੋਂ ਵਿਗਿਆਨ ਦਾ ਇਨਕਾਰ, ਫ਼ਰਜ਼ੀ ਖ਼ਬਰਾਂ ਅਤੇ ਸਾਡੇ ਮਨ ਦੇ ਅੰਨ੍ਹੇ ਧੱਬਿਆਂ ਨੂੰ ਗਿਣਾਉਂਦੇ ਹਨ (ਮੈਕਿੰਟਾਇਰ, ਐਲ, 2018ਸੀ)।

ਪ੍ਰੋਫ਼ੈਸਰ ਨਿਕ ਐਨਫੀਲਡ ਨੇ ਕਿਹਾ, "ਸਾਡੇ ਕੋਲ ਕਾਨੂੰਨ, ਰਾਜਨੀਤੀ, ਫਿਲਾਸਫੀ, ਮੀਡੀਆ, ਵਿਗਿਆਨ ਅਤੇ ਦਵਾਈ ਵਰਗੇ ਹਰ ਖੇਤਰ ਤੋਂ ਕੁਝ ਵਧੀਆ ਸੋਚਵਾਨ ਹਨ। ਇਹ ਸਾਰੇ ਇਹ ਸਮਝਣ ਲਈ ਕੰਮ ਕਰ ਰਹੇ ਹਨ ਕਿ ਅਸੀਂ ਉਸ ਜਾਣਕਾਰੀ ਦੀ ਸਚਾਈ ਨੂੰ ਕਿਵੇਂ ਬਚਾ ਸਕਦੇ ਹਾਂ ਜਿਸ 'ਤੇ ਇਹ ਸਾਰੇ ਖੇਤਰ ਟਿਕੇ ਹੋਏ ਹਨ।"

ਰਾਜਨੀਤਿਕ ਸੱਭਿਆਚਾਰ ਉਹ ਹੁੰਦਾ ਹੈ ਜਿੱਥੇ ਨੀਤੀ ਦੇ ਵੇਰਵੇ ਭਾਵਨਾਵਾਂ ਨੂੰ ਉਭਾਰ ਕੇ ਤੇ ਤੱਥਾਂ ਨੂੰ ਜਾਣਬੁੱਝ ਕੇ ਅਣਡਿੱਠ ਕਰਕੇ ਇਕ ਕਹਾਣੀ ਬਣਾਈ ਜਾਂਦੀ ਹੈ, ਤਾਂ ਜੋ ਲੋਕਾਂ ਨੂੰ ਧੋਖੇ ਨਾਲ ਗੁੰਮਰਾਹ ਕੀਤਾ ਜਾ ਸਕੇ। ਇਹ ਕੰਮ ਗ਼ਲਤ ਜਾਣਕਾਰੀ, ਝੂਠੀ ਜਾਣਕਾਰੀ ਅਤੇ ਮਾਹਰਾਂ ਦੀ ਰਾਏ ਨੂੰ ਰੱਦ ਕਰਕੇ ਕੀਤਾ ਜਾਂਦਾ ਹੈ। ਸਮਝਦਾਰ ਲੋਕ ਆਸਾਨੀ ਨਾਲ ਵੇਖ ਸਕਦੇ ਹਨ ਕਿ ਨੇਤਾ ਆਪਣੇ ਕਹੇ 'ਤੇ ਚੱਲ ਰਹੇ ਹਨ ਜਾਂ ਨਹੀਂ, ਜਾਂ ਉਹ ਲੋਕਾਂ ਨੂੰ ਹਲਕਾ ਲੈ ਕੇ ਅਸਲ ਸਵਾਲਾਂ ਤੋਂ ਬਚ ਰਹੇ ਹਨ। ਇਹ ਤਰੀਕਾ ਅਕਸਰ ਸੱਜੇ-ਪੱਖੀ ਕੱਟੜਪੰਥੀਆਂ ਅਤੇ ਜੇਹਾਦੀਆਂ ਵੱਲੋਂ ਆਪਣੇ ਗੁਪਤ ਮਕਸਦਾਂ ਲਈ ਵਰਤਿਆ ਜਾਂਦਾ ਹੈ (ਕੋਹਲਰ, ਡੀ, ਅਤੇ ਐਬਨਰ, ਜੇ, 2019)। ਹਾਲ ਹੀ ਵਿਚ ਪੋਸਟ-ਟ੍ਰਥ ਰਾਜਨੀਤੀ ਅਤੇ ਸੱਜੇ-ਪੱਖੀ ਹਕੂਮਤਦਾਰੀ ਵਿਚ ਵਾਧਾ ਹੋਇਆ ਹੈ, ਜਿਸ ਨਾਲ ਆਜ਼ਾਦ ਪ੍ਰੈੱਸ ਅਤੇ ਵਿਗਿਆਨ ਦੀ ਭਰੋਸੇਯੋਗਤਾ ਨੂੰ ਵੱਡਾ ਨੁਕਸਾਨ ਪਹੁੰਚ ਰਿਹਾ ਹੈ।

ਸੇਬੇਸਟਿਅਨ ਵੱਟਾਮੱਟਮ (2020, 21 ਫਰਵਰੀ) ਅਨੁਸਾਰ, 11 ਸਤੰਬਰ 2001 ਨੂੰ ਟਵਿਨ ਟਾਵਰਜ਼ 'ਤੇ ਹਮਲੇ ਤੋਂ ਬਾਅਦ ਅਮਰੀਕਾ ਨੇ ਬਦਲਾ ਲੈਣ ਲਈ ਰਾਜਨੀਤਿਕ ਝੂਠ ਬਣਾਉਣੇ ਸ਼ੁਰੂ ਕੀਤੇ, ਅਤੇ ਇਸ ਨਾਲ ਪੱਛਮ ਵਿਚ ਪੋਸਟ-ਟ੍ਰਥ ਯੁੱਗ ਦੀ ਸ਼ੁਰੂਆਤ ਹੋਈ। ਅਮਰੀਕਾ ਨੇ ਵੱਡੇ ਪੈਮਾਨੇ 'ਤੇ ਤਬਾਹੀ ਦੇ ਹਥਿਆਰਾਂ ਦਾ ਬਹਾਨਾ ਬਣਾਕੇ ਇਰਾਕ 'ਤੇ ਹਮਲਾ ਕੀਤਾ। ਇਹ ਰੁਝਾਨ 2016 ਦੀਆਂ ਰਾਸ਼ਟਰਪਤੀ ਚੋਣਾਂ ਵਿਚ ਚਰਮ 'ਤੇ ਪਹੁੰਚਿਆ, ਜਦੋਂ ਡੋਨਾਲਡ ਟਰੰਪ ਸੱਤਾ ਵਿਚ ਆਏ। ਪਿਛਲੇ ਸਮੇਂ ਵਿਚ ਫਾਸ਼ੀਵਾਦੀ ਸਰਕਾਰਾਂ ਨੇ ਵੀ ਅਜਿਹੇ ਭਾਸ਼ਣ ਵਰਤੇ ਹਨ। ਜਦੋਂ ਰਾਜਨੀਤਿਕ ਝੂਠ ਅਕਸਰ ਤੇ ਲਗਾਤਾਰ ਦੁਹਰਾਏ ਜਾਂਦੇ ਹਨ, ਤਾਂ ਆਮ ਲੋਕ ਸਚਾਈ ਲਈ ਬੇਪ੍ਰਵਾਹ ਹੋ ਜਾਂਦੇ ਹਨ। ਸੱਚ ਦੀ ਸਮਝ ਗੁਆਉਣ ਤੋਂ ਬਾਅਦ, ਉਹ ਸਰਕਾਰ ਦੀ ਆਲੋਚਨਾ ਕਰਨ ਦੀ ਸਮਰੱਥਾ ਵੀ ਗੁਆ ਦਿੰਦੇ ਹਨ, ਅਤੇ ਇਸ ਨਾਲ ਸਰਕਾਰਾਂ ਹੌਲੀ-ਹੌਲੀ ਤਾਨਾਸ਼ਾਹ ਅਤੇ ਫਾਸ਼ੀਵਾਦੀ ਬਣ ਜਾਂਦੀਆਂ ਹਨ। ਫਾਸ਼ੀਵਾਦ ਇਕ ਅਜਿਹਾ ਰਾਜਨੀਤਿਕ ਰੁਝਾਨ ਹੈ ਜੋ ਨਸਲ, ਧਰਮ ਜਾਂ ਜਾਤੀ ਦੇ ਆਧਾਰ 'ਤੇ ਕੁਝ ਲੋਕਾਂ ਨੂੰ ਰਾਸ਼ਟਰ ਦੀ ਪਰਿਭਾਸ਼ਾ ਤੋਂ ਬਾਹਰ ਕਰਦਾ ਹੈ। ਅਮਰੀਕਾ ਨੇ 1924 ਵਿਚ ਇਮੀਗ੍ਰੇਸ਼ਨ ਐਕਟ ਪਾਸ ਕਰਕੇ ਏਸ਼ੀਆਈ ਦੇਸ਼ਾਂ ਤੋਂ ਆਵਾਜਾਈ ਰੋਕੀ ਸੀ। ਹਿਟਲਰ ਨੇ

ਯਹੂਦੀਆਂ ਨੂੰ ਬਾਹਰ ਕੱਢਿਆ ਅਤੇ 1935 ਵਿਚ ਨੂਰਮਬਰਗ ਕਾਨੂੰਨ ਪਾਸ ਕੀਤੇ, ਜਿਸ ਲਈ ਉਸ ਨੇ ਅਮਰੀਕਾ ਤੋਂ ਪ੍ਰੇਰਨਾ ਲਈ। ਹਾਲ ਹੀ ਵਿਚ, ਭਾਰਤ ਵਿਚ ਭਾਜਪਾ ਸਰਕਾਰ ਨੇ ਨਾਗਰਿਕਤਾ ਸੋਧ ਐਕਟ (2019) ਪਾਸ ਕੀਤਾ, ਜਿਸ ਵਿਚ ਗੁਆਂਢੀ ਦੇਸ਼ਾਂ ਤੋਂ ਆਏ ਮੁਸਲਮਾਨਾਂ ਨੂੰ ਨਾਗਰਿਕਤਾ ਲਈ ਯੋਗ ਧਾਰਮਿਕ ਸਮੂਹਾਂ ਦੀ ਸੂਚੀ ਤੋਂ ਬਾਹਰ ਰੱਖਿਆ ਗਿਆ।

2014 ਦੀਆਂ ਭਾਰਤੀ ਆਮ ਚੋਣਾਂ ਵਿਚ, ਨਰਿੰਦਰ ਮੋਦੀ ਨੇ ਵੋਟਰਾਂ ਵਿਚ ਇਕ ਝੂਠੀ ਭਾਵਨਾ ਪੈਦਾ ਕਰਕੇ ਸੱਤਾ ਹਾਸਲ ਕੀਤੀ ਕਿ ਉਹ ਇਕ ਗੁੰਮ ਹੋ ਚੁੱਕੇ ਸੁਨਹਿਰੀ ਅਤੀਤ ਨੂੰ ਮੁੜ ਲਿਆ ਸਕਦੇ ਹਨ। ਇਸ ਨਾਲ ਮੁਸਲਿਮ ਘੱਟ ਗਿਣਤੀਆਂ ਵੱਲ ਗ਼ੁੱਸਾ ਅਤੇ ਨਿਰਾਸ਼ਾ ਵਧੀ, ਅਤੇ ਉਨ੍ਹਾਂ ਨੂੰ ਮੁਗ਼ਲ ਬਾਦਸ਼ਾਹਾਂ ਦੁਆਰਾ ਕੀਤੇ ਅੱਤਿਆਚਾਰਾਂ ਲਈ ਜ਼ਿੰਮੇਵਾਰ ਠਹਿਰਾਇਆ ਗਿਆ। 2016 ਦੀਆਂ ਅਮਰੀਕੀ ਚੋਣਾਂ ਵਿਚ, ਡੋਨਾਲਡ ਟਰੰਪ ਨੇ ਵੀ ਇਸੇ ਤਰੀਕੇ ਨੂੰ ਵਰਤ ਕੇ ਲੋਕਾਂ ਵਿਚ ਕੱਟੜਤਾ ਪੈਦਾ ਕੀਤੀ, ਨਫ਼ਰਤ ਨੂੰ ਭੜਕਾਇਆ ਅਤੇ ਧੋਖਾਧੜੀ ਨੂੰ ਆਮ ਗੱਲ ਬਣਾਇਆ (ਗ੍ਰੋਸ, ਐਮ, 2017)। ਪੰਕਜ ਮਿਸ਼ਰਾ, ਜੋ ਇਕ ਭਾਰਤੀ ਲੇਖਕ ਹਨ ਅਤੇ *Age of Anger: A History of the Present* ਕਿਤਾਬ ਦੇ ਲੇਖਕ ਹਨ, ਦਲੀਲ ਦਿੰਦੇ ਹਨ ਕਿ ਲੋਕਾਂ ਦੀਆਂ ਭਾਵਨਾਤਮਕ ਲੋੜਾਂ ਨੂੰ ਪੂਰਾ ਕਰਨ ਵਿਚ ਤਰਕ ਅਤੇ ਗਿਆਨ ਦੀ ਅਸਫ਼ਲਤਾ ਨੇ ਅਜਿਹੇ ਤਾਨਾਸ਼ਾਹ, ਬੁੱਧੀਜੀਵੀ ਵਿਰੋਧੀ ਨੇਤਾਵਾਂ ਨੂੰ ਜਨਮ ਦਿੱਤਾ ਹੈ। ਇਹ ਹਾਲਾਤ ਲੋਕਾਂ ਦੀਆਂ ਭਾਵਨਾਵਾਂ ਪ੍ਰਤੀ ਬੇਪਰਵਾਹੀ ਅਤੇ ਆਧੁਨਿਕ ਪੂੰਜੀਵਾਦ ਨਾਲ ਜੁੜੀਆਂ ਹਾਲੀਆ ਆਰਥਕ ਮੁਸ਼ਕਲਾਂ ਨਾਲ ਹੋਰ ਵੀ ਬਦਤਰ ਹੋਏ ਹਨ। ਇਹ ਝੂਠਾ ਵਿਸ਼ਵਾਸ ਕਿ ਪੱਛਮੀ ਪੂੰਜੀਵਾਦ ਦਾ ਕੋਈ ਵਿਕਲਪ ਨਹੀਂ ਹੈ, ਅਤੇ ਨਵੀਂ ਵਿਸ਼ਵ-ਵਿਵਸਥਾ ਨੂੰ ਆਕਾਰ ਦੇਣ ਵਾਲੇ ਰੁਝਾਨਾਂ ਨੂੰ ਸਮਝਣ ਵਿਚ ਅਸਫ਼ਲਤਾ ਨੇ ਸਮੱਸਿਆ ਨੂੰ ਹੋਰ ਵਧਾਇਆ ਹੈ। ਜ਼ਿਆਦਾਤਰ ਮੌਜੂਦਾ ਅੰਗਰੇਜ਼ੀ ਸਾਹਿਤ ਅਮਰੀਕਾ ਅਤੇ ਪੱਛਮ ਦੀ ਸੋਚ ਅਨੁਸਾਰ ਲਿਖਿਆ ਗਿਆ ਹੈ।

ਲੋਕਤੰਤਰ ਦਾ ਸਵੈ-ਬਲੀਦਾਨ - ਸੱਜੇ-ਪੱਖੀ ਕੱਟੜਪੰਥੀ

11 ਸਤੰਬਰ 2001 ਦੇ ਹਮਲੇ, ਜਿਸ ਨੂੰ ਆਮ ਤੌਰ 'ਤੇ 9/11 ਹਮਲਾ ਕਿਹਾ ਜਾਂਦਾ ਹੈ, ਨੂੰ ਲਗਭਗ ਵੀਹ ਸਾਲ ਹੋ ਗਏ ਹਨ। ਇਹ ਹਮਲੇ ਨਿਊਯਾਰਕ, ਅਮਰੀਕਾ ਵਿਚ ਵਰਲਡ ਟ੍ਰੇਡ ਸੈਂਟਰ ਦੇ ਟਵਿਨ ਟਾਵਰਜ਼ ਅਤੇ ਪੈਂਟਾਗਨ 'ਤੇ ਹੋਏ ਸਨ। ਇਸ ਤੋਂ ਬਾਅਦ ਅਮਰੀਕਾ ਨੇ "ਅੱਤਵਾਦ ਵਿਰੁੱਧ ਗਲੋਬਲ ਜੰਗ" ਸ਼ੁਰੂ ਕੀਤੀ ਸੀ। ਹੁਣ ਸੰਸਾਰ ਇਕ ਨਵੇਂ ਖ਼ਤਰੇ ਦਾ ਸਾਹਮਣਾ ਕਰ ਰਿਹਾ ਹੈ – ਦੂਰ-ਸੱਜੇ ਕੱਟੜਪੰਥੀ (ਐਸ਼ਬੀ, ਐਚ, 2021, 15 ਜਨਵਰੀ)। ਬ੍ਰਾਜ਼ੀਲ, ਅਮਰੀਕਾ ਅਤੇ ਹੰਗਰੀ ਤੋਂ ਲੈ ਕੇ ਨਿਊਜ਼ੀਲੈਂਡ ਅਤੇ ਭਾਰਤ ਤੱਕ, ਦੂਰ-ਸੱਜੇ ਕੱਟੜਪੰਥੀ ਦੇ ਵਿਚਾਰ ਅਤੇ ਸਮੂਹ ਲੋਕਤੰਤਰੀ ਮੁੱਲਾਂ ਅਤੇ ਸਮਾਜਾਂ ਲਈ ਇਕ ਵੱਡਾ ਖ਼ਤਰਾ ਬਣੇ ਹੋਏ ਹਨ। ਨਿਊਜ਼ੀਲੈਂਡ ਦੀ ਪ੍ਰਧਾਨ ਮੰਤਰੀ ਜੈਸਿੰਡਾ ਆਰਡਰਨ ਦੇ ਅਨੁਸਾਰ, ਨਫ਼ਰਤ ਵਾਲੇ ਵਿਚਾਰ ਅਤੇ ਭਾਸ਼ਾ ਕਈ ਦਹਾਕਿਆਂ ਤੋਂ ਸਮਾਜ ਵਿਚ ਮੌਜੂਦ ਸਨ, ਪਰ ਹੁਣ ਉਨ੍ਹਾਂ ਦੇ ਫੈਲਣ ਅਤੇ ਸੰਗਠਿਤ ਹੋਣ ਦੇ ਢੰਗ ਬਦਲ ਗਏ ਹਨ। 2019 ਵਿਚ ਨਿਊਜ਼ੀਲੈਂਡ ਦੇ ਕ੍ਰਾਈਸਟਚਰਚ ਵਿਚ ਹੋਏ ਘਾਤਕ ਹਮਲੇ ਨੇ ਇਸ ਰੁਝਾਨ ਨੂੰ ਸਪਸ਼ਟ ਕੀਤਾ। ਸੋਸ਼ਲ ਮੀਡੀਆ ਅਤੇ ਵਟਸਐਪ ਸਮੂਹਾਂ ਨੇ ਇਸ ਵਰਤਾਰੇ ਨੂੰ ਸਰਹੱਦਾਂ ਤੋਂ ਪਾਰ ਫੈਲਾਉਣ ਵਿਚ ਮਦਦ ਕੀਤੀ ਹੈ।

ਸੱਜੇ-ਪੱਖੀ ਕੱਟੜਪੰਥੀ ਸਿਰਫ਼ ਅਮਰੀਕਾ, ਨਾਰਵੇ, ਜਰਮਨੀ, ਇਟਲੀ ਅਤੇ ਨਿਊਜ਼ੀਲੈਂਡ ਵਰਗੇ ਆਰਥਕ ਤੌਰ 'ਤੇ ਅੱਗੇ ਵਧੇ ਉਦਾਰ ਲੋਕਤੰਤਰਾਂ ਵਿਚ ਹੀ ਨਹੀਂ, ਬਲਕਿ ਬ੍ਰਾਜ਼ੀਲ

ਅਤੇ ਭਾਰਤ ਵਰਗੇ ਵਿਕਾਸਸ਼ੀਲ ਲੋਕਤੰਤਰਾਂ ਵਿਚ ਵੀ ਵੱਧ ਰਿਹਾ ਹੈ (ਕੈਂਪੀਅਨ, ਕੇ, ਅਤੇ ਪੋਇੰਟਿੰਗ, ਐਸ, 2021)।

ਭਾਰਤ ਵਿਚ, ਭਾਜਪਾ, ਜੋ ਇਕ ਸੱਜੇ-ਪੱਖੀ ਪਾਰਟੀ ਹੈ ਅਤੇ ਜਿਸ ਦੀ ਅਗਵਾਈ ਨਰਿੰਦਰ ਮੋਦੀ ਕਰਦੇ ਹਨ, 2014 ਦੀਆਂ ਚੋਣਾਂ ਵਿਚ ਸੱਤਾ ਵਿਚ ਆਈ। ਮੋਦੀ ਨੇ ਆਪਣੀ ਪਾਰਟੀ ਦੇ ਕੱਟੜਪੰਥੀ ਧੜਿਆਂ ਨੂੰ ਮਜ਼ਬੂਤ ਕੀਤਾ ਹੈ ਅਤੇ ਹਿੰਦੂ ਪੀੜਤ ਦਾ ਕਾਰਡ ਖੇਡ ਕੇ ਅਤੇ 2019 ਦਾ ਨਾਗਰਿਕਤਾ ਸੋਧ ਬਿੱਲ ਲਿਆ ਕੇ ਸੱਜੇ-ਪੱਖੀ ਕੱਟੜਪੰਥੀ ਨੂੰ ਮੁੱਖ ਧਾਰਾ ਵਿਚ ਆਮ ਬਣਾਇਆ ਹੈ। ਇਹ ਬਿੱਲ ਗੁਆਂਢੀ ਦੇਸ਼ਾਂ ਤੋਂ ਮੁਸਲਮਾਨਾਂ ਨੂੰ ਨਾਗਰਿਕਤਾ ਲਈ ਯੋਗ ਧਾਰਮਿਕ ਸਮੂਹਾਂ ਦੀ ਸੂਚੀ ਤੋਂ ਬਾਹਰ ਰੱਖਦਾ ਹੈ। ਮੋਦੀ, ਜਦੋਂ ਭਾਰਤ ਦੇ ਪ੍ਰਧਾਨ ਮੰਤਰੀ ਨਹੀਂ ਸਨ ਅਤੇ ਗੁਜਰਾਤ ਦੇ ਮੁੱਖ ਮੰਤਰੀ ਸਨ, ਉਸ ਸਮੇਂ 2002 ਵਿਚ ਗੁਜਰਾਤ ਵਿਚ ਹਿੰਦੂ ਭੀੜ ਦੁਆਰਾ ਮੁਸਲਮਾਨਾਂ 'ਤੇ ਹੋਏ ਹਮਲਿਆਂ 'ਤੇ ਉਨ੍ਹਾਂ ਦੀ ਚੁੱਪ ਅਤੇ ਅਸਹਿਣਸ਼ੀਲਤਾ ਕਾਰਨ ਅਮਰੀਕਾ ਨੇ ਉਨ੍ਹਾਂ ਨੂੰ ਵੀਜ਼ਾ ਦੇਣ ਤੋਂ ਇਨਕਾਰ ਕਰ ਦਿੱਤਾ ਸੀ।

ਸੱਜੇ-ਪੱਖੀ ਕੱਟੜਪੰਥੀ ਦੀ ਇਕ ਹੋਰ ਵੱਡੀ ਉਦਾਹਰਨ 6 ਜਨਵਰੀ 2021 ਨੂੰ ਦੇਖਣ ਨੂੰ ਮਿਲੀ, ਜਦੋਂ ਹਜ਼ਾਰਾਂ ਟਰੰਪ ਸਮਰਥਕਾਂ ਨੇ ਵਾਸ਼ਿੰਗਟਨ ਡੀਸੀ ਵਿਚ ਕੈਪੀਟਲ ਕੰਪਲੈਕਸ 'ਤੇ ਹਮਲਾ ਕੀਤਾ। ਟਰੰਪ ਨੇ ਉਨ੍ਹਾਂ ਨੂੰ ਉਕਸਾਇਆ ਸੀ, ਕਿਉਂਕਿ ਉਹ ਹਾਰ ਮੰਨਣ ਲਈ ਤਿਆਰ ਨਹੀਂ ਸਨ ਅਤੇ ਚੋਣ ਨਤੀਜਿਆਂ ਨੂੰ "ਚੋਰੀ ਹੋਈ ਚੋਣ" ਕਹਿੰਦੇ ਸਨ। ਇਸ ਤੋਂ ਪਹਿਲਾਂ ਅਗਸਤ 2020 ਵਿਚ, ਕਈ ਸੌ ਦੂਰ-ਸੱਜੇ ਕੱਟੜਪੰਥੀਆਂ ਨੇ ਬਰਲਿਨ, ਜਰਮਨੀ ਵਿਚ ਬੁੰਡੇਸਟੈਗ ਬਿਲਡਿੰਗ 'ਤੇ ਕੋਰੋਨਾਵਾਇਰਸ ਪਾਬੰਦੀਆਂ ਵਿਰੁੱਧ ਹਮਲਾ ਕਰਨ ਦੀ ਕੋਸ਼ਿਸ਼ ਕੀਤੀ ਸੀ।

ਕਾਰਟਰ (2018) ਅਨੁਸਾਰ, ਲੋਕਤੰਤਰ ਪ੍ਰਤੀ ਡੂੰਘਾ ਅਵਿਸ਼ਵਾਸ ਦੂਰ-ਸੱਜੇ ਕੱਟੜਪੰਥੀਆਂ ਦੀ ਸੋਚ ਵਿਚ ਵੱਸਿਆ ਹੋਇਆ ਹੈ (ਕਾਰਟਰ, ਈ, 2018)। ਇਹ ਲੋਕ ਵਿਗਿਆਨ ਅਤੇ ਮਾਹਰਾਂ ਵਿਰੁੱਧ ਵੀ ਵਿਰੋਧੀ ਹੁੰਦੇ ਹਨ, ਅਤੇ ਇਨ੍ਹਾਂ ਦੇ ਵਿਚਾਰ ਸੋਸ਼ਲ ਮੀਡੀਆ ਦੇ ਐਲਗੋਰਿਦਮ ਬੁਲਬੁਲਿਆਂ ਅਤੇ ਆਪਣੇ ਹੀ ਬਣਾਏ ਫੀਡਬੈਕ ਚੱਕਰਾਂ ਰਾਹੀਂ ਹੋਰ ਮਜ਼ਬੂਤ ਹੁੰਦੇ ਹਨ।

ਦੂਰ-ਸੱਜੇ ਕੱਟੜਪੰਥੀਆਂ ਦੀ ਸੋਚ ਬਣਾਉਣ ਲਈ ਕੁਝ ਮੁੱਖ ਕਾਰਕ ਹਨ: ਇਸਲਾਮੋਫੋਬੀਆ, ਲੋਕਪ੍ਰਿਯਵਾਦ (populism), ਨਸਲੀ ਕੇਂਦਰਵਾਦ (ethnocentrism), ਜ਼ੈਨੋਫੋਬੀਆ (xenophobia), ਨਸਲੀ-ਬਹੁਲਵਾਦ (ethnopluralism), ਸੰਸਥਾਗਤ ਕੁਲੀਨਵਾਦ (institutional elitism), ਕੁਲੀਨ ਵਿਰੋਧੀਵਾਦ (anti-elitism), ਰਾਸ਼ਟਰਵਾਦ ਅਤੇ ਕਾਨੂੰਨ-ਵਿਵਸਥਾ। ਇਹ ਸਭ ਚੋਣਾਂ ਜਿੱਤਣ ਲਈ ਵਰਤੇ ਜਾਂਦੇ ਹਨ (ਗੁਇਬਰਨੌ, ਐਮ, 2010; ਹੈਰਿਸਨ, ਐਸ, ਅਤੇ ਬਰੂਟਰ, ਐਮ, 2011; ਇਗਨਾਜ਼ੀ, ਪੀ, 1992; ਮੁਡ, ਸੀ, 2002)।

ਆਸਟ੍ਰੇਲੀਆ ਵਿਚ, ਸੱਜੇ-ਪੱਖੀ ਕੱਟੜਪੰਥੀ ਲੋਕਤੰਤਰ ਲਈ ਦੋ ਵੱਡੇ ਖ਼ਤਰੇ ਲਿਆ ਰਹੇ ਹਨ (ਵਾਲਡੇਕ, ਐਲ, ਅਤੇ ਡ੍ਰਗਨ, ਜੇ, 2021, 16 ਅਗਸਤ):

1. ਰਾਜਨੀਤਿਕ ਅਤੇ ਸਮਾਜਕ ਮਾਪਦੰਡਾਂ ਨੂੰ ਇਸ ਹੱਦ ਤੱਕ ਬਦਲਣਾ ਕਿ ਇਕ ਵਿਭਿੰਨ ਅਤੇ ਬਹੁ-ਸੱਭਿਆਚਾਰਕ ਸਮਾਜ ਨੂੰ ਸਵੀਕਾਰਨਾ ਮੁਸ਼ਕਲ ਹੋ ਜਾਵੇ।

2. ਨਿਊਜ਼ੀਲੈਂਡ ਦੇ ਕ੍ਰਾਈਸਟਚਰਚ ਵਰਗੇ ਹਿੰਸਕ ਅੱਤਵਾਦੀ ਹਮਲਿਆਂ ਦਾ ਖ਼ਤਰਾ।

ਸੱਜੇ-ਪੱਖੀ ਕੱਟੜਪੰਥੀ ਹਮੇਸ਼ਾ ਮੌਕੇ ਲੱਭਦੇ ਹਨ ਤਾਂ ਜੋ ਰੂੜ੍ਹੀਵਾਦੀ ਰਾਜਨੀਤਿਕ ਸੋਚ ਅਤੇ ਵਿਸ਼ਵਾਸਾਂ ਨੂੰ ਆਪਣੀ ਕੱਟੜਪੰਥੀ ਏਜੰਡੇ ਲਈ ਵਰਤ ਸਕਣ। ਆਸਟ੍ਰੇਲੀਆਈ ਸੁਰੱਖਿਆ ਏਜੰਸੀਆਂ ਇਸ ਖ਼ਤਰੇ ਤੋਂ ਜਾਣੂ ਹਨ ਅਤੇ ਤਿੰਨ ਤਰੀਕਿਆਂ ਨਾਲ ਕੰਮ ਕਰ ਰਹੀਆਂ ਹਨ:

- ਸਿੱਖਿਆ ਪ੍ਰਣਾਲੀ ਰਾਹੀਂ ਲੋਕਤੰਤਰੀ ਮੁੱਲਾਂ ਨੂੰ ਸਿਖਾਉਣਾ।
- ਲੋਕਾਂ ਨੂੰ ਹਿੰਸਕ ਅਤੇ ਵੰਡਣ ਵਾਲੀਆਂ ਲਹਿਰਾਂ ਤੋਂ ਦੂਰ ਕਰਨ ਲਈ ਸ਼ੁਰੂਆਤੀ ਰਣਨੀਤੀਆਂ ਲਾਗੂ ਕਰਨਾ।
- ਇਹ ਜਾਣਨਾ ਕਿ ਉਦਾਰਵਾਦੀ ਲੋਕਤੰਤਰ ਲਈ ਖ਼ਤਰਾ ਕਾਨੂੰਨੀ ਰਾਹਾਂ ਰਾਹੀਂ ਵੀ ਆ ਸਕਦਾ ਹੈ।

4. ਪੂੰਜੀਵਾਦ ਦਾ ਨਕਾਰਾਪਣ

ਪਿਛੋਕੜ

ਸਮਾਜ ਹਮੇਸ਼ਾ ਸਮੇਂ ਦੇ ਨਾਲ ਬਦਲਦਾ ਰਿਹਾ ਹੈ। ਇਹ ਬਦਲਾਅ ਆਰਥਕ ਸੰਬੰਧਾਂ ਅਤੇ ਉਸ ਸਮੇਂ ਦੀ ਰਾਜਨੀਤਿਕ ਹਾਲਤ ਦੇ ਆਧਾਰ 'ਤੇ ਹੁੰਦੇ ਹਨ। ਸਭ ਤੋਂ ਪਹਿਲਾਂ ਛੋਟੇ ਪੁਰਾਣੇ ਸਮਾਜ ਬਣੇ, ਜਿੱਥੇ ਸਰੋਤ ਘੱਟ ਸਨ ਅਤੇ ਸਾਰੇ ਲੋਕ ਇਕੱਠੇ ਕੰਮ ਕਰਦੇ ਸਨ। ਉਸ ਵੇਲੇ ਕਿਸੇ ਕੋਲ ਨਿੱਜੀ ਜਾਇਦਾਦ ਨਹੀਂ ਹੁੰਦੀ ਸੀ।

ਫਿਰ ਜਦੋਂ ਖੇਤੀਬਾੜੀ ਅਤੇ ਪਸ਼ੂ ਪਾਲਣ ਆਏ, ਤਾਂ ਨਿੱਜੀ ਜਾਇਦਾਦ ਦੀ ਸੋਚ ਆਈ। ਖੇਤੀਬਾੜੀ ਨਾਲ ਵੱਡੀ ਆਬਾਦੀ ਦਾ ਗੁਜ਼ਾਰਾ ਹੋਣਾ ਸੰਭਵ ਹੋਇਆ, ਪਰ ਇਸ ਨਾਲ ਸਮਾਜ ਵਿਚ ਵੰਡ ਵੀ ਹੋ ਗਈ – ਕੁਝ ਲੋਕਾਂ ਕੋਲ ਜ਼ਮੀਨ ਤੇ ਪਸ਼ੂ ਹੋ ਗਏ, ਤੇ ਕੁਝ ਲੋਕਾਂ ਕੋਲ ਕੁਝ ਨਹੀਂ ਸੀ। ਜਿਨ੍ਹਾਂ ਕੋਲ ਜਾਇਦਾਦ ਸੀ, ਉਹ ਹੋਰਨਾਂ ਤੋਂ ਕੰਮ ਲੈਂਦੇ ਸਨ ਅਤੇ ਇਹ ਗ਼ੁਲਾਮੀ ਦਾ ਰੂਪ ਧਾਰ ਗਿਆ।

ਹੌਲੀ-ਹੌਲੀ, ਵੱਡੇ ਸਾਮਰਾਜ ਬਣੇ ਜੋ ਗ਼ੁਲਾਮਾਂ ਦੇ ਕੰਮ 'ਤੇ ਚੱਲਦੇ ਸਨ। ਪਰ ਸਮੇਂ ਦੇ ਨਾਲ ਇਹ ਸਾਮਰਾਜ ਇੰਨੇ ਵੱਡੇ ਅਤੇ ਮਹਿੰਗੇ ਹੋ ਗਏ ਕਿ ਸੰਭਾਲੇ ਨਾ ਗਏ। ਰੋਮ ਅਤੇ ਹੋਰ ਥਾਵਾਂ 'ਤੇ ਕੁਝ ਅਮੀਰ ਲੋਕਾਂ ਨੇ ਵੱਡੀਆਂ ਜ਼ਮੀਨਾਂ 'ਤੇ ਹੱਕ ਜਤਾਇਆ ਅਤੇ ਜਾਗੀਰਦਾਰੀ ਪ੍ਰਣਾਲੀ ਬਣ ਗਈ। ਇਹ ਜਾਇਦਾਦੀ ਹੱਕ ਵਾਰਸਾਂ ਨੂੰ ਮਿਲਦੇ ਰਹੇ। ਗ਼ਰੀਬ ਲੋਕ ਜ਼ਮੀਨ ਨਾਲ ਬੱਝੇ ਰਹਿੰਦੇ ਅਤੇ ਜੋ ਕੁਝ ਉਹ ਪੈਦਾ ਕਰਦੇ, ਉਸ ਵਿੱਚੋਂ ਕੁਝ ਹਿੱਸਾ ਜ਼ਮੀਨਦਾਰ ਨੂੰ ਦੇਣਾ ਪੈਂਦਾ।

ਪਰ ਨਵੀਂ ਤਕਨਾਲੋਜੀ, ਸੰਦਾਂ ਅਤੇ ਹੁਨਰਾਂ ਦੇ ਆਉਣ ਨਾਲ ਜਾਗੀਰਦਾਰੀ ਹੌਲੀ-ਹੌਲੀ ਟੁੱਟ ਗਈ। 17ਵੀਂ ਸਦੀ ਦੇ ਮੱਧ ਤੱਕ ਇਹ ਪ੍ਰਣਾਲੀ ਖ਼ਤਮ ਹੋ ਗਈ ਅਤੇ ਪੂੰਜੀਵਾਦ ਦਾ ਜਨਮ ਹੋਇਆ। ਹੁਣ ਕਿਸਾਨਾਂ ਦੀ ਥਾਂ ਤਨਖਾਹ 'ਤੇ ਕੰਮ ਕਰਨ ਵਾਲੇ ਮਜ਼ਦੂਰਾਂ ਨੇ ਲੈ ਲਈ। 18ਵੀਂ ਸਦੀ ਤੱਕ ਆਮ ਲੋਕਾਂ ਨੂੰ ਵੀ ਜਾਇਦਾਦ ਅਤੇ ਪੂੰਜੀਗਤ ਵਸਤੂਆਂ ਦੀ ਮਲਕੀਅਤ ਦਾ ਹੱਕ ਮਿਲ ਗਿਆ।

ਮੱਧ ਯੁੱਗ ਦੇ ਰਾਜੇ-ਕੁਲੀਨ ਲੋਕ ਕਾਰੋਬਾਰ ਜਾਂ ਵਪਾਰਕ ਕੰਮਾਂ ਨੂੰ ਨੀਵਾਂ ਸਮਝਦੇ ਸਨ। ਉਹ ਸਿਰਫ਼ ਰਾਜਨੀਤੀ, ਜੰਗ ਅਤੇ ਮਨੋਰੰਜਨ ਵਿਚ ਰੁੱਝੇ ਰਹਿੰਦੇ ਸਨ। ਇਸ ਨਾਲ ਹੇਠਲੇ ਵਰਗਾਂ ਵਿਚ ਈਰਖਾ ਪੈਦਾ ਹੋਈ। ਉਨ੍ਹਾਂ ਨੇ ਪੈਸਾ ਕਮਾਉਣ ਲਈ ਕਾਰੋਬਾਰ ਤੇ ਵਪਾਰ ਸ਼ੁਰੂ ਕੀਤੇ। ਇਸ ਤਰ੍ਹਾਂ ਮੱਧ ਵਰਗ ਨੇ ਪੂੰਜੀਵਾਦ ਅਤੇ ਉਦਯਮਤਾ (entrepreneurship) ਨੂੰ ਜਨਮ ਦਿੱਤਾ (ਪੇਜੋਵਿਚ, ਐਸ, 1990, 1 ਜਨਵਰੀ)।

ਸਮੇਂ ਦੇ ਨਾਲ, ਪੂੰਜੀਵਾਦ ਵਿਚ ਵੀ ਕਈ ਬੁਰਾਈਆਂ ਪੈਦਾ ਹੋ ਗਈਆਂ। ਪੱਛਮ ਵਿਚ ਲੰਬੇ ਸਮੇਂ ਤੋਂ ਪੂੰਜੀਵਾਦ ਦੀਆਂ ਇਨ੍ਹਾਂ ਖਾਮੀਆਂ 'ਤੇ ਚਰਚਾ ਹੋ ਰਹੀ ਹੈ (ਹੈਂਟਨ, ਏ, 2012, 16

ਜਨਵਰੀ)। ਇਸ ਕਾਰਨ ਪੂੰਜੀਵਾਦ ਵਿਰੋਧੀ ਲਹਿਰਾਂ ਵੀ ਜਨਮ ਲੈ ਰਹੀਆਂ ਹਨ। ਪਰ ਕਿਉਂਕਿ ਮੀਡੀਆ ਜ਼ਿਆਦਾਤਰ ਅਮੀਰਾਂ ਦੇ ਹੱਥ ਵਿਚ ਹੈ, ਇਸ ਲਈ ਪੂੰਜੀਵਾਦ ਦੇ ਵਿਰੋਧੀ ਵਿਚਾਰਾਂ ਨੂੰ ਖੁੱਲ੍ਹ ਕੇ ਅੱਗੇ ਨਹੀਂ ਆਉਣ ਦਿੱਤਾ ਜਾਂਦਾ।

ਆਮ ਪੂੰਜੀਵਾਦੀ ਸੋਚ ਕਿ "ਕੋਈ ਵੀ ਮਿਹਨਤ ਅਤੇ ਅਕਲ ਨਾਲ ਅਮੀਰ ਬਣ ਸਕਦਾ ਹੈ" ਗ਼ਲਤ ਹੈ, ਕਿਉਂਕਿ ਪੈਸਾ ਬਣਾਉਣ ਲਈ ਪਹਿਲਾਂ ਹੀ ਪੈਸੇ ਦੀ ਲੋੜ ਹੁੰਦੀ ਹੈ, ਜੋ ਕਿਸੇ ਹੋਰ ਤੋਂ ਮਿਲਦਾ ਹੈ। ਇਸ ਦਾ ਮਤਲਬ ਹੈ ਕਿ ਅਮੀਰ ਲੋਕ ਗ਼ਰੀਬਾਂ ਤੋਂ ਬਿਨਾਂ ਨਹੀਂ ਰਹਿ ਸਕਦੇ। ਇਸ ਲਈ, ਅਸਮਾਨਤਾ ਪੂੰਜੀਵਾਦ ਵਿਚ ਮੁਨਾਫ਼ੇ ਦੀ ਲਾਲਚ ਕਾਰਨ ਹੁੰਦੀ ਹੈ, ਨਾ ਕਿ ਭਲਾਈ ਕਾਰਨ। ਇਕ ਪੂੰਜੀਵਾਦੀ ਲੋਕਤੰਤਰ ਵਿਚ, ਭਾਵੇਂ ਹਰ ਕਿਸੇ ਕੋਲ ਵੋਟ ਪਾਉਣ ਦਾ ਹੱਕ ਹੁੰਦਾ ਹੈ, ਪਰ ਸਰਕਾਰ ਦੇ ਫ਼ੈਸਲਿਆਂ 'ਤੇ ਆਮ ਲੋਕਾਂ ਦਾ ਬਹੁਤ ਥੋੜ੍ਹਾ ਪ੍ਰਭਾਵ ਹੁੰਦਾ ਹੈ। ਅਮੀਰ ਲੋਕਾਂ ਦਾ ਸਰਕਾਰ 'ਤੇ ਨੀਤੀਆਂ ਬਣਾਉਣ ਵਿਚ ਜਨਤਕ ਰਾਏ ਨਾਲੋਂ ਵੱਧ ਕਹਿਣਾ ਹੁੰਦਾ ਹੈ। ਕੁਦਰਤੀ ਤੌਰ 'ਤੇ, ਸਰਕਾਰਾਂ ਵੱਡੇ ਕਾਰੋਬਾਰਾਂ ਅਤੇ ਬੈਂਕਾਂ ਦੀ ਸੁਣਦੀਆਂ ਹਨ, ਕਿਉਂਕਿ ਉਹ ਚੋਣਾਂ ਲਈ ਪੈਸਾ ਦਿੰਦੀਆਂ ਹਨ। ਇਸੇ ਤਰ੍ਹਾਂ, ਸਰਕਾਰਾਂ ਅਖ਼ਬਾਰਾਂ ਦੇ ਮਾਲਕਾਂ ਦੀ ਵੀ ਸੁਣਦੀਆਂ ਹਨ, ਕਿਉਂਕਿ ਉਹ ਮੀਡੀਆ ਰਾਹੀਂ ਜਨਤਕ ਰਾਏ ਨੂੰ ਬਦਲ ਸਕਦੇ ਹਨ।

ਪੂੰਜੀਵਾਦ ਦਾ ਮੁੱਖ ਟੀਚਾ ਸਿਰਫ਼ ਮੁਨਾਫ਼ਾ ਕਮਾਉਣਾ ਹੈ। ਇਸ ਕਰਕੇ, ਹਾਲ ਦੇ ਜ਼ਿਆਦਾਤਰ ਯੁੱਧ ਕੁਦਰਤੀ ਸਰੋਤਾਂ, ਖ਼ਾਸ ਕਰਕੇ ਤੇਲ 'ਤੇ ਕਬਜ਼ਾ ਕਰਨ ਲਈ ਹੋਏ ਹਨ। ਇਰਾਕ ਯੁੱਧ ਨੂੰ ਤੇਲ ਦੇ ਕਾਰੋਬਾਰੀਆਂ ਨੇ ਫ਼ੰਡ ਦਿੱਤਾ ਅਤੇ ਬਾਅਦ ਵਿਚ ਇਰਾਕ ਦੇ ਨਸ਼ਟ ਹੋਏ ਢਾਂਚੇ ਨੂੰ ਮੁੜ ਬਣਾਉਣ ਦੇ ਠੇਕੇ ਵੀ ਉਨ੍ਹਾਂ ਨੂੰ ਹੀ ਮਿਲੇ। ਲੀਬੀਆ ਵਿਚ ਪੱਛਮੀ ਤਾਕਤਾਂ ਨੇ ਤਦ ਹੀ ਦਖ਼ਲ ਦਿੱਤਾ ਜਦੋਂ ਗ੍ਰਹਿ ਯੁੱਧ ਨਾਲ ਤੇਲ ਦੀ ਸਪਲਾਈ ਰੁਕ ਗਈ ਅਤੇ ਉਨ੍ਹਾਂ ਨੇ ਬਾਗੀਆਂ ਦਾ ਸਾਥ ਦਿੱਤਾ ਕਿਉਂਕਿ ਉਨ੍ਹਾਂ ਨੂੰ ਲੱਗਾ ਕਿ ਬਾਗੀ ਜਿੱਤਣਗੇ। ਈਰਾਨ ਵਿਚ ਵੀ ਫ਼ੌਜੀ ਦਖ਼ਲ ਉਸ ਵੇਲੇ ਕੀਤਾ ਗਿਆ ਜਦੋਂ ਤੇਲ ਦੇ ਰਸਤੇ ਬੰਦ ਹੋ ਗਏ। ਕਿਸੇ ਵੀ ਕੀਮਤ 'ਤੇ ਮੁਨਾਫ਼ਾ ਕਮਾਉਣ ਦੀ ਲਾਲਚ ਨੇ ਪੂੰਜੀਵਾਦ ਨੂੰ ਉਸ ਦੇ ਅਸਲੀ ਮਕਸਦ ਤੋਂ ਪੂਰੀ ਤਰ੍ਹਾਂ ਹਟਾ ਦਿੱਤਾ ਹੈ।

ਪੂੰਜੀਵਾਦ ਕੀ ਹੈ?

ਪੂੰਜੀਵਾਦ ਦੀ ਪਰਿਭਾਸ਼ਾ ਅਨੁਸਾਰ ਮਤਲਬ ਹੈ ਕਿ ਵਿਅਕਤੀਆਂ ਨੂੰ ਆਪਣੀ ਪੂੰਜੀਗਤ ਚੀਜ਼ਾਂ ਅਤੇ ਜਾਇਦਾਦ ਦੀ ਮਾਲਕੀ, ਪ੍ਰਬੰਧਨ ਅਤੇ ਇਸ ਦਾ ਵਰਤੋਂ ਆਪਣੀ ਮਰਜ਼ੀ ਨਾਲ ਕਰਨ ਦਾ ਹੱਕ ਅਤੇ ਬਰਾਬਰ ਆਜ਼ਾਦੀ ਮਿਲਦੀ ਹੈ। ਇਕ ਵਿਚਾਰਧਾਰਾ ਵਜੋਂ ਪੂੰਜੀਵਾਦ ਦੀਆਂ ਜੜ੍ਹਾਂ 17ਵੀਂ ਸਦੀ ਦੇ ਮੱਧ ਵਿਚ ਮਿਲਦੀਆਂ ਹਨ, ਜਦੋਂ ਯੂਰਪੀ ਦੇਸ਼ਾਂ ਦੀਆਂ ਅਰਥ-ਵਿਵਸਥਾਵਾਂ ਮੁੱਖ ਤੌਰ 'ਤੇ ਖੇਤੀਬਾੜੀ ਅਤੇ ਵਪਾਰ 'ਤੇ ਆਧਾਰਤ ਸਨ। ਗਰਿਕਾਈ ਚੇਂਗੂ (Garikai Chengu) ਦੇ ਮੁਤਾਬਕ, ਪੂੰਜੀਵਾਦ ਕੈਂਸਰ ਵਾਂਗ ਹੈ, ਕਿਉਂਕਿ ਇਹ ਵੀ ਵਧਣ ਦੇ ਸਿਧਾਂਤ 'ਤੇ ਹੀ ਚੱਲਦਾ ਹੈ। ਕੁਦਰਤ ਨੂੰ ਚੀਜ਼ਾਂ ਵਿਚ ਬਦਲਣਾ ਅਤੇ ਫਿਰ ਉਨ੍ਹਾਂ ਚੀਜ਼ਾਂ ਨੂੰ ਪੂੰਜੀ ਵਿਚ ਤਬਦੀਲ ਕਰਨਾ ਪੂੰਜੀਵਾਦ ਦਾ ਮੁੱਖ ਨਿਯਮ ਹੈ। ਅੱਜ ਅਸੀਂ ਇਕ ਅਜਿਹੀ ਹਾਲਤ 'ਤੇ ਪਹੁੰਚ ਗਏ ਹਾਂ ਜਿੱਥੇ ਪੂੰਜੀਵਾਦ ਆਪਣੇ ਸ਼ੁਰੂਆਤੀ ਸੋਚੇ ਹੋਏ ਆਦਰਸ਼ ਰੂਪ ਤੋਂ ਕਾਫ਼ੀ ਵੱਖਰਾ ਹੋ ਗਿਆ ਹੈ।

ਹੁਣ, ਭਾਵੇਂ ਵਿਅਕਤੀਆਂ ਕੋਲ ਉਤਪਾਦਨ ਦੇ ਸਾਧਨਾਂ ਦੀ ਮਾਲਕੀ ਦੇ ਬਰਾਬਰ ਅਧਿਕਾਰ ਹਨ, ਪਰ ਆਮ ਵਿਅਕਤੀ ਲਈ ਕਾਰਪੋਰੇਸ਼ਨਾਂ ਨਾਲ ਮੁਕਾਬਲਾ ਕਰਨਾ ਮੁਸ਼ਕਲ ਹੈ, ਕਿਉਂਕਿ ਇਹ ਬਹੁਤ ਵੱਡੀਆਂ ਅਤੇ ਤਾਕਤਵਰ ਹੋ ਗਈਆਂ ਹਨ। ਇਹ ਅਸਲ ਵਿਚ 1600

ਦੇ ਜਾਗੀਰਦਾਰਾਂ ਅਤੇ 1900 ਦੇ ਸ਼ੁਰੂਆਤੀ ਟਰੱਸਟਾਂ ਦੀ ਥਾਂ ਲੈ ਚੁੱਕੀਆਂ ਹਨ। ਦੌਲਤ, ਚੀਜ਼ਾਂ, ਪੂੰਜੀ ਅਤੇ ਉਤਪਾਦਨ ਦੇ ਸਾਧਨ ਕੁਝ ਹੀ ਉਦਯੋਗਪਤੀਆਂ ਦੇ ਹੱਥਾਂ ਵਿਚ ਇਕੱਠੇ ਹੋ ਗਏ ਹਨ, ਜੋ ਕਾਰਪੋਰੇਸ਼ਨਾਂ ਨੂੰ ਚਲਾਉਂਦੇ ਹਨ। ਕਾਮਿਆਂ ਨੂੰ ਸਿਰਫ਼ ਗੁਜ਼ਾਰਾ ਕਰਨ ਲਈ ਛੱਡ ਦਿੱਤਾ ਜਾਂਦਾ ਹੈ, ਪਰ ਉਹ ਇਹ ਚੁਣ ਸਕਦੇ ਹਨ ਕਿ ਕਿਸੇ ਹੋਰ ਲਈ ਕੰਮ ਕਰਨ ਜਾਂ ਆਪਣੇ ਲਈ।

ਦੌਲਤ ਅਤੇ ਉਤਪਾਦਨ ਦੇ ਸਾਧਨਾਂ ਦਾ ਇਕੱਠਾ ਹੋਣਾ ਹੁਣ ਇਕ ਛੋਟੀ ਗਿਣਤੀ ਲੋਕਾਂ ਦੀ ਮਲਕੀਅਤ ਹੈ। ਉਨ੍ਹਾਂ ਦਾ ਲਾਲਚ ਅਤੇ ਆਪਸੀ ਟਕਰਾਅ ਸਮਾਜਕ ਤਰੱਕੀ ਵਿਚ ਰੁਕਾਵਟ ਬਣ ਰਹੇ ਹਨ ਅਤੇ ਇਸ ਨੇ ਅਮੀਰ ਤੇ ਗ਼ਰੀਬ ਵਿਚਕਾਰ ਆਮਦਨ ਦਾ ਵੱਡਾ ਅੰਤਰ ਪੈਦਾ ਕਰ ਦਿੱਤਾ ਹੈ। ਇਸ ਕਾਰਨ ਅੰਦਰੂਨੀ ਸੰਘਰਸ਼ ਹੋਏ ਹਨ ਜਿਨ੍ਹਾਂ ਨੇ ਅਗਲੇ ਆਰਥਕ ਪੜਾਅ ਦੇ ਉਭਾਰ ਨੂੰ ਜਨਮ ਦਿੱਤਾ ਹੈ। ਹੁਣ ਹਾਲਤ ਇੱਥੇ ਤੱਕ ਪਹੁੰਚ ਗਈ ਹੈ ਕਿ ਪੂੰਜੀਵਾਦ ਦੀਆਂ ਸੀਮਾਵਾਂ ਅਤੇ ਵਿਰੋਧਾਭਾਸ ਬਹੁਤ ਵਧ ਗਏ ਹਨ, ਜਿਸ ਨਾਲ ਇਸ ਦਾ ਅਖੀਰ ਅਤੇ ਗ਼ੈਰ-ਪ੍ਰਸੰਗਿਕ ਹੋਣਾ ਲਾਜ਼ਮੀ ਹੈ।

ਇਹ ਇਸ ਲਈ ਹੋਇਆ ਹੈ, ਕਿਉਂਕਿ ਕਾਰਪੋਰੇਸ਼ਨਾਂ ਨੂੰ ਵਿਅਕਤੀਆਂ ਦੇ ਮੁਕਾਬਲੇ ਟੈਕਸਾਂ ਵਿਚ ਵੱਡੇ ਫ਼ਾਇਦੇ ਮਿਲਦੇ ਹਨ। ਆਪਣੇ ਵੱਡੇ ਆਕਾਰ ਅਤੇ ਸਰੋਤਾਂ ਕਾਰਨ, ਕਾਰਪੋਰੇਸ਼ਨਾਂ ਕੋਲ ਸਥਾਨਕ, ਰਾਜ ਅਤੇ ਕੇਂਦਰੀ ਪੱਧਰ 'ਤੇ ਸਰਕਾਰਾਂ ਨਾਲ ਗੱਲਬਾਤ ਕਰਨ ਦੀ ਬਹੁਤ ਵੱਧ ਤਾਕਤ ਹੁੰਦੀ ਹੈ, ਜੋ ਇਕ ਵਿਅਕਤੀ ਸੋਚ ਵੀ ਨਹੀਂ ਸਕਦਾ। ਇਸ ਤੋਂ ਇਲਾਵਾ, ਕਾਰਪੋਰੇਸ਼ਨ ਚੋਣ ਮੁਹਿੰਮਾਂ ਨੂੰ ਪੈਸਾ ਦੇ ਕੇ ਕਾਨੂੰਨ ਬਣਾਉਣ ਵਾਲਿਆਂ ਅਤੇ ਅਧਿਕਾਰੀਆਂ ਨਾਲ ਨਜ਼ਦੀਕੀ ਸੰਬੰਧ ਬਣਾਉਂਦੀਆਂ ਹਨ ਅਤੇ ਫਿਰ ਉਨ੍ਹਾਂ ਤੋਂ ਆਪਣੇ ਹੱਕ ਵਿਚ ਕਾਨੂੰਨ ਬਣਵਾਉਣ ਲਈ ਮਦਦ ਲੈਂਦੀਆਂ ਹਨ (ਸ਼ੈਲਿੰਗ, ਸੀ, 2019, 21 ਮਈ)। ਉਨ੍ਹਾਂ ਦੀ ਵਿਅਕਤੀਆਂ ਪ੍ਰਤੀ ਜ਼ਿੰਮੇਵਾਰੀ ਬਹੁਤ ਸੀਮਿਤ ਹੁੰਦੀ ਹੈ, ਜਿਸ ਨਾਲ ਉਹ ਗ਼ਲਤ ਤਰੀਕੇ ਨਾਲ ਕੰਮ ਕਰਨ ਦੇ ਜੋਖਮ ਤੋਂ ਬਚ ਜਾਂਦੀਆਂ ਹਨ। ਕਾਰਪੋਰੇਸ਼ਨਾਂ ਕੋਲ ਅਕਸਰ ਬੌਧਿਕ ਸੰਪੱਤੀ ਦੇ ਹੱਕ ਵੀ ਹੁੰਦੇ ਹਨ, ਪਰ ਉਹ ਵਿਅਕਤੀਗਤ ਕਰਮਚਾਰੀ ਜਿਨ੍ਹਾਂ ਨੇ ਉਹ ਪੂੰਜੀ ਬਣਾਈ ਹੁੰਦੀ ਹੈ, ਉਨ੍ਹਾਂ ਕੋਲ ਅਜਿਹੇ ਹੱਕ ਨਹੀਂ ਹੁੰਦੇ।

ਪਹਿਲਾ ਵਿਸ਼ਵ ਯੁੱਧ ਪੂੰਜੀਵਾਦੀ ਉਤਪਾਦਨ ਦੇ ਵਧਦੇ ਪੜਾਅ ਦੇ ਅੰਤ ਨੂੰ ਦਰਸਾਉਂਦਾ ਹੈ। ਇਹ ਪੜਾਅ ਸੋਲ੍ਹਵੀਂ ਸਦੀ ਵਿਚ ਸ਼ੁਰੂ ਹੋਇਆ ਸੀ ਅਤੇ ਉੱਨੀਵੀਂ ਸਦੀ ਦੇ ਅੰਤ ਵਿਚ ਆਪਣੇ ਸਿਖਰ 'ਤੇ ਸੀ (ਅਨੋਨ, 1992, 1 ਮਈ)। ਪਾਲ ਮੇਸਨ (Paul Mason) ਨੇ ਆਪਣੀ ਕਿਤਾਬ *Postcapitalism: A Guide to the Future* ਵਿਚ ਦੱਸਿਆ ਹੈ ਕਿ ਕਿਵੇਂ ਤੇਜ਼ੀ ਨਾਲ ਵਧ ਰਹੀ ਸੂਚਨਾ ਤਕਨਾਲੋਜੀ ਅਤੇ ਮੌਜੂਦਾ ਆਰਥਕ ਪ੍ਰਣਾਲੀ ਦੀਆਂ ਕਮਜ਼ੋਰੀਆਂ ਨੇ ਪੂੰਜੀਵਾਦ ਦੇ ਨਵੇਂ ਰੂਪ ਪੈਦਾ ਕੀਤੇ ਹਨ। ਇਸੇ ਤਰ੍ਹਾਂ, ਡੇਵਿਡ ਸ਼ਵੇਈਕਾਰਟ (David Schweickart) ਨੇ ਵੀ ਪੂੰਜੀਵਾਦ ਦੇ ਪਤਨ ਬਾਰੇ ਆਪਣੀ ਸੋਚ ਦਿੱਤੀ ਅਤੇ ਇਕ ਹੋਰ ਵਿਹਾਰਕ ਪ੍ਰਣਾਲੀ ਦਾ ਸੁਝਾਅ ਕੀਤਾ ਜਿਸਨੂੰ ਉਸ ਨੇ *ਨੇਟਿਵ ਇਕਨਾਮਿਕ ਡੈਮੋਕਰੇਸੀ* ਕਿਹਾ।

ਪਿਛਲੀ ਸਦੀ ਦੇ ਤਜਰਬੇ ਤੋਂ ਦੋ ਗੱਲਾਂ ਸਾਫ਼ ਹਨ:

1. ਸੋਵੀਅਤ ਯੂਨੀਅਨ ਵਾਲਾ ਅਤਿਅੰਤ ਸਮਾਜਵਾਦ ਹੁਣ ਕਾਮਯਾਬ ਨਹੀਂ ਹੈ, ਅਤੇ ਇਹ ਸੋਵੀਅਤ ਸੰਘ ਦੇ ਟੁੱਟਣ ਨਾਲ ਸਾਬਤ ਹੋ ਗਿਆ।

2. ਮੌਜੂਦਾ ਪੂੰਜੀਵਾਦੀ ਪ੍ਰਣਾਲੀ ਇਕ ਅਜਿਹੇ ਮੋੜ 'ਤੇ ਪਹੁੰਚ ਗਈ ਹੈ ਜਿੱਥੋਂ ਵਾਪਸ ਮੁੜਨਾ ਮੁਸ਼ਕਲ ਹੈ। ਇਹ ਪੂਰੀ ਤਰ੍ਹਾਂ ਕਮਜ਼ੋਰ ਅਤੇ ਅਸਫ਼ਲ ਹੋ ਗਈ ਹੈ,

ਕਿਉਂਕਿ ਅਮਰੀਕੀ ਹਕੂਮਤ ਦਾ ਡਿੱਗਣਾ ਹੁਣ ਸਾਫ਼ ਨਜ਼ਰ ਆ ਰਿਹਾ ਹੈ। ਹਰ ਦਸ ਤੋਂ ਪੰਦਰਾਂ ਸਾਲਾਂ ਬਾਅਦ ਆਉਣ ਵਾਲੀਆਂ ਮੰਦੀਆਂ ਅਤੇ ਕੁਝ ਵੱਡੀਆਂ ਮੰਦੀਆਂ, ਜਿਵੇਂ 1873 ਅਤੇ 1929 ਦੀਆਂ, ਇਹ ਦੱਸਦੀਆਂ ਹਨ ਕਿ ਪੂੰਜੀਵਾਦ ਸਮੇਂ ਨਾਲ ਚਲਣ ਵਿਚ ਅਸਫ਼ਲ ਹੈ। 2008 ਵਿਚ ਸਰਕਾਰਾਂ ਨੂੰ ਬੈਂਕਾਂ ਅਤੇ ਕੰਪਨੀਆਂ ਨੂੰ ਬਚਾਉਣ ਲਈ ਅਰਬਾਂ ਡਾਲਰ ਖਰਚਣੇ ਪਏ ਸਨ, ਪਰ ਹਜ਼ਾਰਾਂ ਲੋਕਾਂ ਨੇ ਆਪਣੀਆਂ ਬਚਤਾਂ, ਘਰ, ਨੌਕਰੀਆਂ ਅਤੇ ਰੋਜ਼ੀ-ਰੋਟੀ ਗੁਆ ਦਿੱਤੀ ਸੀ।

ਪੂੰਜੀਵਾਦੀ ਪ੍ਰਣਾਲੀ ਦੀ ਅਸਫ਼ਲਤਾ ਬਾਰੇ ਪੱਛਮ ਵਿਚ ਚੁੱਪ-ਚਾਪ ਚਰਚਾ ਚੱਲਦੀ ਰਹੀ ਹੈ, ਪਰ ਕਿਉਂਕਿ ਮੀਡੀਆ ਪੂੰਜੀਵਾਦੀ ਲੋਕਾਂ ਦੇ ਕਾਬੂ ਵਿਚ ਹੈ, ਇਸ ਲਈ ਇਹ ਗੱਲਾਂ ਖੁੱਲ੍ਹੇ ਤੌਰ 'ਤੇ ਸਾਹਮਣੇ ਨਹੀਂ ਆਉਂਦੀਆਂ।

ਪੂੰਜੀਵਾਦ, ਜੋ ਗਲੋਬਲਾਈਜ਼ੇਸ਼ਨ ਦਾ ਕੇਂਦਰ ਹੈ, 1970 ਦੇ ਦਹਾਕੇ ਤੋਂ ਇਕ ਵੱਡੇ ਬਦਲਾਅ ਵਿੱਚੋਂ ਲੰਘ ਰਿਹਾ ਹੈ। ਪੂੰਜੀ ਦਾ ਅੰਤਰਰਾਸ਼ਟਰੀਕਰਨ ਅਤੇ ਰਾਸ਼ਟਰੀ ਅਰਥ-ਵਿਵਸਥਾਵਾਂ ਦਾ ਵਿਸ਼ਵ ਪੱਧਰ 'ਤੇ ਮਿਲਾਪ ਹੋਣ ਕਾਰਨ ਇਕ ਨਵਾਂ ਵਰਗ ਬਣਿਆ ਹੈ ਜਿਸ ਨੂੰ ਟ੍ਰਾਂਸਨੈਸ਼ਨਲ ਕੈਪੀਟਲਿਸਟ ਕਲਾਸ (transnational capitalist class) ਕਿਹਾ ਜਾਂਦਾ ਹੈ (ਰੌਬਿਨਸਨ, ਡਬਲਯੂ ਆਈ, ਅਤੇ ਹੈਰਿਸ, ਜੇ, 2000)। ਇਸ ਵਰਗ ਵਿਚ ਬਹੁ-ਰਾਸ਼ਟਰੀ ਕਾਰਪੋਰੇਸ਼ਨ ਅਤੇ ਵਿਸ਼ਵ ਬੈਂਕ, ਆਈਐਮਐਫ ਵਰਗੀਆਂ ਵਿੱਤੀ ਸੰਸਥਾਵਾਂ ਸ਼ਾਮਲ ਹਨ। ਇਹ ਮੀਡੀਆ ਦੇ ਜ਼ਰੀਏ ਦੁਨੀਆ ਭਰ ਦੀਆਂ ਆਰਥਕ ਨੀਤੀਆਂ, ਰਾਜਨੀਤਿਕ ਫ਼ੈਸਲੇ ਅਤੇ ਮੀਡੀਆ 'ਤੇ ਕਾਬੂ ਰੱਖਦੀਆਂ ਹਨ। ਵੱਡੇ ਕਰਜ਼ੇ ਦੇ ਪ੍ਰੋਗਰਾਮ, ਜਿਨ੍ਹਾਂ ਨੂੰ ਇਹ ਸੰਸਥਾਵਾਂ ਚਲਾਉਂਦੀਆਂ ਹਨ, ਕਈ ਵਾਰ ਬੁਨਿਆਦੀ ਕਰਜ਼ਾ ਦੇਣ ਦੇ ਨਿਯਮਾਂ ਤੋਂ ਵੀ ਟੁੱਟਦੇ ਹਨ। ਇਸ ਕਾਰਨ ਡਿਫਾਲਟ ਵਧਦੇ ਹਨ ਜੋ ਪੂੰਜੀਵਾਦ ਦੀਆਂ ਜੜ੍ਹਾਂ ਨੂੰ ਕਮਜ਼ੋਰ ਕਰ ਰਹੇ ਹਨ।

ਗ਼ੈਰ-ਕਾਰਜਸ਼ੀਲ ਸੰਪੱਤੀਆਂ (NPA) - ਪੂੰਜੀਵਾਦ ਦਾ ਕੈਂਸਰ

ਗ਼ੈਰ-ਕਾਰਜਸ਼ੀਲ ਸੰਪੱਤੀਆਂ (Non-Performing Assets – NPA) ਬੈਂਕਾਂ ਦੀਆਂ ਕਿਤਾਬਾਂ ਵਿਚ ਉਹ ਕਰਜ਼ੇ ਅਤੇ ਅਡਵਾਂਸ ਹੁੰਦੀਆਂ ਹਨ ਜਿੱਥੇ ਲਗਾਤਾਰ 90 ਦਿਨਾਂ ਤੱਕ ਨਾ ਮੂਲ ਰਕਮ ਮਿਲਦੀ ਹੈ ਤੇ ਨਾ ਹੀ ਵਿਆਜ। ਬੈਂਕ ਐਨਪੀਏਜ਼ ਨੂੰ ਚਾਰ ਕਿਸਮਾਂ ਵਿਚ ਵੰਡਦੇ ਹਨ:

ਸਟੈਂਡਰਡ ਸੰਪੱਤੀਆਂ (Standard Assets): ਜਿਹੜੇ ਕਰਜ਼ੇ 12 ਮਹੀਨਿਆਂ ਜਾਂ ਇਸ ਤੋਂ ਘੱਟ ਸਮੇਂ ਲਈ ਆਮ ਜੋਖਮ ਨਾਲ ਬਕਾਇਆ ਰਹਿੰਦੇ ਹਨ।

ਸਬ-ਸਟੈਂਡਰਡ ਸੰਪੱਤੀਆਂ (Sub Standard Assets): ਜਦੋਂ ਕਰਜ਼ੇ 12 ਮਹੀਨਿਆਂ ਤੋਂ ਵੱਧ ਬਕਾਇਆ ਰਹਿੰਦੇ ਹਨ ਅਤੇ ਕਰਜ਼ਾ ਵਾਪਸ ਕਰਨ ਦੀ ਸਮਰੱਥਾ ਕਮਜ਼ੋਰ ਹੋ ਜਾਂਦੀ ਹੈ।

ਸ਼ੱਕੀ ਕਰਜ਼ੇ (Doubtful Debts): ਜਦੋਂ ਕਰਜ਼ੇ 18 ਮਹੀਨਿਆਂ ਤੋਂ ਵੱਧ ਬਕਾਇਆ ਰਹਿੰਦੇ ਹਨ ਅਤੇ ਬੈਂਕਾਂ ਨੂੰ ਵਾਪਸੀ 'ਤੇ ਸ਼ੱਕ ਹੁੰਦਾ ਹੈ।

ਘਾਟਾ ਸੰਪੱਤੀਆਂ (Loss Assets): ਜਦੋਂ ਵਸੂਲੀ ਮੁਕੰਮਲ ਤੌਰ 'ਤੇ ਅਸੰਭਵ ਜਾਪਦੀ ਹੈ।

ਹੁਣ ਸਵਾਲ ਇਹ ਹੈ ਕਿ ਇਕ ਕਰਜ਼ਾ (ਗ਼ੈਰ-ਕਾਰਜਸ਼ੀਲ ਸੰਪੱਤੀ) ਇਕ ਸੰਪੱਤੀ ਕਿਵੇਂ ਹੋ

ਸਕਦਾ ਹੈ, ਜਦੋਂ ਕਿ ਇਹ ਅਸਲ ਵਿਚ ਬੁਰਾ ਕਰਜ਼ਾ ਹੈ? ਇਹ ਕਰਜ਼ੇ ਕਿਸ ਦੇ ਬਕਾਇਆ ਹਨ? ਕਾਰਪੋਰੇਸ਼ਨਾਂ ਦੇ। ਫਿਰ ਚਰਚਾ ਕਾਰਪੋਰੇਸ਼ਨਾਂ ਦੀ ਬਜਾਏ ਬੈਂਕਾਂ ਉੱਤੇ ਕਿਉਂ ਕੇਂਦਰਿਤ ਕੀਤੀ ਜਾਂਦੀ ਹੈ? ਸਹੀ ਤਰੀਕੇ ਨਾਲ ਕਹਾਣੀ ਪੇਸ਼ ਕਰਨ ਲਈ ਕਾਰਪੋਰੇਸ਼ਨਾਂ ਨੂੰ ਜਾਂਚ ਦੇ ਘੇਰੇ ਵਿਚ ਕਿਉਂ ਨਹੀਂ ਲਿਆਉਂਦੇ? ਕੀ ਇਹ ਕਾਰਪੋਰੇਸ਼ਨਾਂ ਇੰਨੀਆਂ ਬੇਰਹਿਮ ਹੋ ਸਕਦੀਆਂ ਹਨ ਕਿ ਪੈਸਾ ਲੈ ਕੇ ਨਿਕਲ ਜਾਣ, ਬੈਂਕਾਂ ਨੂੰ ਦੋਸ਼ੀ ਠਹਿਰਾਉਣ ਅਤੇ ਸਰਕਾਰਾਂ ਦੀ ਮਿਲੀਭੁਗਤ ਨਾਲ ਪੂਰੀ ਕਹਾਣੀ ਪਲਟ ਦੇਣ? ਕੀ ਇਹ ਸਮਝਣਾ ਮੁਸ਼ਕਲ ਹੈ ਕਿ ਇਸ ਪੈਸੇ ਦਾ ਇਕ ਹਿੱਸਾ ਰਾਜਨੀਤਿਕ ਮੁਹਿੰਮਾਂ ਲਈ ਰਿਸ਼ਵਤ ਵਜੋਂ ਰਾਜਨੀਤੀਵਾਨਾਂ ਨੂੰ ਜਾਂਦਾ ਹੈ?

ਅਸਲ ਵਿਚ ਕਾਰਪੋਰੇਸ਼ਨ ਹੀ ਇਸ ਐਨਪੀਏ ਗੇਮ ਪਲਾਨ ਤੋਂ ਲਾਭ ਲੈ ਰਹੀਆਂ ਹਨ। ਇਹ ਯੋਜਨਾ ਰਾਜਨੀਤੀਵਾਨਾਂ ਦੀ ਮਿਲੀਭੁਗਤ ਨਾਲ ਬਣਾਈ ਜਾਂਦੀ ਹੈ ਤਾਂ ਜੋ ਕਾਰਪੋਰੇਸ਼ਨਾਂ ਨੂੰ ਫ਼ਾਇਦਾ ਹੋਵੇ। ਇਸੇ ਲਈ ਕਾਰਪੋਰੇਸ਼ਨ ਸਰਕਾਰਾਂ ਨਾਲੋਂ ਵੱਧ ਸ਼ਕਤੀਸ਼ਾਲੀ ਬਣ ਰਹੀਆਂ ਹਨ। ਇਸ ਤਰ੍ਹਾਂ ਦੀ ਪ੍ਰਣਾਲੀ ਵਿਚ ਲੋਕਤੰਤਰ ਕਮਜ਼ੋਰ ਤੇ ਪਿੱਛੇ ਧੱਕਿਆ ਜਾਂਦਾ ਹੈ।

ਇਕ ਆਮ ਕਾਨੂੰਨੀ ਨਿਯਮ ਹੈ ਕਿ ਸ਼ੱਕ ਹਮੇਸ਼ਾ ਉਸ ਪਾਸੇ ਹੁੰਦਾ ਹੈ ਜਿਸ ਨੂੰ ਉਸ ਗ਼ੈਰ-ਕਾਨੂੰਨੀ ਕੰਮ ਤੋਂ ਲਾਭ ਮਿਲਦਾ ਹੈ। ਜਦੋਂ ਐਨਪੀਏਜ਼ ਦੇ ਮੁੱਦੇ 'ਤੇ ਇਹ ਨਿਯਮ ਲਗਾਇਆ ਜਾਵੇ, ਤਾਂ ਸਪਸ਼ਟ ਹੈ ਕਿ ਕਾਰਪੋਰੇਸ਼ਨ ਹੀ ਲਾਭ ਉਠਾ ਰਹੀਆਂ ਹਨ। ਇਸ ਲਈ ਉਨ੍ਹਾਂ ਨੂੰ ਜਵਾਬਦੇਹ ਬਣਾਇਆ ਜਾਣਾ ਚਾਹੀਦਾ ਹੈ ਅਤੇ ਜਾਂਚ ਕੀਤੀ ਜਾਣੀ ਚਾਹੀਦੀ ਹੈ, ਨਾ ਕਿ ਸਿਰਫ ਬੈਂਕਾਂ ਨੂੰ। ਪਰ ਇਹ ਨਹੀਂ ਹੁੰਦਾ ਕਿਉਂਕਿ ਸਰਕਾਰਾਂ ਆਪਣੇ ਤੁਰੰਤ ਲਾਭਾਂ ਲਈ ਇਸ ਵਿਚ ਪੂਰੀ ਤਰ੍ਹਾਂ ਸ਼ਾਮਲ ਹਨ। ਰਾਜਨੀਤੀਵਾਨ ਅਤੇ ਸਰਕਾਰਾਂ ਹਰ ਕੁਝ ਸਾਲਾਂ ਬਾਅਦ ਬਦਲ ਜਾਂਦੇ ਹਨ, ਪਰ ਉਹੀ ਕਾਰਪੋਰੇਸ਼ਨ ਹਮੇਸ਼ਾਂ ਰਹਿੰਦੀਆਂ ਹਨ ਅਤੇ ਹਰ ਚੋਣ ਚੱਕਰ ਨਾਲ ਹੋਰ ਮਜ਼ਬੂਤ ਹੁੰਦੀਆਂ ਹਨ।

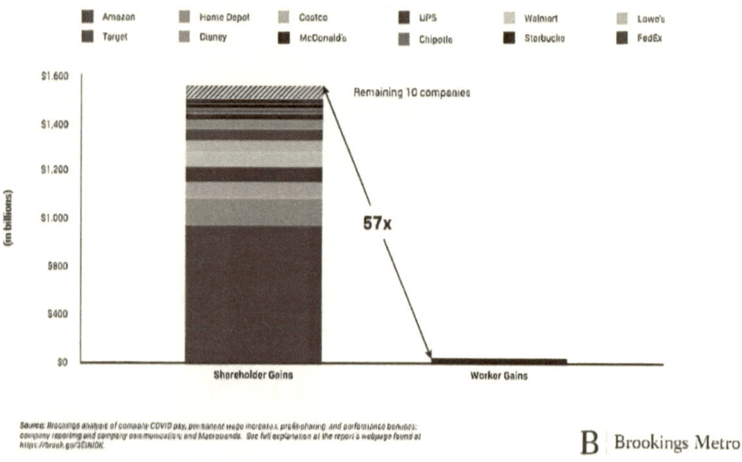

ਚਿੱਤਰ 13: 22 ਕੰਪਨੀਆਂ ਦੇ ਸ਼ੇਅਰ-ਧਾਰਕ $15 ਟ੍ਰਿਲੀਅਨ ਅਮੀਰ ਹੋ ਗਏ, ਜਦੋਂ ਕਿ ਕਾਮਿਆਂ ਨੂੰ ਲਾਭ ਦਾ ਦੋ ਪ੍ਰਤੀਸ਼ਤ ਤੋਂ ਵੀ ਘੱਟ ਮਿਲਿਆ

Source:https://i0.wp.com/www.brookings.edu/wp-content/uploads/2022/04/Pandemic-Figure-2-1.png?w=768&crop=0%2C0px%2C100%2C9999px&ssl=1

ਕਾਰਪੋਰੇਸ਼ਨਾਂ ਦਾ ਮੁੱਖ ਟੀਚਾ ਸਿਰਫ ਮੁਨਾਫ਼ਾ ਕਮਾਉਣਾ ਹੈ। ਜੇਕਰ ਸਰਕਾਰਾਂ ਕਾਰਪੋਰੇਸ਼ਨਾਂ ਤੋਂ ਬੰਧਕ ਬਣੀਆਂ ਹਨ, ਕਿਉਂਕਿ ਉਹ ਚੋਣਾਂ ਲਈ ਫ਼ੰਡ ਦਿੰਦੀਆਂ ਹਨ, ਤਾਂ ਸਰਕਾਰਾਂ ਨੂੰ ਲੋਕਾਂ ਲਈ ਕੰਮ ਕਰਨ ਵਾਲੀਆਂ ਕਿਵੇਂ ਮੰਨਿਆ ਜਾ ਸਕਦਾ ਹੈ? ਕਾਰਪੋਰੇਸ਼ਨ ਹਮੇਸ਼ਾ ਸਮਾਜਕ ਅਨਿਸ਼ਚਿਤਤਾ ਦੇ ਸਮੇਂ ਮੌਕੇ ਦੀ ਭਾਲ ਵਿਚ ਰਹਿੰਦੀਆਂ ਹਨ, ਜਿਵੇਂ ਕਿ ਤਬਾਹੀਆਂ, ਆਫ਼ਤਾਂ ਜਾਂ ਕੋਵਿਡ-19 ਵਰਗੀਆਂ ਮਹਾਂਮਾਰੀਆਂ, ਤਾਂ ਜੋ ਉਹ ਉਸ ਵੇਲੇ ਲਾਭ ਲੈ ਸਕਣ ਜਦੋਂ ਲੋਕ ਆਪਣੀ ਜ਼ਿੰਦਗੀ ਬਚਾਉਣ ਵਿਚ ਰੁੱਝੇ ਹੋਣ। ਕੋਵਿਡ-19 ਦੌਰਾਨ ਜਦੋਂ ਲੱਖਾਂ ਲੋਕ ਮਰੇ, ਘਰ ਅਤੇ ਨੌਕਰੀਆਂ ਗੁਆ ਬੈਠੇ, ਉਸ ਸਮੇਂ ਕਾਰਪੋਰੇਸ਼ਨਾਂ ਦੀ ਦੌਲਤ ਬੇਹੱਦ ਵਧ ਗਈ (ਚਿੱਤਰ 13 ਅਤੇ 14)।

ਆਕਸਫੈਮ (OXFAM) ਦੀ ਇਕ ਰਿਪੋਰਟ *Power, Profit and the Pandemic – From corporate extraction for the few to an economy that works for all* ਅਨੁਸਾਰ, ਦੁਨੀਆ ਦੀਆਂ ਸਭ ਤੋਂ ਵੱਡੀਆਂ ਫਾਰਚੂਨ 500 ਕੰਪਨੀਆਂ ਨੇ 2009 ਵਿਚ 820 ਬਿਲੀਅਨ ਅਮਰੀਕੀ ਡਾਲਰ ਤੋਂ 2019 ਵਿਚ 21 ਟ੍ਰਿਲੀਅਨ ਅਮਰੀਕੀ ਡਾਲਰ ਤੱਕ ਮੁਨਾਫ਼ੇ ਵਿਚ 156% ਵਾਧਾ ਕੀਤਾ। ਮਹਾਂਮਾਰੀ ਦੌਰਾਨ, ਸਭ ਤੋਂ ਵੱਧ ਲਾਭਕਾਰੀ 32 ਕੰਪਨੀਆਂ ਨੂੰ ਪਿਛਲੇ ਚਾਰ ਸਾਲਾਂ ਦੀ ਔਸਤ ਨਾਲੋਂ 109 ਬਿਲੀਅਨ ਅਮਰੀਕੀ ਡਾਲਰ ਹੋਰ ਕਮਾਉਣ ਦੀ ਉਮੀਦ ਸੀ। ਸਿਰਫ ਮਾਰਚ ਦੇ ਮੱਧ ਤੋਂ ਮਈ 2020 ਦੇ ਅੰਤ ਤੱਕ, 25 ਅਰਬਪਤੀਆਂ ਦੀ ਦੌਲਤ ਵਿਚ 255 ਬਿਲੀਅਨ ਅਮਰੀਕੀ ਡਾਲਰ ਦਾ ਹੈਰਾਨੀਜਨਕ ਵਾਧਾ ਹੋਇਆ।

ਕਾਰਪੋਰੇਟ ਲਾਬੀ ਇਹ ਪ੍ਰਭਾਵ ਦਿੰਦੀ ਹੈ ਕਿ ਕੰਪਨੀਆਂ ਟੈਕਸ, ਪਰਉਪਕਾਰ ਅਤੇ ਸਮਾਜਕ ਜ਼ਿੰਮੇਵਾਰੀ ਰਾਹੀਂ ਸਮਾਜ ਨੂੰ ਯੋਗਦਾਨ ਪਾਉਂਦੀਆਂ ਹਨ। ਪਰ ਇਹ ਰਿਪੋਰਟ ਇਸ ਗੱਲ ਨੂੰ ਪੂਰੀ ਤਰ੍ਹਾਂ ਗ਼ਲਤ ਸਾਬਤ ਕਰਦੀ ਹੈ। ਇਸੇ ਰਿਪੋਰਟ ਮੁਤਾਬਕ, 2017 ਵਿਚ ਅਮਰੀਕੀ ਸਰਕਾਰ ਨੂੰ ਸਿਰਫ ਕਾਰਪੋਰੇਟ ਟੈਕਸ ਚੋਰੀ ਕਾਰਨ 135 ਬਿਲੀਅਨ ਡਾਲਰ ਦਾ ਨੁਕਸਾਨ ਹੋਇਆ, ਜਦੋਂ ਕਿ ਉਨ੍ਹਾਂ ਦਾ ਸਾਲਾਨਾ ਪਰਉਪਕਾਰ 20 ਬਿਲੀਅਨ ਡਾਲਰ ਤੋਂ ਘੱਟ ਸੀ। ਭਾਰਤ ਵਿਚ ਵੀ ਹਾਲਤ ਇਹੋ ਜਿਹੀ ਹੈ: ਇੱਥੇ ਕਾਰਪੋਰੇਟ ਸਮਾਜਕ ਜ਼ਿੰਮੇਵਾਰੀ 'ਤੇ 46 ਬਿਲੀਅਨ ਡਾਲਰ ਖਰਚੇ ਗਏ, ਪਰ ਕਾਰਪੋਰੇਟ ਟੈਕਸ ਚੋਰੀ ਕਾਰਨ ਸਰਕਾਰ ਨੂੰ ਹਰ ਸਾਲ 47 ਬਿਲੀਅਨ ਡਾਲਰ ਦਾ ਨੁਕਸਾਨ ਹੋਇਆ।

ਕਾਰਪੋਰੇਸ਼ਨਾਂ ਅਕਸਰ ਬਚ ਨਿਕਲਦੀਆਂ ਹਨ, ਕਿਉਂਕਿ ਉਨ੍ਹਾਂ ਨੂੰ ਅਰਥ-ਵਿਵਸਥਾ ਦੇ ਵਿਕਾਸ ਵਿਚ ਮੁੱਖ ਯੋਗਦਾਨੀ ਮੰਨਿਆ ਜਾਂਦਾ ਹੈ।

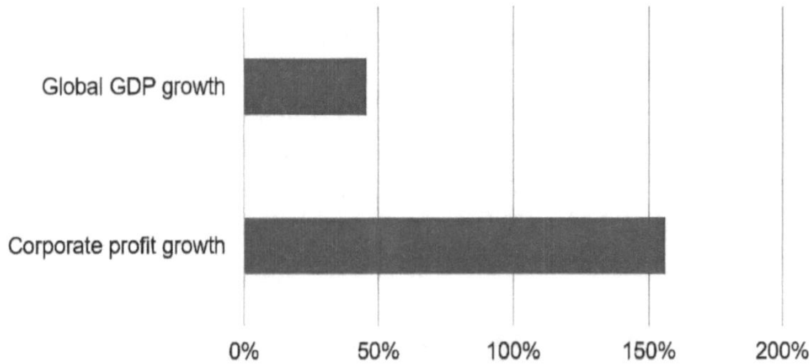

ਚਿੱਤਰ 14: ਗਲੋਬਲ ਫਾਰਚੂਨ 500 ਦਾ ਵਾਧਾ ਬਨਾਮ ਗਲੋਬਲ ਜੀਡੀਪੀ ਦਾ ਵਾਧਾ 2009-19

Source: Calculati ons based on Global Fortune 500 data, https://fortune.com/global500/ and World Bank Data, htt ps://worldbank.com/indicator/NY.GDP.MKTP.CD?end=2018start=2009

ਕੁੱਲ ਘਰੇਲੂ ਉਤਪਾਦ (GDP) - ਵਾਧੇ ਲਈ ਵਾਧਾ ਇਕ ਛੂਤ ਹੈ

ਕੁੱਲ ਘਰੇਲੂ ਉਤਪਾਦ (Gross Domestic Product – GDP) ਪੂੰਜੀਵਾਦੀ ਅਰਥ-ਵਿਵਸਥਾਵਾਂ ਦੀ ਸਿਹਤ ਮਾਪਣ ਦਾ ਇਕ ਢੰਗ ਹੈ। ਵਾਧੇ ਲਈ ਵਾਧਾ ਕਰਨਾ ਇਕ ਬਿਮਾਰੀ ਵਾਂਗ ਹੈ, ਜਿਸ ਨੂੰ ਪੂੰਜੀਵਾਦ ਕਿਹਾ ਜਾਂਦਾ ਹੈ। ਪਰ ਜਦੋਂ ਤੁਸੀਂ ਦੇਖਦੇ ਹੋ ਕਿ ਇਹ ਕਿਵੇਂ ਕੰਮ ਕਰਦਾ ਹੈ ਅਤੇ ਕਿਵੇਂ ਗਿਣਤੀ ਕੀਤੀ ਜਾਂਦੀ ਹੈ, ਤਾਂ ਪਤਾ ਲੱਗਦਾ ਹੈ ਕਿ ਇਹ ਇਕ ਅਜਿਹੀ ਦੌੜ ਹੈ ਜੋ ਕਦੇ ਮੁੱਕਦੀ ਨਹੀਂ, ਜਿਵੇਂ ਆਪਣੀ ਪੂਛ ਦਾ ਪਿੱਛਾ ਕਰਨਾ, ਸਿਰਫ਼ ਹੋਰ ਵਾਧੇ ਦੀ ਭਾਲ ਵਿਚ। ਹੋਰ ਸੌਖੇ ਸ਼ਬਦਾਂ ਵਿਚ ਕਿਹਾ ਜਾ ਸਕਦਾ ਹੈ ਕਿ ਇਹ ਇਕ ਘਾਤਕ ਬਿਮਾਰੀ ਵਾਂਗ ਹੈ ਜੋ ਰਸਤੇ ਵਿਚ ਆਉਣ ਵਾਲੀ ਹਰ ਚੀਜ਼ ਨੂੰ ਮਾਰਦੀ ਅਤੇ ਨਸ਼ਟ ਕਰਦੀ ਹੈ, ਅਤੇ ਫਿਰ ਹੋਰ ਵਧਦੀ ਜਾਂਦੀ ਹੈ। ਜੀਡੀਪੀ ਅਸਲ ਵਿਚ ਦੌਲਤ ਬਣਾਉਣ ਅਤੇ ਮੁਨਾਫ਼ਾ ਕਮਾਉਣ ਦੀ ਦੌੜ ਵਿਚ ਸ਼ਾਮਲ ਹੋਣ ਦਾ ਸੱਦਾ ਹੈ। ਪਰ ਸਮਾਜ ਵਿਚ ਦੌਲਤ ਸੀਮਿਤ ਹੈ। ਇਸ ਲਈ, ਕੋਈ ਵਿਅਕਤੀ ਸਿਰਫ਼ ਉਸ ਵੇਲੇ ਅਮੀਰ ਬਣ ਸਕਦਾ ਹੈ, ਜਦੋਂ ਕੋਈ ਹੋਰ ਗ਼ਰੀਬ ਹੋਵੇ। ਇਸ ਨਾਲ ਕੁਝ ਲੋਕ ਬਹੁਤ ਅਮੀਰ ਹੋ ਜਾਂਦੇ ਹਨ ਅਤੇ ਬਾਕੀ ਬਹੁਤ ਗ਼ਰੀਬ ਰਹਿ ਜਾਂਦੇ ਹਨ। ਇਹ ਗੱਲ ਮਹਾਂਮਾਰੀ ਦੌਰਾਨ ਸਪਸ਼ਟ ਹੋ ਗਈ। ਜਦੋਂ ਲੱਖਾਂ ਲੋਕਾਂ ਨੇ ਆਪਣੀਆਂ ਨੌਕਰੀਆਂ ਅਤੇ ਘਰ ਗੁਆ ਦਿੱਤੇ, ਉਸੇ ਸਮੇਂ ਕੁਝ ਅਰਬਪਤੀਆਂ ਦੀ ਦੌਲਤ ਬਹੁਤ ਤੇਜ਼ੀ ਨਾਲ ਵਧ ਗਈ। ਇਹ ਅਸਮਾਨਤਾ ਆਖਿਰਕਾਰ ਸਮਾਜਕ ਅਸ਼ਾਂਤੀ ਅਤੇ ਗ੍ਰਹਿ-ਦੰਗਿਆਂ ਵੱਲ ਲੈ ਜਾਂਦੀ ਹੈ, ਜਿਵੇਂ ਇਤਿਹਾਸ ਸਪਸ਼ਟ ਤੌਰ 'ਤੇ ਦੱਸਦਾ ਹੈ।

ਕੁੱਲ ਘਰੇਲੂ ਉਤਪਾਦ (GDP) ਦੀ ਗਣਨਾ ਖਪਤਕਾਰ ਖ਼ਰਚ (C) + ਕਾਰੋਬਾਰੀ ਨਿਵੇਸ਼ (I) + ਸਰਕਾਰੀ ਖ਼ਰਚ (G) + ਸ਼ੁੱਧ ਨਿਰਯਾਤ (X = ਨਿਰਯਾਤ – ਆਯਾਤ) ਨੂੰ ਜੋੜ ਕੇ ਕੀਤੀ ਜਾਂਦੀ ਹੈ (ਚਿੱਤਰ 15)। ਇਹ ਅਰਥ-ਵਿਵਸਥਾ ਦੀ ਸਿਹਤ ਮਾਪਣ ਲਈ ਵਰਤੀ

ਜਾਂਦੀ ਹੈ ਅਤੇ ਆਮ ਤੌਰ 'ਤੇ ਖੁਸ਼ਹਾਲੀ ਦਾ ਇਕ ਨਿਸ਼ਾਨ ਮੰਨੀ ਜਾਂਦੀ ਹੈ। ਅਸਲ ਵਿਚ ਇਹ ਦੱਸਦੀ ਹੈ ਕਿ ਅਰਥ-ਵਿਵਸਥਾ ਵਿਚ ਉਤਪਾਦਨ ਅਤੇ ਖਪਤ ਮਿਲ ਕੇ ਕਿੰਨਾ ਪੈਸਾ ਪੈਦਾ ਕਰ ਰਹੇ ਹਨ। ਆਰਥ-ਵਿਵਸਥਾ ਚੰਗੀ ਠਹਿਰਾਉਣ ਲਈ ਸਾਨੂੰ ਹੋਰ ਉਤਪਾਦਨ, ਵੱਧ ਖਪਤ ਅਤੇ ਵੱਧ ਖ਼ਰਚ ਦੀ ਲੋੜ ਪੈਂਦੀ ਹੈ। ਦੂਜੇ ਸ਼ਬਦਾਂ ਵਿਚ, ਵਾਧਾ ਅਕਸਰ ਸਿਰਫ਼ ਵਾਧੇ ਲਈ ਕੀਤਾ ਜਾਂਦਾ ਹੈ – ਨਾ ਕਿ ਕਿਸੇ ਲੰਬੇ ਸਮੇਂ ਦੇ ਟਿਕਾਊ ਸੰਤੁਲਨ ਲਈ – ਇਹ ਮੰਨਦੇ ਹੋਏ ਕਿ ਸਾਡੇ ਸਰੋਤ ਅਸੀਮਤ ਨਹੀਂ ਹਨ। ਇਹ ਵੀ ਆਮ ਰੂਪ ਵਿਚ ਮੰਨਿਆ ਜਾਂਦਾ ਹੈ ਕਿ ਵਾਧੇ ਦੀ ਲਾਲਸਾ ਪੂੰਜੀਵਾਦ ਦੀਆਂ ਮੁੱਖ ਚਾਲਕ ਤਾਕਤਾਂ ਵਿੱਚੋਂ ਇਕ ਹੈ।

> "ਵਾਧਾ ਸਫ਼ਲਤਾ ਦਾ ਇਕ ਅਹਿਮ ਨਿਯਮ ਹੈ, ਪਰ ਅਸੀਂ ਅਕਸਰ ਵਾਧੇ ਦੇ ਪਿੱਛੇ ਲੱਗ ਕੇ ਆਪਣੀਆਂ ਸਭ ਤੋਂ ਵੱਡੀਆਂ ਕਾਮਯਾਬੀਆਂ ਨੂੰ ਹੀ ਨਸ਼ਟ ਕਰ ਬੈਠਦੇ ਹਾਂ। ਇਕ ਵਿਚਾਰ ਉੱਠਦਾ ਹੈ, ਲੋਕਾਂ ਵਿਚ ਫੈਲਦਾ ਹੈ, ਇਕ ਮੋੜ 'ਤੇ ਪਹੁੰਚਦਾ ਹੈ ਅਤੇ ਅਸੀਮਤ ਸੰਭਾਵਨਾਵਾਂ ਨਾਲ ਤੇਜ਼ੀ ਨਾਲ ਉਚਾਈਆਂ ਵੱਲ ਵਧਦਾ ਹੈ। ਪਰ ਅਕਸਰ, ਇਹ ਅੰਦਰੋਂ ਹੀ ਟੁੱਟ ਜਾਂਦਾ ਹੈ ਅਤੇ ਆਪਣੇ-ਆਪ ਨੂੰ ਹੀ ਖ਼ਤਮ ਕਰ ਲੈਂਦਾ ਹੈ। ਵਿਚਾਰਾਂ ਦੀ ਖਪਤ ਲਾਈਕੇਨ ਵਾਂਗ ਹੁੰਦੀ ਹੈ। ਬੇਅੰਤ ਵਾਧੇ ਦੀ ਬਜਾਏ, ਟੀਚਾ ਇਹ ਹੋਣਾ ਚਾਹੀਦਾ ਹੈ ਕਿ ਜਿੰਨਾ ਜਲਦੀ ਹੋ ਸਕੇ ਵਧੋ – ਜਿਸ ਨੂੰ ਟੈਕਨੋਲੋਜੀ ਵਿਦਵਾਨ ਹਾਈਪਰਗ੍ਰੋਥ (hypergrowth) ਕਹਿੰਦੇ ਹਨ – ਜਦ ਤੱਕ ਇਕ ਬਰੇਕਪੁਆਇੰਟ (breakpoint) ਨਹੀਂ ਆ ਜਾਂਦਾ। ਫਿਰ ਰੁਕ ਕੇ ਸਥਿਰਤਾ ਨਾਲ ਵੱਡੇ ਪੈਮਾਨੇ ਦੇ ਫ਼ਾਇਦੇ ਦਾ ਆਨੰਦ ਲਓ। ਜੋ ਚੀਜ਼ ਗੁੰਮ ਹੈ – ਜਿਸ ਨੂੰ ਹਰ ਕੋਈ ਨਜ਼ਰ-ਅੰਦਾਜ਼ ਕਰ ਰਿਹਾ ਹੈ – ਉਹ ਇਹ ਹੈ ਕਿ ਪ੍ਰਗਤੀ ਨੂੰ ਮਾਪਣ ਦੀ ਇਕਾਈ ਆਕਾਰ (size) ਨਹੀਂ, ਸਮਾਂ (time) ਹੈ।"

– ਜੈਫ ਸਟਿਬਲ (Jeff Stibel)

ਵਾਧੇ ਲਈ ਵਾਧਾ ਸ਼ਾਇਦ ਹੁਣ ਆਪਣੇ ਚਰਮ 'ਤੇ ਪਹੁੰਚ ਗਿਆ ਹੈ ਅਤੇ ਇਹ ਪੂੰਜੀਵਾਦ ਦੇ ਡਿੱਗਣ ਦੀ ਸ਼ੁਰੂਆਤ ਨੂੰ ਦਰਸਾਉਂਦਾ ਹੈ। ਜਲਵਾਯੂ ਪਰਿਵਰਤਨ ਅਤੇ ਇਸ ਨਾਲ ਜੁੜੀਆਂ ਸਮੱਸਿਆਵਾਂ ਅਸਲ ਵਿਚ ਖਪਤਕਾਰਵਾਦ ਅਤੇ ਨਿਰੰਤਰ ਵਾਧੇ ਕਾਰਨ ਵਾਤਾਵਰਨ ਨੂੰ ਹੋ ਰਹੇ ਲਗਾਤਾਰ ਨੁਕਸਾਨ ਦਾ ਨਤੀਜਾ ਹਨ।

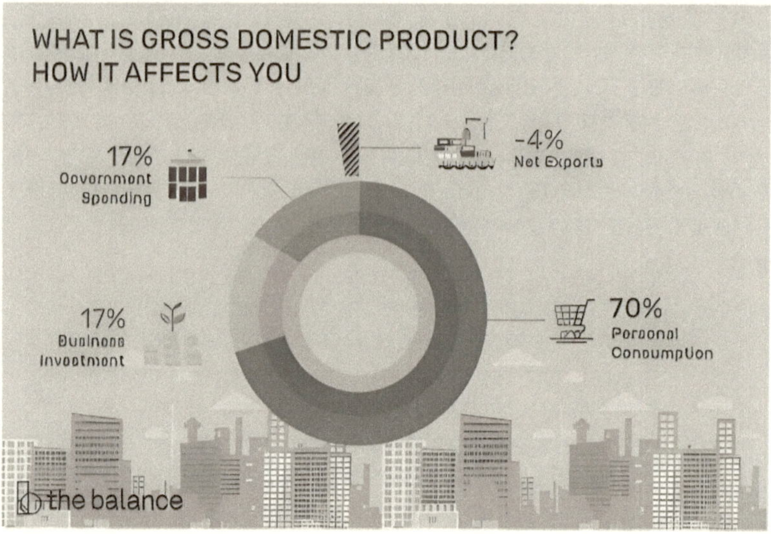

ਚਿੱਤਰ 15: ਕੁੱਲ ਘਰੇਲੂ ਉਤਪਾਦ ਕੀ ਹੈ, ਅਤੇ ਇਹ ਤੁਹਾਨੂੰ ਕਿਵੇਂ ਪ੍ਰਭਾਵਿਤ ਕਰਦਾ ਹੈ?

Source:
https://wwwthebalancecom/what-is-gdp-definition-of-gross-domesticproduct--3306038

ਜੀਡੀਪੀ ਨੂੰ ਪੂੰਜੀਵਾਦੀ ਅਰਥ-ਵਿਵਸਥਾਵਾਂ ਵਿਚ ਕਾਰੋਬਾਰ ਦੀ ਸਫ਼ਲਤਾ ਮਾਪਣ ਦਾ ਇਕਲੌਤਾ ਮਾਪਦੰਡ ਮੰਨਿਆ ਜਾਂਦਾ ਹੈ। ਪਰ ਸਿਰਫ ਪੈਸੇ 'ਤੇ ਧਿਆਨ ਕੇਂਦਰਿਤ ਕਰਕੇ, ਅਸੀਂ ਮਨੁੱਖੀ-ਕੇਂਦ੍ਰਿਤ ਤੱਤਾਂ ਨੂੰ ਨਜ਼ਰ-ਅੰਦਾਜ਼ ਕਰ ਰਹੇ ਹਾਂ।

"ਵਾਧੇ ਲਈ ਵਾਧਾ ਕੈਂਸਰ ਸੈੱਲ ਦੀ ਵਿਚਾਰਧਾਰਾ ਹੈ।"

– ਐਡਵਰਡ ਐਬੇ, ਲੇਖਕ ਅਤੇ ਵਾਤਾਵਰਨ ਕਾਰਕੁਨ

ਭੂਟਾਨ, ਜੋ ਹਿਮਾਲਿਆ ਦੀ ਗੋਦ ਵਿਚ ਇਕ ਛੋਟਾ ਦੇਸ਼ ਹੈ, ਉੱਥੇ ਰਾਸ਼ਟਰ ਦੀ ਸਫ਼ਲਤਾ ਵੱਖਰੇ ਤਰੀਕੇ ਨਾਲ ਮਾਪੀ ਜਾਂਦੀ ਹੈ। 1972 ਵਿਚ ਕਿੰਗ ਜਿਗਮੇ ਸਿੰਗਯੇ ਵਾਂਗਚੁੱਕ ਨੇ ਕਿਹਾ ਕਿ ਕੁੱਲ ਰਾਸ਼ਟਰੀ ਖੁਸ਼ਹਾਲੀ (Gross National Happiness) ਜੀਡੀਪੀ ਨਾਲੋਂ ਵਧੇਰੇ ਮਹੱਤਵਪੂਰਨ ਹੈ ਅਤੇ ਕੁੱਲ ਖੁਸ਼ਹਾਲੀ ਸੂਚਕ-ਅੰਕ (Gross Happiness Index) ਦੀ ਸ਼ੁਰੂਆਤ ਕੀਤੀ। ਉਨ੍ਹਾਂ ਨੇ ਬੇਹਿਸਾਬ ਖਪਤਵਾਦ ਅਤੇ ਵਾਤਾਵਰਨ ਨੂੰ ਨੁਕਸਾਨ ਪਹੁੰਚਾਉਣ ਦੀ ਬਜਾਏ ਟਿਕਾਊ ਵਿਕਾਸ ਨੂੰ ਚੁਣਿਆ।

ਕੁੱਲ ਖੁਸ਼ਹਾਲੀ ਸੂਚਕ-ਅੰਕ ਜਾਂ ਕੁੱਲ ਰਾਸ਼ਟਰੀ ਖੁਸ਼ਹਾਲੀ ਨੂੰ ਸਾਲਾਨਾ ਸਰਵੇਖਣ ਰਾਹੀਂ ਹੇਠ ਲਿਖੇ ਨੌਂ ਤੱਤਾਂ ਦੇ ਆਧਾਰ 'ਤੇ ਮਾਪਿਆ ਜਾਂਦਾ ਹੈ: ਮਨੋਵਿਗਿਆਨਕ ਭਲਾਈ, ਸਿਹਤ, ਸਿੱਖਿਆ, ਸਮੇਂ ਦੀ ਵਰਤੋਂ, ਸੱਭਿਆਚਾਰਕ ਵਿਭਿੰਨਤਾ ਅਤੇ ਲਚਕਤਾ, ਚੰਗਾ ਪ੍ਰਸ਼ਾਸਨ, ਭਾਈਚਾਰਕ ਜੀਵੰਤਤਾ ਅਤੇ ਵਾਤਾਵਰਨਕ ਵਿਭਿੰਨਤਾ ਅਤੇ ਲਚਕਤਾ। ਵਿਡੰਬਨਾ ਇਹ ਹੈ

ਕਿ ਪੂੰਜੀਵਾਦ ਦਾ ਮੌਜੂਦਾ ਰੂਪ ਇਨ੍ਹਾਂ ਸਕਾਰਾਤਮਕ ਸੂਚਕਾਂ ਨੂੰ ਨਹੀਂ, ਬਲਕਿ ਤਬਾਹੀਆਂ ਤੋਂ ਉੱਠਦੇ ਮੌਕਿਆਂ ਨੂੰ ਵਧੇਰੇ ਮਹੱਤਵ ਦਿੰਦਾ ਹੈ।

ਸ਼ੌਕ ਡਾਕਟਰੀਨ (Shock Doctrine)

ਸ਼ੌਕ ਡਾਕਟਰੀਨ ਦਾ ਮੁੱਖ ਵਿਚਾਰ ਇਹ ਹੈ ਕਿ ਪੂੰਜੀਵਾਦੀ ਬਾਜ਼ਾਰ ਦੁੱਖ ਜਾਂ ਆਫ਼ਤ ਦੇ ਸਮੇਂ ਦਾ ਫ਼ਾਇਦਾ ਚੁੱਕ ਕੇ ਉਹ ਨੀਤੀਆਂ ਲਿਆਉਂਦੇ ਹਨ ਜੋ ਉਨ੍ਹਾਂ ਲਈ ਲਾਹੇਵੰਦ ਹੁੰਦੀਆਂ ਹਨ। ਇਹ ਤਰੀਕਾ ਇਸ ਗੱਲ ਦਾ ਫ਼ਾਇਦਾ ਲੈਂਦਾ ਹੈ ਕਿ ਉਨ੍ਹਾਂ ਪਲਾਂ ਵਿਚ ਲੋਕ ਤੁਰੰਤ ਪ੍ਰਤੀਕਿਰਿਆ ਨਹੀਂ ਕਰ ਸਕਦੇ। ਕੈਨੇਡੀਅਨ ਸਮਾਜਕ ਕਾਰਕੁਨ ਅਤੇ ਲੇਖਕ ਨਾਓਮੀ ਕਲੇਨ (Naomi Klein) (ਕਲੇਨ, ਐਨ, 2014) ਆਪਣੀ ਕਿਤਾਬ *The Shock Doctrine: The Rise of Disaster Capitalism* ਵਿਚ ਦਲੀਲ ਦਿੰਦੀ ਹੈ ਕਿ ਮਿਲਟਨ ਫਰੀਡਮੈਨ (Milton Friedman) ਦੀਆਂ ਆਰਥਕ ਨੀਤੀਆਂ 'ਤੇ ਅਧਾਰਤ ਨਵਉਦਾਰਵਾਦੀ ਮੁਕਤ-ਬਾਜ਼ਾਰ ਨੀਤੀਆਂ ਨੂੰ ਕਾਰਪੋਰੇਸ਼ਨਾਂ ਦੇ ਕਹਿਣ 'ਤੇ ਰਣਨੀਤੀ ਤਹਿਤ ਕੁਝ ਦੇਸ਼ਾਂ ਵਿਚ ਜਾਣਬੁੱਝ ਕੇ "ਸ਼ੌਕ ਥੈਰੇਪੀ" ਵਜੋਂ ਲਿਆਂਦਾ ਗਿਆ। ਆਫ਼ਤ ਪੂੰਜੀਵਾਦ (disaster capitalism) ਇਕ ਐਸੀ ਪ੍ਰਣਾਲੀ ਹੈ, ਜਿਸ ਵਿਚ ਨਿੱਜੀ ਕੰਪਨੀਆਂ ਆਫ਼ਤਾਂ ਵਿੱਚੋਂ ਮੁਨਾਫ਼ਾ ਕਮਾਉਣ ਲਈ ਨੈਟਵਰਕਾਂ ਅਤੇ ਪ੍ਰਭਾਵਾਂ ਦੀ ਵਰਤੋਂ ਕਰਦੀਆਂ ਹਨ, ਜਿਵੇਂ ਕਿ ਮੁਸ਼ਕਲਾਂ ਵਿਚ ਮੌਕੇ ਲੱਭਣਾ। ਇਰਾਕ 'ਤੇ ਹਮਲਾ ਇਸ ਡਾਕਟਰੀਨ ਦਾ ਇਕ ਵੱਡਾ ਉਦਾਹਰਨ ਸੀ, ਜਿਸ ਨਾਲ ਇਰਾਕ ਦੇ ਸਰਕਾਰੀ ਉਦਯੋਗਾਂ ਦਾ ਨਿੱਜੀਕਰਨ ਹੋ ਗਿਆ।

ਇਹ ਨੀਤੀਆਂ ਆਮ ਤੌਰ 'ਤੇ ਕੁਦਰਤੀ ਆਫ਼ਤਾਂ ਜਾਂ ਰਾਜਨੀਤਿਕ ਹਲਚਲ ਦਾ ਫ਼ਾਇਦਾ ਲੈਂਦੀਆਂ ਹਨ ਅਤੇ ਉਨ੍ਹਾਂ ਸਮਿਆਂ ਵਿਚ ਸ਼ੱਕੀ ਤੇ ਵਿਵਾਦਿਤ ਨੀਤੀਆਂ ਲਿਆਈਆਂ ਜਾਂਦੀਆਂ ਹਨ, ਜਦੋਂ ਲੋਕ ਥੱਕੇ ਹੋਏ ਜਾਂ ਗੁੰਝਲ ਵਿਚ ਹੁੰਦੇ ਹਨ ਅਤੇ ਵਿਰੋਧ ਕਰਨ ਦੇ ਯੋਗ ਨਹੀਂ ਹੁੰਦੇ। ਕੋਵਿਡ-19 ਮਹਾਂਮਾਰੀ ਦੇ ਦੌਰਾਨ ਨਰਿੰਦਰ ਮੋਦੀ ਸਰਕਾਰ ਦੁਆਰਾ ਲਿਆਂਦੇ ਗਏ ਖੇਤੀ ਕਾਨੂੰਨ ਇਸ ਦੀ ਤਾਜ਼ਾ ਉਦਾਹਰਨ ਹਨ, ਜਿਨ੍ਹਾਂ ਨੂੰ ਕਿਸਾਨਾਂ ਨੂੰ ਨਜ਼ਰ-ਅੰਦਾਜ਼ ਕਰਕੇ ਪੂੰਜੀਵਾਦੀ ਦੋਸਤਾਂ ਨੂੰ ਖੇਤੀਬਾੜੀ ਸੌਂਪਣ ਦੀ ਕੋਸ਼ਿਸ਼ ਮੰਨਿਆ ਗਿਆ। ਹਾਲਾਂਕਿ, ਕਿਸਾਨਾਂ ਦੇ 268 ਦਿਨਾਂ ਦੇ ਲੰਬੇ ਅਤੇ ਬੇਮਿਸਾਲ ਵਿਰੋਧ ਕਾਰਨ ਇਹ ਕਾਨੂੰਨ ਵਾਪਸ ਲੈਣੇ ਪਏ, ਜਿਨ੍ਹਾਂ ਦੌਰਾਨ 370 ਕਿਸਾਨਾਂ ਨੇ ਆਪਣੀ ਜ਼ਿੰਦਗੀ ਗੁਆਈ (ਸੰਧਰ, ਐਚ, 2022)। ਨਾਓਮੀ ਕਲੇਨ ਇਹ ਵੀ ਕਹਿੰਦੀ ਹੈ ਕਿ ਇਰਾਕ ਯੁੱਧ ਦਾ ਉਦੇਸ਼ ਵੀ ਇਹੋ ਜਿਹਾ ਏਜੰਡਾ ਅੱਗੇ ਵਧਾਉਣਾ ਸੀ। ਇਸ ਯੁੱਧ ਨੇ ਅਖੀਰ ਵਿਚ ਸਟਾਕ ਮਾਰਕੀਟ ਵਿਚ ਤੇਲ ਕੰਪਨੀਆਂ ਦੇ ਸ਼ੇਅਰਾਂ ਦੀਆਂ ਕੀਮਤਾਂ ਵਧਾ ਦਿੱਤੀਆਂ, ਕਿਉਂਕਿ ਇਹ ਕੰਪਨੀਆਂ ਹਮੇਸ਼ਾ ਅਜਿਹੇ ਮੌਕਿਆਂ ਦੀ ਭਾਲ ਕਰਦੀਆਂ ਹਨ।

ਸਟਾਕ ਮਾਰਕੀਟ

ਸਟਾਕ ਮਾਰਕੀਟ ਇਕ ਅਜਿਹਾ ਬਾਜ਼ਾਰ ਹੈ ਜਿੱਥੇ ਨਿਵੇਸ਼ਕ ਕੰਪਨੀਆਂ ਦੇ ਸ਼ੇਅਰ ਖਰੀਦਦੇ ਅਤੇ ਵੇਚਦੇ ਹਨ। ਇੱਥੇ ਕੰਪਨੀਆਂ ਆਪਣੇ ਕਾਰੋਬਾਰ ਲਈ ਪੈਸਾ ਇਕੱਠਾ ਕਰਨ ਵਾਸਤੇ ਸ਼ੇਅਰ ਅਤੇ ਹੋਰ ਸੁਰੱਖਿਆ ਪੱਤਰ ਜਾਰੀ ਕਰਦੀਆਂ ਹਨ। ਸਟਾਕ ਮਾਰਕੀਟ ਸੂਚਕ-ਅੰਕ (ਚਿੱਤਰ 16) ਇਕ ਕਾਲਪਨਿਕ ਪੋਰਟਫੋਲੀਓ ਹੁੰਦਾ ਹੈ ਜੋ ਵਿੱਤੀ ਬਾਜ਼ਾਰ ਦੇ ਕਿਸੇ ਹਿੱਸੇ ਨੂੰ ਦਰਸਾਉਂਦਾ ਹੈ। ਇਸ ਦੀ ਗਿਣਤੀ ਅੰਦਰਲੇ ਸਟਾਕਾਂ ਦੀਆਂ ਕੀਮਤਾਂ ਤੋਂ ਕੀਤੀ ਜਾਂਦੀ ਹੈ।

ਵੱਖ-ਵੱਖ ਸੂਚਕ-ਅੰਕਾਂ ਵਿਚਲੇ ਫ਼ਰਕ ਬਾਜ਼ਾਰ ਦੀ ਤਸਵੀਰ ਦਿੰਦੇ ਹਨ। ਸਭ ਤੋਂ ਮਸ਼ਹੂਰ ਸਟਾਕ ਮਾਰਕੀਟ ਸੂਚਕਾਂਕਾਂ ਵਿਚ ਡਾਊ ਜੋਂਸ ਇੰਡਸਟਰੀਅਲ ਐਵਰੇਜ (DJIA), ਐਸਐਂਡਪੀ 500, ਨਾਸਡੈਕ ਕੰਪੋਜ਼ਿਟ, ਐਫਟੀਐਸਈ ਆਲ-ਵਰਲਡ, ਏਐਸਐਕਸ ਆਲ ਆਰਡੀਨਰੀਜ਼, ਨਿੱਕੇਈ 225, ਬੀਐਸਈ ਸੈਂਸੈਕਸ, ਸ਼ੰਘਾਈ ਐਸਈ ਏ ਸ਼ੇਅਰ ਆਦਿ ਸ਼ਾਮਲ ਹਨ।

ਸਟਾਕ ਮਾਰਕੀਟ ਨਾਸਡੈਕ (NASDAQ), ਨਿਊਯਾਰਕ ਸਟਾਕ ਐਕਸਚੇਂਜ ਵਰਗੇ ਐਕਸਚੇਂਜਾਂ ਦੇ ਨੈਟਵਰਕ ਰਾਹੀਂ ਕੰਮ ਕਰਦੀ ਹੈ। ਇੱਥੇ ਕੰਪਨੀਆਂ ਸ਼ੁਰੂਆਤੀ ਜਨਤਕ ਪੇਸ਼ਕਸ਼ (IPO) ਰਾਹੀਂ ਆਪਣੇ ਸ਼ੇਅਰ ਸੂਚੀਬੱਧ ਕਰਦੀਆਂ ਹਨ ਤਾਂ ਜੋ ਕਾਰੋਬਾਰ ਨੂੰ ਵਧਾਉਣ ਲਈ ਪੈਸਾ ਇਕੱਠਾ ਕੀਤਾ ਜਾ ਸਕੇ। ਖ਼ਰੀਦਦਾਰ ਮੰਗ ਕੀਮਤ 'ਤੇ ਬੋਲੀ ਲਗਾ ਕੇ ਸ਼ੇਅਰ ਖਰੀਦਦੇ ਹਨ। ਇਹ ਕੀਮਤਾਂ ਅਤੇ ਬੋਲੀਆਂ ਦੀ ਗਿਣਤੀ ਕੰਪਿਊਟਰਾਈਜ਼ਡ ਪ੍ਰੋਗਰਾਮਾਂ ਦੁਆਰਾ ਕੀਤੀ ਜਾਂਦੀ ਹੈ, ਜਿਨ੍ਹਾਂ ਵਿਚ ਗੁੰਝਲਦਾਰ ਐਲਗੋਰਿਦਮ ਵਰਤੇ ਜਾਂਦੇ ਹਨ।

ਪਰ ਅੱਜ ਦੇ ਸਮੇਂ ਵਿਚ ਸ਼ੇਅਰ-ਧਾਰਕਾਂ ਦੀ ਅਸਲ ਮਾਲਕੀ ਅਤੇ ਉਨ੍ਹਾਂ ਦਾ ਹਿੱਸਾ ਹੌਲੀ-ਹੌਲੀ ਖ਼ਤਮ ਹੋ ਗਿਆ ਹੈ। ਇਸ ਦਾ ਕਾਰਨ ਕਾਰਪੋਰੇਟ ਸ਼ਾਸਨ ਦੇ ਉਹ ਜਾਲ ਹਨ ਜੋ ਸ਼ੇਅਰ-ਧਾਰਕਾਂ ਨੂੰ ਧੋਖਾ ਦੇਣ ਅਤੇ ਟੈਕਸਾਂ ਤੋਂ ਬਚਣ ਲਈ ਬਣਾਏ ਗਏ ਹਨ।

ਸ਼ੇਅਰ (Share)

ਚਿੱਤਰ 16: ਸਟਾਕ ਮਾਰਕੀਟ ਸੂਚਕ-ਅੰਕ

Source:https://iguimcouk/img/media/c17393f18aefefe55a9f7456e096f8a033 54314a/0_285_7411_4447/master/7411jpg?width=620&quality=85&auto=fo rmat&fi t=max&s= d5f5e86e13e16c58218fd1d971d217d1

ਇਕ "ਸ਼ੇਅਰ" ਕੰਪਨੀ ਵਿਚ ਸ਼ੇਅਰ-ਧਾਰਕ ਦਾ ਹਿੱਸਾ ਹੁੰਦਾ ਹੈ ਜਿਸ ਦੀ ਕੀਮਤ ਪੈਸੇ ਨਾਲ ਮਾਪੀ ਜਾਂਦੀ ਹੈ। ਇਸ ਦਾ ਪਹਿਲਾ ਪੱਖ ਦੇਣਦਾਰੀ ਨਾਲ ਜੁੜਿਆ ਹੁੰਦਾ ਹੈ (ਜਿਵੇਂ ਨਿਵੇਸ਼ ਕੀਤੀ ਰਕਮ), ਅਤੇ ਦੂਜਾ ਪੱਖ ਹੱਕ ਅਤੇ ਫ਼ਾਇਦੇ ਨਾਲ ਸਬੰਧਿਤ ਹੁੰਦਾ ਹੈ। ਇਸ ਵਿਚ ਉਹ ਆਪਸੀ ਸਮਝੌਤੇ ਵੀ ਸ਼ਾਮਲ ਹੁੰਦੇ ਹਨ ਜੋ ਕੰਪਨੀ ਐਕਟ ਅਨੁਸਾਰ ਸਾਰੇ ਸ਼ੇਅਰ-ਧਾਰਕਾਂ ਵਿਚਕਾਰ ਹੁੰਦੇ ਹਨ।

ਸੌਖੇ ਸ਼ਬਦਾਂ ਵਿਚ, ਇਕ "ਸ਼ੇਅਰ" ਅਧਿਕਾਰਾਂ ਅਤੇ ਜ਼ਿੰਮੇਵਾਰੀਆਂ ਦਾ ਇਕ ਪੈਕੇਜ ਹੈ ਜੋ ਕਿਸੇ ਵਿਅਕਤੀ ਨੂੰ ਉਸ ਦੇ ਨਿਵੇਸ਼ ਦੇ ਬਦਲੇ ਵਿਚ ਮਿਲਦਾ ਹੈ।

ਸ਼ੇਅਰ ਅਤੇ ਉਨ੍ਹਾਂ ਦੀਆਂ ਕਿਸਮਾਂ

ਇਕ ਸ਼ੇਅਰ ਜਾਇਦਾਦ ਵਾਂਗ ਹੁੰਦਾ ਹੈ; ਇਸ ਦਾ ਮਾਲਕ ਹੁੰਦਾ ਹੈ ਅਤੇ ਇਸ ਨੂੰ ਖ਼ਰੀਦਿਆ, ਵੇਚਿਆ, ਤੋਹਫ਼ੇ ਵਿਚ ਦਿੱਤਾ ਜਾਂ ਤਬਦੀਲ ਕੀਤਾ ਜਾ ਸਕਦਾ ਹੈ। ਕੰਪਨੀ ਵਿਚ ਨਿਵੇਸ਼ ਕਰਨ ਦੇ ਬਦਲੇ, ਸ਼ੇਅਰ-ਧਾਰਕ ਨੂੰ ਕੁਝ ਅਧਿਕਾਰ ਮਿਲਦੇ ਹਨ, ਜੋ ਸ਼ੇਅਰ ਦੀ ਕਿਸਮ ਅਤੇ ਕੰਪਨੀ ਦੇ ਆਰਟੀਕਲਜ਼ ਆਫ਼ ਐਸੋਸੀਏਸ਼ਨ 'ਤੇ ਨਿਰਭਰ ਕਰਦੇ ਹਨ। ਜ਼ਿਆਦਾਤਰ ਕੰਪਨੀਆਂ ਕੋਲ ਆਮ ਸ਼ੇਅਰ ਹੁੰਦੇ ਹਨ, ਪਰ ਕਈ ਵਾਰ ਸੰਸਥਾਪਕਾਂ, ਨਿਵੇਸ਼ਕਾਂ ਜਾਂ ਕਰਮਚਾਰੀਆਂ ਲਈ ਵੱਖ-ਵੱਖ ਕਿਸਮ ਦੇ ਸ਼ੇਅਰ ਵੀ ਬਣਾਏ ਜਾਂਦੇ ਹਨ।

ਸ਼ੇਅਰਾਂ ਨਾਲ ਜੁੜੇ ਤਿੰਨ ਮੁੱਖ ਅਧਿਕਾਰ ਹੁੰਦੇ ਹਨ: ਵੋਟਿੰਗ, ਲਾਭ-ਵੰਡ (ਡਿਵਿਡੈਂਡ), ਅਤੇ ਲਿਕਵੀਡੇਸ਼ਨ ਦੇ ਹੱਕ। ਆਮ ਸ਼ੇਅਰਾਂ 'ਤੇ ਆਮ ਤੌਰ 'ਤੇ ਹਰ ਸ਼ੇਅਰ ਲਈ ਇਕ ਵੋਟ ਹੁੰਦੀ ਹੈ, ਪਰ ਕੁਝ ਮੌਕਿਆਂ 'ਤੇ ਕੰਪਨੀ ਗ਼ੈਰ-ਵੋਟਿੰਗ ਜਾਂ ਵੱਧ ਵੋਟਾਂ ਵਾਲੇ ਸ਼ੇਅਰ ਵੀ ਜਾਰੀ ਕਰ ਸਕਦੀ ਹੈ। ਲਾਭ-ਅੰਸ਼ (ਡਿਵਿਡੈਂਡ) ਕੰਪਨੀ ਦੇ ਮੁਨਾਫ਼ੇ ਵਿੱਚੋਂ ਦਿੱਤੇ ਜਾਣ ਵਾਲੇ ਭੁਗਤਾਨ ਹਨ। ਕੰਪਨੀ ਲਿਕਵੀਡੇਟ ਹੋਣ 'ਤੇ ਸਾਰੇ ਕਰਜ਼ੇ ਚੁਕਾਉਣ ਤੋਂ ਬਾਅਦ ਬਚੀ ਹੋਈ ਸੰਪਤੀ ਸ਼ੇਅਰ-ਧਾਰਕਾਂ ਵਿਚ ਉਨ੍ਹਾਂ ਦੇ ਹਿੱਸੇ ਅਨੁਸਾਰ ਵੰਡ ਦਿੱਤੀ ਜਾਂਦੀ ਹੈ। ਜੇ ਵੱਖ-ਵੱਖ ਸ਼੍ਰੇਣੀਆਂ ਦੇ ਸ਼ੇਅਰ ਹਨ, ਤਾਂ ਕੁਝ ਸ਼ੇਅਰਾਂ ਨੂੰ ਪਹਿਲਾਂ ਹੱਕ ਦਿੱਤਾ ਜਾ ਸਕਦਾ ਹੈ।

ਜਿਵੇਂ ਕੰਪਨੀ ਵੱਡੀ ਹੁੰਦੀ ਹੈ, ਇਹ ਵੱਖ-ਵੱਖ ਸ਼੍ਰੇਣੀਆਂ ਦੇ ਸ਼ੇਅਰ ਜਾਰੀ ਕਰਦੀ ਹੈ ਤਾਂ ਜੋ ਵਧੇਰੇ ਹਿੱਸੇਦਾਰਾਂ ਦੇ ਹੱਕ ਪੂਰੇ ਹੋ ਸਕਣ। ਆਮ ਸ਼ੇਅਰ ਸਭ ਤੋਂ ਆਮ ਹਨ – ਇਨ੍ਹਾਂ ਵਿਚ ਇਕ ਵੋਟ, ਬਰਾਬਰ ਲਾਭ-ਅੰਸ਼, ਅਤੇ ਲਿਕਵੀਡੇਸ਼ਨ ਤੋਂ ਬਾਅਦ ਬਾਕੀ ਸੰਪੱਤੀ ਵਿਚ ਹਿੱਸਾ ਹੁੰਦਾ ਹੈ। ਕਈ ਵਾਰ ਕਰਮਚਾਰੀਆਂ ਨੂੰ ਉਨ੍ਹਾਂ ਦੀ ਤਨਖ਼ਾਹ ਦੇ ਹਿੱਸੇ ਵਜੋਂ ਡਿਵਿਡੈਂਡ ਮਿਲਦਾ ਹੈ, ਜਾਂ ਮੁੱਖ ਸ਼ੇਅਰ-ਧਾਰਕਾਂ ਦੇ ਪਰਿਵਾਰਕ ਮੈਂਬਰਾਂ ਨੂੰ ਗ਼ੈਰ-ਵੋਟਿੰਗ ਸ਼ੇਅਰ ਮਿਲ ਸਕਦੇ ਹਨ।

ਰੀਡੀਮੇਬਲ ਸ਼ੇਅਰ ਉਹ ਹੁੰਦੇ ਹਨ ਜੋ ਕੰਪਨੀ ਭਵਿੱਖ ਵਿਚ ਕਿਸੇ ਨਿਰਧਾਰਤ ਤਾਰੀਖ਼ 'ਤੇ ਵਾਪਸ ਖਰੀਦ ਲੈਂਦੀ ਹੈ। ਇਹ ਆਮ ਤੌਰ 'ਤੇ ਕਰਮਚਾਰੀਆਂ ਲਈ ਬਣਾਏ ਜਾਂਦੇ ਹਨ ਜੋ ਕੰਪਨੀ ਛੱਡਣ ਤੋਂ ਬਾਅਦ ਉਨ੍ਹਾਂ ਨੂੰ ਨਕਦ ਕਰ ਸਕਣ।

ਪ੍ਰੈਫਰੈਂਸ ਸ਼ੇਅਰ ਆਮ ਤੌਰ 'ਤੇ ਵੋਟਿੰਗ ਹੱਕ ਨਹੀਂ ਰੱਖਦੇ, ਪਰ ਇਨ੍ਹਾਂ 'ਤੇ ਲਾਭ-ਅੰਸ਼ ਦੀ ਗਰੰਟੀ ਹੁੰਦੀ ਹੈ। ਇਹ ਕਮਿਊਲੇਟਿਵ (ਪਹਿਲਾਂ ਭੁਗਤਾਨ) ਜਾਂ ਗ਼ੈਰ-ਕਮਿਊਲੇਟਿਵ ਹੋ ਸਕਦੇ ਹਨ।

ਦੂਜੇ ਪਾਸੇ, ਮੈਨੇਜਮੈਂਟ ਸ਼ੇਅਰ ਵਾਧੂ ਵੋਟਿੰਗ ਹੱਕ ਦਿੰਦੇ ਹਨ ਤਾਂ ਜੋ ਸੰਸਥਾਪਕ ਜਾਂ ਪ੍ਰਬੰਧਨ

ਕੰਪਨੀ 'ਤੇ ਕਾਬੂ ਰੱਖ ਸਕਣ। ਇਹ ਹਰੇਕ ਸ਼ੇਅਰ ਨੂੰ ਕਈ ਵੋਟਾਂ ਦੇ ਕੇ ਜਾਂ ਘੱਟ ਕੀਮਤ 'ਤੇ ਵੱਧ ਸ਼ੇਅਰ ਜਾਰੀ ਕਰਕੇ ਕੀਤਾ ਜਾ ਸਕਦਾ ਹੈ।

ਡੁਅਲ-ਕਲਾਸ ਸ਼ੇਅਰ (Dual-class shares) ਦਾ ਉਦੇਸ਼ ਵੋਟਿੰਗ ਦੇ ਹੱਕਾਂ ਨੂੰ ਲਾਭ-ਵੰਡ ਦੇ ਹੱਕਾਂ ਤੋਂ ਵੱਖ ਕਰਨਾ ਹੁੰਦਾ ਹੈ। ਇਸ ਤਰ੍ਹਾਂ, ਸੰਸਥਾਪਕਾਂ ਅਤੇ ਪ੍ਰਬੰਧਨ ਨੂੰ ਆਮ ਸ਼ੇਅਰ-ਧਾਰਕਾਂ ਨਾਲੋਂ ਵੱਧ ਕਾਬੂ ਮਿਲਦਾ ਹੈ, ਜਦੋਂ ਕਿ ਆਮ ਸ਼ੇਅਰ-ਧਾਰਕਾਂ ਨੂੰ ਸਿਰਫ ਮਾਲਕੀ ਦਾ ਇਕ ਝੂਠਾ ਅਹਿਸਾਸ ਰਹਿ ਜਾਂਦਾ ਹੈ।

ਸ਼ੇਅਰ-ਧਾਰਕਾਂ ਦਾ ਭਰਮ

ਤੁਹਾਨੂੰ ਇਹ ਲੱਗ ਸਕਦਾ ਹੈ ਕਿ ਇਕ ਕਾਰਪੋਰੇਸ਼ਨ ਦੇ ਸ਼ੇਅਰ-ਧਾਰਕ ਹੀ ਇਸ ਦੇ ਮਾਲਕ ਹੁੰਦੇ ਹਨ, ਪਰ ਇਹ ਸਵਾਲ ਵਿਵਾਦਗ੍ਰਸਤ ਹੈ, ਕਿਉਂਕਿ ਪੂੰਜੀਵਾਦ ਦੇ ਦੋ ਵੱਖ-ਵੱਖ ਰੂਪ ਹਨ। ਇਕ ਰੂਪ ਸ਼ੇਅਰ-ਧਾਰਕਾਂ ਦੀ ਸੁਰੱਖਿਆ ਨੂੰ ਸਭ ਤੋਂ ਵੱਡੀ ਤਰਜੀਹ ਦਿੰਦਾ ਹੈ, ਜਦੋਂ ਕਿ ਦੂਜਾ ਰੂਪ ਕਰਮਚਾਰੀਆਂ, ਗਾਹਕਾਂ ਅਤੇ ਆਮ ਭਾਈਚਾਰੇ ਵਰਗੇ ਹੋਰ ਹਿੱਸੇਦਾਰਾਂ ਨੂੰ ਵੀ ਮਹੱਤਵ ਦਿੰਦਾ ਹੈ।

ਪੀਟਰ ਜਾਰਜੇਸਕੂ (2021) ਅਨੁਸਾਰ, ਸਿਰਫ਼ ਸ਼ੇਅਰ-ਧਾਰਕਾਂ 'ਤੇ ਧਿਆਨ ਦੇਣਾ ਅਮਰੀਕੀ ਲੋਕਾਂ ਲਈ ਨੁਕਸਾਨਦਾਇਕ ਸਾਬਤ ਹੋਇਆ ਹੈ ਅਤੇ ਇਸ ਨੇ ਅਮਰੀਕੀ ਕਾਰਪੋਰੇਸ਼ਨਾਂ ਨੂੰ ਚੀਨ ਦੀਆਂ ਆਰਥਕ ਨੀਤੀਆਂ ਦੇ ਮੁਕਾਬਲੇ ਕਮਜ਼ੋਰ ਬਣਾ ਦਿੱਤਾ ਹੈ। ਅਮਰੀਕਾ ਵਾਲੇ ਇਸ ਮਾਡਲ ਵਿਚ ਨੈਤਿਕਤਾ ਦੀ ਘਾਟ ਹੈ ਅਤੇ ਇਸ ਦਾ ਇੱਕੋ ਮਨੋਰਥ ਮੁਨਾਫ਼ਾ ਕਮਾਉਣਾ ਹੈ। ਇਸ ਮਾਡਲ ਵਿਚ ਜ਼ਿਆਦਾਤਰ ਲਾਭ ਚੀਨੀ ਸਰਕਾਰ ਵੱਲ ਚਲੇ ਜਾਂਦੇ ਹਨ। ਜਾਰਜੇਸਕੂ ਦੇ ਨਿਰੀਖਣ ਦੋ ਸਿੱਟੇ ਦਿੰਦੇ ਹਨ:

1. ਚੀਨੀ ਪੂੰਜੀਵਾਦ ਭਾਈਚਾਰੇ ਦੇ ਹਿਤਾਂ ਨੂੰ ਤਰਜੀਹ ਦਿੰਦਾ ਹੈ।
2. ਚੀਨੀ ਸਰਕਾਰ ਨੇ ਆਪਣੇ-ਆਪ ਨੂੰ ਇਕ ਕਾਰਪੋਰੇਸ਼ਨ ਵਾਂਗ ਬਣਾਇਆ ਹੈ, ਜਿਸ ਕਾਰਨ ਕੋਈ ਵੀ ਨਿੱਜੀ ਵਿਅਕਤੀ ਸਰਕਾਰ 'ਤੇ ਕਬਜ਼ਾ ਨਹੀਂ ਕਰ ਸਕਦਾ ਅਤੇ ਇਹ ਇਕ “ਰਾਜ ਕਾਰਪੋਰੇਸ਼ਨ” ਵਾਂਗ ਕੰਮ ਕਰਦੀ ਹੈ।

ਸ਼ੇਅਰ-ਧਾਰਕਾਂ-ਕੇਂਦ੍ਰਿਤ ਕਾਰਪੋਰੇਟ ਸ਼ਾਸਨ ਵਿਚ ਸ਼ੇਅਰ-ਧਾਰਕਾਂ ਨੂੰ ਮੁੱਖ ਹਿੱਸੇਦਾਰ ਮੰਨਿਆ ਜਾਂਦਾ ਹੈ। ਇਹ ਸ਼ਾਸਨ ਸ਼ੇਅਰ-ਧਾਰਕਾਂ ਦੀ ਕੀਮਤ ਵਧਾਉਣ 'ਤੇ ਕੇਂਦਰਿਤ ਹੁੰਦਾ ਹੈ, ਭਾਵੇਂ ਇਸ ਕਰਕੇ ਕਰਮਚਾਰੀਆਂ, ਗਾਹਕਾਂ ਅਤੇ ਸਮੂਹ ਸਮਾਜ ਦੇ ਹਿਤ ਪਿੱਛੇ ਰਹਿ ਜਾਣ। ਇਸੇ ਨੂੰ ਸ਼ੇਅਰ-ਧਾਰਕ ਪ੍ਰਮੁੱਖਤਾ (Shareholder Primacy) ਕਿਹਾ ਜਾਂਦਾ ਹੈ।

ਦਿਲਚਸਪ ਗੱਲ ਇਹ ਹੈ ਕਿ ਕਈ ਕੰਪਨੀਆਂ ਸ਼ੇਅਰ-ਧਾਰਕਾਂ ਤੋਂ ਇਲਾਵਾ ਹੋਰ ਹਿੱਸੇਦਾਰਾਂ ਨੂੰ ਵੀ ਮਾਲਕੀ ਜਿਹੇ ਅਧਿਕਾਰ ਦੇਂਦੀਆਂ ਹਨ, ਭਾਵੇਂ ਕਾਨੂੰਨ ਅਧਿਕਾਰ ਮੁੱਖ ਤੌਰ 'ਤੇ ਇਕੁਇਟੀ ਧਾਰਕਾਂ ਨੂੰ ਹੀ ਦਿੰਦਾ ਹੈ (ਜ਼ੈਟੋਨੀ, 2011)।

ਕਾਰਪੋਰੇਟ ਪਰਦੇ ਦੇ ਪਿੱਛੇ

“ਕਾਰਪੋਰੇਟ ਪਰਦੇ ਦੇ ਪਿੱਛੇ” ਉਹ ਕਾਰਵਾਈਆਂ ਅਤੇ ਗਤੀਵਿਧੀਆਂ ਹੁੰਦੀਆਂ ਹਨ ਜੋ ਇਕ ਕਾਰਪੋਰੇਸ਼ਨ ਦੇ ਅੰਦਰ ਚੱਲਦੀਆਂ ਹਨ, ਪਰ ਜਨਤਕ ਨਿਗਰਾਨੀ ਤੋਂ ਲੁਕੀਆਂ ਰਹਿੰਦੀਆਂ

ਹਨ। ਇਹ ਇਸ ਕਰਕੇ ਹੁੰਦਾ ਹੈ, ਕਿਉਂਕਿ ਕਾਰਪੋਰੇਟ ਪਰਦਾ ਇਕ ਕਾਨੂੰਨੀ ਸਿਧਾਂਤ ਹੈ ਜੋ ਕਾਰਪੋਰੇਸ਼ਨ ਨੂੰ ਇਸ ਦੇ ਸ਼ੇਅਰ-ਧਾਰਕਾਂ, ਅਧਿਕਾਰੀਆਂ ਅਤੇ ਡਾਇਰੈਕਟਰਾਂ ਤੋਂ ਵੱਖ ਕਰਦਾ ਹੈ। ਇਸ ਨਾਲ ਉਹ ਕਾਰਪੋਰੇਸ਼ਨ ਦੇ ਕਰਜ਼ਿਆਂ ਜਾਂ ਕਾਨੂੰਨੀ ਫ਼ੈਸਲਿਆਂ ਲਈ ਨਿੱਜੀ ਤੌਰ 'ਤੇ ਜਵਾਬਦੇਹ ਨਹੀਂ ਹੁੰਦੇ, ਜਦ ਤੱਕ ਉਹ ਧੋਖਾਧੜੀ ਜਾਂ ਗ਼ੈਰ-ਕਾਨੂੰਨੀ ਕੰਮ ਵਿਚ ਸ਼ਾਮਲ ਨਾ ਹੋਣ।

ਪਰ, ਜਦੋਂ ਕੋਈ ਕਾਰਪੋਰੇਸ਼ਨ ਆਪਣੀ ਵੱਖਰੀ ਕਾਨੂੰਨੀ ਪਛਾਣ ਦਾ ਦੁਰਪਯੋਗ ਕਰਦਾ ਹੈ – ਜਿਵੇਂ ਕਿ ਧੋਖਾਧੜੀ ਕਰਨ ਜਾਂ ਕਾਨੂੰਨੀ ਜ਼ਿੰਮੇਵਾਰੀਆਂ ਤੋਂ ਬਚਣ ਲਈ – ਤਾਂ ਅਦਾਲਤਾਂ ਕਾਰਪੋਰੇਟ ਪਰਦੇ ਨੂੰ ਵਿੰਨ੍ਹਣ (piercing the corporate veil) ਦਾ ਫ਼ੈਸਲਾ ਕਰ ਸਕਦੀਆਂ ਹਨ। ਇਸ ਦਾ ਮਤਲਬ ਹੈ ਕਿ ਕਾਰਪੋਰੇਸ਼ਨ ਦੇ ਪਿੱਛੇ ਬੈਠੇ ਵਿਅਕਤੀਆਂ ਨੂੰ ਵੀ ਜਵਾਬਦੇਹ ਠਹਿਰਾਇਆ ਜਾ ਸਕਦਾ ਹੈ।

ਆਮ ਤੌਰ 'ਤੇ, ਕਾਰਪੋਰੇਟ ਪਰਦੇ ਦਾ ਉਦੇਸ਼ ਸ਼ੇਅਰ-ਧਾਰਕਾਂ ਅਤੇ ਡਾਇਰੈਕਟਰਾਂ ਨੂੰ ਨਿੱਜੀ ਦੇਣਦਾਰੀ ਤੋਂ ਬਚਾਉਣਾ ਹੁੰਦਾ ਹੈ। ਪਰ ਅਸਲ ਵਿਚ ਇਸ ਦੀ ਵਰਤੋਂ ਅਕਸਰ ਕਾਰਪੋਰੇਸ਼ਨ ਦੇ ਅੰਦਰ ਹੋ ਰਹੀਆਂ ਗ਼ੈਰ-ਕਾਨੂੰਨੀ ਜਾਂ ਅਨੈਤਿਕ ਗਤੀਵਿਧੀਆਂ ਨੂੰ ਛੁਪਾਉਣ ਲਈ ਕੀਤੀ ਜਾਂਦੀ ਹੈ।

ਇਸੇ ਗੱਲ ਨੂੰ ਦਰਸਾਉਂਦੇ ਹੋਏ, ਓਈਸੀਡੀ ਦੇ ਸਕੱਤਰ-ਜਨਰਲ ਡੋਨਾਲਡ ਜੇ ਜੌਹਨਸਟਨ ਨੇ ਕਿਹਾ ਹੈ:

"ਲਗਭਗ ਹਰ ਆਰਥਕ ਅਪਰਾਧ ਵਿਚ ਕਾਰਪੋਰੇਟ ਇਕਾਈਆਂ ਦੀ ਦੁਰਵਰਤੋਂ ਹੁੰਦੀ ਹੈ – ਮਨੀ ਲਾਂਡਰਰ ਨਕਦ-ਅਧਾਰਤ ਕਾਰੋਬਾਰਾਂ ਅਤੇ ਹੋਰ ਕਾਨੂੰਨੀ ਢਾਂਚਿਆਂ ਰਾਹੀਂ ਆਪਣੇ ਗ਼ੈਰ-ਕਾਨੂੰਨੀ ਪੈਸੇ ਦੇ ਸਰੋਤ ਨੂੰ ਲੁਕਾਉਂਦੇ ਹਨ; ਰਿਸ਼ਵਤ ਦੇਣ ਵਾਲੇ ਅਤੇ ਲੈਣ ਵਾਲੇ ਕਾਰਪੋਰੇਸ਼ਨਾਂ ਅਤੇ ਫਾਊਂਡੇਸ਼ਨਾਂ ਦੇ ਨਾਮ 'ਤੇ ਖੋਲ੍ਹੇ ਬੈਂਕ ਖਾਤਿਆਂ ਰਾਹੀਂ ਗ਼ੈਰ-ਕਾਨੂੰਨੀ ਲੈਣ-ਦੇਣ ਕਰਦੇ ਹਨ; ਅਤੇ ਵਿਅਕਤੀ ਟਰੱਸਟਾਂ ਅਤੇ ਸਾਂਝੇਦਾਰੀਆਂ ਰਾਹੀਂ ਆਪਣੀ ਦੌਲਤ ਨੂੰ ਟੈਕਸ ਅਥਾਰਟੀਆਂ ਅਤੇ ਲੈਣਦਾਰਾਂ ਤੋਂ ਛੁਪਾਉਂਦੇ ਹਨ। ਹਾਲੀਆਂ ਸਾਲਾਂ ਵਿਚ, ਕਾਰਪੋਰੇਟ ਇਕਾਈਆਂ ਦੀ ਇਸ ਤਰ੍ਹਾਂ ਦੀ ਦੁਰਵਰਤੋਂ ਵਧੇਰੇ ਧਿਆਨ ਦਾ ਕੇਂਦਰ ਬਣੀ ਹੈ।"

ਸ਼ੈੱਲ ਕੰਪਨੀਆਂ

ਇਕ ਸ਼ੈੱਲ ਕੰਪਨੀ ਉਹ ਕੰਪਨੀ ਹੁੰਦੀ ਹੈ ਜੋ ਸਿਰਫ਼ ਕਾਗਜ਼ਾਂ 'ਤੇ ਮੌਜੂਦ ਹੁੰਦੀ ਹੈ, ਪਰ ਇਸ ਦੀ ਕੋਈ ਅਸਲੀ ਕਾਰਵਾਈ ਜਾਂ ਸੰਪਤੀ ਨਹੀਂ ਹੁੰਦੀ। ਇਸ ਦਾ ਮੁੱਖ ਮਕਸਦ ਅਕਸਰ ਅਸਲੀ ਮਾਲਕਾਂ ਦੀ ਪਛਾਣ ਨੂੰ ਲੁਕਾਉਣਾ ਜਾਂ ਗ਼ੈਰ-ਕਾਨੂੰਨੀ ਕੰਮਾਂ ਨੂੰ ਆਸਾਨ ਬਣਾਉਣਾ ਹੁੰਦਾ ਹੈ।

ਸ਼ੈੱਲ ਕੰਪਨੀਆਂ ਆਮ ਤੌਰ 'ਤੇ ਨਿੱਜੀ ਕੰਪਨੀਆਂ, ਸੀਮਤ ਜ਼ਿੰਮੇਵਾਰੀ ਵਾਲੀਆਂ ਕੰਪਨੀਆਂ ਜਾਂ ਟਰੱਸਟਾਂ ਦੇ ਰੂਪ ਵਿਚ ਬਣਾਈਆਂ ਜਾਂਦੀਆਂ ਹਨ। ਇਨ੍ਹਾਂ ਦਾ ਸਿਰਫ਼ ਇਕ ਡਾਕ ਪਤਾ ਹੁੰਦਾ ਹੈ, ਪਰ ਕੋਈ ਦਫ਼ਤਰ ਜਾਂ ਕਾਰੋਬਾਰ ਨਹੀਂ ਹੁੰਦਾ, ਕੋਈ ਆਮਦਨ ਨਹੀਂ ਬਣਦੀ ਅਤੇ ਨਾ ਹੀ ਕੋਈ ਅਸਲ ਆਰਥਕ ਮੁੱਲ ਹੁੰਦਾ ਹੈ। ਫਿਰ ਵੀ, ਇਨ੍ਹਾਂ ਦਾ ਦੁਨੀਆ 'ਤੇ ਬਹੁਤ ਨੁਕਸਾਨਦਾਇਕ ਅਸਰ ਪੈਂਦਾ ਹੈ।

ਅਪਰਾਧੀ ਇਨ੍ਹਾਂ ਦੀ ਵਰਤੋਂ ਨਸ਼ਿਆਂ ਅਤੇ ਗ਼ੈਰ-ਕਾਨੂੰਨੀ ਸਮਾਨ ਦੀ ਵਿਕਰੀ, ਦੁਸ਼ਮਣੀ ਭਰੇ ਕਬਜ਼ੇ, ਰੀਅਲ ਐਸਟੇਟ, ਬੌਧਿਕ ਸੰਪਤੀ ਹੱਕ, ਟੈਕਸ ਚੋਰੀ, ਕਾਲਾ ਧਨ ਬਣਾਉਣਾ, ਵਧੇਰੇ

ਅਤੇ ਨਕਲੀ ਬਿਲ, ਜਾਅਲੀ ਸਲਾਹਕਾਰ ਫੀਸਾਂ ਅਤੇ ਕਰਜ਼ਿਆਂ ਰਾਹੀਂ ਮਨੀ ਲਾਂਡਰਿੰਗ ਕਰਨ ਲਈ ਕਰਦੇ ਹਨ।

ਇਹ ਗਤੀਵਿਧੀਆਂ ਕੰਪਨੀ ਦੇ ਢਾਂਚੇ, ਮਾਲਕੀ ਅਤੇ ਕੰਮਾਂ ਨੂੰ ਛੁਪਾ ਕੇ ਕੀਤੀਆਂ ਜਾਂਦੀਆਂ ਹਨ। ਹਾਲੀਆ ਸਮੇਂ ਵਿਚ, ਵਿਕੀਲੀਕਸ, ਪਨਾਮਾ ਪੇਪਰਸ, ਪੈਰਾਡਾਈਜ਼ ਪੇਪਰਸ ਅਤੇ ਸਵਿਸ ਲੀਕਸ ਵਰਗੀਆਂ ਰਿਪੋਰਟਾਂ ਨੇ ਅਜਿਹੇ ਘੁਟਾਲਿਆਂ ਦਾ ਖ਼ੁਲਾਸਾ ਕੀਤਾ।

ਵਿਡੰਬਨਾ ਇਹ ਹੈ ਕਿ ਸ਼ੈੱਲ ਕੰਪਨੀਆਂ ਕਾਨੂੰਨੀ ਤੌਰ 'ਤੇ ਲਗਭਗ ਹਰ ਦੇਸ਼ ਵਿਚ ਮਨਜ਼ੂਰਸ਼ੁਦਾ ਹਨ, ਹਾਲਾਂਕਿ ਇਹ ਜਾਣਿਆ ਹੋਇਆ ਹੈ ਕਿ ਇਹ ਖ਼ਤਰਨਾਕ ਮਕਸਦਾਂ ਲਈ ਵਰਤੀਆਂ ਜਾਂਦੀਆਂ ਹਨ। ਉਦਾਹਰਨ ਵਜੋਂ, ਅਮਰੀਕਾ ਵਿਚ ਸਿਕਿਉਰਿਟੀਜ਼ ਐਂਡ ਐਕਸਚੇਂਜ ਕਮਿਸ਼ਨ (SEC) ਉਨ੍ਹਾਂ ਦੀ ਵਰਤੋਂ "ਰਿਵਰਸ ਮਰਜਰ" ਦੇ ਹਿੱਸੇ ਵਜੋਂ ਕਰਨ ਦੀ ਆਗਿਆ ਦਿੰਦਾ ਹੈ, ਜਿਸ ਰਾਹੀਂ ਕੋਈ ਵੀ ਕਾਰੋਬਾਰ ਸ਼ੁਰੂਆਤੀ ਜਨਤਕ ਪੇਸ਼ਕਸ਼ (IPO) ਤੋਂ ਬਿਨਾਂ ਹੀ ਸਟਾਕ ਮਾਰਕੀਟ 'ਚ ਦਰਜ ਹੋ ਸਕਦਾ ਹੈ।

ਇਹ ਕੰਪਨੀਆਂ ਅਕਸਰ ਟੈਕਸ ਹੇਵਨਜ਼ (ਜਿਵੇਂ ਸਵਿਟਜ਼ਰਲੈਂਡ, ਬਰਮੂਡਾ, ਸੇਸ਼ੇਲਜ਼ ਅਤੇ ਕੇਮੈਨ ਟਾਪੂਆਂ) ਵਿਚ ਰਜਿਸਟਰ ਹੁੰਦੀਆਂ ਹਨ। ਇਨ੍ਹਾਂ ਦੇਸ਼ਾਂ ਦੀਆਂ ਅਰਥ-ਵਿਵਸਥਾਵਾਂ ਹੀ ਇਸ ਗੁਪਤ ਕਾਰੋਬਾਰ ਤੋਂ ਚੱਲਦੀਆਂ ਹਨ।

ਹੁਣ ਸਵਾਲ ਇਹ ਹੈ ਕਿ ਇਹ ਕੰਪਨੀਆਂ ਬੰਦ ਕਿਉਂ ਨਹੀਂ ਕੀਤੀਆਂ ਜਾਂਦੀਆਂ, ਜਦੋਂ ਕਿ ਸਾਰੇ ਸਬੂਤ ਮੌਜੂਦ ਹਨ? ਇਸ ਦਾ ਕਾਰਨ ਹੈ:

- ਇਨ੍ਹਾਂ ਦੇਸ਼ਾਂ ਦੇ ਟੈਕਸ ਕਾਨੂੰਨ ਬਹੁਤ ਢਿੱਲੇ ਹਨ।
- ਕੰਪਨੀ ਦਾ ਸੱਚਾ ਮਾਲਕ ਕਦੇ ਸਾਹਮਣੇ ਨਹੀਂ ਆਉਂਦਾ।
- ਹਮੇਸ਼ਾ ਨਾਮਜ਼ਦ ਡਾਇਰੈਕਟਰਾਂ ਦੀ ਵਰਤੋਂ ਕੀਤੀ ਜਾਂਦੀ ਹੈ।
- ਵਕੀਲ ਜਾਂ ਅਕਾਊਂਟੈਂਟ ਉਨ੍ਹਾਂ ਨੂੰ ਕਾਨੂੰਨੀ ਜਾਇਜ਼ਾ ਦੇ ਦਿੰਦੇ ਹਨ।

ਇਸ ਕਰਕੇ, ਜਦੋਂ ਤਕ ਕੋਈ ਸਪਸ਼ਟ ਸ਼ੱਕੀ ਗਤੀਵਿਧੀ ਸਾਹਮਣੇ ਨਹੀਂ ਆਉਂਦੀ, ਉਨ੍ਹਾਂ ਦੀ ਪਹਿਚਾਣ ਕਰਨਾ ਬਹੁਤ ਔਖਾ ਹੈ।

ਮਨੀ ਲਾਂਡਰਿੰਗ

ਅਸਲੀ ਮਾਲਕੀ ਨੂੰ ਛੁਪਾਉਣ ਲਈ, ਕਾਰਪੋਰੇਸ਼ਨ ਅਕਸਰ ਕਾਰਪੋਰੇਟ ਪਰਦੇ ਦੇ ਪਿੱਛੇ ਰਹਿ ਕੇ ਮਨੀ ਲਾਂਡਰਿੰਗ ਕਰਦੀਆਂ ਹਨ।

ਮਨੀ ਲਾਂਡਰਿੰਗ ਦਾ ਮਤਲਬ ਹੈ ਉਹ ਪੈਸਾ ਜੋ ਗ਼ੈਰ-ਕਾਨੂੰਨੀ ਜਾਂ ਅਪਰਾਧਿਕ ਸਰੋਤਾਂ ਤੋਂ ਕਮਾਇਆ ਗਿਆ ਹੈ, ਉਸ ਦਾ ਅਸਲੀ ਸਰੋਤ ਛੁਪਾ ਕੇ ਉਸ ਨੂੰ ਕਾਨੂੰਨੀ ਦਿਖਾਉਣਾ। ਇਹ ਪ੍ਰਕਿਰਿਆ ਆਮ ਤੌਰ 'ਤੇ ਤਿੰਨ ਪੜਾਵਾਂ ਵਿਚ ਪੂਰੀ ਹੁੰਦੀ ਹੈ (ਜਿਵੇਂ ਚਿੱਤਰ 18 ਵਿਚ ਦਰਸਾਇਆ ਗਿਆ ਹੈ):

1. ਪਲੇਸਮੈਂਟ (Placement): ਅਪਰਾਧ ਨਾਲ ਜੁੜੇ ਪੈਸੇ ਨੂੰ ਇਕ ਜਗ੍ਹਾ ਤੋਂ ਦੂਜੀ ਜਗ੍ਹਾ ਭੇਜਣਾ, ਤਾਂ ਕਿ ਇਸ ਦਾ ਸੀਧਾ ਸੰਬੰਧ ਅਪਰਾਧ ਨਾਲ ਨਾ ਜੁੜੇ।

2. ਲੇਅਰਿੰਗ (Layering): ਕਈ ਲੈਣ-ਦੇਣ ਅਤੇ ਤਰੀਕਿਆਂ ਰਾਹੀਂ ਪੈਸੇ ਦੇ ਨਿਸ਼ਾਨ ਨੂੰ ਇੰਨਾ ਘੁੰਮਾਉਣਾ ਕਿ ਇਸ ਦੇ ਅਸਲੀ ਸਰੋਤ ਨੂੰ ਟਰੇਸ ਕਰਨਾ ਮੁਸ਼ਕਲ ਹੋ ਜਾਵੇ।

3. ਏਕੀਕਰਨ (Integration): ਪੈਸੇ ਨੂੰ ਵਾਪਸ "ਕਾਨੂੰਨੀ" ਸਰੋਤਾਂ ਜਾਂ ਕਾਰੋਬਾਰਾਂ ਵਿਚ ਲਿਆਉਣਾ ਤਾਂ ਜੋ ਇਹ ਸਾਫ਼-ਸੁਥਰਾ ਦਿਖੇ।

ਉਹ ਗਤੀਵਿਧੀਆਂ ਜਿਨ੍ਹਾਂ ਤੋਂ ਮਨੀ ਲਾਂਡਰਿੰਗ ਦੀ ਲੋੜ ਪੈਦਾ ਹੁੰਦੀ ਹੈ, ਉਹ ਨਸ਼ਿਆਂ ਦੀ ਤਸਕਰੀ, ਹਥਿਆਰਾਂ ਦੀ ਗ਼ੈਰ-ਕਾਨੂੰਨੀ ਵਿਕਰੀ, ਮਨੁੱਖੀ ਤਸਕਰੀ, ਜਬਰੀ ਵਸੂਲੀ, ਰਿਸ਼ਵਤਖੋਰੀ, ਇਨਸਾਈਡਰ ਟ੍ਰੇਡਿੰਗ, ਕ੍ਰੈਡਿਟ ਕਾਰਡ ਧੋਖਾਧੜੀ, ਗ਼ਲਤ ਟੈਕਸ ਪ੍ਰਥਾਵਾਂ (ਜਿਵੇਂ ਮੁਨਾਫ਼ਾ ਸਕਿਮਿੰਗ, ਦੋਹਰੀ ਇਨਵੌਇਸਿੰਗ, ਆਮਦਨ ਮੋੜਨਾ) ਹਨ।

ਚਿੱਤਰ 17: ਵਿਸ਼ਵ ਦੇ ਸਭ ਤੋਂ ਵੱਡੇ ਟੈਕਸ ਹੈਵਨ

Source:
https://wwwvisualcapitalistcom/worlds-biggest-private-tax-havens/

ਜਿਵੇਂ ਕਿ ਓਈਸੀਡੀ ਦੇ ਸਕੱਤਰ-ਜਨਰਲ ਡੋਨਾਲਡ ਜੇ. ਜੌਹਨਸਟਨ ਨੇ ਕਿਹਾ ਹੈ, ਲਗਭਗ ਹਰ ਆਰਥਕ ਅਪਰਾਧ ਵਿਚ ਕਾਰਪੋਰੇਟ ਇਕਾਈਆਂ ਦੀ ਦੁਰਵਰਤੋਂ ਹੁੰਦੀ ਹੈ। ਇਸ ਲਈ, ਸ਼ੱਕ ਦੀ ਸੂਈ ਸਿੱਧਾ ਕਾਰਪੋਰੇਸ਼ਨਾਂ ਵੱਲ ਜਾਂਦੀ ਹੈ।

ਇਹ ਕਾਰਪੋਰੇਟ ਇਕਾਈਆਂ ਅਕਸਰ ਉਨ੍ਹਾਂ ਦੇਸ਼ਾਂ ਤੋਂ ਕੰਮ ਕਰਦੀਆਂ ਹਨ ਜੋ ਅਜਿਹੀਆਂ ਗਤੀਵਿਧੀਆਂ ਲਈ ਸਹੂਲਤਮੰਦ ਮਾਹੌਲ ਦਿੰਦੇ ਹਨ ਅਤੇ ਕੰਪਨੀਆਂ ਬਾਰੇ ਸਖ਼ਤ ਗੁਪਤਤਾ ਰੱਖਦੇ ਹਨ।

ਕਾਰਜ ਪ੍ਰਣਾਲੀ ਅਕਸਰ ਇਸ ਤਰ੍ਹਾਂ ਹੁੰਦੀ ਹੈ: ਸਾਂਝੇਦਾਰੀਆਂ (Partnerships), ਟਰੱਸਟਾਂ (Trusts) ਅਤੇ ਫਾਊਂਡੇਸ਼ਨਾਂ (Foundations) ਰਾਹੀਂ ਇਕ ਸ਼ੈੱਲ ਕੰਪਨੀ ਢਾਂਚਾ ਤਿਆਰ

ਕੀਤਾ ਜਾਂਦਾ ਹੈ। ਉਹ ਦੇਸ਼ ਜਿਹੜੇ ਅਜਿਹੀਆਂ ਸੇਵਾਵਾਂ ਪ੍ਰਦਾਨ ਕਰਦੇ ਹਨ, ਉਨ੍ਹਾਂ ਨੂੰ ਟੈਕਸ ਹੇਵਨਜ਼ ਕਿਹਾ ਜਾਂਦਾ ਹੈ। ਇਨ੍ਹਾਂ ਵਿਚ ਕੁਝ ਆਮ ਤਰੀਕੇ ਹੁੰਦੇ ਹਨ ਜਿਨ੍ਹਾਂ ਨਾਲ ਲਾਭਪਾਤਰੀਆਂ ਦੀ ਪਛਾਣ ਲੁਕਾਈ ਜਾਂਦੀ ਹੈ:

- ਬੀਅਰਰ ਸ਼ੇਅਰਜ਼ (Bearer Shares): ਇਨ੍ਹਾਂ 'ਤੇ ਸ਼ੇਅਰ-ਧਾਰਕ ਦਾ ਨਾਮ ਨਹੀਂ ਹੁੰਦਾ ਅਤੇ ਇਹ ਰਜਿਸਟਰ ਨਹੀਂ ਹੁੰਦੇ। ਇਹ ਸਿਰਫ਼ ਪ੍ਰਮਾਣ ਪੱਤਰ ਜਾਂ ਯੰਤਰ ਦੀ ਭੌਤਿਕ ਡਿਲੀਵਰੀ ਰਾਹੀਂ ਤਬਦੀਲ ਕੀਤੇ ਜਾਂਦੇ ਹਨ। ਜਿਸ ਦੇ ਹੱਥ ਇਹ ਸ਼ੇਅਰ ਆ ਜਾਂਦੇ ਹਨ, ਉਹ ਉਨ੍ਹਾਂ ਨੂੰ ਨਕਦ ਕਰ ਸਕਦਾ ਹੈ। ਇਹ ਕਰੰਸੀ ਨੋਟਾਂ ਵਾਂਗ ਕੰਮ ਕਰਦੇ ਹਨ।

- ਨਾਮਜ਼ਦ ਸ਼ੇਅਰ-ਧਾਰਕ (Nominee Shareholders): ਜਿਵੇਂ ਕਿ ਸਟਾਕ ਬ੍ਰੋਕਰ, ਜੋ ਰਜਿਸਟਰਡ ਮਾਲਕ ਦਾ ਖ਼ੁਲਾਸਾ ਕੀਤੇ ਬਿਨਾਂ ਹੀ ਸ਼ੇਅਰ ਖਰੀਦ-ਵੇਚ ਸਕਦੇ ਹਨ।

- ਨਾਮਜ਼ਦ ਨਿਰਦੇਸ਼ਕ (Nominee Directors): ਇੱਥੇ ਵੀ ਅਸਲ ਮਾਲਕ ਦਾ ਨਾਮ ਲੁਕਿਆ ਰਹਿੰਦਾ ਹੈ, ਅਤੇ ਸਿਰਫ਼ ਨਾਮਜ਼ਦ ਵਿਅਕਤੀ ਸਾਹਮਣੇ ਆਉਂਦਾ ਹੈ।

- ਫਲੀ ਕਲੌਜ਼ (Flee Clause) ਅਤੇ ਚਾਹਤ ਪੱਤਰ (Wish Letters): ਇਹ ਵੀ ਪਛਾਣ ਨੂੰ ਹੋਰ ਜ਼ਿਆਦਾ ਧੁੰਦਲਾ ਕਰਨ ਲਈ ਵਰਤੇ ਜਾਂਦੇ ਹਨ।

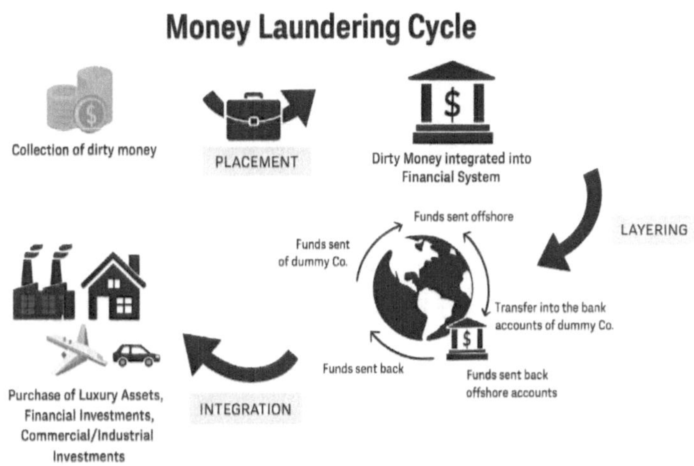

ਚਿੱਤਰ 18: ਮਨੀ ਲਾਂਡਰਿੰਗ ਚੱਕਰ

Source:
https://wwwunodcorg/unodc/en/money-laundering/overviewhtml

ਕੁਝ ਸਭ ਤੋਂ ਵੱਡੇ ਉੱਚ-ਪ੍ਰੋਫਾਈਲ ਮਨੀ ਲਾਂਡਰਿੰਗ ਘੁਟਾਲਿਆਂ ਦੀ ਸੂਚੀ ਹੇਠਾਂ ਦਿੱਤੀ ਗਈ

ਹੈ:

ਬੀਸੀਸੀਆਈ (23 ਬਿਲੀਅਨ ਅਮਰੀਕੀ ਡਾਲਰ)

ਕਾਮਰਜ਼ਬੈਂਕ (347 ਮਿਲੀਅਨ ਅਮਰੀਕੀ ਡਾਲਰ)

ਡੈਨਸਕੇ ਬੈਂਕ (228 ਬਿਲੀਅਨ ਅਮਰੀਕੀ ਡਾਲਰ)

ਗੋਲਡਮੈਨ ਸੈਕਸ (600 ਮਿਲੀਅਨ ਅਮਰੀਕੀ ਡਾਲਰ)

ਵੈਸਟਪੈਕ ਬੈਂਕ (11 ਬਿਲੀਅਨ ਅਮਰੀਕੀ ਡਾਲਰ)

ਨਾਓਰੂ (70 ਬਿਲੀਅਨ ਅਮਰੀਕੀ ਡਾਲਰ)

ਸਟੈਂਡਰਡ ਚਾਰਟਰਡ (265 ਬਿਲੀਅਨ ਅਮਰੀਕੀ ਡਾਲਰ)

ਵਾਕੋਵੀਆ (390 ਮਿਲੀਅਨ ਅਮਰੀਕੀ ਡਾਲਰ)

ਕਾਲਾ ਧਨ

ਕਾਲੇ ਧਨ ਦੀ ਕੋਈ ਅਧਿਕਾਰਤ ਪਰਿਭਾਸ਼ਾ ਨਹੀਂ ਹੈ, ਪਰ ਸਭ ਤੋਂ ਸੌਖੀ ਪਰਿਭਾਸ਼ਾ ਇਹ ਹੈ ਕਿ ਇਹ ਉਹ ਪੈਸਾ ਹੈ ਜੋ ਟੈਕਸ ਅਤੇ ਨਿਯਮਾਂ ਤੋਂ ਬਚਾ ਕੇ ਰੱਖਿਆ ਗਿਆ ਹੈ ਅਤੇ ਟੈਕਸ ਵਿਭਾਗ ਤੋਂ ਲੁਕਾਇਆ ਗਿਆ ਹੈ। ਇਹ ਮੁੱਖ ਤੌਰ 'ਤੇ ਦੋ ਕਿਸਮ ਦੀਆਂ ਗਤੀਵਿਧੀਆਂ ਤੋਂ ਆਉਂਦਾ ਹੈ:

1. ਗ਼ੈਰ-ਕਾਨੂੰਨੀ ਗਤੀਵਿਧੀਆਂ – ਜਿਵੇਂ ਕਿ ਨਸ਼ਾ ਤਸਕਰੀ, ਰਿਸ਼ਵਤ, ਭ੍ਰਿਸ਼ਟਾਚਾਰ, ਗ਼ੈਰ-ਕਾਨੂੰਨੀ ਕਾਰੋਬਾਰ।
2. ਕਾਨੂੰਨੀ ਗਤੀਵਿਧੀਆਂ ਪਰ ਲੁਕੀਆਂ ਹੋਈਆਂ – ਜਿਵੇਂ ਕਿ ਕਾਰੋਬਾਰ ਤੋਂ ਕਮਾਈ ਹੋਈ ਆਮਦਨ ਜੋ ਟੈਕਸ ਦੇਣ ਲਈ ਦਿਖਾਈ ਨਹੀਂ ਜਾਂਦੀ।

ਲੁਕਾਏ ਹੋਏ ਪੈਸੇ ਦੀ ਮਾਤਰਾ ਦਾ ਸਹੀ ਅੰਦਾਜ਼ਾ ਲਗਾਉਣਾ ਬਹੁਤ ਔਖਾ ਹੈ।

ਸਿਸਟਮ ਵਿਚ ਕਾਲੇ ਧਨ ਦੀ ਸ਼ਮੂਲੀਅਤ ਨਾਲ ਕਈ ਨੁਕਸਾਨ ਹੁੰਦੇ ਹਨ:

- ਸੱਚੇ ਟੈਕਸਦਾਤਾਵਾਂ ਨੂੰ ਸਜ਼ਾ ਮਿਲਦੀ ਹੈ, ਕਿਉਂਕਿ ਉਨ੍ਹਾਂ 'ਤੇ ਹੋਰ ਜ਼ਿਆਦਾ ਬੋਝ ਪੈਂਦਾ ਹੈ।
- ਦੇਸ਼ ਦੀ ਅਖੰਡਤਾ ਕਮਜ਼ੋਰ ਹੁੰਦੀ ਹੈ।
- ਛੋਟੇ ਕਾਰੋਬਾਰਾਂ ਲਈ ਅਸਮਾਨ ਮੁਕਾਬਲੇ ਦਾ ਮਾਹੌਲ ਬਣਦਾ ਹੈ।

ਜੇ ਕਾਲੇ ਧਨ ਨੂੰ ਲੰਬੇ ਸਮੇਂ ਤੱਕ ਬਿਨਾਂ ਰੋਕੇ ਛੱਡ ਦਿੱਤਾ ਜਾਵੇ, ਤਾਂ ਇਹ ਆਰਥਕ ਅਤੇ ਸਮਾਜਕ ਤੌਰ 'ਤੇ ਖਤਰਨਾਕ ਹਾਲਾਤ ਪੈਦਾ ਕਰ ਸਕਦਾ ਹੈ।

ਕਾਰਪੋਰੇਟ ਬੇਲਆਊਟਸ

ਕੋਵਿਡ-19, ਮੰਦੀ, ਜੰਗ ਆਦਿ ਵਰਗੇ ਸੰਕਟਾਂ ਵਿਚ ਕਾਰਪੋਰੇਟ ਬੇਲਆਊਟਸ ਦੁਨੀਆ ਭਰ

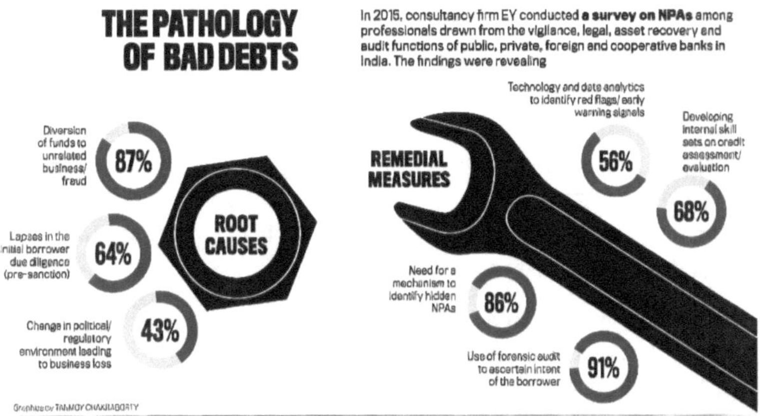

ਵਿਚ ਆਮ ਗੱਲ ਬਣ ਗਏ ਹਨ। ਇਹ ਬੇਲਆਊਟਸ ਦੀ ਪ੍ਰਥਾ ਮੁੱਢ ਤੋਂ ਹੀ ਗ਼ਲਤ ਹੈ ਅਤੇ ਮੁਕਤ-ਬਾਜ਼ਾਰ ਪੂੰਜੀਵਾਦ ਦੇ ਅਸੂਲਾਂ ਦੇ ਵਿਰੁੱਧ ਜਾਂਦੀ ਹੈ। ਇਸ ਤੋਂ ਇਲਾਵਾ, ਗਲੋਬਲਾਈਜ਼ੇਸ਼ਨ ਅਤੇ ਅਰਥ-ਵਿਵਸਥਾਵਾਂ ਦੀ ਆਪਸੀ ਜੁੜਤ ਕਾਰਨ, ਸੰਕਟ ਜਲਦੀ ਹੀ ਸਾਰੀ ਦੁਨੀਆ ਨੂੰ ਪ੍ਰਭਾਵਿਤ ਕਰਦਾ ਹੈ (ਹੰਨਾ, ਟੀ, 2019, 24 ਅਗਸਤ)। ਇਕ ਤਰੀਕੇ ਨਾਲ, ਇਹ ਬੇਲਆਊਟਸ ਲਾਭਾਂ ਨੂੰ ਨਿੱਜੀ ਬਣਾਉਣ ਅਤੇ ਨੁਕਸਾਨਾਂ ਦਾ ਭਾਰ ਜਨਤਾ ਉੱਤੇ ਪਾਉਣ ਵਰਗੇ ਹਨ (ਭੰਡਾਰੀ, ਆਰ, 2013, 1 ਮਾਰਚ)। ਟੈਕਸਦਾਤਾਵਾਂ ਦੇ ਅਰਬਾਂ ਡਾਲਰ ਪੂੰਜੀ ਬਾਜ਼ਾਰ ਵਿਚ ਪਾ ਕੇ ਸਰਕਾਰ ਵੱਲੋਂ ਪੂੰਜੀਵਾਦ ਨੂੰ ਬਚਾਉਣ ਦੀ ਇਹ ਕੋਸ਼ਿਸ਼ ਜਨਤਕ ਖ਼ਜ਼ਾਨੇ ਦੀ ਸਿੱਧੀ ਲੁੱਟ ਹੈ। ਇਹ ਰਵਾਇਤ ਅਸਲ ਵਿਚ ਪੂੰਜੀਵਾਦ ਦੀ ਵੱਡੀ ਨਾਕਾਮੀ ਦਾ ਨਿਸ਼ਾਨ ਹੈ ਅਤੇ ਪੂੰਜੀਵਾਦੀ ਪ੍ਰਣਾਲੀ ਧੋਖੇ ਅਤੇ ਘੁਟਾਲਿਆਂ ਨਾਲ ਭਰੀ ਹੋਈ ਹੈ।

ਚਿੱਤਰ 19: ਮਾੜੇ ਕਰਜ਼ਿਆਂ ਦਾ ਰੋਗ ਵਿਗਿਆਨ

Source: Tanmoy Chakraborty

ਮੋਦੀ ਸਰਕਾਰ ਦੀ ਬਾਜ਼ਾਰ-ਪੱਖੀ ਨੀਤੀਆਂ ਬਣਾਉਣ ਦੀ ਲਾਲਸਾ ਕਾਰਨ ਭਾਰਤ ਵਿਚ ਕਰਜ਼ਾ ਬਾਜ਼ਾਰ ਤੇਜ਼ੀ ਨਾਲ ਵਧਿਆ, ਪਰ ਭਾਰਤੀ ਬੈਂਕਿੰਗ ਪ੍ਰਣਾਲੀ ਇਸ ਲਈ ਤਿਆਰ ਨਹੀਂ ਸੀ ਅਤੇ ਅਸਥਿਰ ਸੀ। ਕਰਜ਼ਾ ਬੇਤਹਾਸ਼ਾ ਵਧਾਉਣ ਨਾਲ ਖਤਰਨਾਕ ਅਟਕਲਾਂ ਨੂੰ ਹੌਸਲਾ ਮਿਲਿਆ ਅਤੇ ਨਤੀਜੇ ਵਜੋਂ, 2020 ਵਿਚ ਭਾਰਤ ਦੇ 5ਵੇਂ ਸਭ ਤੋਂ ਵੱਡੇ ਬੈਂਕ, ਯੈੱਸ ਬੈਂਕ ਦਾ ਬੇਲਆਊਟ ਕਰਨਾ ਪਿਆ।

ਭਾਰਤ ਵਿਚ ਵਿੱਤੀ ਸੰਕਟ ਦੀ ਸ਼ੁਰੂਆਤ ਗ਼ੈਰ-ਬੈਂਕਿੰਗ ਵਿੱਤੀ ਕੰਪਨੀਆਂ (Non-Banking Finance Companies – NBFCs) ਤੋਂ ਹੋਈ, ਜੋ ਇਸ ਤਰੀਕੇ ਨਾਲ ਬਣਾਈਆਂ ਗਈਆਂ ਕਿ ਉਹ ਰੈਗੂਲੇਟਰੀ ਨਿਯਮਾਂ ਤੋਂ ਬਚ ਸਕਣ ਜਿਨ੍ਹਾਂ ਵਿੱਚੋਂ ਰਵਾਇਤੀ ਬੈਂਕਾਂ ਨੂੰ ਲੰਘਣਾ ਪੈਂਦਾ ਹੈ। ਇਹ NBFCs ਵਪਾਰਕ ਬੈਂਕਾਂ ਤੋਂ ਪੈਸਾ ਲੈਂਦੀਆਂ ਹਨ ਅਤੇ ਰੀਅਲ ਅਸਟੇਟ ਅਤੇ ਆਟੋ ਫਾਈਨਾਂਸ ਵਰਗੇ ਜੋਖਿਮ ਵਾਲੇ ਖੇਤਰਾਂ ਵਿਚ ਨਿਵੇਸ਼ ਕਰਦੀਆਂ ਹਨ।

ਸਮੱਸਿਆ 2018 ਵਿਚ ਸ਼ੁਰੂ ਹੋਈ ਜਦੋਂ ਇਕ NBFC, ਇਨਫਰਾਸਟ੍ਰਕਚਰ ਲੀਜ਼ਿੰਗ ਐਂਡ ਫਾਈਨੈਂਸ਼ੀਅਲ ਸਰਵਿਸਿਜ਼, ਡਿੱਗਣੀ ਸ਼ੁਰੂ ਹੋਈ ਅਤੇ ਇਸ ਨੂੰ ਸਰਕਾਰ ਨੂੰ ਬੇਲਆਊਟ ਕਰਨਾ ਪਿਆ। ਪਰ ਭਾਰਤ ਸਰਕਾਰ ਨੇ ਇਸ ਨੂੰ ਗੰਭੀਰਤਾ ਨਾਲ ਨਹੀਂ ਲਿਆ ਅਤੇ ਸਿਰਫ਼ ਬੋਰਡ ਮੈਂਬਰਾਂ ਅਤੇ ਉੱਚ ਅਧਿਕਾਰੀਆਂ ਨੂੰ ਬਦਲਣ ਵਰਗੇ ਉਪਰਲੇ ਹੱਥ ਦੇ ਉਪਾਅ ਕੀਤੇ (ਸਿੱਧੂ, ਏ, 2020, 6 ਅਪ੍ਰੈਲ)।

2018 ਵਿਚ ਹੀ ਹੀਰਾ ਵਪਾਰੀ ਨੀਰਵ ਮੋਦੀ 114,000,000,000 ਰੁਪਏ ਨਾਲ ਭਾਰਤ ਤੋਂ ਭੱਜ ਗਿਆ (ਮਾਹੁਰਕਰ, ਯੂ, ਅਤੇ ਪੁੰਜ, ਐਸ, 2018, 10 ਮਈ)। ਉਸ ਦੇ ਚਾਚਾ ਮੇਹੁਲ ਚੋਕਸੀ ਦੇ 20 ਬਿਲੀਅਨ ਡਾਲਰ, ਯੂਨਾਈਟਿਡ ਬਰੂਅਰੀਜ਼ ਦੇ ਸ਼ਰਾਬ ਬਾਏਰਨ ਦੇ, ਅਤੇ ਵਿਜੇ ਮਾਲਿਆ ਦੇ 13 ਬਿਲੀਅਨ ਡਾਲਰ ਬੁਰੇ ਕਰਜ਼ਿਆਂ (NPA) ਵਿਚ ਸਨ।

ਅਮਰੀਕਾ ਵਿਚ, ਲਗਭਗ 40% ਕੰਪਨੀਆਂ ਜਿਨ੍ਹਾਂ ਨੂੰ ਪੇਚੈੱਕ ਪ੍ਰੋਟੈਕਸ਼ਨ ਪ੍ਰੋਗਰਾਮ ਹੇਠ 4 ਮਿਲੀਅਨ ਡਾਲਰ ਦਾ ਬੇਲਆਊਟ ਮਿਲਿਆ, ਉਨ੍ਹਾਂ ਨੇ ਪਿਛਲੇ ਸਾਲ ਕੋਈ ਕਾਰਪੋਰੇਟ ਟੈਕਸ ਨਹੀਂ ਦਿੱਤਾ (ਬਰਗਿਨ, ਟੀ, 2020, 28 ਮਈ)। ਬੇਕਰ ਹਿਊਗਸ, ਚੈਨਲ, ਸੀਐਨਐਚ ਇੰਡਸਟਰੀਅਲ, ਅਤੇ ਈਜ਼ੀਜੈੱਟ ਵਰਗੀਆਂ ਕੰਪਨੀਆਂ, ਜਿਨ੍ਹਾਂ ਨੇ ਯੂਕੇ ਸਰਕਾਰ ਦੇ ਕੋਵਿਡ ਕਾਰਪੋਰੇਟ ਫਾਈਨੈਂਸਿੰਗ ਫੈਸਿਲਿਟੀ ਤੋਂ ਲਾਭ ਲਿਆ, ਟੈਕਸ ਹੇਵਨਜ਼ ਨਾਲ ਗਹਿਰਾਈ ਨਾਲ ਜੁੜੀਆਂ ਹੋਈਆਂ ਹਨ।

ਬ੍ਰੈਟਨ ਵੂੱਡ ਅਤੇ ਆਰਥਕ ਸਿਧਾਂਤ – ਵਿਸ਼ਵ ਬੈਂਕ ਅਤੇ ਅੰਤਰਰਾਸ਼ਟਰੀ ਮੁਦਰਾ ਫ਼ੰਡ (ਆਈਐੱਮਐੱਫ਼) ਦਾ ਗਠਨ

ਦੂਜੇ ਵਿਸ਼ਵ ਯੁੱਧ ਦੇ ਖ਼ਤਮ ਹੋਣ ਤੋਂ ਬਾਅਦ, 74 ਸਹਿਯੋਗੀ ਦੇਸ਼ਾਂ ਅਤੇ ਨਾਜ਼ੀ ਜਰਮਨੀ ਦੀ ਅਗਵਾਈ ਵਾਲੇ ਐਕਸਿਸ ਪਾਵਰਜ਼ ਦੇ ਖਿਲਾਫ ਬਣੇ ਗਠਜੋੜ ਦੇ 730 ਪ੍ਰਤੀਨਿਧੀ ਅਮਰੀਕਾ ਦੇ ਨਿਊ ਹੈਮਪਸ਼ਾਇਰ ਵਿਚ ਬ੍ਰੈਟਨ ਵੁੱਡਜ਼ ਸਥਿਤ ਯੂਨਾਈਟਿਡ ਵਾਸ਼ਿੰਗਟਨ ਹੋਟਲ ਵਿਚ 1 ਜੁਲਾਈ ਤੋਂ 22 ਜੁਲਾਈ 1944 ਤੱਕ ਮਿਲੇ। ਇਨ੍ਹਾਂ ਦਾ ਮਕਸਦ ਸੀ ਅੰਤਰਰਾਸ਼ਟਰੀ ਮੁਦਰਾ ਅਤੇ ਵਿੱਤੀ ਪ੍ਰਣਾਲੀ ਨੂੰ ਨਿਯੰਤਰਿਤ ਕਰਨਾ। ਇਸ ਕਾਨਫਰੰਸ ਵਿਚ ਦੋ ਸੰਸਥਾਵਾਂ, ਵਿਸ਼ਵ ਬੈਂਕ ਅਤੇ ਅੰਤਰਰਾਸ਼ਟਰੀ ਮੁਦਰਾ ਫੰਡ ਦੀ ਸਥਾਪਨਾ ਕੀਤੀ ਗਈ।

ਵਿਸ਼ਵ ਬੈਂਕ ਅਸਲ ਵਿਚ ਤਿੰਨ ਸੰਗਠਨਾਂ – ਅੰਤਰਰਾਸ਼ਟਰੀ ਪੁਨਰ-ਨਿਰਮਾਣ ਅਤੇ ਵਿਕਾਸ ਬੈਂਕ, ਅੰਤਰਰਾਸ਼ਟਰੀ ਵਿੱਤ ਕਾਰਪੋਰੇਸ਼ਨ ਅਤੇ ਅੰਤਰਰਾਸ਼ਟਰੀ ਵਿਕਾਸ ਸੰਘ – ਦਾ ਇਕੱਠਾ ਨਾਮ ਹੈ। ਇਸ ਦਾ ਉਦੇਸ਼ ਘੱਟ ਆਮਦਨ ਵਾਲੇ ਦੇਸ਼ਾਂ ਦੀਆਂ ਸਰਕਾਰਾਂ ਨੂੰ ਵੱਡੇ ਪ੍ਰੋਜੈਕਟ ਸ਼ੁਰੂ ਕਰਨ ਅਤੇ ਗ਼ਰੀਬੀ ਘਟਾਉਣ ਲਈ ਕਰਜ਼ੇ ਅਤੇ ਗ੍ਰਾਂਟਾਂ ਦੇਣਾ ਹੈ। ਹਾਲਾਂਕਿ ਇਸ ਦੇ 189 ਮੈਂਬਰ ਦੇਸ਼ ਹਨ, ਪਰ ਸਭ ਤੋਂ ਵੱਧ ਵੋਟਿੰਗ ਤਾਕਤ ਅਮਰੀਕਾ, ਜਾਪਾਨ, ਚੀਨ, ਜਰਮਨੀ ਅਤੇ ਯੂਕੇ ਕੋਲ ਹੈ।

ਅੰਤਰਰਾਸ਼ਟਰੀ ਮੁਦਰਾ ਫੰਡ (ਆਈਐੱਮਐੱਫ਼) ਦੀ ਸਥਾਪਨਾ ਵੀ 1944 ਵਿਚ ਬ੍ਰੈਟਨ ਵੁੱਡਜ਼ ਕਾਨਫਰੰਸ ਵਿਚ ਕੀਤੀ ਗਈ ਅਤੇ ਇਸ ਨੇ 27 ਦਸੰਬਰ 1945 ਤੋਂ ਵਾਸ਼ਿੰਗਟਨ, ਡੀਸੀ ਵਿਚ ਮੁੱਖ ਦਫ਼ਤਰ ਨਾਲ ਕੰਮ ਸ਼ੁਰੂ ਕੀਤਾ। ਇਸ ਦੀ ਰਚਨਾ ਮੁੱਖ ਤੌਰ 'ਤੇ ਹੈਰੀ ਡੈਕਸਟਰ ਵ੍ਹਾਈਟ (ਅਮਰੀਕੀ ਖਜ਼ਾਨਾ ਵਿਭਾਗ ਦੇ ਸੀਨੀਅਰ ਅਧਿਕਾਰੀ) ਅਤੇ ਜੌਨ ਮੇਨਾਰਡ ਕੇਨਜ਼ (ਅੰਗਰੇਜ਼ੀ ਅਰਥ-ਸ਼ਾਸਤਰੀ) ਦੇ ਵਿਚਾਰਾਂ 'ਤੇ ਆਧਾਰਿਤ ਸੀ। ਬਾਅਦ ਵਿਚ ਹੈਰੀ ਡੈਕਸਟਰ ਵ੍ਹਾਈਟ 'ਤੇ ਸੋਵੀਅਤ ਯੂਨੀਅਨ ਨੂੰ ਜਾਣਕਾਰੀ ਦੇਣ ਲਈ ਜਾਸੂਸੀ ਦੇ ਦੋਸ਼ ਲੱਗੇ (ਟੈਨਨਹਾਊਸ, ਐਸ, 2011)। ਜੌਨ ਮੇਨਾਰਡ ਕੇਨਜ਼, ਜੋ ਕੇਨਜ਼ੀਅਨ

ਅਰਥ-ਸ਼ਾਸਤਰ ਦੇ ਸੰਸਥਾਪਕ ਹਨ, ਨੇ ਮੈਕਰੋਇਕਨਾਮਿਕਸ ਅਤੇ ਸਰਕਾਰੀ ਨੀਤੀਆਂ ਦੀ ਸੋਚ ਬਦਲੀ।

1930 ਦੀ ਮਹਾਨ ਮੰਦੀ ਦੌਰਾਨ ਕੇਨਜ਼ ਨੇ ਨਿਓਕਲਾਸੀਕਲ ਅਰਥ-ਸ਼ਾਸਤਰ ਨੂੰ ਚੁਣੌਤੀ ਦਿੱਤੀ ਅਤੇ ਕਾਮਿਆਂ ਦੇ ਲਾਭ ਲਈ ਸਰਕਾਰੀ ਦਖ਼ਲ-ਅੰਦਾਜ਼ੀ 'ਤੇ ਜ਼ੋਰ ਦਿੱਤਾ। ਪਰ 1970 ਦੇ ਦਹਾਕੇ ਵਿਚ ਆਰਥਕ ਸਥਿਰਤਾ ਕਾਰਨ ਕੇਨਜ਼ੀਅਨ ਸਿਧਾਂਤਾਂ ਨੂੰ ਝਟਕਾ ਲੱਗਾ। ਮਿਲਟਨ ਫਰੀਡਮੈਨ, ਜੋ ਸ਼ਿਕਾਗੋ ਸਕੂਲ ਆਫ਼ ਇਕਨਾਮਿਕਸ ਦੇ ਮਹੱਤਵਪੂਰਨ ਅਰਥ-ਸ਼ਾਸਤਰੀ ਸਨ, ਨੇ ਕੇਨਜ਼ੀਅਨ ਵਿਚਾਰਾਂ ਦੀ ਆਲੋਚਨਾ ਕੀਤੀ। ਉਨ੍ਹਾਂ ਨੂੰ 1976 ਵਿਚ ਖਪਤ ਵਿਸ਼ਲੇਸ਼ਣ, ਮੁਦਰਾ ਸਿਧਾਂਤ ਅਤੇ ਸਥਿਰਤਾ ਸਿਧਾਂਤ 'ਤੇ ਕੰਮ ਲਈ ਨੋਬਲ ਪੁਰਸਕਾਰ ਮਿਲਿਆ। 1999 ਵਿਚ ਟਾਈਮਜ਼ ਮੈਗਜ਼ੀਨ ਨੇ ਕੇਨਜ਼ ਨੂੰ ਸਦੀ ਦੇ ਮਹੱਤਵਪੂਰਨ ਲੋਕਾਂ ਵਿਚ ਸ਼ਾਮਲ ਕੀਤਾ, ਇਹ ਕਹਿੰਦੇ ਹੋਏ ਕਿ ਉਨ੍ਹਾਂ ਦਾ ਸਰਕਾਰ ਵੱਲੋਂ ਪੈਸਾ ਖ਼ਰਚ ਕਰਨ ਦਾ ਵਿਚਾਰ ਪੂੰਜੀਵਾਦ ਨੂੰ ਬਚਾ ਗਿਆ।

ਮਿਲਟਨ ਫਰੀਡਮੈਨ ਨੇ ਮੰਗ ਅਤੇ ਸਪਲਾਈ ਦੇ ਕੇਨਜ਼ੀਅਨ ਮਾਡਲ ਦੀ ਬਜਾਇ ਮੁਦਰਾਵਾਦ (Monetarism) ਨੂੰ ਪ੍ਰਮੋਟ ਕੀਤਾ, ਜੋ ਪੈਸੇ ਦੀ ਸਪਲਾਈ 'ਤੇ ਸਰਕਾਰ ਦੇ ਨਿਯੰਤਰਣ ਨੂੰ ਜ਼ਰੂਰੀ ਮੰਨਦਾ ਹੈ। 1970 ਦੇ ਦਹਾਕੇ ਦੇ ਮੱਧ ਵਿਚ ਉਹ ਨਿਓਕਲਾਸੀਕਲ ਮੈਕਰੋਇਕਨਾਮਿਕਸ ਵੱਲ ਵਧੇ, ਜਿਸ ਨੇ ਤਰਕ-ਸੰਗਤ ਉਮੀਦਾਂ 'ਤੇ ਆਧਾਰਿਤ ਮਜ਼ਬੂਤ ਨੀਂਹਾਂ ਦੀ ਮਹੱਤਤਾ ਉਜਾਗਰ ਕੀਤੀ।

WTO ਤੋਂ ਇਲਾਵਾ ਇਕ ਹੋਰ ਸੰਗਠਨ ਹੈ ਜਿਸ ਦਾ ਟੀਚਾ ਦੁਨੀਆ ਨੂੰ ਬਿਹਤਰ ਬਣਾਉਣਾ ਹੈ, ਜਿਸ ਵਿਚ ਕਾਰੋਬਾਰ, ਸਰਕਾਰਾਂ, ਅਕਾਦਮਿਕ ਅਤੇ ਸਮਾਜ ਦੇ ਹੋਰ ਆਗੂਆਂ ਨੂੰ ਗਲੋਬਲ, ਖੇਤਰੀ ਅਤੇ ਉਦਯੋਗਿਕ ਏਜੰਡਿਆਂ ਦੇ ਨਿਰਮਾਣ ਵਿਚ ਸ਼ਾਮਲ ਕੀਤਾ ਜਾਂਦਾ ਹੈ। ਇਹ ਹੈ ਵਿਸ਼ਵ ਆਰਥਕ ਫੋਰਮ (World Economic Forum), ਜਿਸ ਦਾ ਪ੍ਰਸਤਾਵ ਦੁਨੀਆ ਦੇ ਅਮੀਰ ਕੁਲੀਨ ਵਰਗ ਨੇ ਕੀਤਾ।

ਵਿਸ਼ਵ ਆਰਥਕ ਫੋਰਮ (WEF)

ਵਿਸ਼ਵ ਆਰਥਕ ਫੋਰਮ (World Economic Forum – WEF) ਇਕ ਅੰਤਰਰਾਸ਼ਟਰੀ ਗ਼ੈਰ-ਮੁਨਾਫ਼ਾ, ਗ਼ੈਰ-ਸਰਕਾਰੀ ਲਾਬੀ ਗਰੁੱਪ ਹੈ, ਜੋ ਜਿਨੀਵਾ, ਸਵਿਟਜ਼ਰਲੈਂਡ ਵਿਚ ਸਥਿਤ ਹੈ। ਇਸ ਦੀ ਸਥਾਪਨਾ 24 ਜਨਵਰੀ 1974 ਨੂੰ ਜਰਮਨ ਇੰਜੀਨੀਅਰ ਅਤੇ ਅਰਥ-ਸ਼ਾਸਤਰੀ ਕਲੌਸ ਸ਼ਵਾਬ (Klaus Schwab) ਨੇ ਕੀਤੀ ਸੀ। ਇਸ ਨੂੰ 1000 ਅਰਬਪਤੀ ਮੈਂਬਰ ਕਾਰਪੋਰੇਸ਼ਨਾਂ ਦੁਆਰਾ ਫੰਡ ਕੀਤਾ ਜਾਂਦਾ ਹੈ, ਜਿਨ੍ਹਾਂ ਦਾ ਕਾਰੋਬਾਰ 5 ਬਿਲੀਅਨ ਅਮਰੀਕੀ ਡਾਲਰ ਤੋਂ ਵੱਧ ਹੈ। ਆਪਣੀ ਵੈੱਬਸਾਈਟ 'ਤੇ ਇਹ ਆਪਣੇ ਮਿਸ਼ਨ ਵਜੋਂ ਕਹਿੰਦਾ ਹੈ ਕਿ ਗਲੋਬਲ, ਖੇਤਰੀ ਅਤੇ ਉਦਯੋਗਿਕ ਏਜੰਡਿਆਂ ਨੂੰ ਰੂਪ ਦੇਣ ਲਈ ਦੁਨੀਆ ਦੇ ਸਭ ਤੋਂ ਪ੍ਰਭਾਵਸ਼ਾਲੀ ਰਾਜਨੀਤਿਕ, ਕਾਰੋਬਾਰੀ, ਸੱਭਿਆਚਾਰਕ ਅਤੇ ਹੋਰ ਆਗੂਆਂ ਨੂੰ ਇਕੱਠਾ ਕਰਦਾ ਹੈ।

ਇਸ ਦੀ ਸਾਲਾਨਾ ਮੀਟਿੰਗ ਜਨਵਰੀ ਵਿਚ 5 ਦਿਨਾਂ ਲਈ ਸਵਿਟਜ਼ਰਲੈਂਡ ਦੇ ਐਲਪਸ ਪਹਾੜਾਂ ਵਿਚ ਡਾਵੋਸ ਰਿਜ਼ੋਰਟ ਵਿਚ ਹੁੰਦੀ ਹੈ। ਇੱਥੇ ਲਗਭਗ 3000 ਮੈਂਬਰ ਅਤੇ ਕੁਝ ਚੁਣੇ ਹੋਏ ਭਾਗੀਦਾਰ ਸ਼ਾਮਲ ਹੁੰਦੇ ਹਨ, ਜਿਵੇਂ ਨਿਵੇਸ਼ਕ, ਰਾਜਨੀਤਿਕ ਆਗੂ, ਅਰਥ-ਸ਼ਾਸਤਰੀ, ਮਸ਼ਹੂਰ ਹਸਤੀਆਂ ਅਤੇ ਪੱਤਰਕਾਰ। ਇਹ ਸਭ 500 ਸੈਸ਼ਨਾਂ ਵਿਚ ਵੱਖ-ਵੱਖ ਮੁੱਦਿਆਂ 'ਤੇ

ਚਰਚਾ ਕਰਦੇ ਹਨ।

ਫੋਰਮ ਦਾ ਮੰਨਣਾ ਹੈ ਕਿ ਗਲੋਬਲ ਭਾਈਚਾਰੇ ਨੂੰ ਬਹੁ-ਰਾਸ਼ਟਰੀ ਕੰਪਨੀਆਂ, ਸਰਕਾਰਾਂ ਅਤੇ ਸਿਵਲ ਸੁਸਾਇਟੀ ਦੇ ਸੰਗਠਨਾਂ ਦੇ ਸਹਿਯੋਗ ਨਾਲ ਹੀ ਸਭ ਤੋਂ ਚੰਗੇ ਤਰੀਕੇ ਨਾਲ ਚਲਾਇਆ ਜਾ ਸਕਦਾ ਹੈ। ਇਸ ਨੂੰ ਗਲੋਬਲ ਰੀਸੈਟ ਕਿਹਾ ਜਾਂਦਾ ਹੈ। ਇਸ ਦਾ ਮਕਸਦ ਦੁਨੀਆ ਭਰ ਵਿਚ ਆਉਣ ਵਾਲੀਆਂ ਉਥਲ-ਪੁਥਲਾਂ, ਜਿਵੇਂ ਵਿੱਤੀ ਸੰਕਟ ਜਾਂ ਕੋਵਿਡ-19 ਮਹਾਂਮਾਰੀ, ਨੂੰ ਆਪਣੇ ਏਜੰਡੇ ਨੂੰ ਅੱਗੇ ਵਧਾਉਣ ਦੇ ਮੌਕੇ ਵਜੋਂ ਵਰਤਣਾ ਹੈ। ਇਹੀ ਗੱਲ ਨਾਓਮੀ ਕਲੇਨ ਦੀ ਕਿਤਾਬ *ਸ਼ੌਕ ਡਾਕਟਰੀਨ* ਵਿਚ ਵੀ ਦਿੱਤੀ ਗਈ ਹੈ।

WEF ਨੇ ਸੰਯੁਕਤ ਰਾਸ਼ਟਰ ਨਾਲ ਮਿਲ ਕੇ ਸਿੱਖਿਆ, ਔਰਤਾਂ, ਵਿੱਤ, ਜਲਵਾਯੂ ਅਤੇ ਸਿਹਤ ਦੇ ਖੇਤਰਾਂ ਵਿਚ ਸਾਂਝੇ ਕੰਮ ਲਈ ਇਕ ਸਮਝੌਤਾ ਕੀਤਾ। ਇਹ ਕਦਮ ਆਲੋਚਨਾ ਦਾ ਕਾਰਨ ਬਣਿਆ, ਕਿਉਂਕਿ ਇਸ ਤਰ੍ਹਾਂ ਬਹੁ-ਰਾਸ਼ਟਰੀ ਕੰਪਨੀਆਂ ਨੂੰ ਸੰਯੁਕਤ ਰਾਸ਼ਟਰ ਵਿਚ ਖਾਸ ਦਰਜਾ ਮਿਲਿਆ, ਜਦਕਿ ਅਕਾਦਮਿਕ, ਧਾਰਮਿਕ ਆਗੂ, ਨੌਜਵਾਨ ਜਾਂ ਸਿਵਲ ਸੁਸਾਇਟੀ ਲਈ ਅਜਿਹੀਆਂ ਸੁਵਿਧਾਵਾਂ ਨਹੀਂ ਹਨ (ਗਲੇਕਮੈਨ, ਐਚ, 2019, 3 ਜੁਲਾਈ)।

ਹਰ ਸਾਲ ਜਦੋਂ ਦੁਨੀਆ ਦੇ ਅਮੀਰ ਲੋਕ ਡਾਵੋਸ ਦੇ ਸ਼ਾਨਦਾਰ ਸਕੀ ਰਿਜ਼ੋਰਟ ਵਿਚ ਨਿੱਜੀ ਜੈੱਟਾਂ ਰਾਹੀਂ ਇਕੱਠੇ ਹੋ ਕੇ ਗ਼ਰੀਬੀ, ਅਸਮਾਨਤਾ ਅਤੇ ਜਲਵਾਯੂ ਪਰਿਵਰਤਨ 'ਤੇ ਚਿੰਤਾ ਜਤਾਉਂਦੇ ਹਨ, ਤਾਂ ਇਹ ਇਕ ਵਿਡੰਬਨਾ ਜਾਪਦਾ ਹੈ। WEF ਦਾ ਪ੍ਰੋਜੈਕਟ ਗਲੋਬਲ ਰੀਡਿਜ਼ਾਈਨ ਇਨੀਸ਼ੀਏਟਿਵ ਸਰਕਾਰਾਂ ਦੇ ਹੱਥਾਂ ਵਿਚਲੇ ਅੰਤਰਰਾਸ਼ਟਰੀ ਫ਼ੈਸਲਾ-ਲੈਣ ਨੂੰ ਬਦਲ ਕੇ ਬਹੁ-ਹਿੱਸੇਦਾਰ ਸ਼ਾਸਨ ਵੱਲ ਲਿਜਾਣ ਦਾ ਸੁਝਾਅ ਦਿੰਦਾ ਹੈ, ਜੋ ਅਸਲ ਵਿਚ ਕਾਰਪੋਰੇਟ ਵਿਸ਼ਵ-ਸ਼ਾਸਨ ਦੀ ਨਵੀਂ ਸ਼ਕਲ ਹੈ। ਵਿਡੰਬਨਾ ਇਹ ਹੈ ਕਿ ਇਹ ਸਭ ਉਸ ਸਮੇਂ ਹੋ ਰਿਹਾ ਹੈ ਜਦੋਂ ਗ਼ਰੀਬ ਦੇਸ਼ਾਂ ਦਾ ਕਰਜ਼ਾ ਲਗਾਤਾਰ ਵਧ ਰਿਹਾ ਹੈ।

ਕਰਜ਼ਾ, ਇਕ ਰਾਜਨੀਤਿਕ ਹਥਿਆਰ

ਇਕ ਦੇਸ਼ ਦਾ ਕਰਜ਼ਾ ਉਸ ਦੇ ਜਨਤਕ ਕਰਜ਼ੇ ਦੇ ਜੀਡੀਪੀ ਨਾਲ ਅਨੁਪਾਤ ਰਾਹੀਂ ਮਾਪਿਆ ਜਾਂਦਾ ਹੈ। ਜਿੰਨਾ ਵੱਧ ਇਹ ਅੰਕ ਹੋਵੇਗਾ, ਉਸ ਦੇਸ਼ ਦੇ ਡਿਫਾਲਟ ਕਰਨ ਦਾ ਖਤਰਾ ਅਤੇ ਵਿੱਤੀ ਸੰਕਟ ਜਾਂ ਅਰਥ-ਵਿਵਸਥਾ ਡਿੱਗਣ ਦੀ ਸੰਭਾਵਨਾ ਓਨੀ ਵੱਧ ਹੁੰਦੀ ਹੈ। ਕੋਈ ਦੇਸ਼ ਦੂਜੇ ਦੇਸ਼ਾਂ ਤੋਂ ਕਰਜ਼ਾ ਵੀ ਲੈ ਸਕਦਾ ਹੈ ਅਤੇ ਦੂਜੇ ਦੇਸ਼ਾਂ ਨੂੰ ਕਰਜ਼ਾ ਦੇ ਵੀ ਸਕਦਾ ਹੈ। ਇਸ ਸਥਿਤੀ ਵਿਚ, ਉਸ ਦੇਸ਼ ਦਾ ਸ਼ੁੱਧ ਅੰਤਰਰਾਸ਼ਟਰੀ ਕਰਜ਼ਾ ਦੂਜੇ ਦੇਸ਼ਾਂ ਨੂੰ ਦਿੱਤੇ ਗਏ ਕਰਜ਼ੇ ਨੂੰ ਘਟਾ ਕੇ ਬਾਕੀ ਰਹਿੰਦਾ ਬਾਹਰੀ ਕਰਜ਼ਾ ਹੁੰਦਾ ਹੈ।

ਜਦੋਂ ਵੱਖ-ਵੱਖ ਦੇਸ਼ਾਂ ਦੀ ਸ਼ੁੱਧ ਅੰਤਰਰਾਸ਼ਟਰੀ ਕਰਜ਼ਾ ਸਥਿਤੀ ਦੀ ਖੋਜ ਕੀਤੀ ਗਈ, ਤਾਂ ਮੈਨੂੰ ਇਕ ਸਫ਼ੇ 'ਤੇ ਲਿਜਾਇਆ ਗਿਆ ਜਿਸ ਨੇ ਸ਼ੁੱਧ ਅੰਤਰਰਾਸ਼ਟਰੀ ਨਿਵੇਸ਼ ਸਥਿਤੀ (NIIP) ਦਿਖਾਈ (ਚਿੱਤਰ 20 ਅਤੇ 21)। ਇਸ ਨਾਲ ਇਹ ਧਾਰਣਾ ਪੈਦਾ ਕੀਤੀ ਜਾਂਦੀ ਹੈ ਕਿ ਕਰਜ਼ਾ ਇਕ ਨਿਵੇਸ਼ ਹੈ। ਇਹ ਅਸਲ ਵਿਚ ਮੇਕਅੱਪ ਜਾਂ ਪਲਾਸਟਿਕ ਸਰਜਰੀ ਵਰਗਾ ਹੈ – ਜੋ ਕਰਜ਼ੇ ਵਰਗੇ ਸ਼ਬਦਾਂ ਨੂੰ ਲੁਕਾ ਕੇ ਉਨ੍ਹਾਂ ਨੂੰ ਮਿੱਠੇ ਸ਼ਬਦਾਂ ਵਿਚ ਪੇਸ਼ ਕੀਤਾ ਜਾਂਦਾ ਹੈ।

NIIP ਇਕ ਦੇਸ਼ ਦੀ ਵਿੱਤੀ ਸਥਿਤੀ ਦਾ ਮਾਪ ਹੈ ਜੋ ਇਸ ਦੀ ਕਰਜ਼ਾ ਵਾਪਸ ਕਰਨ ਦੀ ਸਮਰੱਥਾ ਦਿਖਾਉਂਦਾ ਹੈ। ਜੇ ਕਿਸੇ ਦੇਸ਼ ਦਾ NIIP ਸਕਾਰਾਤਮਕ ਹੈ ਤਾਂ ਉਹ ਇਕ ਕੁੱਲ

ਕਰਜ਼ਾਦਾਤਾ ਰਾਸ਼ਟਰ ਹੈ, ਜਦਕਿ ਜੇ NIIP ਨਕਾਰਾਤਮਕ ਹੈ ਤਾਂ ਉਹ ਇਕ ਕਰਜ਼ਦਾਰ ਰਾਸ਼ਟਰ ਹੁੰਦਾ ਹੈ।

ਇਹ ਧਿਆਨ ਦੇਣ ਵਾਲੀ ਗੱਲ ਹੈ ਕਿ ਕਰਜ਼ੇਦਾਰ ਦੇਸ਼ਾਂ ਦੀ ਸੂਚੀ ਵਿਚ ਅਮਰੀਕਾ ਸਭ ਤੋਂ ਉੱਪਰ ਹੈ। ਇਸ ਦੇ ਉਲਟ, ਜਾਪਾਨ ਸਭ ਤੋਂ ਵੱਡਾ ਕਰਜ਼ਾ ਦੇਣ ਵਾਲਾ ਦੇਸ਼ ਹੈ। ਜਾਪਾਨ, ਜਰਮਨੀ ਅਤੇ ਹਾਂਗਕਾਂਗ ਤੋਂ ਬਾਅਦ ਚੀਨ ਚੌਥੇ ਨੰਬਰ 'ਤੇ ਹੈ। ਭਾਰਤ ਨੌਵੇਂ ਨੰਬਰ 'ਤੇ ਸਭ ਤੋਂ ਵੱਡਾ ਕਰਜ਼ੇਦਾਰ ਹੈ ਅਤੇ ਆਸਟ੍ਰੇਲੀਆ ਛੇਵੇਂ ਨੰਬਰ 'ਤੇ ਹੈ।

ਅਜਿਹੀ ਸਥਿਤੀ ਵਿਚ, ਵਾਗਡੋਰ ਹਮੇਸ਼ਾ ਕਰਜ਼ਾ ਦੇਣ ਵਾਲਿਆਂ ਦੇ ਹੱਥ ਵਿਚ ਹੁੰਦੀ ਹੈ। ਉਹ ਨਾ ਸਿਰਫ਼ ਰੱਸਾ ਖਿੱਚ ਸਕਦੇ ਹਨ, ਬਲਕਿ ਕਰਜ਼ੇਦਾਰ ਦੇ ਪੈਰਾਂ ਹੇਠੋਂ ਜ਼ਮੀਨ ਵੀ ਖਿੱਚ ਸਕਦੇ ਹਨ। ਇਹੀ ਹਾਲ ਸਮਾਜਿਕ ਪੱਧਰ 'ਤੇ ਵੀ ਹੁੰਦਾ ਹੈ – ਕਰਜ਼ਾ ਦੇਣ ਵਾਲੇ ਹਮੇਸ਼ਾ ਉੱਪਰ ਹੁੰਦੇ ਹਨ। ਬੈਂਕਰ, ਰੈਗੂਲੇਟਰ ਅਤੇ ਸਰਕਾਰਾਂ ਵੀ ਜਾਣਦੀਆਂ ਹਨ ਕਿ ਲੰਬੇ ਸਮੇਂ ਵਿਚ ਕਿਸੇ ਦਾ ਹਿਤ ਬੇਹਿਸਾਬ ਕਰਜ਼ਾ ਲੈਣ ਵਿਚ ਨਹੀਂ ਹੈ (ਫੰਨਲ, ਬੀ, 2009, 1 ਜੁਲਾਈ)।

Countries and regions	Date	GDP[3] (US$MM)	Date	NIIP[4] (US$MM)
United States	2021	22,675,271	2021Q1	-14,320,275
Spain	2021	1,461,552	2021Q1	-1,096,594
France	2021	2,938,271	2021Q1	-889,171
United Kingdom	2021	3,124,650	2021Q1	-802,202
Ireland	2021	476,663	2020Q3	-705,962
Australia	2021	1,617,543	2021Q1	-664,900
Mexico	2021	1,192,480	2021Q1	-586,528
Brazil	2021	1,491,772	2021Q1	-460,181
India	2021	3,049,704	2021	-379,300
Greece	2021	209,857	2021Q1	-352,272
Turkey	2021	794,530	2021Q2	-280,624
Indonesia	2021	1,156,783	2021Q1	-268,597
Poland	2021	642,121	2021Q1	-254,623
Portugal	2021	257,391	2021Q1	-246,961
Egypt	2021	394,284	2021Q1	-209,599
Colombia	2021	295,610	2021Q1	-171,915
Romania	2021	289,130	2021Q1	-121,438
Pakistan	2021	262,799	2021Q1	-116,935
New Zealand	2021	243,332	2021Q1	-112,488
Peru	2021	225,918	2020Q2	-86,076

ਚਿੱਤਰ 21: ਸਕਾਰਾਤਮਕ ਸ਼ੁੱਧ ਅੰਤਰਰਾਸ਼ਟਰੀ ਨਿਵੇਸ਼ ਸਥਿਤੀ (ਕਰਜ਼ਾ ਦੇਣ ਵਾਲੇ) ਵਾਲੇ ਦੇਸ਼ਾਂ ਦੀ ਸੂਚੀ

Source: https://enwikipediaorg/wiki/Net_internati onal_investment_position

ਇਸ ਦਾ ਜਵਾਬ ਪੂੰਜੀਵਾਦ ਦੇ ਇਕ ਵੱਡੇ ਰਾਜ਼ ਵਿਚ ਹੈ: ਲੋਕਾਂ ਨੂੰ ਖ਼ਰਚ ਕਰਨ ਦੀ ਖੁੱਲ੍ਹ ਦੇਣਾ ਅਤੇ ਦੌਲਤ ਨੂੰ ਕੁਝ ਹੀ ਕੁਲੀਨ ਲੋਕਾਂ ਦੇ ਹੱਥਾਂ ਵਿਚ ਇਕੱਠਾ ਕਰਨਾ। ਤੁਸੀਂ ਸੋਚਦੇ ਹੋਵੋਗੇ ਕਿ ਅਮੀਰਾਂ ਅਤੇ ਆਮ ਲੋਕਾਂ ਵਿਚ ਇੰਨੀ ਅਸਮਾਨਤਾ ਦੇ ਬਾਵਜੂਦ ਕੋਈ ਕ੍ਰਾਂਤੀ ਕਿਉਂ ਨਹੀਂ ਹੁੰਦੀ। ਇਸ ਦਾ ਹੱਲ ਹੈ ਕਰਜ਼ਾ – ਜੇ ਤੁਸੀਂ ਕਮਾ ਨਹੀਂ ਸਕਦੇ, ਤਾਂ ਤੁਸੀਂ ਉਧਾਰ ਲੈ ਸਕਦੇ ਹੋ। ਲੋਕਾਂ ਨੂੰ ਬਹੁਤ ਵੱਧ ਕਰਜ਼ੇ ਹੇਠ ਦੱਬਣ ਤੋਂ ਬਚਾਉਣ ਲਈ ਵਿਆਜ ਦਰਾਂ ਘੱਟ

ਰੱਖੀਆਂ ਜਾਂਦੀਆਂ ਹਨ। ਪਰ ਇਹ ਹੱਲ ਨਹੀਂ, ਸਗੋਂ ਸਮੱਸਿਆ ਨੂੰ ਹੋਰ ਵਧਾਉਂਦਾ ਹੈ ਅਤੇ ਇਕ ਚੱਕਰ ਵਿਚ ਫਸਾ ਦਿੰਦਾ ਹੈ।

ਹੋਫਸਟ੍ਰਾ ਯੂਨੀਵਰਸਿਟੀ (ਨਿਊਯਾਰਕ) ਦੀ ਪ੍ਰੋਫ਼ੈਸਰ ਐਮਰੀਟਸ ਸਿਲਵੀਆ ਫੈਡਰਿਸੀ ਕਹਿੰਦੀ ਹੈ:

> "ਕਰਜ਼ਾ ਸਿਰਫ਼ ਅਰਥਚਾਰੇ ਲਈ ਇਕ ਸਾਧਨ ਨਹੀਂ, ਸਗੋਂ ਇਕ ਸਿਆਸੀ ਹਥਿਆਰ ਵੀ ਹੈ। ਵਿਸ਼ਵੀਕਰਨ ਦੇ ਮੁੱਖ ਸਾਧਨ ਵਜੋਂ, ਇਸ ਨੇ ਅਰਥਚਾਰੇ ਨੂੰ ਗ਼ਲਤ ਦਿਸ਼ਾ ਦਿੱਤੀ ਹੈ ਅਤੇ ਬਰਾਮਦ ਤੇ ਸਰੋਤਾਂ ਨੂੰ ਕੱਢਣ ਦੀ ਇਜਾਜ਼ਤ ਦਿੱਤੀ ਹੈ। ਇਹ ਅਰਥਚਾਰੇ ਦੇ ਨਿੱਜੀਕਰਨ, ਸਮਾਜਵਾਦ ਨੂੰ ਖ਼ਤਮ ਕਰਨ ਅਤੇ ਆਲਮੀ ਗ਼ਰੀਬੀ ਪੈਦਾ ਕਰਨ ਲਈ ਇਕ ਉੱਤਮ ਸਾਧਨ ਹੈ।"

ਇਤਿਹਾਸਕਾਰ ਅਤੇ ਰਾਜਨੀਤਿਕ ਵਿਗਿਆਨੀ ਐਰਿਕ ਟੂਸੈਂਟ ਨੋਟ ਕਰਦੇ ਹਨ (ਕੈਪੋਨੇਟੋ, ਐਮ, 2022, 15 ਜੂਨ):

> "ਜਨਤਕ ਕਰਜ਼ੇ ਲੋਕਾਂ ਤੋਂ ਪੂੰਜੀਪਤੀਆਂ ਵੱਲ ਆਮਦਨ ਟਰਾਂਸਫਰ ਕਰਨ ਦਾ ਇਕ ਢੰਗ ਹਨ।"

ਲਗਭਗ ਹਰ ਕੋਈ ਜਲਵਾਯੂ ਪਰਿਵਰਤਨ ਬਾਰੇ ਆਪਣੀ ਰਾਏ ਰੱਖਦਾ ਹੈ, ਭਾਵੇਂ ਉਨ੍ਹਾਂ ਕੋਲ ਵਿਗਿਆਨਕ ਪਿਛੋਕੜ ਹੋਵੇ ਜਾਂ ਨਾ ਹੋਵੇ। ਇਹ ਸੋਚਣਾ ਔਖਾ ਨਹੀਂ ਕਿ ਇਸ ਵਧੇ ਹੋਏ ਪ੍ਰਚਾਰ ਦੇ ਪਿੱਛੇ ਕੌਣ ਹੈ ਅਤੇ ਕਿਸ ਦਾ ਨਿੱਜੀ ਲਾਭ ਜੁੜਿਆ ਹੈ।

ਜੇ ਤੁਸੀਂ ਇਸ ਗਰੁੱਪ ਵਿਚ ਆਉਂਦੇ ਹੋ, ਤਾਂ ਸੋਚੋ:

- ਜੇ ਜਲਵਾਯੂ ਬਦਲ ਰਿਹਾ ਹੈ – ਚੰਗਾ ਜਾਂ ਬੁਰਾ – ਕੀ ਤੁਸੀਂ ਜਾਂ ਰਾਜਨੀਤੀਵਾਨ ਇਸ ਦਾ ਰਸਤਾ ਬਦਲ ਸਕਦੇ ਹੋ?
- ਕੀ ਤੁਸੀਂ ਲੱਖਾਂ ਸਾਲਾਂ ਦੇ ਭੂਗੋਲਕ ਸਮੇਂ ਦੇ ਪੈਮਾਨੇ ਦੀ ਕਲਪਨਾ ਕਰ ਸਕਦੇ ਹੋ?
- ਕੀ ਤੁਸੀਂ ਧਰਤੀ, ਬ੍ਰਹਿਮੰਡ, ਜੀਵਨ ਦੇ ਜਨਮ ਅਤੇ ਡਾਰਵਿਨ ਦੇ ਵਿਕਾਸ ਸਿਧਾਂਤ ਨਾਲ ਜਾਣੂ ਹੋ?
- ਕੀ ਤੁਸੀਂ ਜਾਣਦੇ ਹੋ ਕਿ ਡਾਇਨਾਸੋਰ ਕਿਉਂ ਮਿਟ ਗਏ ਅਤੇ ਕਿੰਨੇ ਹੋਰ ਜੀਵ-ਜੰਤੂ ਮਿਟਣ ਵਾਲੇ ਹਨ?
- ਕੀ ਤੁਸੀਂ ਜਾਣਦੇ ਹੋ ਕਿ ਹੋਮੋ ਸੇਪੀਅਨਜ਼ ਅਜੇ ਵੀ ਵਿਕਸਤ ਹੋ ਰਹੀ ਹੈ ਅਤੇ ਇਸ ਦਾ ਭਵਿੱਖੀ ਰੂਪ ਕੀ ਹੋਵੇਗਾ?
- ਕੀ ਤੁਸੀਂ ਜਾਣਦੇ ਹੋ ਕਿ ਸਮੁੰਦਰੀ ਜੀਵਾਸ਼ਮ ਹਿਮਾਲਿਆ ਦੀਆਂ ਚੋਟੀਆਂ 'ਤੇ ਮਿਲਦੇ ਹਨ ਅਤੇ ਇਹ ਮਹਾਂਦੀਪੀ ਵਹਾਅ ਦਾ ਨਤੀਜਾ ਹੈ?
- ਕੀ ਤੁਸੀਂ ਜਾਣਦੇ ਹੋ ਕਿ ਧਰਤੀ ਨੇ ਗਰਮੀ ਤੇ ਠੰਢ ਦੇ ਬਰਫ਼ ਯੁੱਗਾਂ ਦੇ ਚੱਕਰ ਦੇਖੇ ਹਨ, ਜਦੋਂ ਮਨੁੱਖੀ ਨਸਲ ਮੌਜੂਦ ਵੀ ਨਹੀਂ ਸੀ?

ਜੇ ਤੁਸੀਂ ਇਹ ਸਭ ਜਾਣਦੇ ਹੋ, ਤਾਂ ਤੁਸੀਂ ਕਦੇ ਨਹੀਂ ਮੰਨੋਗੇ ਕਿ ਮਨੁੱਖ ਜਲਵਾਯੂ ਪਰਿਵਰਤਨ ਦੇ ਜ਼ਿੰਮੇਵਾਰ ਹਨ ਜਾਂ ਮਨੁੱਖ ਇਸ ਦਾ ਰਸਤਾ ਬਦਲ ਸਕਦੇ ਹਨ। ਇਸ ਲਈ, ਮਨੁੱਖੀ ਨਸਲ ਨੂੰ ਦੋਸ਼ ਦੇਣ ਤੋਂ ਪਹਿਲਾਂ ਆਪਣੇ-ਆਪ ਨੂੰ ਵਧੇਰੇ ਜਾਣਕਾਰੀ ਦਿਓ।

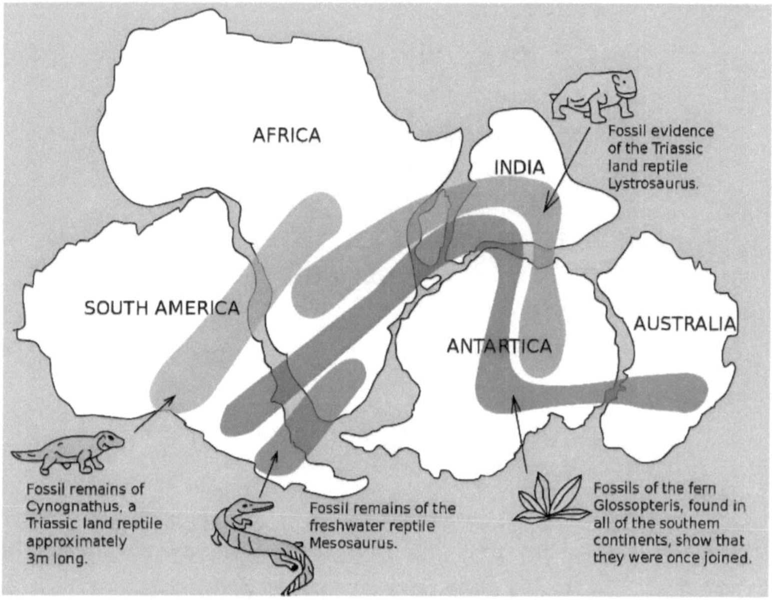

ਚਿੱਤਰ 22: ਮਹਾਂਦੀਪੀ ਵਹਾਅ

Source:https://rescloudinarycom/dtpgi0zck/image/upload/s-nGTCNxl--/c_fi t,h_580,w_860/v1/Educati onHub/photos/conti nental-drift jpg

ਜੇ ਤੁਹਾਡੇ ਕੋਲ ਖੋਜ ਕਰਨ ਅਤੇ ਤੱਥ ਲੱਭਣ ਲਈ ਸਮਾਂ, ਸਬਰ ਜਾਂ ਦ੍ਰਿੜਤਾ ਨਹੀਂ ਹੈ, ਤਾਂ ਡਰਾਉਣ ਵਾਲਿਆਂ ਦੇ ਸ਼ਿਕਾਰ ਨਾ ਬਣੋ। ਸਭ ਤੋਂ ਪਹਿਲਾਂ ਇਹ ਵੇਖੋ ਕਿ ਇਸ ਹੰਗਾਮੇ ਤੋਂ ਕਿਸ ਨੂੰ ਲਾਭ ਹੋਣਾ ਹੈ ਅਤੇ ਕਿਸ ਦੀ ਨਿੱਜੀ ਦਿਲਚਸਪੀ ਹੈ। ਕਾਰਪੋਰੇਸ਼ਨ ਹਮੇਸ਼ਾ ਕਿਸੇ ਵੀ ਸੰਕਟ (ਜਿਵੇਂ ਕੋਵਿਡ-19 ਮਹਾਂਮਾਰੀ) ਵਿਚ ਪੈਸਾ ਕਮਾਉਣ ਦੇ ਮੌਕੇ ਲੱਭਦੀਆਂ ਹਨ ਅਤੇ ਜਲਵਾਯੂ ਪਰਿਵਰਤਨ ਵਰਗੇ ਡਰਾਵੇ ਨੂੰ "ਪੋਸਟ-ਟਰੁੱਥ" ਬਿਰਤਾਂਤ ਵਜੋਂ ਪੇਸ਼ ਕਰਦੀਆਂ ਹਨ, ਖ਼ਾਸ ਕਰਕੇ ਜਦੋਂ ਕੋਈ ਕੁਦਰਤੀ ਆਫ਼ਤ ਨਾ ਹੋਵੇ।

ਪਲੇਟ ਟੈਕਟੋਨਿਕਸ ਅਤੇ ਮਹਾਂਦੀਪੀ ਵਹਾਅ ਇਕ ਨਿਰੰਤਰ ਪ੍ਰਕਿਰਿਆ ਹੈ ਜੋ ਨਵੇਂ ਪਹਾੜਾਂ ਦੇ ਬਣਨ ਅਤੇ ਖੇਤਰਾਂ ਦੇ ਡੁੱਬਣ ਦਾ ਕਾਰਨ ਬਣਦੀ ਹੈ ਅਤੇ ਖੇਤਰ ਦੇ ਜਲਵਾਯੂ ਅਤੇ ਸਮੁੰਦਰੀ ਧਾਰਾਵਾਂ ਨੂੰ ਨਿਯੰਤਰਿਤ ਕਰਦੀ ਹੈ। ਇਹ ਬਦਲਾਅ ਬਹੁਤ ਹੌਲੀ ਗਤੀ ਨਾਲ ਹੁੰਦੇ ਹਨ ਅਤੇ ਲੱਖਾਂ ਸਾਲ ਲੈਂਦੇ ਹਨ। ਭੂਚਾਲ ਅਤੇ ਜਵਾਲਾਮੁਖੀ ਇਨ੍ਹਾਂ ਗਤੀਵਿਧੀਆਂ ਦੇ ਨਤੀਜੇ ਹਨ। ਦੁਨੀਆ ਦੀ ਸਭ ਤੋਂ ਉੱਚੀ ਪਰਬਤ ਲੜੀ, ਹਿਮਾਲਿਆ, ਕਦੇ "ਟੈਥੀਸ ਸਾਗਰ" ਸੀ। ਹਿਮਾਲਿਆ ਅਜੇ ਵੀ ਉੱਚਾ ਹੋ ਰਿਹਾ ਹੈ, ਕਿਉਂਕਿ ਭਾਰਤੀ ਪਲੇਟ ਯੂਰੇਸ਼ੀਅਨ ਪਲੇਟ ਨਾਲ ਟਕਰਾ ਰਹੀ ਹੈ।

ਮਨੁੱਖ ਹਵਾ, ਪਾਣੀ ਅਤੇ ਮਿੱਟੀ ਦੇ ਪ੍ਰਦੂਸ਼ਣ ਲਈ ਜ਼ਿੰਮੇਵਾਰ ਹਨ, ਪਰ ਜਲਵਾਯੂ

ਪਰਿਵਰਤਨ ਲਈ ਨਹੀਂ। ਮਨੁੱਖੀ ਗਤੀਵਿਧੀਆਂ ਕਾਰਨ ਜਲਵਾਯੂ ਪਰਿਵਰਤਨ ਦਾ ਡਰ ਇਕ ਬੇਤੁਕੀ ਗੱਲ ਹੈ – ਇਹ ਜਾਂ ਤਾਂ ਅਗਿਆਨਤਾ ਦਾ ਨਤੀਜਾ ਹੈ ਜਾਂ ਫਿਰ ਲਾਲਚੀ ਕਾਰਪੋਰੇਸ਼ਨਾਂ ਅਤੇ ਭ੍ਰਿਸ਼ਟ ਸਿਆਸਤਦਾਨਾਂ ਦੀ ਚਾਲਾਕੀ ਹੈ, ਜੋ ਲੋਕਾਂ ਨੂੰ ਡਰਾ ਕੇ ਉਨ੍ਹਾਂ ਦੀ ਜੇਬ ਕੱਟ ਰਹੇ ਹਨ।

ਬਹੁਤ ਸਾਰੇ ਸਿਧਾਂਤਾਂ ਵਿੱਚੋਂ ਕੇਵਲ ਮਾਨਵਜਨਕ ਸਿਧਾਂਤ (Anthropogenic Theory) 'ਤੇ ਹੀ ਧਿਆਨ ਕਿਉਂ ਹੈ? ਕਿਉਂਕਿ ਇਹ ਕਾਰਪੋਰੇਸ਼ਨਾਂ ਲਈ ਸਭ ਤੋਂ ਫ਼ਾਇਦੇਮੰਦ ਹੈ। ਇਸ ਨਾਲ ਉਹ "ਜਲਵਾਯੂ ਸ਼ਾਂਤੀ" ਦੇ ਨਾਮ 'ਤੇ ਬਜ਼ਾਰ ਵਿਚ ਨਵੇਂ ਮੌਕੇ ਪੈਦਾ ਕਰ ਸਕਦੇ ਹਨ। ਇਸੇ ਕਰਕੇ ਕਾਰਬਨ ਬਜ਼ਾਰ ਸਭ ਤੋਂ ਪ੍ਰਸਿੱਧ ਨੀਤੀ ਸੰਦ ਬਣ ਗਏ ਹਨ।

ਆਪਣੀ ਕਿਤਾਬ *Heaven on Earth: Global Warming, The Missing Science* (2009) ਵਿਚ ਆਸਟ੍ਰੇਲੀਆਈ ਭੂ-ਵਿਗਿਆਨੀ ਇਆਨ ਪਲਾਈਮਰ ਨੇ ਕਿਹਾ ਕਿ ਗਲੋਬਲ ਵਾਰਮਿੰਗ ਇਕ ਝੂਠ ਹੈ ਅਤੇ ਸਾਰੀ ਅੰਤਰਰਾਸ਼ਟਰੀ ਵਿਗਿਆਨ, ਰਾਜਨੀਤੀ ਅਤੇ ਮੀਡੀਆ ਇਸ ਧੋਖੇ ਦਾ ਸਮਰਥਨ ਕਰ ਰਹੀ ਹੈ। ਕਾਰਬਨ ਵਪਾਰ ਉਨ੍ਹਾਂ ਦਾ ਨਵਾਂ ਹਥਿਆਰ ਹੈ ਜੋ ਡਰ ਦੇ ਬਹਾਨੇ ਨਵੀਆਂ ਆਮਦਨੀਆਂ ਕਮਾਉਂਦਾ ਹੈ। ਅਸਲ ਵਿਚ, ਕਾਰਬਨ ਚੱਕਰ ਇਕ ਆਸਾਨ ਵਿਗਿਆਨ ਹੈ ਜੋ ਪ੍ਰਾਇਮਰੀ ਸਕੂਲਾਂ ਵਿਚ ਪੜ੍ਹਾਇਆ ਜਾਂਦਾ ਹੈ।

ਹਵਾ, ਸੂਰਜੀ, ਲਹਿਰਾਂ, ਭੂ-ਥਰਮਲ, ਹਾਈਡਰੋਜਨ ਜਾਂ ਪ੍ਰਮਾਣੂ ਊਰਜਾ ਵਰਗੇ ਬਦਲਵੇਂ ਊਰਜਾ ਸਰੋਤ ਵਿਕਸਤ ਕਰਨਾ ਵਧੀਆ ਹੈ, ਪਰ ਇਸ ਲਈ ਨਹੀਂ ਕਿ ਜਲਵਾਯੂ ਪਰਿਵਰਤਨ ਦਾ ਖਤਰਾ ਹੈ। ਇਹ ਇਸ ਲਈ ਜ਼ਰੂਰੀ ਹੈ, ਕਿਉਂਕਿ ਜੀਵਾਸ਼ਮ ਬਾਲਣ ਸੀਮਤ ਹਨ ਅਤੇ ਊਰਜਾ ਦੀ ਮੰਗ ਵਧ ਰਹੀ ਹੈ।

ਜੇ ਮੰਨ ਵੀ ਲਿਆ ਜਾਵੇ ਕਿ ਮਨੁੱਖੀ ਗਤੀਵਿਧੀ ਜਲਵਾਯੂ ਪਰਿਵਰਤਨ ਕਰ ਰਹੀ ਹੈ, ਤਾਂ ਵੀ ਕੋਈ ਟੈਕਸ ਜਾਂ ਕਾਰਬਨ ਵਪਾਰ ਇਸ ਦਾ ਰਸਤਾ ਨਹੀਂ ਬਦਲ ਸਕਦਾ। ਹੈਰਾਨੀ ਦੀ ਗੱਲ ਹੈ ਕਿ ਇਹ ਲਾਬੀ ਕਦੇ ਵੀ ਜਲਵਾਯੂ ਪਰਿਵਰਤਨ ਨੂੰ ਰੋਕਣ ਜਾਂ ਵਾਪਸ ਮੋੜਨ ਲਈ ਕੋਈ ਅਸਲੀ ਯੋਜਨਾ ਨਹੀਂ ਲਿਆਈ।

ਕਾਰਬਨ ਬਜ਼ਾਰ ਨਿਵੇਸ਼ਕਾਂ ਅਤੇ ਕਾਰਪੋਰੇਸ਼ਨਾਂ ਨੂੰ ਕਾਰਬਨ ਕ੍ਰੈਡਿਟ ਅਤੇ ਕਾਰਬਨ ਆਫ਼ਸੈੱਟ ਦਾ ਵਪਾਰ ਕਰਨ ਦਾ ਮੌਕਾ ਦਿੰਦਾ ਹੈ, ਜਿਵੇਂ ਉਹ ਧਰਤੀ ਨੂੰ ਬਚਾ ਰਹੇ ਹੋਣ। ਇਹ ਮੌਕਾ 11 ਦਸੰਬਰ 1997 ਨੂੰ ਸੰਯੁਕਤ ਰਾਸ਼ਟਰ ਦੁਆਰਾ ਅਪਣਾਏ ਗਏ ਕਯੋਟੋ ਪ੍ਰੋਟੋਕੋਲ ਨਾਲ ਮਿਲਿਆ। ਇਸ ਦਾ ਉਦੇਸ਼ ਸੀ ਨਿਕਾਸੀਆਂ ਲਈ ਵਪਾਰ ਯੋਗ ਪਰਮਿਟ ਬਣਾਉਣਾ। ਇਸ ਤੋਂ ਬਾਅਦ ਲੋਕਾਂ ਦੇ ਰਵੱਈਏ ਬਦਲਣ ਲਈ ਲਗਾਤਾਰ ਕੋਸ਼ਿਸ਼ ਕੀਤੀ ਗਈ।

ਕਯੋਟੋ ਪ੍ਰੋਟੋਕੋਲ ਦੇ ਬਾਅਦ, 12 ਦਸੰਬਰ 2015 ਨੂੰ ਪੈਰਿਸ ਸਮਝੌਤਾ 2015 ਕੀਤਾ ਗਿਆ, ਜਿਸ 'ਤੇ 196 ਦੇਸ਼ਾਂ ਨੇ ਹਸਤਾਖਰ ਕੀਤੇ।

ਕਾਰਬਨ ਬਜ਼ਾਰ ਵਿਚ, CO_2 ਨਿਕਾਸੀ ਨੂੰ ਇਕ ਕੀਮਤ ਵਾਲੀ ਵਸਤੂ ਬਣਾ ਦਿੱਤਾ ਗਿਆ ਹੈ (ਚਿੱਤਰ 23)। ਇਹ ਦੋ ਕਿਸਮਾਂ ਵਿਚ ਆਉਂਦੀ ਹੈ:

- ਕਾਰਬਨ ਕ੍ਰੈਡਿਟ – ਸਰਕਾਰ ਤੋਂ ਖਰੀਦੀ ਗਈ ਪਰਮਿਟ, ਜੋ ਇਕ ਟਨ ਕਾਰਬਨ ਛੱਡਣ ਦੀ ਇਜਾਜ਼ਤ ਦਿੰਦੀ ਹੈ।
- ਕਾਰਬਨ ਆਫ਼ਸੈੱਟ – ਉਹ ਪ੍ਰਾਜੈਕਟ ਜਿਨ੍ਹਾਂ ਨਾਲ ਵਾਯੂਮੰਡਲ ਤੋਂ ਕਾਰਬਨ ਹਟਾਇਆ ਜਾਂਦਾ ਹੈ। ਕੰਪਨੀਆਂ ਇਨ੍ਹਾਂ ਨੂੰ ਖਰੀਦ ਕੇ ਆਪਣੀ ਕਾਰਬਨ ਫੁੱਟਪ੍ਰਿੰਟ

ਘਟਾਉਣ ਦਾ ਦਾਅਵਾ ਕਰਦੀਆਂ ਹਨ।

ਜਾਰੀ ਕੀਤੇ ਜਾਣ ਵਾਲੇ ਕ੍ਰੈਡਿਟਾਂ ਦੀ ਗਿਣਤੀ ਨਿਰਧਾਰਤ ਨਿਕਾਸੀ ਟੀਚੇ 'ਤੇ ਨਿਰਭਰ ਕਰਦੀ ਹੈ, ਜਿਸ ਨੂੰ ਕਿਸੇ ਖ਼ਾਸ ਦੇਸ਼ ਦੁਆਰਾ ਕੈਪ-ਐਂਡ-ਟਰੇਡ ਪ੍ਰੋਗਰਾਮ ਕਿਹਾ ਜਾਂਦਾ ਹੈ। ਅਜਿਹੇ ਕੈਪ-ਐਂਡ-ਟਰੇਡ ਪ੍ਰੋਗਰਾਮ ਕੈਨੇਡਾ, ਯੂਰਪੀ ਸੰਘ, ਯੂਕੇ, ਚੀਨ, ਨਿਊਜ਼ੀਲੈਂਡ, ਜਾਪਾਨ ਅਤੇ ਦੱਖਣੀ ਕੋਰੀਆ ਵਿਚ ਲਾਗੂ ਹਨ। ਇਨ੍ਹਾਂ ਤਹਿਤ ਕੰਪਨੀਆਂ ਨੂੰ ਕਾਰਬਨ ਨਿਕਾਸੀ ਘਟਾਉਣ ਅਤੇ ਆਪਣੀ ਤਹਿ ਕੀਤੀ ਸੀਮਾ ਦੇ ਅੰਦਰ ਰਹਿਣ ਲਈ ਉਤਸਾਹਿਤ ਕੀਤਾ ਜਾਂਦਾ ਹੈ।

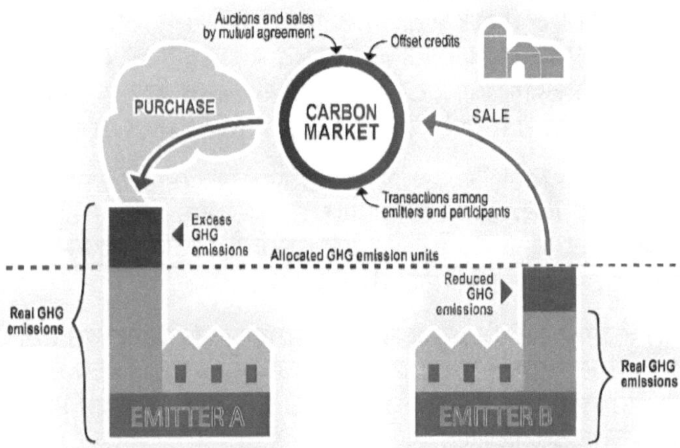

ਚਿੱਤਰ 23: ਕਾਰਬਨ ਮਾਰਕੀਟਿੰਗ

Source: https://climatechangeltaorg/

ਕੋਵਿਡ-19 ਮਹਾਂਮਾਰੀ - ਅਰਬਪਤੀਆਂ ਲਈ ਇਕ ਵਰਦਾਨ

11 ਮਾਰਚ 2020 ਨੂੰ ਜਦੋਂ ਵਿਸ਼ਵ ਸਿਹਤ ਸੰਗਠਨ (WHO) ਨੇ ਕੋਵਿਡ-19 ਨੂੰ ਮਹਾਂਮਾਰੀ ਘੋਸ਼ਿਤ ਕੀਤਾ, ਤਾਂ ਸ਼ੁਰੂਆਤੀ ਦਿਨਾਂ ਵਿਚ ਸੁਪਰ-ਮਾਰਕੀਟਾਂ ਦੀਆਂ ਖਾਲੀ ਸ਼ੈਲਫਾਂ, ਟਾਇਲਟ ਪੇਪਰ ਲਈ ਝਗੜੇ, ਘਬਰਾਹਟ ਅਤੇ ਕਰਿਆਨੇ ਦੀਆਂ ਵੱਡੀਆਂ ਖ਼ਰੀਦਦਾਰੀਆਂ ਆਮ ਦ੍ਰਿਸ਼ ਬਣ ਗਏ ਸਨ। ਇਹ ਸਭ ਕੁਝ ਆਉਣ ਵਾਲੀ ਤਬਾਹੀ ਦੇ ਡਰ, ਕੋਰੋਨਾਵਾਇਰਸ ਦੇ ਡਰ, WHO ਦੇ ਚਿੰਤਾਜਨਕ ਸੰਦੇਸ਼ ਅਤੇ ਮੀਡੀਆ ਦੁਆਰਾ ਮਸ਼ਹੂਰ ਲੋਕਾਂ ਦੇ ਸੰਕਰਮਿਤ ਹੋਣ ਨੂੰ ਉਜਾਗਰ ਕਰਨ ਨਾਲ ਹੋਇਆ। ਇਸ ਪ੍ਰਚਾਰ ਨੂੰ ਹੋਰ ਵਧਾਇਆ ਗਿਆ ਫ਼ਰਜ਼ੀ ਖ਼ਬਰਾਂ ਅਤੇ ਵਾਇਰਸ ਨੂੰ ਰੋਕਣ ਲਈ ਸਖ਼ਤ ਪਰ ਬੇਲੋੜੀ ਤਾਲਾਬੰਦੀਆਂ ਲਗਾ ਕੇ।

ਕੋਰੋਨਾਵਾਇਰਸ ਦੀ ਪਛਾਣ ਅਤੇ ਜਾਂਚ ਦਾ ਅਧਾਰ PCR ਟੈਸਟ (ਪੋਲੀਮੇਰੇਜ਼ ਚੇਨ ਰਿਐਕਸ਼ਨ ਟੈਸਟ) ਸੀ, ਜੋ ਇਕ ਵਿਵਾਦਪੂਰਨ ਅਤੇ ਸ਼ੱਕੀ ਟੈਸਟ ਮੰਨਿਆ ਗਿਆ। PCR ਟੈਸਟ ਵਾਇਰਸ ਦਾ ਜੈਨੇਟਿਕ ਕ੍ਰਮ ਪਤਾ ਕਰਦਾ ਹੈ, ਪਰ ਵਾਇਰਸ ਨੂੰ ਸਿੱਧਾ ਨਹੀਂ ਲੱਭਦਾ। ਇਕ ਵਿਗਿਆਨਕ ਅਧਿਐਨ ਦੇ ਅਨੁਸਾਰ, ਕੋਰੋਨਾਵਾਇਰਸ ਹਮੇਸ਼ਾ ਹੋਰ ਲੱਖਾਂ-ਕਰੋੜਾਂ ਵਾਇਰਸਾਂ ਨਾਲ ਮੌਜੂਦ ਰਿਹਾ ਹੈ। ਨਵਾਂ ਸਿਰਫ਼ ਇਹ ਸੀ ਕਿ ਹੁਣ ਇਸ ਵਾਇਰਸ ਦਾ ਪਤਾ ਲਗਾਉਣ ਲਈ ਇਕ ਕਿੱਟ ਬਣਾਈ ਗਈ ਸੀ, ਜਿਸ ਨੂੰ ਪੂਰੀ ਦੁਨੀਆ ਵਿਚ ਵੇਚਿਆ ਜਾਣਾ ਸੀ।

ਕੋਰੋਨਾਵਾਇਰਸ ਬਾਰੇ ਬਣਾਏ ਗਏ ਪ੍ਰਚਾਰ ਨੇ ਇਸ ਕਿੱਟ ਅਤੇ ਹੋਰ ਸਬੰਧਿਤ ਚੀਜ਼ਾਂ ਨੂੰ ਵੇਚਣ ਲਈ ਡਰ ਦਾ ਮਨੋਵਿਗਿਆਨ ਪੈਦਾ ਕੀਤਾ। ਵੱਡੇ ਬਜਟ ਰੱਖੇ ਗਏ, ਸਾਰੇ ਦੇਸ਼ਾਂ ਨੇ ਕੋਰੋਨਾਵਾਇਰਸ ਲਈ ਪੈਸੇ ਅਲਾਟ ਕੀਤੇ। ਇਸ ਸਾਰੇ ਪ੍ਰਚਾਰ ਦੀ ਨਿਗਾਹ ਇਸ ਪੈਸੇ 'ਤੇ ਸੀ (ਚਿੱਤਰ 24)।

ਚਿੱਤਰ 24: ਕੋਵਿਡ-19 ਨਾਲ ਜਿਨ੍ਹਾਂ ਦਾ ਫ਼ਾਇਦਾ ਹੋਇਆ

Source:
https://media-s3-us-east-1ceroscom/forbes/images/2021/04/02/1e3c26d14a22680f75f5e249e92d03f9/billie-timeline2021-bezos-vs-muskpng?imageOpt=1&fit=bounds&width=918

ਜ਼ਿਆਦਾਤਰ ਵਾਇਰਲ ਲਾਗਾਂ ਵਿਚ ਇਲਾਜ ਸਿਰਫ਼ ਲੱਛਣ ਘਟਾਉਣ ਵਿਚ ਮਦਦ ਕਰਦੇ ਹਨ, ਜਦੋਂ ਤੱਕ ਸਰੀਰ ਦੀ ਪ੍ਰਤੀਰੋਧਕ ਪ੍ਰਣਾਲੀ ਖ਼ੁਦ ਵਾਇਰਸ ਨਾਲ ਨਹੀਂ ਲੜਦੀ। ਕੋਈ ਵੀ ਵਾਇਰਸ 72 ਘੰਟਿਆਂ ਤੋਂ ਵੱਧ ਸਰੀਰ ਵਿਚ ਨਹੀਂ ਰਹਿ ਸਕਦਾ, ਅਤੇ ਬੁਖਾਰ ਹੋਣ 'ਤੇ ਇਹ ਖ਼ਤਮ ਹੋ ਜਾਂਦਾ ਹੈ।

ਤੁਸੀਂ ਜਾਣਦੇ ਹੋਵੋਗੇ ਕਿ HIV ਦੀ ਖੋਜ 1984 ਵਿਚ ਹੋਈ ਸੀ। ਉਸ ਸਮੇਂ ਅਮਰੀਕਾ ਅਤੇ ਫਰਾਂਸ ਨੇ ਇਹ ਸਮਝੌਤਾ ਕੀਤਾ ਸੀ ਕਿ HIV ਨਾਲ ਜੁੜੇ ਸਾਰੇ ਇਲਾਜ ਸਿਰਫ਼ ਉਹੀ ਕਰਨਗੇ। ਹੈਰਾਨੀ ਦੀ ਗੱਲ ਇਹ ਹੈ ਕਿ ਅਜੇ ਤੱਕ ਕੋਈ ਐਸਾ ਪ੍ਰਕਾਸ਼ਿਤ ਵਿਗਿਆਨਕ

ਪੱਤਰ ਨਹੀਂ ਹੈ ਜੋ ਸਾਬਤ ਕਰੇ ਕਿ HIV ਮਨੁੱਖਾਂ ਵਿਚ ਮੌਜੂਦ ਹੈ ਜਾਂ ਮੌਤਾਂ ਸਿੱਧੇ ਤੌਰ 'ਤੇ HIV ਕਾਰਨ ਹੋਈਆਂ। HIV ਨਾਲ ਜੁੜੀਆਂ ਮੌਤਾਂ AIDS ਕਾਰਨ ਮੰਨੀਆਂ ਜਾਂਦੀਆਂ ਹਨ, ਜੋ ਇਕ ਹਾਲਤ ਹੈ, ਕੋਈ ਵਾਇਰਸ ਨਹੀਂ।

ਉਸ ਸਮੇਂ, ਅਮਰੀਕਾ ਅਤੇ ਫਰਾਂਸ "ਭਾਈਵਾਲ" ਸਨ, ਜਦਕਿ ਦੱਖਣੀ ਅਫ਼ਰੀਕਾ ਟੈਸਟਿੰਗ ਗ੍ਰਾਊਂਡ ਸੀ। ਦੱਖਣੀ ਅਫ਼ਰੀਕਾ ਦੇ ਰਾਸ਼ਟਰਪਤੀ ਥਾਬੋ ਮਬੇਕੀ ਨੇ ਇਹ ਮੰਨਣ ਤੋਂ ਇਨਕਾਰ ਕੀਤਾ ਕਿ HIV AIDS ਦਾ ਕਾਰਨ ਹੈ। 2000 ਵਿਚ, ਉਨ੍ਹਾਂ ਨੇ HIV/AIDS ਬਾਰੇ ਇਕ ਸਲਾਹਕਾਰ ਪੈਨਲ ਬਣਾਇਆ, ਜਿਸ ਵਿਚ ਕਈ ਵਿਗਿਆਨੀ ਸ਼ਾਮਲ ਸਨ ਜਿਨ੍ਹਾਂ ਨੇ ਵੀ ਇਹੀ ਇਨਕਾਰ ਕੀਤਾ। ਇਸ ਕਾਰਨ, ਮਬੇਕੀ ਨੇ AIDS ਮਰੀਜ਼ਾਂ ਨੂੰ ਐਂਟੀਰੇਟਰੋਵਾਇਰਲ ਦਵਾਈਆਂ ਦੇਣ ਤੋਂ ਇਨਕਾਰ ਕਰਨ ਵਾਲੀਆਂ ਨੀਤੀਆਂ ਲਾਗੂ ਕੀਤੀਆਂ।

ਅੱਜ, ਟੈਸਟਿੰਗ ਗ੍ਰਾਊਂਡ ਚੀਨ ਹੈ – ਇਕ ਬੰਦ ਸਮਾਜ – ਜਿੱਥੇ ਮਬੇਕੀ ਵਾਂਗ ਕੋਈ ਵੀ ਇਸ ਖੇਡ ਦਾ ਖੁਲਾਸਾ ਨਹੀਂ ਕਰ ਸਕਦਾ। ਚੀਨ ਦਾ ਵਪਾਰ ਇਸ ਸਮੇਂ ਪ੍ਰਭਾਵਿਤ ਹੋ ਰਿਹਾ ਹੈ ਅਤੇ ਚੀਨ ਆਪਣੇ-ਆਪ ਨੂੰ "ਪੀੜਤ" ਵਜੋਂ ਪੇਸ਼ ਕਰ ਰਿਹਾ ਹੈ। ਇਹ ਵੀ ਦੱਸਿਆ ਗਿਆ ਕਿ ਅਮਰੀਕਾ ਵੁਹਾਨ ਵਿਚ ਜੈਵਿਕ ਯੁੱਧ ਪ੍ਰਯੋਗ ਕਰਨ ਦੀ ਕੋਸ਼ਿਸ਼ ਕਰ ਰਿਹਾ ਸੀ। ਚੀਨ ਨੂੰ ਵੁਹਾਨ ਵਿਚ ਅਮਰੀਕੀ ਕੌਂਸਲੇਟ ਦੇ ਪਿਛੇ ਕੁਝ ਉਪਕਰਨ ਮਿਲੇ ਹਨ ਅਤੇ ਉਹ ਜਾਂਚ ਕਰ ਰਿਹਾ ਹੈ।

ਹਾਲਾਂਕਿ ਵੁਹਾਨ ਦੇ ਇਕ ਗਿੱਲੇ ਬਾਜ਼ਾਰ (ਜਿੱਥੇ ਸੱਪ ਵੇਚੇ ਜਾਂਦੇ ਸਨ) ਨੂੰ ਵਾਇਰਸ ਲਈ ਦੋਸ਼ੀ ਬਣਾਇਆ ਗਿਆ, ਪਰ ਅਮਰੀਕੀ ਸਰਕਾਰ ਨਾਲ ਸੰਬੰਧ ਕਾਫ਼ੀ ਡੂੰਘੇ ਜਾਪਦੇ ਹਨ, ਕਿਉਂਕਿ ਅਮਰੀਕਾ ਕੋਰੋਨਾਵਾਇਰਸ ਅਤੇ ਟੀਕਿਆਂ 'ਤੇ ਪੇਟੈਂਟ ਰੱਖਦਾ ਹੈ। ਹੁਣ ਤੱਕ ਕੋਰੋਨਾਵਾਇਰਸ ਕਾਰਨ ਹੋਈਆਂ ਮੌਤਾਂ, ਹੋਰ ਬਿਮਾਰੀਆਂ ਨਾਲ ਹੋਣ ਵਾਲੀਆਂ ਮੌਤਾਂ ਦੇ ਮੁਕਾਬਲੇ ਕਾਫ਼ੀ ਘੱਟ ਹਨ। ਉਦਾਹਰਨ ਲਈ:

- ਤਪਦਿਕ (TB) ਹਰ ਸਾਲ ਲਗਭਗ 1.5 ਮਿਲੀਅਨ ਮੌਤਾਂ ਕਰਦਾ ਹੈ, ਜੋ ਕੋਰੋਨਾਵਾਇਰਸ ਨਾਲੋਂ 1000 ਗੁਣਾ ਵੱਧ ਖ਼ਤਰਨਾਕ ਹੈ।
- ਕੁੱਲ ਮਿਲਾ ਕੇ, ਹਰ ਸਾਲ ਲਗਭਗ 17 ਮਿਲੀਅਨ ਲੋਕ ਛੂਤ ਦੀਆਂ ਬਿਮਾਰੀਆਂ ਨਾਲ ਮਰਦੇ ਹਨ।

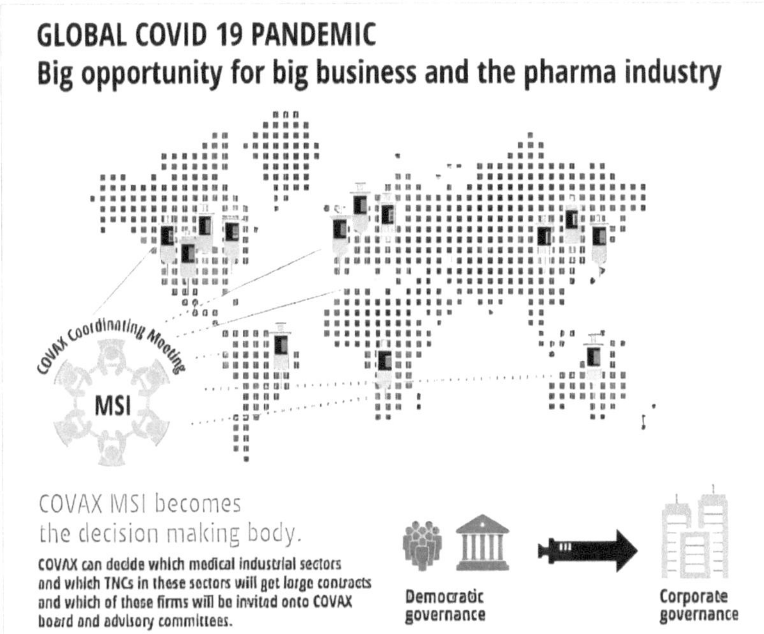

ਚਿੱਤਰ 25: ਗਲੋਬਲ ਕੋਵਿਡ-19 ਮਹਾਮਾਰੀ- ਵੱਡੀ ਫਾਰਮਾ ਉਦਯੋਗ ਲਈ ਮੌਕੇ

Source: https://wwwtniorg/files/covaxmsi-1png

ਤਾਂ ਫਿਰ ਕੋਰੋਨਾਵਾਇਰਸ ਨਾਲ ਇੰਨੀ ਮੌਤਾਂ ਕਿਉਂ ਦਰਜ ਹੋ ਰਹੀਆਂ ਹਨ? ਹਕੀਕਤ ਵਿਚ, ਬਹੁਤ ਸਾਰੇ ਲੋਕ ਡਰ ਦੇ ਮਨੋਵਿਗਿਆਨ ਕਾਰਨ ਪ੍ਰਭਾਵਿਤ ਹੋਏ, ਜੋ ਉਨ੍ਹਾਂ ਦੀਆਂ ਅੰਦਰੂਨੀ ਬਿਮਾਰੀਆਂ ਨੂੰ ਹੋਰ ਵਧਾ ਦਿੰਦਾ ਹੈ। ਇਸ ਨੂੰ ਨੋਸੇਬੋ ਪ੍ਰਭਾਵ (Nocebo Effect) ਕਿਹਾ ਜਾਂਦਾ ਹੈ। ਉਦਾਹਰਨ ਲਈ, ਜੇ ਕਿਸੇ ਨੂੰ ਕਿਹਾ ਜਾਵੇ ਕਿ ਉਸ ਦਾ ਟੈਸਟ ਪਾਜ਼ੀਟਿਵ ਆਇਆ ਹੈ, ਤਾਂ ਉਹ ਆਪਣੇ-ਆਪ ਵਿਚ ਕੋਵਿਡ-19 ਵਰਗੇ ਲੱਛਣ ਮਹਿਸੂਸ ਕਰ ਸਕਦਾ ਹੈ (ਡੈਨੀਅਲੀ, ਐਚ, ਅਤੇ ਫਲੈਟਨ, ਐਮ.ਏ., 2021)।

ਕੋਰੋਨਾਵਾਇਰਸ ਨੇ ਸਾਡੀ ਜ਼ਿੰਦਗੀ ਨੂੰ ਬਦਲ ਦਿੱਤਾ ਹੈ ਅਤੇ ਸਾਡੀ ਸੋਚ ਨੂੰ ਨਵਾਂ ਰੂਪ ਦਿੱਤਾ ਹੈ। ਇਸ ਨੇ ਸਾਨੂੰ ਹਕੀਕਤਾਂ ਨਾਲ ਟਕਰਾਇਆ ਹੈ, ਸਾਰੇ ਧਰਮਾਂ ਨੂੰ ਇਕਸਾਰ ਕੀਤਾ ਹੈ ਅਤੇ ਸਾਨੂੰ ਮੁੜ ਮਨੁੱਖੀ ਬਣਾਇਆ ਹੈ। ਇਸ ਨੇ ਸੁਰੱਖਿਆ ਦੇ ਭਰਮ ਨੂੰ ਤੋੜਿਆ ਹੈ, ਜਲਵਾਯੂ ਪਰਿਵਰਤਨ 'ਤੇ ਅਸਰ ਪਾਇਆ ਹੈ, ਸਾਨੂੰ ਆਪਣੇ ਲਿੰਗਾਂ ਨਾਲ ਸੁਲਹ ਕਰਵਾਈ ਹੈ ਅਤੇ ਸਾਡੀਆਂ ਸ਼ਿਕਾਇਤਾਂ ਤੇ ਸ਼ੋਰ ਨੂੰ ਖਾਮੋਸ਼ ਕੀਤਾ ਹੈ। ਇਸ ਨੇ ਸਾਡੇ ਅਹੰਕਾਰ ਤੇ ਪੱਖਪਾਤ ਨੂੰ ਚੂਰ-ਚੂਰ ਕਰ ਦਿੱਤਾ ਹੈ, ਸਾਨੂੰ ਨੰਗਾ ਕਰਕੇ ਸਚਾਈ ਦਿਖਾਈ ਹੈ ਅਤੇ ਸਾਨੂੰ ਜਿਉਂਦੇ ਰਹਿਣ ਲਈ ਆਖਰੀ ਸਹਾਰੇ ਦੀ ਤਲਾਸ਼ ਵਿਚ ਛੱਡ ਦਿੱਤਾ ਹੈ।

ਬਿਨਾਂ ਕਿਸੇ ਸ਼ੱਕ ਦੇ, ਸੋਚ ਅਤੇ ਪਹੁੰਚ ਵਿਚ ਵੱਡੇ ਪੱਧਰ 'ਤੇ ਹੇਰਾਫੇਰੀ, ਮੁੜ-ਵਿਵਸਥਾ ਅਤੇ ਨਵੇਂ ਢੰਗਾਂ ਨਾਲ ਮਿਲਾਪ ਹੋਵੇਗਾ। ਇਹ ਮਹਾਂਮਾਰੀ ਮਨੁੱਖੀ ਇਤਿਹਾਸ ਦਾ ਇਕ ਵੱਡਾ ਮੋੜ ਸਾਬਤ ਹੋਵੇਗੀ। ਇਹ ਅੰਤਰਰਾਸ਼ਟਰੀ ਪੱਧਰ 'ਤੇ ਸ਼ਕਤੀ ਦੀ ਖੇਡ ਦੇ ਨਿਯਮਾਂ ਅਤੇ ਢੰਗਾਂ ਨੂੰ

ਬਦਲ ਦੇਵੇਗੀ ਤਾਂ ਜੋ ਨਵੇਂ ਵਿਸ਼ਵ ਰਾਜਨੀਤਿਕ ਪ੍ਰਬੰਧ ਵਿਚ ਕੋਈ ਦੇਸ਼ ਆਪਣੇ-ਆਪ ਨੂੰ ਬਚਾ ਸਕੇ, ਅਗਵਾਈ ਕਰ ਸਕੇ ਅਤੇ ਹਾਵੀ ਹੋ ਸਕੇ।

ਪੀਪਲਜ਼ ਵੈਕਸੀਨ ਅਲਾਇੰਸ ਦੇ ਅਨੁਸਾਰ, ਵੈਕਸੀਨ ਉਤਪਾਦਨ ਵਿਚ ਨਿਵੇਸ਼ ਕਰਨ ਨਾਲ ਲਗਭਗ ਨੌਂ ਨਵੇਂ ਅਰਬਪਤੀ ਫੋਰਬਸ ਅਮੀਰਾਂ ਦੀ ਸੂਚੀ ਵਿਚ ਸ਼ਾਮਲ ਹੋਏ। ਮਹਾਂਮਾਰੀ ਦੌਰਾਨ ਜੋ 500 ਨਵੇਂ ਅਰਬਪਤੀ ਸ਼ਾਮਲ ਕੀਤੇ ਗਏ, ਉਨ੍ਹਾਂ ਵਿੱਚੋਂ 205 ਚੀਨ ਤੋਂ, 98 ਅਮਰੀਕਾ ਤੋਂ ਅਤੇ 26 ਜਰਮਨੀ, ਕੈਨੇਡਾ ਅਤੇ ਭਾਰਤ ਤੋਂ ਸਨ। ਜਿੱਥੇ ਸਭ ਤੋਂ ਅਮੀਰਾਂ ਦੀ ਦੌਲਤ ਅਤੇ ਅਰਬਪਤੀਆਂ ਦੀ ਗਿਣਤੀ ਵਧੀ, ਉੱਥੇ ਹੀ ਇਕ ਗ਼ੈਰ-ਲਾਭਕਾਰੀ ਸੰਸਥਾ ਆਕਸਫੈਮ ਦੇ ਅਧਿਐਨ ਅਨੁਸਾਰ, ਗ਼ਰੀਬ ਵਧਦੀਆਂ ਕੀਮਤਾਂ ਅਤੇ ਕਰਜ਼ੇ ਨਾਲ ਪੀੜਤ ਹੋ ਰਹੇ ਹਨ।

5. ਮੁਦਰਾ ਪ੍ਰਣਾਲੀ ਦਾ ਕਾਇਆ-ਕਲਪ

ਪਿਛੋਕੜ

ਮੁਦਰਾ ਪ੍ਰਣਾਲੀ ਉਹ ਹੁੰਦੀ ਹੈ ਜਿਸ ਵਿਚ ਸਰਕਾਰਾਂ ਦੇਸ਼ ਦੀ ਆਰਥਕਤਾ ਵਿਚ ਪੈਸੇ ਦੀ ਸਪਲਾਈ ਕਰਦੀਆਂ ਹਨ। ਖ਼ਜ਼ਾਨਾ, ਟਕਸਾਲ ਤੇ ਬੈਂਕ ਇਸ ਪ੍ਰਣਾਲੀ ਦੇ ਹਿੱਸੇ ਹਨ। ਪੈਸਾ ਬਹੁਤ ਜ਼ਰੂਰੀ ਹੈ ਅਤੇ ਮੁਦਰਾ ਪ੍ਰਣਾਲੀ ਦਾ ਕੇਂਦਰ ਹੈ। ਸਮੇਂ ਦੇ ਨਾਲ ਪੈਸਾ ਵਸਤੂ ਮੁਦਰਾ, ਵਸਤੂ-ਆਧਾਰਿਤ ਮੁਦਰਾ ਤੋਂ ਲੈ ਕੇ ਫਿਏਟ ਮੁਦਰਾ ਤੱਕ ਬਦਲਦਾ ਆਇਆ ਹੈ। ਅੱਜਕੱਲ੍ਹ ਇਹ ਡਿਜੀਟਲ ਮੁਦਰਾ ਤੇ ਫਿਰ ਕ੍ਰਿਪਟੋ ਕਰੰਸੀ ਵੱਲ ਵਧ ਰਿਹਾ ਹੈ।

ਵਸਤੂ ਮੁਦਰਾ ਦਾ ਇਤਿਹਾਸ ਕਈ ਸਦੀਆਂ ਪੁਰਾਣਾ ਹੈ ਅਤੇ ਇਹ ਪਤਾ ਕਰਨਾ ਮੁਸ਼ਕਿਲ ਹੈ ਕਿ ਇਹ ਕਦੋਂ ਸ਼ੁਰੂ ਹੋਇਆ। ਵਸਤੂ ਮੁਦਰਾ ਇਕ ਐਸੀ ਚੀਜ਼ ਹੁੰਦੀ ਹੈ ਜਿਸ ਦਾ ਅੰਦਰੂਨੀ ਮੁੱਲ ਹੁੰਦਾ ਹੈ ਅਤੇ ਜਿਸ ਨੂੰ ਕਿਸੇ ਹੋਰ ਚੀਜ਼ ਜਾਂ ਸੇਵਾ ਨਾਲ ਬਦਲਿਆ ਜਾ ਸਕਦਾ ਹੈ। ਇਸ ਦੀਆਂ ਚਾਰ ਮੁੱਖ ਖ਼ੂਬੀਆਂ ਹਨ: ਟਿਕਾਊ ਹੋਣਾ, ਵੰਡਿਆ ਜਾ ਸਕਣਾ, ਵਟਾਂਦਰੇ ਵਿਚ ਆ ਸਕਣਾ ਅਤੇ ਦੁਰਲੱਭ ਹੋਣਾ। ਦੂਜੇ ਪਾਸੇ, ਵਸਤੂ-ਸਮਰਥਿਤ ਮੁਦਰਾ (ਜਿਸ ਨੂੰ ਪ੍ਰਤੀਨਿਧ ਮੁਦਰਾ ਨੋਟ ਵੀ ਕਿਹਾ ਜਾਂਦਾ ਹੈ) ਬੈਂਕਾਂ ਵੱਲੋਂ ਜਾਰੀ ਹੁੰਦੀ ਸੀ। ਇਸ ਦਾ ਆਪਣੇ-ਆਪ ਵਿਚ ਕੋਈ ਭੌਤਿਕ ਮੁੱਲ ਨਹੀਂ ਹੁੰਦਾ ਸੀ, ਪਰ ਇਸ ਨੂੰ ਸੋਨੇ ਵਰਗੀਆਂ ਕੀਮਤੀ ਧਾਤਾਂ ਨਾਲ ਬਦਲਿਆ ਜਾ ਸਕਦਾ ਸੀ। ਇਸ ਨੂੰ ਗੋਲਡ ਸਟੈਂਡਰਡ ਕਿਹਾ ਜਾਂਦਾ ਸੀ। ਇਸ ਵੇਲੇ ਦੁਨੀਆ ਵਿਚ ਜੋ ਪ੍ਰਣਾਲੀ ਚੱਲ ਰਹੀ ਹੈ, ਉਹ ਫਿਏਟ ਮੁਦਰਾ ਪ੍ਰਣਾਲੀ ਹੈ। ਇਹ ਸਰਕਾਰਾਂ ਅਤੇ ਕੇਂਦਰੀ ਬੈਂਕਾਂ ਵੱਲੋਂ ਬਣਾਏ ਕਾਨੂੰਨਾਂ ਅਨੁਸਾਰ ਕਾਨੂੰਨੀ ਟੈਂਡਰ ਮੰਨੀ ਜਾਂਦੀ ਹੈ। ਇਸ ਦਾ ਵੀ ਆਪਣਾ ਅੰਦਰੂਨੀ ਮੁੱਲ ਨਹੀਂ ਹੁੰਦਾ।

ਪਿਛਲੇ ਸੌ ਸਾਲਾਂ ਵਿਚ ਅੰਤਰਰਾਸ਼ਟਰੀ ਮੁਦਰਾ ਪ੍ਰਣਾਲੀ ਤਿੰਨ ਵਾਰ ਟੁੱਟੀ – 1914, 1939 ਅਤੇ 1971 ਵਿਚ। ਹਰ ਵਾਰ ਇਸ ਨਾਲ ਲੋਕਾਂ ਵਿਚ ਅਸ਼ਾਂਤੀ ਹੋਈ ਅਤੇ ਦੁਨੀਆ ਦੀ ਆਰਥਕਤਾ ਨੂੰ ਵੱਡਾ ਨੁਕਸਾਨ ਹੋਇਆ। ਹੁਣ ਜੇਮਜ਼ ਰਿਚਰਡਸ, ਜੋ *ਕਰੰਸੀ ਵਾਰਸ* ਕਿਤਾਬ ਦੇ ਲੇਖਕ ਹਨ, ਕਹਿੰਦੇ ਹਨ ਕਿ ਇਕ ਹੋਰ ਵਾਰ ਪ੍ਰਣਾਲੀ ਡਿੱਗ ਸਕਦੀ ਹੈ – ਅਤੇ ਇਸ ਵਾਰ ਖ਼ਤਰਾ ਸਿੱਧੇ ਪੈਸੇ ਦੀ ਪ੍ਰਣਾਲੀ ਲਈ ਹੈ (ਰਿਕਾਰਡਸ, ਜੇ, 2014)।

ਦੂਜੇ ਵਿਸ਼ਵ ਯੁੱਧ ਤੋਂ ਬਾਅਦ ਤੋਂ ਅਮਰੀਕੀ ਡਾਲਰ ਦੁਨੀਆ ਦੀ ਰਿਜ਼ਰਵ ਮੁਦਰਾ ਰਿਹਾ ਹੈ। ਜੇ ਕਿਸੇ ਵੀ ਸਮੇਂ ਇਹ ਅਸਫ਼ਲ ਹੋਇਆ ਤਾਂ ਸਾਰੀ ਅੰਤਰਰਾਸ਼ਟਰੀ ਮੁਦਰਾ ਪ੍ਰਣਾਲੀ ਟੁੱਟ ਜਾਵੇਗੀ। ਇਸ ਵੇਲੇ ਕੋਈ ਹੋਰ ਢੰਗ ਜਾਂ ਵਿਕਲਪ ਨਜ਼ਰ ਨਹੀਂ ਆ ਰਿਹਾ। ਆਸ਼ਾਵਾਦੀ ਲੋਕ ਹਮੇਸ਼ਾ ਮੰਨਦੇ ਆਏ ਹਨ ਕਿ ਚਿੰਤਾ ਕਰਨ ਦੀ ਲੋੜ ਨਹੀਂ ਕਿਉਂਕਿ ਡਾਲਰ 'ਤੇ ਵਿਸ਼ਵਾਸ ਕਦੇ ਨਹੀਂ ਹਿੱਲੇਗਾ – ਭਾਵੇਂ ਅਮਰੀਕਾ ਦਾ ਕਰਜ਼ਾ ਕਿੰਨਾ ਵੀ ਵਧ ਜਾਵੇ ਜਾਂ ਸਰਕਾਰ ਕਿੰਨੀ ਵੀ ਕਮਜ਼ੋਰ ਹੋ ਜਾਵੇ, ਪਰ ਹੁਣ ਦੁਨੀਆ ਭਰ ਵਿਚ ਨਵੇਂ ਵਿਕਾਸ ਅਤੇ ਕ੍ਰਿਪਟੋ ਕਰੰਸੀ

ਵਰਗੀਆਂ ਤਕਨਾਲੋਜੀਆਂ ਦੇ ਆਉਣ ਨਾਲ ਖਤਰਾ ਵੱਧ ਗਿਆ ਹੈ।

ਜਦੋਂ ਕਿ ਵਾਸ਼ਿੰਗਟਨ ਆਪਣੇ ਲੰਬੇ ਸਮੇਂ ਦੇ ਮਸਲੇ ਹੱਲ ਕਰਨ ਵਿਚ ਅਸਫ਼ਲ ਹੋ ਰਿਹਾ ਹੈ, ਉਸ ਦੇ ਵੱਡੇ ਆਰਥਕ ਮੁਕਾਬਲੇਬਾਜ਼ ਜਿਵੇਂ ਕਿ ਚੀਨ, ਰੂਸ ਤੇ ਮੱਧ ਪੂਰਬ ਦੇ ਤੇਲ ਉਤਪਾਦਕ ਦੇਸ਼ ਅਮਰੀਕੀ ਡਾਲਰ ਦੀ ਸਰਦਾਰੀ ਨੂੰ ਖ਼ਤਮ ਕਰਨ ਲਈ ਹਰ ਕੋਸ਼ਿਸ਼ ਕਰ ਰਹੇ ਹਨ। ਖਬਰਾਂ ਮੁਤਾਬਕ ਚੀਨ, ਇੰਡੋਨੇਸ਼ੀਆ, ਮਲੇਸ਼ੀਆ, ਹਾਂਗਕਾਂਗ, ਸਿੰਗਾਪੁਰ ਅਤੇ ਚਿਲੀ ਦੇ ਨਾਲ ਮਿਲ ਕੇ ਬੈਂਕ ਫਾਰ ਇੰਟਰਨੈਸ਼ਨਲ ਸੈਟਲਮੈਂਟਸ (ਰੋਜ਼ੇਨ, ਪੀ, 2022, ਜੂਨ 27) ਰਾਹੀਂ ਇਕ ਯੂਆਨ ਰਿਜ਼ਰਵ ਬਣਾਉਣ ਦੀ ਕੋਸ਼ਿਸ਼ ਕਰ ਰਿਹਾ ਹੈ। ਇਹ ਸਭ ਵਿਕਾਸ ਪੈਸੇ ਦੇ ਭਵਿੱਖ ਬਾਰੇ ਦਰਸਾਉਂਦੇ ਹਨ, ਜੋ ਆਪਣੀ ਸ਼ੁਰੂਆਤ ਤੋਂ ਹੀ ਬਦਲਦਾ ਆ ਰਿਹਾ ਹੈ।

ਪੈਸਾ

ਪੈਸਾ ਕਿਸੇ ਵੀ ਰੂਪ ਵਿਚ ਹੋ ਸਕਦਾ ਹੈ – ਧਾਤ ਦਾ ਟੁਕੜਾ, ਕਾਗਜ਼ ਦਾ ਟੁਕੜਾ ਜਾਂ ਇਲੈਕਟ੍ਰਾਨਿਕ ਕੋਡਾਂ ਦੀ ਲੜੀ – ਪਰ ਇਸ ਦਾ ਆਪਣੇ-ਆਪ ਵਿਚ ਕੋਈ ਮੁੱਲ ਨਹੀਂ ਹੁੰਦਾ। ਇਸ ਦਾ ਮੁੱਲ ਲੋਕਾਂ ਵੱਲੋਂ ਦਿੱਤੀ ਮਹੱਤਤਾ 'ਤੇ ਨਿਰਭਰ ਕਰਦਾ ਹੈ। ਪੈਸਾ ਵਟਾਂਦਰੇ ਦਾ ਇਕ ਸਾਧਨ ਹੈ ਅਤੇ ਦੌਲਤ ਨੂੰ ਮਾਪਣ ਲਈ ਇਕ ਇਕਾਈ ਹੈ। ਇਸ ਵੇਲੇ ਅੰਦਾਜ਼ਾ ਹੈ ਕਿ ਦੁਨੀਆ ਵਿਚ ਕੁੱਲ 420 ਟ੍ਰਿਲੀਅਨ ਅਮਰੀਕੀ ਡਾਲਰ ਦੇ ਪੈਸੇ ਦਾ ਪ੍ਰਚਲਨ ਹੈ (ਐਂਟੋਨੀਓ, ਐਚ-ਓ, 2021, ਜੂਨ 22)।

ਸ਼ਬਦ ਪੈਸਾ ਅਤੇ ਮੁਦਰਾ ਅਕਸਰ ਇਕ-ਦੂਜੇ ਦੀ ਥਾਂ 'ਤੇ ਵਰਤੇ ਜਾਂਦੇ ਹਨ, ਪਰ ਪੈਸਾ ਇਕ ਅਮੂਰਤ (ਸੋਚੀ ਜਾਣ ਵਾਲੀ) ਚੀਜ਼ ਹੈ, ਜਦੋਂ ਕਿ ਮੁਦਰਾ ਪੈਸੇ ਦਾ ਭੌਤਿਕ ਰੂਪ ਹੁੰਦੀ ਹੈ। ਸਿੱਕਿਆਂ ਤੋਂ ਕਾਗਜ਼ੀ ਮੁਦਰਾ ਵਿਚ ਤਬਦੀਲੀ ਸਭ ਤੋਂ ਪਹਿਲਾਂ ਚੀਨ ਵਿਚ ਲਗਭਗ 700 ਈਸਵੀ ਵਿਚ ਹੋਈ, ਜਦੋਂ ਕਿ ਯੂਰਪ ਦੇ ਕੁਝ ਹਿੱਸਿਆਂ ਵਿਚ ਸੋਲ੍ਹਵੀਂ ਸਦੀ ਤੱਕ ਵੀ ਸਿੱਕਿਆਂ ਦੀ ਵਰਤੋਂ ਹੁੰਦੀ ਰਹੀ।

21ਵੀਂ ਸਦੀ ਵਿਚ ਦੋ ਨਵੀਆਂ ਕਿਸਮਾਂ ਦੀਆਂ ਮੁਦਰਾਵਾਂ ਆਈਆਂ:

1. ਮੋਬਾਈਲ ਫੋਨ ਤਕਨਾਲੋਜੀ ਰਾਹੀਂ ਮੋਬਾਈਲ ਭੁਗਤਾਨ ਪ੍ਰਣਾਲੀ
2. ਵਰਚੁਅਲ ਮੁਦਰਾਵਾਂ ਜਿਵੇਂ ਕਿ ਬਿਟਕੋਇਨ, ਜੋ 2009 ਵਿਚ ਆਈਆਂ (ਰੈਡਮੈਨ, ਜੇ, 2017, ਅਕਤੂਬਰ 31)।

ਨਵੰਬਰ 2021 ਤੱਕ ਅੰਦਾਜ਼ਾ ਹੈ ਕਿ ਦੁਨੀਆ ਵਿਚ ਬਿਟਕੋਇਨ ਦੇ ਕੁੱਲ 103 ਟ੍ਰਿਲੀਅਨ ਅਮਰੀਕੀ ਡਾਲਰ ਦਾ ਪ੍ਰਚਲਨ ਸੀ (ਰੀਫ, ਐਨ, 2022, ਜੁਲਾਈ 13)। ਡਿਜੀਟਲ ਮੁਦਰਾ ਦੇ ਆਉਣ ਨਾਲ ਪੈਸੇ ਦੇ ਇਤਿਹਾਸ ਵਿਚ ਇਕ ਨਵਾਂ ਅਧਿਆਏ ਲਿਖਿਆ ਜਾ ਰਿਹਾ ਹੈ।

ਡਿਜੀਟਲ ਮੁਦਰਾ

ਫਿਏਟ ਮੁਦਰਾ (Fiat currency) ਨੂੰ ਉਸ ਸਰਕਾਰ ਦਾ ਸਮਰਥਨ ਹੁੰਦਾ ਹੈ ਜੋ ਇਸ ਨੂੰ ਜਾਰੀ ਕਰਦੀ ਹੈ। ਇਸ ਦੇ ਉਲਟ, ਇਸ ਦਾ ਸੋਨੇ ਜਾਂ ਚਾਂਦੀ ਨਾਲ ਕੋਈ ਸੰਬੰਧ ਨਹੀਂ ਹੁੰਦਾ। ਵਸਤੂ ਮੁਦਰਾ ਤੋਂ ਵੱਖਰਾ, ਫਿਏਟ ਮੁਦਰਾ ਦਾ ਮੁੱਲ ਸਪਲਾਈ ਅਤੇ ਮੰਗ ਦੇ ਸੰਬੰਧ 'ਤੇ ਅਤੇ ਇਸ ਨੂੰ ਜਾਰੀ ਕਰਨ ਵਾਲੀ ਸਰਕਾਰ ਦੀ ਸਥਿਰਤਾ 'ਤੇ ਨਿਰਭਰ ਕਰਦਾ ਹੈ। ਫਿਏਟ ਪੈਸਾ

ਕਾਗਜ਼ੀ ਨੋਟਾਂ, ਸਿੱਕਿਆਂ ਜਾਂ ਡਿਜੀਟਲ ਰੂਪ ਵਿਚ ਹੋ ਸਕਦਾ ਹੈ। ਡਿਜੀਟਲ ਮੁਦਰਾ ਕੇਂਦਰੀ ਬੈਂਕ ਵੱਲੋਂ ਜਾਰੀ ਕੀਤੀ ਗਈ ਭੌਤਿਕ ਨੋਟ ਦਾ ਇਕ ਇਲੈਕਟ੍ਰਾਨਿਕ ਰੂਪ ਹੁੰਦਾ ਹੈ।

ਭਾਰਤੀ ਰਿਜ਼ਰਵ ਬੈਂਕ ਨੇ 2023 ਵਿਚ ਮੁਦਰਾ ਦੇ ਡਿਜੀਟਲ ਰੂਪ ਨੂੰ ਸ਼ੁਰੂ ਕਰਨ ਦਾ ਐਲਾਨ ਕੀਤਾ। ਇਸ ਨੂੰ ਜਾਰੀ ਹੋਣ ਤੋਂ ਬਾਅਦ ਕਾਗਜ਼ੀ ਮੁਦਰਾ ਨਾਲ ਬਦਲਿਆ ਜਾ ਸਕਦਾ ਹੈ। ਡਿਜੀਟਲ ਮੁਦਰਾ ਕਾਗਜ਼ੀ ਮੁਦਰਾ ਦੇ ਨਾਲ-ਨਾਲ ਮੌਜੂਦ ਰਹੇਗੀ, ਦੋਵੇਂ ਆਪਸ ਵਿਚ ਬਦਲ ਸਕਦੇ ਹਨ ਅਤੇ ਇਸ ਨੂੰ ਰਿਜ਼ਰਵ ਬੈਂਕ ਨਿਯੰਤਰਿਤ ਕਰੇਗਾ। ਇਸ ਕਿਸਮ ਦੀ ਡਿਜੀਟਲ ਮੁਦਰਾ ਨੂੰ ਸੈਂਟਰਲ ਬੈਂਕ ਡਿਜੀਟਲ ਕਰੰਸੀ (CBDC) ਕਿਹਾ ਜਾਂਦਾ ਹੈ।

ਦੁਨੀਆ ਦੇ ਕੇਂਦਰੀ ਬੈਂਕ ਇਸ ਵਿਸ਼ੇ 'ਤੇ ਵਿਚਾਰ ਕਰ ਰਹੇ ਹਨ ਅਤੇ ਤਕਨਾਲੋਜੀ ਨੂੰ ਸਮਝਣ ਲਈ ਯਤਨ ਕਰ ਰਹੇ ਹਨ। CBDC ਨੂੰ ਨਿੱਜੀ ਡਿਜੀਟਲ ਮੁਦਰਾ ਨਾਲੋਂ ਵੱਧ ਸੁਰੱਖਿਅਤ, ਵੱਧ ਲਚਕੀਲਾ, ਵੱਧ ਪਹੁੰਚਯੋਗ ਅਤੇ ਘੱਟ ਮਹਿੰਗਾ ਮੰਨਿਆ ਜਾਂਦਾ ਹੈ, ਇਸ ਲਈ ਇਹ ਤੇਜ਼ੀ ਨਾਲ ਲੋਕਪ੍ਰਿਯ ਹੋ ਰਹੀ ਹੈ। ਅਟਲਾਂਟਿਕ ਕੌਂਸਲ ਦੇ ਅਨੁਸਾਰ, ਹੁਣ ਤੱਕ ਦਸ ਦੇਸ਼ ਪੂਰੀ ਤਰ੍ਹਾਂ ਆਪਣੀ ਡਿਜੀਟਲ ਮੁਦਰਾ ਸ਼ੁਰੂ ਕਰ ਚੁੱਕੇ ਹਨ। ਇਨ੍ਹਾਂ ਵਿਚ ਬਹਾਮਾਸ, ਜਮੈਕਾ, ਸੇਂਟ ਕਿਟਸ ਅਤੇ ਨੇਵਿਸ, ਐਂਟੀਗੁਆ ਅਤੇ ਬਾਰਬੁਡਾ, ਮੋਨਟਸੇਰਾਟ, ਡੋਮਿਨਿਕਾ, ਸੇਂਟ ਲੂਸੀਆ, ਸੇਂਟ ਵਿਨਸੇਂਟ ਅਤੇ ਗ੍ਰੇਨਾਡੀਨਜ਼, ਗ੍ਰੇਨਾਡਾ ਅਤੇ ਨਾਈਜੀਰੀਆ ਸ਼ਾਮਲ ਹਨ। ਨਾਈਜੀਰੀਆ ਤੋਂ ਇਲਾਵਾ ਬਾਕੀ ਸਾਰੇ ਦੇਸ਼ ਕੈਰੇਬੀਅਨ ਟਾਪੂ ਹਨ। ਲਗਭਗ 100 ਦੇਸ਼ ਵੱਖ-ਵੱਖ ਪੜਾਵਾਂ 'ਤੇ CBDC ਨੂੰ ਲਾਗੂ ਕਰਨ ਦੀ ਕੋਸ਼ਿਸ਼ ਕਰ ਰਹੇ ਹਨ।

ਬਹਾਮਾਸ ਨੇ ਆਪਣੀ CBDC ਨੂੰ ਸੈਂਡ ਡਾਲਰ ਦੇ ਨਾਂਅ ਨਾਲ ਸ਼ੁਰੂ ਕੀਤਾ, ਜੋ ਇਕ ਸਾਲ ਤੋਂ ਵੱਧ ਸਮੇਂ ਤੋਂ ਵਰਤੋਂ ਵਿਚ ਹੈ (ਜਾਰਜੀਵਾ, ਕੇ, 2022, ਫਰਵਰੀ 10)। ਚੀਨ ਦੀ CBDC RMB ਤੇਜ਼ੀ ਨਾਲ ਅੱਗੇ ਵਧ ਰਹੀ ਹੈ ਅਤੇ ਇਕ ਸੌ ਮਿਲੀਅਨ ਤੋਂ ਵੱਧ ਲੋਕ ਇਸ ਨਾਲ ਲੈਣ-ਦੇਣ ਕਰ ਚੁੱਕੇ ਹਨ। ਹਾਲਾਂਕਿ, ਇਨ੍ਹਾਂ ਵਿੱਚੋਂ ਕੋਈ ਵੀ ਕੋਸ਼ਿਸ਼ ਕ੍ਰਿਪਟੋ ਕਰੰਸੀ ਦੇ ਉਭਾਰ ਨੂੰ ਰੋਕਦੀ ਹੋਈ ਨਹੀਂ ਲੱਗਦੀ।

ਕ੍ਰਿਪਟੋ ਕਰੰਸੀ

ਡਿਜੀਟਲ ਮੁਦਰਾ ਕ੍ਰਿਪਟੋ ਕਰੰਸੀ ਤੋਂ ਵੱਖਰੀ ਹੁੰਦੀ ਹੈ, ਕਿਉਂਕਿ ਡਿਜੀਟਲ ਮੁਦਰਾ ਨੂੰ ਕੇਂਦਰੀ ਏਜੰਸੀਆਂ ਦੁਆਰਾ ਜਾਰੀ ਤੇ ਨਿਯੰਤਰਿਤ ਕੀਤਾ ਜਾਂਦਾ ਹੈ, ਜਦਕਿ ਕ੍ਰਿਪਟੋ ਕਰੰਸੀ ਨੂੰ ਕੋਈ ਕੇਂਦਰੀ ਏਜੰਸੀ ਨਿਯੰਤਰਿਤ ਨਹੀਂ ਕਰਦੀ। ਕ੍ਰਿਪਟੋ ਕਰੰਸੀ ਇਕ ਡਿਜੀਟਲ ਜਾਂ ਵਰਚੁਅਲ ਮੁਦਰਾ ਹੈ, ਜਿੱਥੇ ਲੈਣ-ਦੇਣ ਦੀ ਜਾਂਚ ਕੀਤੀ ਜਾਂਦੀ ਹੈ ਅਤੇ ਰਿਕਾਰਡ ਬਲਾਕਚੇਨ ਨਾਂ ਦੇ ਵਿਕੇਂਦਰੀਕ੍ਰਿਤ ਜਨਤਕ ਲੇਜ਼ਰ ਵਿਚ ਸੰਭਾਲੇ ਜਾਂਦੇ ਹਨ। ਇਸ ਲਈ ਕ੍ਰਿਪਟੋਗ੍ਰਾਫੀ ਤਕਨਾਲੋਜੀ ਦੀ ਵਰਤੋਂ ਕੀਤੀ ਜਾਂਦੀ ਹੈ। ਕ੍ਰਿਪਟੋ ਕਰੰਸੀ ਦਾ ਕੋਈ ਕਾਨੂੰਨੀ ਜਾਂ ਅੰਦਰੂਨੀ ਮੁੱਲ ਨਹੀਂ ਹੁੰਦਾ ਅਤੇ ਨਾ ਹੀ ਇਸ ਦੀ ਜਾਰੀ ਕਰਨ ਜਾਂ ਨਿਯਮਿਤ ਕਰਨ ਲਈ ਕੋਈ ਅਥਾਰਟੀ ਹੁੰਦੀ ਹੈ, ਜਿਵੇਂ ਕਿ ਖ਼ਜ਼ਾਨਾ ਜਾਂ ਰਿਜ਼ਰਵ ਬੈਂਕ ਫਿਏਟ ਮੁਦਰਾ ਦੇ ਮਾਮਲੇ ਵਿਚ ਕਰਦੇ ਹਨ। ਬੈਂਕਿੰਗ ਪ੍ਰਣਾਲੀ ਦੇ ਉਲਟ, ਇਹ ਵੰਡਿਆ ਹੋਇਆ ਜਨਤਕ ਲੇਜ਼ਰ ਇਕ ਪੀਅਰ-ਟੂ-ਪੀਅਰ ਭੁਗਤਾਨ ਪ੍ਰਣਾਲੀ ਹੈ, ਜਿੱਥੇ ਕੋਈ ਵੀ ਕਿਸੇ ਨੂੰ ਵੀ ਪੈਸਾ ਭੇਜ ਜਾਂ ਪ੍ਰਾਪਤ ਕਰ ਸਕਦਾ ਹੈ। ਕ੍ਰਿਪਟੋ ਕਰੰਸੀ ਨੂੰ ਰੱਖਣ ਲਈ ਇਕ ਡਿਜੀਟਲ ਵਾਲਿਟ ਦੀ ਲੋੜ ਹੁੰਦੀ ਹੈ।

ਪੇਪਾਲ, ਜੋ ਪੈਸੇ ਦੇ ਲੈਣ-ਦੇਣ ਅਤੇ ਹੋਰ ਸੇਵਾਵਾਂ ਲਈ ਮਸ਼ਹੂਰ ਹੈ, ਨੇ ਹਾਲ ਹੀ ਵਿਚ ਗਾਹਕਾਂ ਨੂੰ ਆਪਣੇ ਮੰਚ 'ਤੇ ਮੌਜੂਦਾ ਖ਼ਾਤਿਆਂ ਰਾਹੀਂ ਕ੍ਰਿਪਟੋ ਦੀ ਖ਼ਰੀਦ-ਫ਼ਰੋਖ਼ਤ ਦੀ

ਇਜਾਜ਼ਤ ਦਿੱਤੀ ਹੈ।

ਪਾਰੰਪਰਿਕ ਫਿਏਟ ਮੁਦਰਾਵਾਂ ਵਿਚ ਲੋਕਾਂ ਦਾ ਵਿਸ਼ਵਾਸ ਇਸ ਲਈ ਬਣਿਆ ਰਹਿੰਦਾ ਹੈ, ਕਿਉਂਕਿ ਇਹ ਪੈਸਾ ਇਕ ਕੇਂਦਰੀ ਅਥਾਰਟੀ ਦੁਆਰਾ ਜਾਰੀ ਹੁੰਦਾ ਹੈ। ਪਰ ਕ੍ਰਿਪਟੋ ਕਰੰਸੀ ਦੇ ਮਾਮਲੇ ਵਿਚ, ਵਿਸ਼ਵਾਸ ਬਲਾਕਚੇਨ ਤਕਨਾਲੋਜੀ 'ਤੇ ਟਿਕਿਆ ਹੁੰਦਾ ਹੈ। ਔਟੋਨੋਮਸ ਰਿਸਰਚ ਦੇ ਇਕ ਅਧਿਐਨ ਮੁਤਾਬਕ (ਐਲੇਗਜ਼ੈਂਡਰ, ਏ, 2018, ਅਕਤੂਬਰ 10), 2017 ਤੋਂ ਲੈ ਕੇ ਹੁਣ ਤੱਕ ਕ੍ਰਿਪਟੋ ਕਰੰਸੀ ਸਟਾਰਟਅੱਪਸ ਨੇ ਸ਼ੁਰੂਆਤੀ ਸਿੱਕਾ ਪੇਸ਼ਕਸ਼ਾਂ (ICOs) ਰਾਹੀਂ $20 ਬਿਲੀਅਨ ਤੋਂ ਵੱਧ ਇਕੱਠਾ ਕੀਤਾ ਹੈ, ਜੋ ਸ਼ੇਅਰ ਬਾਜ਼ਾਰ ਵਿਚ ਸ਼ੁਰੂਆਤੀ ਜਨਤਕ ਪੇਸ਼ਕਸ਼ਾਂ (IPOs) ਦੇ ਬਰਾਬਰ ਹੈ। ਉਨ੍ਹਾਂ ਦੀ ਵੱਧਦੀ ਵਰਤੋਂ, ਲਾਭਾਂ ਅਤੇ ਤੇਜ਼ ਵਾਧੇ ਦੇ ਬਾਵਜੂਦ, ਕ੍ਰਿਪਟੋ ਕਰੰਸੀ ਅਜੇ ਵੀ ਵਿਆਪਕ ਤੌਰ 'ਤੇ ਗ਼ਲਤ ਸਮਝੀਆਂ ਜਾਂਦੀਆਂ ਹਨ, ਕਿਉਂਕਿ ਲੋਕ ਮੰਨਦੇ ਹਨ ਕਿ ਕ੍ਰਿਪਟੋ ਵਿਚ ਨਿਵੇਸ਼ ਜੋਖ਼ਿਮ ਭਰੇ ਹਨ। ਹਾਲਾਂਕਿ, ਇਹ ਮੰਨਿਆ ਜਾ ਰਿਹਾ ਹੈ ਕਿ ਸਮੇਂ ਦੇ ਨਾਲ ਮੌਜੂਦਾ ਮੁਦਰਾ ਪ੍ਰਣਾਲੀ ਪੂਰੀ ਤਰ੍ਹਾਂ ਕ੍ਰਿਪਟੋ ਕਰੰਸੀ ਨਾਲ ਬਦਲ ਸਕਦੀ ਹੈ।

ਬਿਟਕੋਇਨ 2009 ਤੋਂ ਮੌਜੂਦ ਹੈ। ਇਸ ਤੋਂ ਇਲਾਵਾ, ਕ੍ਰਿਪਟੋ ਕਰੰਸੀ ਅਤੇ ਬਲਾਕਚੇਨ ਤਕਨਾਲੋਜੀ ਦੇ ਹੋਰ ਉਪਯੋਗ ਸਾਹਮਣੇ ਆ ਰਹੇ ਹਨ ਅਤੇ ਭਵਿੱਖ ਵਿਚ ਹੋਰ ਵੀ ਉਮੀਦ ਕੀਤੀ ਜਾ ਰਹੀ ਹੈ। ਆਗਾਮੀ ਸਮੇਂ ਵਿਚ ਬਾਂਡ, ਸਟਾਕ ਅਤੇ ਹੋਰ ਵਿੱਤੀ ਸੰਪਤੀਆਂ ਦੇ ਲੈਣ-ਦੇਣ ਵੀ ਇਸ ਤਕਨਾਲੋਜੀ ਰਾਹੀਂ ਕੀਤੇ ਜਾਣਗੇ। ਆਮ ਤੌਰ 'ਤੇ ਕਿਸੇ ਵੀ ਕ੍ਰਿਪਟੋ ਕਰੰਸੀ ਨੂੰ ਖ਼ਰੀਦਣ ਲਈ ਘੱਟੋ-ਘੱਟ ਸੌ ਅਮਰੀਕੀ ਡਾਲਰ ਦੀ ਲੋੜ ਹੁੰਦੀ ਹੈ।

ਸਭ ਤੋਂ ਮਸ਼ਹੂਰ ਬਿਟਕੋਇਨ ਤੋਂ ਇਲਾਵਾ ਹਜ਼ਾਰਾਂ ਹੋਰ ਕ੍ਰਿਪਟੋ ਕਰੰਸੀਆਂ ਵੀ ਹਨ। ਇਨ੍ਹਾਂ ਵਿਚ ਈਥਰਿਅਮ (2015 ਵਿਚ ਬਣਾਈ ਗਈ) ਅਤੇ ਲਾਈਟਕੋਇਨ ਸ਼ਾਮਲ ਹਨ, ਜੋ ਬਿਟਕੋਇਨ ਵਰਗੀ ਹੀ ਹੈ। ਬਿਟਕੋਇਨ ਨੂੰ 2009 ਵਿਚ ਸਤੋਸ਼ੀ ਨਾਕਾਮੋਟੋ ਨੇ ਵਿਕਸਤ ਕੀਤਾ ਸੀ। ਲਾਈਟਕੋਇਨ ਨੇ ਤੇਜ਼ੀ ਨਾਲ ਭੁਗਤਾਨਾਂ ਅਤੇ ਵੱਧ ਲੈਣ-ਦੇਣ ਦੀ ਸਮਰਥਾ ਲਈ ਨਵੀਨਤਾਵਾਂ ਲਿਆਂਦੀਆਂ। ਰਿਪਲ, ਜੋ 2012 ਵਿਚ ਸ਼ੁਰੂ ਹੋਇਆ ਸੀ, ਇਕ ਵੰਡਿਆ ਹੋਇਆ ਲੇਜ਼ਰ ਸਿਸਟਮ ਹੈ। ਕ੍ਰਿਪਟੋ ਕਰੰਸੀ ਨਾ ਸਿਰਫ਼ ਵਿੱਤੀ ਸੰਪਤੀਆਂ 'ਤੇ, ਸਗੋਂ ਪੇਂਟਿੰਗਾਂ ਅਤੇ ਵੀਡੀਓਜ਼ ਵਰਗੀਆਂ ਗ਼ੈਰ-ਵਿੱਤੀ ਸੰਪਤੀਆਂ 'ਤੇ ਵੀ ਪ੍ਰਭਾਵ ਪਾ ਰਹੀ ਹੈ।

ਗ਼ੈਰ-ਫੰਗਿਬਲ ਟੋਕਨ

ਗ਼ੈਰ-ਫੰਗਿਬਲ ਟੋਕਨ (NFT) ਡਿਜੀਟਲ ਸੰਪਤੀਆਂ ਹੁੰਦੀਆਂ ਹਨ ਜੋ ਇਕ ਵੰਡੇ ਹੋਏ ਬਲਾਕਚੇਨ ਲੇਜ਼ਰ 'ਤੇ ਕ੍ਰਿਪਟੋਗ੍ਰਾਫੀਕਲ ਡਿਜੀਟਲ ਦਸਤਖ਼ਤਾਂ ਨਾਲ ਸੁਰੱਖਿਅਤ ਕੀਤੀਆਂ ਜਾਂਦੀਆਂ ਹਨ। ਬਿਟਕੋਇਨ ਅਤੇ ਈਥਰਿਅਮ ਵਰਗੀਆਂ ਕ੍ਰਿਪਟੋ ਕਰੰਸੀਆਂ ਵੀ ਇਸੇ ਬਲਾਕਚੇਨ ਲੇਜ਼ਰ ਸਿਸਟਮ 'ਤੇ ਬਣਾਈਆਂ ਜਾਂਦੀਆਂ ਹਨ। ਪਰ ਕ੍ਰਿਪਟੋ ਕਰੰਸੀ ਫੰਗਿਬਲ (fungible) ਹੁੰਦੀ ਹੈ, ਜਿਸ ਦਾ ਮਤਲਬ ਹੈ ਕਿ ਇਸ ਨੂੰ ਬਰਾਬਰ ਜਾਂ ਇੱਕੋ ਜਿਹੇ ਮੁੱਲ ਵਾਲੀ ਕਿਸੇ ਹੋਰ ਚੀਜ਼ ਨਾਲ ਵਟਾਇਆ ਜਾਂਦਾ ਹੈ। ਇਸ ਦੇ ਉਲਟ, NFT ਗ਼ੈਰ-ਫੰਗਿਬਲ ਹੁੰਦਾ ਹੈ ਕਿਉਂਕਿ ਹਰ NFT ਵਸਤੂ ਵਿਲੱਖਣ ਹੁੰਦੀ ਹੈ ਅਤੇ ਕੋਈ ਵੀ ਦੋ NFT ਇੱਕੋ ਜਿਹੇ ਨਹੀਂ ਹੁੰਦੇ। ਇਸ ਲਈ NFT ਨੂੰ ਬਰਾਬਰ ਜਾਂ ਸਮਾਨ ਮੁੱਲ ਵਾਲੀ ਕਿਸੇ ਹੋਰ ਚੀਜ਼ ਨਾਲ ਬਦਲਿਆ ਨਹੀਂ ਜਾ ਸਕਦਾ।

ਕੋਈ ਵੀ ਡਿਜੀਟਲ ਫਾਈਲ, ਜਿਵੇਂ ਕਿ JPEG ਤਸਵੀਰ ਜਾਂ ਵੀਡੀਓ, ਜਦੋਂ ਇਕ ਟੋਕਨ ਵਿਚ ਬਦਲ ਕੇ ਬਲਾਕਚੇਨ 'ਤੇ ਸੁਰੱਖਿਅਤ ਕੀਤੀ ਜਾਂਦੀ ਹੈ, ਤਾਂ ਇਸ ਨੂੰ ਵੇਚਿਆ ਜਾਂ ਵਪਾਰ ਕੀਤਾ ਜਾ ਸਕਦਾ ਹੈ।

NFTs ਡਿਜੀਟਲ ਕਲੈਕਟਰ ਆਈਟਮਾਂ ਵਾਂਗ ਹਨ। ਇਹ ਉਸੇ ਤਰ੍ਹਾਂ ਹੈ ਜਿਵੇਂ ਕੋਈ ਭੌਤਿਕ ਤੇਲ ਪੇਂਟਿੰਗ ਜਾਂ ਹੋਰ ਭੌਤਿਕ ਕਲੈਕਟਰ ਆਈਟਮ। ਭੌਤਿਕ ਕਲੈਕਟਰ ਆਈਟਮਾਂ ਵਾਂਗ, NFT ਵੀ ਵੇਚਿਆ ਜਾ ਸਕਦਾ ਹੈ, ਪਰ ਸਿਰਜਣਹਾਰ ਕੋਲ ਅਜੇ ਵੀ ਉਸ ਦਾ ਕਾਪੀਰਾਈਟ ਰਹਿੰਦਾ ਹੈ ਅਤੇ ਉਹ ਦੂਜੀਆਂ ਜਾਂ ਅਗਲੀ ਵਿਕਰੀਆਂ 'ਤੇ ਇਕ ਪ੍ਰਤੀਸ਼ਤ ਹਿੱਸਾ ਲੈ ਸਕਦਾ ਹੈ। NFTs ਦੇ ਲੈਣ-ਦੇਣ ਲਈ ਕਈ ਐਕਸਚੇਂਜ ਬਣਾਏ ਗਏ ਹਨ, ਜੋ ਇਸ ਪ੍ਰਕਿਰਿਆ ਨੂੰ ਆਸਾਨ ਬਣਾਉਂਦੇ ਹਨ।

ਕ੍ਰਿਪਟੋ ਐਕਸਚੇਂਜ

ਕ੍ਰਿਪਟੋ ਐਕਸਚੇਂਜ ਜਾਂ ਡਿਜੀਟਲ ਕਰੰਸੀ ਐਕਸਚੇਂਜ (DCE) ਇਕ ਮੰਚ ਹੁੰਦਾ ਹੈ, ਇਕ ਡਿਜੀਟਲ ਬਾਜ਼ਾਰ, ਜਿੱਥੇ ਤੁਸੀਂ ਕ੍ਰਿਪਟੋ ਕਰੰਸੀ ਖ਼ਰੀਦ ਜਾਂ ਵੇਚ ਸਕਦੇ ਹੋ। ਇਸ ਰਾਹੀਂ ਤੁਸੀਂ ਇਕ ਕ੍ਰਿਪਟੋ ਕਰੰਸੀ ਨੂੰ ਦੂਜੀ ਵਿਚ ਬਦਲ ਸਕਦੇ ਹੋ ਜਾਂ ਇਸ ਨੂੰ ਅਮਰੀਕੀ ਡਾਲਰ ਵਰਗੀ ਫਿਏਟ ਮੁਦਰਾ ਵਿਚ ਵੀ ਤਬਦੀਲ ਕਰ ਸਕਦੇ ਹੋ।

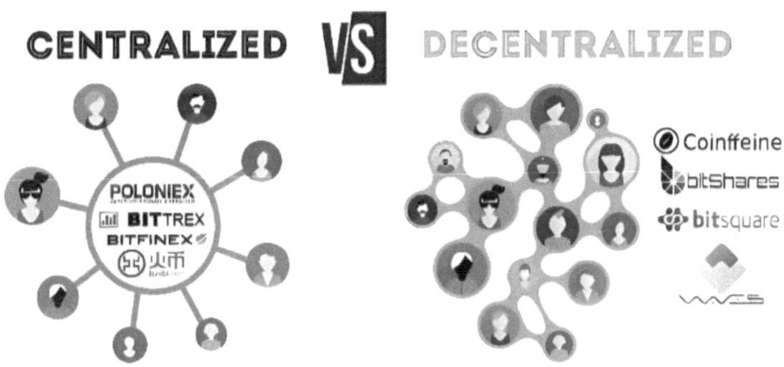

ਚਿੱਤਰ 26: ਕੇਂਦਰੀਕ੍ਰਿਤ ਅਤੇ ਵਿਕੇਂਦਰੀਕ੍ਰਿਤ

Source: https://imagesukdissertati onscom/102/0488010001png

ਕ੍ਰਿਪਟੋ ਐਕਸਚੇਂਜ ਖ਼ਰੀਦਦਾਰਾਂ ਅਤੇ ਵੇਚਣ ਵਾਲਿਆਂ ਵਿਚਕਾਰ ਇਕ ਵਿਚੋਲੇ ਵਜੋਂ ਕੰਮ ਕਰਦਾ ਹੈ, ਬਿਲਕੁਲ ਉਸੇ ਤਰ੍ਹਾਂ ਜਿਵੇਂ ਸਟਾਕ ਐਕਸਚੇਂਜ ਕੰਮ ਕਰਦਾ ਹੈ। ਇਹ ਲੈਣ-ਦੇਣ ਫ਼ੀਸਾਂ ਅਤੇ ਕਮਿਸ਼ਨਾਂ ਰਾਹੀਂ ਪੈਸਾ ਕਮਾਉਂਦਾ ਹੈ। ਕ੍ਰੈਕੇਨ, ਕੋਇਨਐੱਗ, ਕੋਇਨਬੇਸ, ਜੇਮਿਨੀ ਅਤੇ ਬਾਈਨੈਂਸ ਕੁਝ ਕ੍ਰਿਪਟੋ ਐਕਸਚੇਂਜਾਂ ਦੀਆਂ ਉਦਾਹਰਨਾਂ ਹਨ।

ਮੂਲ ਤੌਰ 'ਤੇ, ਕ੍ਰਿਪਟੋ ਐਕਸਚੇਂਜ ਦੋ ਕਿਸਮਾਂ ਦੇ ਹੁੰਦੇ ਹਨ: ਕੇਂਦਰੀਕ੍ਰਿਤ ਅਤੇ ਵਿਕੇਂਦਰੀਕ੍ਰਿਤ

(ਚਿੱਤਰ 26)।

- ਕੇਂਦਰੀਕ੍ਰਿਤ ਕ੍ਰਿਪਟੋ ਐਕਸਚੇਂਜ ਖ਼ਰੀਦਦਾਰ ਅਤੇ ਵੇਚਣ ਵਾਲੇ ਵਿਚਕਾਰ ਇਕ ਤੀਜੀ ਧਿਰ ਵਜੋਂ ਕੰਮ ਕਰਦੇ ਹਨ। ਇਹ ਕਿਸੇ ਕੰਪਨੀ ਦੁਆਰਾ ਚਲਾਏ ਜਾਂਦੇ ਹਨ, ਇਸ ਲਈ ਇਹ ਵਧੇਰੇ ਸੁਰੱਖਿਅਤ ਅਤੇ ਨਿਯੰਤਰਿਤ ਮੰਨੇ ਜਾਂਦੇ ਹਨ। ਇਸ ਵੇਲੇ ਲਗਭਗ 99% ਲੈਣ-ਦੇਣ ਕੇਂਦਰੀਕ੍ਰਿਤ ਐਕਸਚੇਂਜਾਂ ਰਾਹੀਂ ਹੁੰਦੇ ਹਨ। ਕੁਝ ਉਦਾਹਰਨਾਂ ਹਨ: ਕੋਇਨਬੇਸ, GDAX, ਕ੍ਰੈਕੇਨ ਅਤੇ ਜੇਮਿਨੀ।
- ਵਿਕੇਂਦਰੀਕ੍ਰਿਤ ਕ੍ਰਿਪਟੋ ਐਕਸਚੇਂਜ ਵਿਚ ਲੈਣ-ਦੇਣ ਬਿਨਾਂ ਕਿਸੇ ਤੀਜੀ ਧਿਰ ਦੇ ਦਖ਼ਲ ਤੋਂ, ਸਿੱਧੇ ਪੀਅਰ-ਟੂ-ਪੀਅਰ ਅਧਾਰ 'ਤੇ ਹੁੰਦਾ ਹੈ। ਇਸ ਦੀਆਂ ਕੁਝ ਉਦਾਹਰਨਾਂ ਹਨ: AirSwap, io, Barterdex ਅਤੇ Bloknet।

ਨਾਮ	ਆਖਰੀ ਕੀਮਤ	24 ਘੰਟੇ ਬਦਲਾਅ	ਮਾਰਕੀਟ ਕੈਪ
BNB	$2973	-227%	$48,477M
ਬਿਟਕੋਇਨ (Bitcoin)	$29,576	-163%	$564,175M
ਈਥਰਿਅਮ (Ethereum)	$1,761	-369%	$212,281M
ਪ੍ਰੋਜੈਕਟ ਗਲੈਕਸੀ (GAL)	$43	-495%	$151M
ਗ੍ਰੀਨ ਮੇਟਾਵਰਸ ਟੋਕਨ (GMT)	$101	-207%	$600M

ਚਿੱਤਰ 27: ਜੂਨ 3, 2022 ਤੱਕ ਦੀਆਂ ਕੁਝ ਪ੍ਰਸਿੱਧ ਕ੍ਰਿਪਟੋ ਕਰੰਸੀਆਂ ਅਤੇ ਉਨ੍ਹਾਂ ਦੀਆਂ ਆਖਰੀ ਕੀਮਤਾਂ ਹੇਠਾਂ ਦਿੱਤੀਆਂ ਗਈਆਂ ਹਨ

ਪੇਪਾਲ ਨੇ ਹਾਲ ਹੀ ਵਿਚ ਗਾਹਕਾਂ ਨੂੰ ਆਪਣੇ ਮੌਜੂਦਾ ਖਾਤਿਆਂ ਵਿਚ ਕ੍ਰਿਪਟੋ ਦਾ ਵਪਾਰ ਕਰਨ ਦੀ ਇਜਾਜ਼ਤ ਦਿੱਤੀ ਹੈ। ਕੋਈ ਇਕ ਸਭ ਤੋਂ ਵਧੀਆ ਕ੍ਰਿਪਟੋ ਐਕਸਚੇਂਜ ਨਹੀਂ ਹੈ। ਇਹ ਇਸ ਗੱਲ 'ਤੇ ਨਿਰਭਰ ਕਰਦਾ ਹੈ ਕਿ ਤੁਹਾਡੇ ਨਿਵੇਸ਼ ਦੇ ਹਿਤ ਅਤੇ ਟੀਚੇ ਕੀ ਹਨ।

ਇਹ ਵੀ ਇਸ 'ਤੇ ਨਿਰਭਰ ਕਰਦਾ ਹੈ ਕਿ ਤੁਸੀਂ ਕਿਸ ਕਿਸਮ ਦੀ ਕ੍ਰਿਪਟੋ ਕਰੰਸੀ ਵਿਚ ਵਪਾਰ ਕਰ ਰਹੇ ਹੋ, ਕਿਉਂਕਿ ਕਈ ਕਿਸਮਾਂ ਦੀਆਂ ਕ੍ਰਿਪਟੋ ਕਰੰਸੀਆਂ ਮੌਜੂਦ ਹਨ; ਬਿਟਕੋਇਨ ਉਨ੍ਹਾਂ ਵਿੱਚੋਂ ਇਕ ਹੈ। ਇਸ ਤੋਂ ਇਲਾਵਾ, ਪਹੁੰਚਯੋਗਤਾ, ਸੁਰੱਖਿਆ, ਫੀਸਾਂ ਅਤੇ ਤਰਲਤਾ (liquidity) ਵਰਗੇ ਤੱਤ ਵੀ ਇਸ ਗੱਲ ਨੂੰ ਨਿਰਧਾਰਤ ਕਰਦੇ ਹਨ ਕਿ ਤੁਹਾਡੇ ਲਈ ਕਿਹੜਾ ਐਕਸਚੇਂਜ ਠੀਕ ਰਹੇਗਾ। ਕ੍ਰਿਪਟੋ ਕਰੰਸੀਆਂ ਦਾ ਇਹ ਵੱਡਾ ਵਾਧਾ ਬਲਾਕਚੇਨ ਤਕਨਾਲੋਜੀ ਕਰਕੇ ਸੰਭਵ ਹੋਇਆ ਹੈ।

ਬਲਾਕਚੇਨ, ਤਕਨਾਲੋਜੀ

ਬਲਾਕਚੇਨ ਇਕ ਅਟੁੱਟ ਅਤੇ ਸਾਂਝਾ ਲੇਜ਼ਰ ਹੈ ਜੋ ਡਿਜੀਟਲ ਪਲੇਟਫਾਰਮ ਦੀ ਅੰਦਰੂਨੀ ਤਕਨਾਲੋਜੀ ਹੈ ਅਤੇ ਬਿਟਕੋਇਨ ਵਰਗੀਆਂ ਐਪਲੀਕੇਸ਼ਨਾਂ ਦਾ ਆਧਾਰ ਬਣਦਾ ਹੈ। ਇਹ ਲੈਣ-ਦੇਣ ਨੂੰ ਚਲਾਉਣ, ਰਿਕਾਰਡ ਕਰਨ ਅਤੇ ਸਟੋਰ ਕਰਨ ਦੇ ਨਾਲ ਨਾਲ ਠੋਸ ਸੰਪਤੀਆਂ (ਜਿਵੇਂ ਘਰ, ਕਾਰ, ਨਕਦ ਜਾਂ ਜ਼ਮੀਨ) ਅਤੇ ਅਮੂਰਤ ਸੰਪਤੀਆਂ (ਜਿਵੇਂ ਬੌਧਿਕ ਸੰਪਤੀ, ਪੇਟੈਂਟ, ਕਾਪੀਰਾਈਟ ਆਦਿ) – ਦੂਜੇ ਸ਼ਬਦਾਂ ਵਿਚ, ਕਿਸੇ ਵੀ ਮੁੱਲ ਵਾਲੀ ਚੀਜ਼ – ਨੂੰ ਟਰੈਕ ਕਰਨ ਦੀ ਸਹੂਲਤ ਦਿੰਦਾ ਹੈ।

ਬਲਾਕਚੇਨ ਜਾਣਕਾਰੀ ਨੂੰ ਰਿਕਾਰਡ ਕਰਨ ਦੀ ਇਕ ਐਸੀ ਤਕਨੀਕੀ ਪ੍ਰਣਾਲੀ ਹੈ ਜਿਸ ਨੂੰ ਹੈਕ ਕਰਨਾ ਜਾਂ ਇਸ ਵਿਚ ਦਖ਼ਲ ਦੇਣਾ ਬਹੁਤ ਮੁਸ਼ਕਲ ਜਾਂ ਲਗਭਗ ਅਸੰਭਵ ਹੁੰਦਾ ਹੈ। ਇਹ ਪੂਰੇ ਨੈੱਟਵਰਕ ਵਿਚ ਬਲਾਕਾਂ ਦੇ ਰੂਪ ਵਿਚ ਵੰਡਿਆ ਜਾਂਦਾ ਹੈ। ਹਰ ਬਲਾਕ ਵਿਚ ਲੈਣ-ਦੇਣ ਦਾ ਇਕ ਸਮੂਹ ਹੁੰਦਾ ਹੈ, ਅਤੇ ਜਦੋਂ ਨਵਾਂ ਲੈਣ-ਦੇਣ ਹੁੰਦਾ ਹੈ, ਤਾਂ ਇਸ ਨੂੰ ਇਕ ਨਵੇਂ ਬਲਾਕ ਵਜੋਂ ਸਿਸਟਮ ਵਿਚ ਸ਼ਾਮਲ ਕੀਤਾ ਜਾਂਦਾ ਹੈ।

ਹਰ ਲੈਣ-ਦੇਣ ਨੂੰ ਇਕ ਕ੍ਰਿਪਟੋਗ੍ਰਾਫਿਕ ਹਸਤਾਖਰ ਨਾਲ ਰਿਕਾਰਡ ਕੀਤਾ ਜਾਂਦਾ ਹੈ, ਜਿਸ ਨੂੰ ਹੈਸ਼ (hash) ਕਿਹਾ ਜਾਂਦਾ ਹੈ। ਇਸ ਤਕਨਾਲੋਜੀ ਨੂੰ ਡਿਸਟ੍ਰੀਬਿਊਟਡ ਲੇਜ਼ਰ ਤਕਨਾਲੋਜੀ (DLT) ਵੀ ਕਿਹਾ ਜਾਂਦਾ ਹੈ।

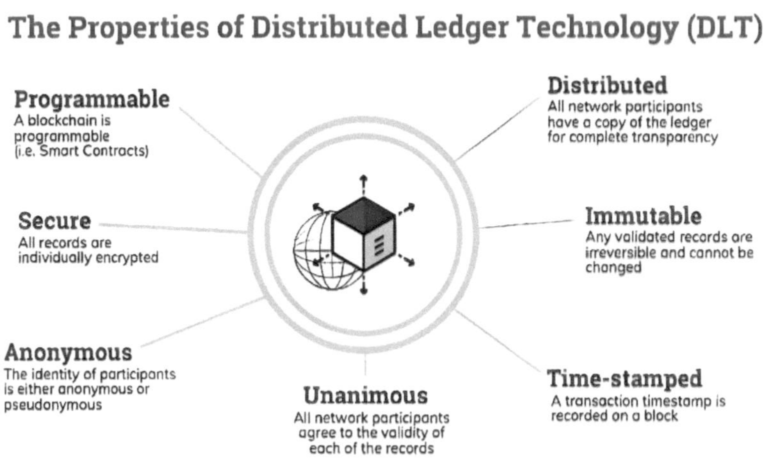

ਚਿੱਤਰ 28: ਡਿਸਟ੍ਰੀਬਿਊਟਿਡ ਲੇਜਰ ਟੈਕਨਾਲੋਜੀ ਦੀਆਂ ਵਿਸ਼ੇਸ਼ਤਾਵਾਂ

Source: https://wwwresearchgatenet/profi le/Mrityunjay-Ghosh/publication/355223429/figure/fig1/AS:1079123124457479@1634294410909/The-properties-of-distributedledger-technology-39_W640jpg

ਬਿਟਕੋਇਨ ਇਕ ਡਿਜੀਟਲ ਮੁਦਰਾ ਹੈ ਜੋ 2009 ਵਿਚ ਇਕ ਰਹੱਸਮਈ ਵਿਅਕਤੀ ਜਾਂ ਲੋਕਾਂ ਦੇ ਸਮੂਹ ਵੱਲੋਂ ਸ਼ੁਰੂ ਕੀਤੀ ਗਈ ਸੀ, ਜਿਸ ਨੂੰ ਸਿਰਫ਼ ਸਤੋਸ਼ੀ ਨਾਕਾਮੋਟੋ (Satoshi Nakamoto) ਨਾਂ ਦੇ ਨਾਲ ਜਾਣਿਆ ਜਾਂਦਾ ਹੈ।

ਬਲਾਕਚੇਨ ਨੂੰ ਤੁਸੀਂ ਵੈੱਬ ਐਪਲੀਕੇਸ਼ਨਾਂ ਲਈ ਮਾਈਕ੍ਰੋਸਾਫਟ ਵਿੰਡੋਜ਼ ਵਰਗਾ ਓਪਰੇਟਿੰਗ ਸਿਸਟਮ ਸਮਝ ਸਕਦੇ ਹੋ। ਬਿਟਕੋਇਨ ਇਸ 'ਤੇ ਹੋਸਟ ਕੀਤੀਆਂ ਜਾਣ ਵਾਲੀਆਂ ਚੀਜ਼ਾਂ ਵਿੱਚੋਂ ਸਿਰਫ਼ ਇਕ ਹੈ। ਸਮੇਂ ਦੇ ਨਾਲ, ਬਹੁਤ ਸਾਰੀਆਂ ਵਪਾਰਕ ਪ੍ਰਕਿਰਿਆਵਾਂ ਨੂੰ ਵੀ ਬਲਾਕਚੇਨ 'ਤੇ ਲਿਆਂਦਾ ਜਾ ਸਕਦਾ ਹੈ, ਕਿਉਂਕਿ ਇਹ ਕਿਫ਼ਾਇਤੀ, ਤੇਜ਼ ਅਤੇ ਕੁਸ਼ਲ ਹੈ ਅਤੇ ਇਹ ਯਤਨਾਂ ਦੇ ਦੁਹਰਾਓ ਅਤੇ ਵਿਚੋਲਿਆਂ ਦੀ ਲੋੜ ਨੂੰ ਖ਼ਤਮ ਕਰਦਾ ਹੈ।

ਇਕ ਅਗਲੀ ਪੀੜ੍ਹੀ ਦਾ ਇੰਟਰਨੈਟ Web3 ਬਲਾਕਚੇਨ ਨੂੰ ਆਪਣੀ ਅੰਦਰੂਨੀ ਤਕਨਾਲੋਜੀ ਵਜੋਂ ਵਰਤ ਰਿਹਾ ਹੈ। ਇਸ ਵਿਚ ਕੋਈ ਵੀ ਵਿਅਕਤੀ ਆਰਾਮ ਨਾਲ ਹਿੱਸਾ ਲੈ ਸਕਦਾ ਹੈ ਬਿਨਾਂ ਇਸ ਡਰ ਤੋਂ ਕਿ ਉਸ ਦਾ ਵਿਅਕਤੀਗਤ ਡਾਟਾ ਸਟੋਰ, ਵੇਚਿਆ ਜਾਂ ਵਪਾਰ ਕੀਤਾ ਜਾਵੇਗਾ, ਜਿਵੇਂ ਕਿ ਮੌਜੂਦਾ Web2 ਪ੍ਰਣਾਲੀ ਵਿਚ ਹੁੰਦਾ ਹੈ।

ਨਵੇਂ Web3 ਇੰਟਰਨੈਟ ਈਕੋਸਿਸਟਮ ਵਿਚ ਕੋਈ ਇਕੱਲੀ ਸੰਸਥਾ ਸਿਸਟਮ ਨੂੰ ਨਿਯੰਤਰਿਤ ਜਾਂ ਹਾਵੀ ਨਹੀਂ ਕਰ ਸਕਦੀ, ਜਿਵੇਂ ਕਿ ਹੁਣ ਫੇਸਬੁੱਕ ਅਤੇ ਗੂਗਲ ਕਰਦੇ ਹਨ। ਜਦਕਿ Web1 ਦੇ ਸ਼ੁਰੂਆਤੀ ਦਿਨਾਂ ਵਿਚ ਵੈਬਸਾਈਟਾਂ ਗ਼ੈਰ-ਇੰਟਰਐਕਟਿਵ ਅਤੇ ਸਥਿਰ ਪੰਨੇ ਹੁੰਦੀਆਂ ਸਨ।

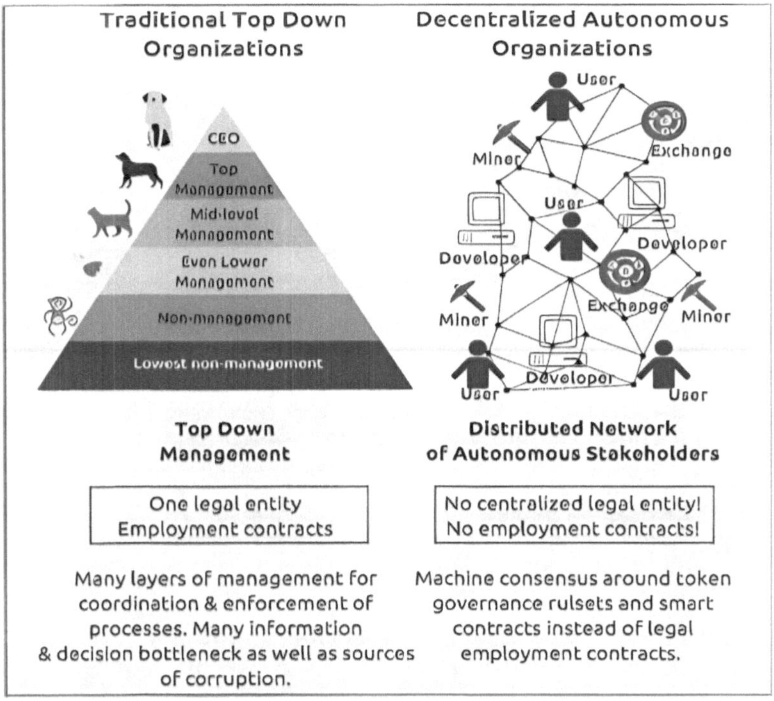

ਚਿੱਤਰ 29: ਡਿਸਟ੍ਰੀਬਿਊਟਿਡ ਆਟੋਨੋਮਸ ਆਰਗੇਨਾਈਜ਼ੇਸ਼ਨ'

Source:https://sgfssitcdncom/DG/2022/02/04/Delhi/TDG/5_08/33ff8a3e_7742_P_1_mrjpg

Web3 ਇੰਟਰਨੈੱਟ ਨਿਸ਼ਚਿਤ ਤੌਰ 'ਤੇ ਇਕ ਵੱਡਾ ਤਕਨੀਕੀ ਇਨਕਲਾਬ ਹੋਵੇਗਾ, ਕਿਉਂਕਿ ਇਹ ਫੇਸਬੁੱਕ ਅਤੇ ਗੂਗਲ ਵਰਗੀਆਂ ਕੁਝ ਵੱਡੀਆਂ ਕੰਪਨੀਆਂ ਦੀ ਏਕਾਧਿਕਾਰ ਪਕੜ ਨੂੰ ਤੋੜ ਦੇਵੇਗਾ। ਇਹ ਪ੍ਰਣਾਲੀ ਉਪਭੋਗਤਾਵਾਂ ਦੁਆਰਾ ਮਾਲਕੀ ਵਾਲੀ ਹੋਵੇਗੀ, ਜੋ ਇੰਟਰਨੈੱਟ ਦੇ ਲੋਕਤੰਤਰੀਕਰਨ ਵੱਲ ਇਕ ਮਹੱਤਵਪੂਰਨ ਤਬਦੀਲੀ ਹੈ। ਇਹ ਵਿਕੇਂਦਰੀਕ੍ਰਿਤ ਅਤੇ ਵੰਡਿਆ ਹੋਇਆ ਇੰਟਰਨੈੱਟ ਕਿਸੇ ਕੇਂਦਰੀ ਪ੍ਰਸ਼ਾਸਕੀ ਸੰਸਥਾ ਤੋਂ ਬਿਨਾਂ, ਇਕ ਵਿਕੇਂਦਰੀਕ੍ਰਿਤ ਖ਼ੁਦਮੁਖਤਿਆਰ ਸੰਗਠਨ (DAO) (ਚਿੱਤਰ 29) ਵਾਂਗ ਕੰਮ ਕਰੇਗਾ। ਇਹ ਰਵਾਇਤੀ ਉੱਪਰਲੇ-ਹੇਠਲੇ ਸੰਗਠਨਾਂ ਤੋਂ ਵੱਖਰਾ ਹੈ, ਜਿੱਥੇ ਹੇਰਾਰਕੀਕਲ (hierarchical) ਢਾਂਚਾ ਹੁੰਦਾ ਹੈ ਅਤੇ ਕੇਂਦਰੀ ਅਥਾਰਟੀ ਪੂਰੇ ਸਿਸਟਮ ਨੂੰ ਨਿਯੰਤਰਿਤ ਕਰਦੀ ਹੈ।

ਇਸ ਪ੍ਰਣਾਲੀ ਵਿਚ, ਉਪਭੋਗਤਾ ਆਪਣੇ-ਆਪ ਨੂੰ ਬਲਾਕਚੇਨ 'ਤੇ ਬਣੇ ਸੌਫਟਵੇਅਰ ਪ੍ਰੋਟੋਕੋਲਾਂ ਰਾਹੀਂ ਨਿਯੰਤਰਿਤ ਕਰਦੇ ਹਨ। ਇਹ ਪ੍ਰੋਟੋਕੋਲ ਪਾਰਦਰਸ਼ੀ ਹੁੰਦੇ ਹਨ ਅਤੇ ਪ੍ਰਬੰਧਨ ਵਿਕੇਂਦਰੀਕ੍ਰਿਤ ਹੁੰਦਾ ਹੈ। ਇਹ ਪ੍ਰੋਟੋਕੋਲ DAO ਦੀ ਤਰਫੋਂ ਵੱਖ-ਵੱਖ ਇਕਾਈਆਂ ਨੂੰ ਫ਼ੈਸਲੇ ਲੈਣ ਦੀ ਆਗਿਆ ਦਿੰਦੇ ਹਨ। DAO ਡਿਜੀਟਲ ਈਕੋਸਿਸਟਮ ਵਿਚ ਇਕ

ਕ੍ਰਾਂਤੀਕਾਰੀ ਵਿਚਾਰ ਹੈ। DAO ਵਿਚ ਤਿੰਨ ਕਿਸਮ ਦੇ ਮੈਂਬਰ ਹੁੰਦੇ ਹਨ: ਨਿਵੇਸ਼ਕ, ਕਰਮਚਾਰੀ ਅਤੇ ਗਾਹਕ। ਹੁਣ ਤੱਕ, DAO ਦੀ ਵਰਤੋਂ ਨਿਵੇਸ਼, ਫੰਡ ਇਕੱਠਾ ਕਰਨ, ਚੈਰਿਟੀਜ਼, ਉਧਾਰ ਦੇਣ ਅਤੇ ਸਿੱਧੇ NFTs ਖ਼ਰੀਦਣ ਲਈ ਕੀਤੀ ਜਾ ਰਹੀ ਹੈ, ਬਿਨਾਂ ਕਿਸੇ ਵਿਚੋਲੇ ਦੇ ਦਖ਼ਲ ਦੇ।

ਇਕ ਨਵਾਂ ਲੋਕਪ੍ਰਿਯ ਸ਼ਬਦ ਮੈਟਾਵਰਸ (Metaverse) ਹੈ, ਜੋ ਪਹਿਲਾਂ 1992 ਵਿਚ ਨੀਲ ਸਟੀਫਨਸਨ ਨੇ ਆਪਣੇ ਵਿਗਿਆਨ ਗਲਪ ਨਾਵਲ *ਸਨੋ ਕ੍ਰੈਸ਼* ਵਿਚ ਵਰਤਿਆ ਸੀ। ਮੈਟਾਵਰਸ ਇਕ ਬਹੁ-ਉਪਭੋਗਤਾ ਵਾਲਾ ਵਾਤਾਵਰਨ ਹੈ ਜੋ ਭੌਤਿਕ ਅਤੇ ਡਿਜੀਟਲ ਵਰਚੁਅਲ ਦੁਨੀਆ ਨੂੰ ਮਿਲਾਉਂਦਾ ਹੈ। ਇਹ ਵੱਖ-ਵੱਖ ਤਕਨਾਲੋਜੀਆਂ ਦੇ ਜੋੜ ਨਾਲ ਬਣਦਾ ਹੈ ਜੋ ਵਰਚੁਅਲ ਵਾਤਾਵਰਨਾਂ, ਡਿਜੀਟਲ ਵਸਤੂਆਂ ਅਤੇ ਲੋਕਾਂ ਨਾਲ ਬਹੁ-ਸੰਵੇਦੀ ਸੰਪਰਕ ਦੀ ਆਗਿਆ ਦਿੰਦੀਆਂ ਹਨ (ਮਿਸਟਾਕੀਡਿਸ, ਐਸ, 2022)।

ਵੱਡੀਆਂ ਤਕਨਾਲੋਜੀ ਕੰਪਨੀਆਂ ਇਸ ਖੇਤਰ ਵਿਚ ਤੇਜ਼ੀ ਨਾਲ ਦਾਖਲ ਹੋਣ ਦੀ ਦੌੜ ਵਿਚ ਹਨ। ਮਾਈਕ੍ਰੋਸਾਫਟ ਨੇ ਵੀਡੀਓ ਗੇਮਾਂ ਵਿਚ ਪ੍ਰਮੁੱਖ ਕੰਪਨੀ ਐਕਟੀਵਿਜ਼ਨ ਬਲਿਜ਼ਾਰਡ ਇੰਕ ਨੂੰ $687 ਬਿਲੀਅਨ ਦੇ ਕੇ ਖਰੀਦ ਲਿਆ। ਫੇਸਬੁੱਕ ਨੇ ਆਪਣੀ ਮੂਲ ਕੰਪਨੀ ਦਾ ਨਾਮ ਬਦਲ ਕੇ ਮੈਟਾ ਰੱਖਿਆ, ਜੋ ਇਸ ਗੱਲ ਨੂੰ ਦਰਸਾਉਂਦਾ ਹੈ ਕਿ ਉਹ ਮੈਟਾਵਰਸ 'ਤੇ ਧਿਆਨ ਕੇਂਦਰਿਤ ਕਰਨਾ ਚਾਹੁੰਦੇ ਹਨ। ਮੈਥਿਊ ਬਾਲ ਦੇ ਸ਼ਬਦਾਂ ਵਿਚ: *"ਮੈਟਾਵਰਸ ਇੰਟਰਨੈੱਟ ਅਤੇ ਕੰਪਿਊਟਿੰਗ ਦਾ ਇਕ 3D ਸੰਸਕਰਣ ਹੈ।"*

ਮੇਰੇ ਵਿਚਾਰ ਵਿਚ, ਇਹ ਫੇਸਬੁੱਕ ਲਈ ਇਕ ਜੀਵਨ-ਮੌਤ ਦੀ ਸਥਿਤੀ ਹੈ, ਕਿਉਂਕਿ Web3 ਅਤੇ ਬਲਾਕਚੇਨ ਤਕਨਾਲੋਜੀ ਦਾ ਆਉਣਾ ਇਸ ਦੀ ਪਕੜ ਨੂੰ ਹਿਲਾ ਦੇਵੇਗਾ ਅਤੇ ਇਸ ਨੂੰ ਬੇਮਤਲਬ ਬਣਾ ਦੇਵੇਗਾ। ਕਾਰਨ ਇਹ ਹੈ ਕਿ ਬਲਾਕਚੇਨ ਅਤੇ DAO ਕੇਂਦਰੀ ਅਥਾਰਟੀ ਦੁਆਰਾ ਨਿਗਰਾਨੀ ਦੀ ਇਜਾਜ਼ਤ ਨਹੀਂ ਦਿੰਦੇ, ਜਿਵੇਂ ਫੇਸਬੁੱਕ ਹੁਣ ਕਰਦਾ ਹੈ – ਜੋ ਉਪਭੋਗਤਾਵਾਂ ਦਾ ਨਿੱਜੀ ਡਾਟਾ ਇਕੱਠਾ ਕਰਕੇ ਵੇਚਦਾ ਹੈ।

ਟਵਿੱਟਰ, ਇੰਸਟਾਗ੍ਰਾਮ, ਲਿੰਕਡਇਨ, ਯੂਟਿਊਬ, ਵਟਸਐਪ, ਸਨੈਪਚੈਟ, ਪਿਨਟਰੇਸਟ, ਰੈਡਿਟ, ਵੀਚੈਟ ਅਤੇ ਟਿੱਕਟੋਕ ਵਰਗੇ ਹੋਰ ਸੋਸ਼ਲ ਮੀਡੀਆ ਦਿੱਗਜਾਂ ਦਾ ਵੀ ਇਹੀ ਹਾਲ ਹੋਵੇਗਾ। ਹੋਰ ਸਪਸ਼ਟ ਕਰਨ ਲਈ, Web2 ਇੰਟਰਨੈਟ ਦਾ ਸਾਈਬਰਸਪੇਸ, Web3 ਇੰਟਰਨੈਟ 'ਤੇ ਮੈਟਾਵਰਸ ਵਜੋਂ ਜਾਣਿਆ ਜਾਵੇਗਾ।

ਇਸ ਸਮੇਂ ਵੀ ਦੁਨੀਆ ਭਰ ਵਿਚ ਬਲਾਕਚੇਨ ਤਕਨਾਲੋਜੀ ਦੇ ਵੱਖ-ਵੱਖ ਖੇਤਰਾਂ ਵਿਚ ਵਰਤੋਂ ਲਈ ਤੇਜ਼ੀ ਨਾਲ ਖੋਜ ਜਾਰੀ ਹੈ। ਕ੍ਰਿਪਟੋ ਕਰੰਸੀ ਤੋਂ ਇਲਾਵਾ, ਇਸ ਨੂੰ ਗ਼ੈਰ-ਮੁਦਰਾ ਖੇਤਰਾਂ ਵਿਚ ਵੀ ਵਰਤਿਆ ਗਿਆ ਹੈ, ਜਿਵੇਂ ਕਿ ਵੰਡੀਆਂ ਸਟੋਰੇਜ ਪ੍ਰਣਾਲੀਆਂ, ਸਥਾਨ ਦੀ ਪੁਸ਼ਟੀ, ਸਿਹਤ ਸੰਭਾਲ, ਵਿਕੇਂਦਰੀਕ੍ਰਿਤ ਵੋਟਿੰਗ ਸਿਸਟਮ, ਅਤੇ ਕਾਨੂੰਨੀ ਦਸਤਾਵੇਜ਼ਾਂ (ਜਿਵੇਂ ਜਾਇਦਾਦ ਦੀਆਂ ਡੀਡਾਂ) ਨੂੰ ਸਟੋਰ ਕਰਨ ਅਤੇ ਸਚਾਪ੍ਰਮਾਣਿਤ ਕਰਨ ਲਈ।

ਅਸੀਂ ਬਲਾਕਚੇਨ ਤਕਨਾਲੋਜੀ ਨੂੰ ਇਕ ਵਰਲਡਵਾਈਡ ਲੇਜ਼ਰ (Worldwide Ledger - WWL) ਵੀ ਕਹਿ ਸਕਦੇ ਹਾਂ (ਮਿਰਾਜ਼, ਐਮ.ਐਚ., ਅਤੇ ਅਲੀ, ਐਮ., 2019, ਜਨਵਰੀ 31)। ਇਹ ਤਕਨਾਲੋਜੀ ਗਲੋਬਲ ਅਤੇ ਰਾਸ਼ਟਰੀ ਮੁਦਰਾ ਪ੍ਰਣਾਲੀਆਂ ਨੂੰ ਕਿਵੇਂ ਪ੍ਰਭਾਵਤ ਕਰੇਗੀ, ਇਹ ਵੇਖਣਾ ਅਜੇ ਬਾਕੀ ਹੈ।

ਕ੍ਰਿਪਟੋ ਕਰੰਸੀ - ਮੁਦਰਾ ਪ੍ਰਭੂਸੱਤਾ ਦਾ ਅੰਤ

ਡਿਜੀਟਲ ਮੁਦਰਾ ਦਾ ਉਭਾਰ ਇਕ ਹੋਰ ਮਹੱਤਵਪੂਰਨ ਪਹਿਲੂ ਹੈ, ਜੋ ਪ੍ਰਭੂਸੱਤਾ ਦੇ ਸੰਕਲਪ 'ਤੇ ਸਿੱਧਾ ਹਮਲਾ ਕਰਦਾ ਹੈ ਅਤੇ ਇਸ ਤੋਂ ਅੱਗੇ ਨਿਕਲ ਜਾਂਦਾ ਹੈ। ਇਹ ਮੁਦਰਾ ਪ੍ਰਭੂਸੱਤਾ ਨੂੰ ਵੀ ਖੇਤਰੀ ਪ੍ਰਭੂਸੱਤਾ ਵਾਂਗ ਅਪ੍ਰਸੰਗਿਕ ਬਣਾ ਦੇਵੇਗਾ, ਜਿਸ ਨਾਲ ਇਕ ਨਵਾਂ ਅੰਤਰਰਾਸ਼ਟਰੀ ਮੁਦਰਾ ਆਦੇਸ਼ ਬਣੇਗਾ।

ਫਿਏਟ ਮੁਦਰਾ ਤੋਂ ਡਿਜੀਟਲ ਮੁਦਰਾ ਵਿਚ ਬਦਲਾਅ ਦੇ ਕਾਰਨ, ਦੁਨੀਆ ਦੀਆਂ ਦੋ ਸਭ ਤੋਂ ਵੱਡੀਆਂ ਅਰਥ-ਵਿਵਸਥਾਵਾਂ, ਅਮਰੀਕਾ ਅਤੇ ਚੀਨ, ਆਪਣੇ ਹਿਤਾਂ ਦੇ ਟਕਰਾਅ ਕਰਕੇ ਆਹਮਣੇ-ਸਾਹਮਣੇ ਹਨ। ਚੀਨ ਨੇ ਕ੍ਰਿਪਟੋ ਕਰੰਸੀ 'ਤੇ ਪੂਰੀ ਪਾਬੰਦੀ ਲਗਾ ਦਿੱਤੀ ਹੈ ਅਤੇ ਸੈਂਟਰਲ ਬੈਂਕ ਡਿਜੀਟਲ ਕਰੰਸੀ (CBDC) ਦੇ ਵਿਕਾਸ ਵਿਚ ਅਗਵਾਈ ਕੀਤੀ ਹੈ (ਹੁਆਂਗ, ਵਾਈ, ਅਤੇ ਮੇਅਰ, ਐਮ, 2022)। CBDC ਇਕ ਦੇਸ਼ ਦੀ ਪ੍ਰਭੂਸੱਤਾ ਵਾਲੀ ਫਿਏਟ ਮੁਦਰਾ ਦਾ ਵਰਚੁਅਲ ਰੂਪ ਹੁੰਦੀ ਹੈ, ਜਿਸ ਨੂੰ ਉਸ ਦੇਸ਼ ਦਾ ਅਧਿਕਾਰਤ ਸੰਸਥਾਨ ਜਾਰੀ ਤੇ ਨਿਯੰਤਰਿਤ ਕਰਦਾ ਹੈ। ਇਹ ਕ੍ਰਿਪਟੋ ਕਰੰਸੀ ਤੋਂ ਵੱਖਰੀ ਹੈ, ਜੋ ਬਲਾਕਚੇਨ ਤਕਨਾਲੋਜੀ 'ਤੇ ਆਧਾਰਿਤ ਹੁੰਦੀ ਹੈ।

ਦੂਜੇ ਪਾਸੇ, ਅਮਰੀਕਾ ਆਪਣੀ ਪਕੜ ਬਣਾਈ ਰੱਖਣ ਲਈ ਤਰੀਕੇ ਲੱਭ ਰਿਹਾ ਹੈ, ਤਾਂ ਜੋ ਅਮਰੀਕੀ ਡਾਲਰ ਰਿਜ਼ਰਵ ਮੁਦਰਾ ਵਜੋਂ ਕਾਇਮ ਰਹੇ ਅਤੇ ਮੌਜੂਦਾ ਸਰਹੱਦ ਪਾਰ ਵਿੱਤੀ ਪ੍ਰਣਾਲੀ ਵਿਚ ਆਪਣੀ ਸਰਦਾਰੀ ਜਾਰੀ ਰੱਖ ਸਕੇ।

ਇਹ ਜਾਣਨ ਲਈ ਕਿ ਦੁਨੀਆ ਕਿੰਨੀ ਅੱਗੇ ਵਧ ਚੁੱਕੀ ਹੈ, ਹੇਠਾਂ ਦਿੱਤੇ ਅੰਕੜੇ ਵੇਖੋ: 1 ਮਾਰਚ 2022 ਤੱਕ 9,516 ਕ੍ਰਿਪਟੋ ਕਰੰਸੀਆਂ ਮੌਜੂਦ ਸਨ, ਜਿਨ੍ਹਾਂ ਦਾ ਕੁੱਲ ਮੁੱਲ USD 195 ਟ੍ਰਿਲੀਅਨ ਸੀ (ਅਨਾਨ, 2022, ਮਾਰਚ 1)। ਦੁਨੀਆ ਦੇ ਲਗਭਗ 14% ਕੇਂਦਰੀ ਬੈਂਕ ਪਹਿਲਾਂ ਹੀ CBDC ਲਈ ਪਾਇਲਟ ਪ੍ਰੋਜੈਕਟ ਸ਼ੁਰੂ ਕਰ ਚੁੱਕੇ ਹਨ, ਜਦਕਿ 84% ਕੇਂਦਰੀ ਬੈਂਕ ਸਰਗਰਮੀ ਨਾਲ CBDC ਦੀ ਪੜਚੋਲ ਕਰ ਰਹੇ ਹਨ (ਬੋਅਰ, ਸੀ, ਅਤੇ ਵੇਹਰਲੀ, ਏ, 2021, ਜਨਵਰੀ 27)।

ਚੀਨ ਨੇ ਆਪਣੀ ਪ੍ਰਭੂਸੱਤਾ ਵਾਲੀ ਡਿਜੀਟਲ ਮੁਦਰਾ ਜਾਰੀ ਕਰਨ ਵਿਚ ਅਗਵਾਈ ਕੀਤੀ। ਕਿਹਾ ਜਾਂਦਾ ਹੈ ਕਿ ਇਹ ਕਦਮ ਸ਼ਾਇਦ ਅਮਰੀਕਾ-ਅਧਾਰਤ ਸੋਸ਼ਲ ਮੀਡੀਆ ਕੰਪਨੀ ਮੈਟਾ (ਫੇਸਬੁੱਕ) ਦੁਆਰਾ ਪ੍ਰਸਤਾਵਿਤ ਨਿੱਜੀ ਡਿਜੀਟਲ ਮੁਦਰਾ ਡੀਏਮ (Diem) ਦੇ ਡਰ ਕਾਰਨ ਲਿਆ ਗਿਆ। ਕ੍ਰਿਪਟੋ ਕਰੰਸੀ ਦੀ ਖ਼ਾਸੀਅਤ ਇਹ ਹੈ ਕਿ ਇਹ ਪੈਸੇ ਨੂੰ ਡੀ-ਟੈਰੀਟੋਰੀਅਲਾਈਜ਼ (de-territorialize) ਕਰ ਸਕਦੀ ਹੈ, ਜਿਸ ਦਾ ਮਤਲਬ ਹੈ ਕਿ ਇਹ ਸਰਕਾਰ ਦੇ ਫਿਏਟ ਪੈਸੇ ਤੋਂ ਵੱਖਰੀ ਹੋ ਕੇ, ਬਿਟਕੋਇਨ ਵਰਗੀਆਂ ਵਿਕੇਂਦਰੀਕ੍ਰਿਤ ਬਲਾਕਚੇਨ ਤਕਨਾਲੋਜੀਆਂ ਰਾਹੀਂ ਬਣਾਈ, ਵੰਡਾਈ, ਵਪਾਰ ਕੀਤੀ ਅਤੇ ਸਟੋਰ ਕੀਤੀ ਜਾ ਸਕਦੀ ਹੈ। ਇਸ ਲਈ, ਬਿਟਕੋਇਨ ਜਾਂ ਹੋਰ ਕ੍ਰਿਪਟੋ ਕਰੰਸੀ ਇਕ ਵਿਸ਼ਵ-ਵਿਆਪੀ ਮੁਦਰਾ ਵਜੋਂ ਉੱਭਰ ਸਕਦੀ ਹੈ, ਜੋ ਕਿਸੇ ਵੀ ਨਿਯਮਤ ਕਰਨ ਵਾਲੀ ਏਜੰਸੀ ਦੇ ਨਿਯੰਤਰਣ ਤੋਂ ਬਾਹਰ ਹੋਵੇਗੀ (ਰੋਜ਼, ਸੀ, 2015)।

ਇਸ ਕਰਕੇ, ਜੇ ਪ੍ਰਭੂਸੱਤਾ ਵਾਲੀਆਂ ਮੁਦਰਾਵਾਂ ਵਿਚ ਲੋਕਾਂ ਦਾ ਭਰੋਸਾ ਘਟਦਾ ਹੈ, ਤਾਂ ਲੋਕ ਵਿੱਤੀ ਲੈਣ-ਦੇਣ ਲਈ ਕ੍ਰਿਪਟੋ ਕਰੰਸੀ ਵੱਲ ਖਿੱਚੇ ਜਾ ਸਕਦੇ ਹਨ (ਵਿਲੀਅਮਜ਼, ਐਮ ਟੀ, 2014, ਫਰਵਰੀ 14)। ਜੇ ਅਜਿਹਾ ਹੁੰਦਾ ਹੈ, ਤਾਂ ਅਮਰੀਕੀ ਡਾਲਰ ਦੁਨੀਆ ਦੀ ਸਭ ਤੋਂ ਮਹੱਤਵਪੂਰਨ ਮੁਦਰਾ ਨਹੀਂ ਰਹੇਗਾ। ਇਸ ਨਾਲ ਉਹ ਅਮਰੀਕੀ ਪ੍ਰਧਾਨਤਾ ਖ਼ਤਮ ਹੋ

ਜਾਵੇਗੀ ਜੋ ਦੂਜੇ ਵਿਸ਼ਵ ਯੁੱਧ ਦੇ ਅੰਤ ਤੋਂ ਚੱਲ ਰਹੀ ਹੈ। ਕਾਰਨ ਇਹ ਹੈ ਕਿ ਅਮਰੀਕੀ ਡਾਲਰ ਨੂੰ ਗਲੋਬਲ ਰਿਜ਼ਰਵ ਮੁਦਰਾ, ਭੁਗਤਾਨ ਦੇ ਸਾਧਨ ਅਤੇ ਮੁੱਲ ਸੰਭਾਲਣ ਦੇ ਤਰੀਕੇ ਵਜੋਂ ਵਰਤਿਆ ਜਾਂਦਾ ਹੈ।

ਹਾਲਾਂਕਿ, ਇਸ ਵੇਲੇ ਇਹ ਸੰਭਵ ਨਹੀਂ ਲੱਗਦਾ। ਇੱਕੋ ਇਕ ਅਪਵਾਦ ਮੈਟਾ (ਪਹਿਲਾਂ ਫੇਸਬੁੱਕ) ਦੀ ਡੀਏਮ ਕਰੰਸੀ ਹੈ (ਬ੍ਰਨਰਮੀਅਰ, ਐਮ ਕੇ, ਜੇਮਜ਼, ਐਚ, ਅਤੇ ਲੈਂਡਾਉ, ਜੇ ਪੀ, 2021)। ਪਰ ਕੋਈ ਵੀ ਦੇਸ਼ ਕਿਸੇ ਨਿੱਜੀ ਵੱਡੀ ਤਕਨਾਲੋਜੀ ਕੰਪਨੀ ਦੁਆਰਾ ਬਣਾਈ ਗਈ ਕ੍ਰਿਪਟੋ ਕਰੰਸੀ ਨੂੰ ਸਵੀਕਾਰ ਕਰਨ ਲਈ ਤਿਆਰ ਨਹੀਂ ਹੈ।

ਚੀਨ ਆਪਣੀ CBDC RMB ਨੂੰ ਅੰਤਰਰਾਸ਼ਟਰੀ ਪੱਧਰ 'ਤੇ ਲਿਆਉਣਾ ਚਾਹੁੰਦਾ ਹੈ, ਤਾਂ ਜੋ ਉਸ ਦੀ ਅਮਰੀਕੀ ਡਾਲਰ-ਅਧਾਰਤ ਗਲੋਬਲ ਬੈਂਕਿੰਗ ਪ੍ਰਣਾਲੀ 'ਤੇ ਨਿਰਭਰਤਾ ਘਟੇ। ਇਹ ਉਸ ਦਾ ਲੰਬੇ ਸਮੇਂ ਦਾ ਟੀਚਾ ਹੈ (ਚੋਇਲੇਵਾ, ਡੀ, 2021, ਜੁਲਾਈ 1)। ਹੈਰਾਨੀ ਦੀ ਗੱਲ ਹੈ ਕਿ ਅਮਰੀਕਾ ਨੇ ਅਜੇ ਤੱਕ CBDC ਨਹੀਂ ਬਣਾਈ ਅਤੇ ਨਾ ਹੀ ਬਿਟਕੋਇਨ ਨੂੰ ਨਿਯੰਤਰਿਤ ਕਰਨ ਲਈ ਕੋਈ ਕਦਮ ਚੁੱਕਿਆ ਹੈ। ਇਸ ਨਾਲ ਮੈਟਾ ਵਰਗੀਆਂ ਨਿੱਜੀ ਕੰਪਨੀਆਂ ਲਈ ਖੇਤਰ ਖੁੱਲ੍ਹਾ ਛੱਡਿਆ ਗਿਆ ਹੈ।

ਹੁਣ ਵੇਖਣਾ ਇਹ ਹੈ ਕਿ ਉੱਭਰਦੇ ਹੋਏ ਨਵੇਂ ਮੁਦਰਾ ਵਿਸ਼ਵ ਆਦੇਸ਼ ਵਿਚ ਅਮਰੀਕਾ-ਚੀਨ ਦੀ ਇਹ ਦੁਸ਼ਮਣੀ ਕਿੱਥੇ ਜਾ ਕੇ ਰੁਕੇਗੀ। ਨਾਲ ਹੀ, ਇਹ ਨਵਾਂ ਵਿਸ਼ਵ ਆਦੇਸ਼ ਰਾਸ਼ਟਰ-ਰਾਜਾਂ ਦੇ ਭਵਿੱਖ ਨੂੰ ਕਿਵੇਂ ਪ੍ਰਭਾਵਤ ਕਰੇਗਾ, ਇਹ ਵੀ ਸੋਚਣ ਵਾਲੀ ਗੱਲ ਹੈ।

6. ਰਾਸ਼ਟਰ-ਰਾਜਾਂ ਦਾ ਖੰਡਨ

ਵਿਸ਼ਵੀਕਰਨ

ਵਿਸ਼ਵੀਕਰਨ ਇਕ ਅਜਿਹੀ ਪ੍ਰਕਿਰਿਆ ਹੈ ਜਿਸ ਰਾਹੀਂ ਸੰਸਾਰ ਹੌਲੀ-ਹੌਲੀ ਇਕ-ਦੂਜੇ ਨਾਲ ਜੁੜਦਾ ਅਤੇ ਇਕ-ਦੂਜੇ 'ਤੇ ਨਿਰਭਰ ਹੁੰਦਾ ਜਾ ਰਿਹਾ ਹੈ। ਇਹ ਪ੍ਰਕਿਰਿਆ ਸਭਿਅਤਾ ਦੇ ਆਰੰਭ ਤੋਂ ਚੱਲਦੀ ਆ ਰਹੀ ਹੈ, ਕਿਉਂਕਿ ਲੋਕ ਹਮੇਸ਼ਾ ਕੰਮ ਅਤੇ ਚੰਗੀ ਜ਼ਿੰਦਗੀ ਦੀ ਖੋਜ ਵਿਚ ਪ੍ਰਵਾਸ ਕਰਦੇ ਰਹੇ ਹਨ। ਪ੍ਰਵਾਸ ਨੂੰ ਆਮ ਤੌਰ 'ਤੇ ਸਮੱਸਿਆ ਮੰਨਿਆ ਜਾਂਦਾ ਹੈ ਅਤੇ ਲੋਕਾਂ ਦੀ ਤਸਕਰੀ, ਵੇਸਵਾਗਮਨੀ ਤੋਂ ਇਲਾਵਾ, ਸਭ ਤੋਂ ਪੁਰਾਣੇ ਪੇਸ਼ਿਆਂ ਵਿੱਚੋਂ ਇਕ ਹੈ। ਅੱਜ ਬਹੁਤ ਸਾਰੇ ਵਿਕਸਤ ਦੇਸ਼ਾਂ ਨੇ ਹੁਨਰਮੰਦ ਪ੍ਰਵਾਸ ਨੀਤੀਆਂ ਬਣਾਈਆਂ ਹਨ, ਕਿਉਂਕਿ ਉੱਥੇ ਉਮਰ ਦਰਾਜ਼ ਆਬਾਦੀ ਕਾਰਨ ਕੰਮ-ਕਾਜੀ ਉਮਰ ਦੇ ਲੋਕ ਅਤੇ ਹੁਨਰ ਘੱਟ ਰਹੇ ਹਨ। ਯੂਰਪ ਅਤੇ ਅਮਰੀਕਾ ਵਿਚ ਗ਼ੈਰ-ਕਾਨੂੰਨੀ ਪ੍ਰਵਾਸ ਵੀ ਇਕ ਵੱਡੀ ਸਮੱਸਿਆ ਹੈ ਅਤੇ ਲੋਕਾਂ ਦੀ ਤਸਕਰੀ ਇਕ ਵਧਦਾ ਕਾਰੋਬਾਰ ਹੈ।

18ਵੀਂ ਸਦੀ ਵਿਚ ਆਵਾਜਾਈ ਅਤੇ ਸੰਚਾਰ ਵਿਚ ਤਰੱਕੀ ਕਾਰਨ ਵਿਸ਼ਵੀਕਰਨ ਤੇਜ਼ ਹੋਇਆ। ਇਸ ਨਾਲ ਵਿਚਾਰਾਂ, ਵਿਸ਼ਵਾਸਾਂ, ਸੱਭਿਆਚਾਰਾਂ ਅਤੇ ਖਾਸ ਕਰਕੇ ਵਪਾਰ ਦਾ ਆਦਾਨ-ਪ੍ਰਦਾਨ ਅਤੇ ਏਕੀਕਰਨ ਹੋਣਾ ਆਸਾਨ ਬਣਿਆ।

ਪੰਦਰਵੀਂ ਸਦੀ ਵਿਚ ਪੁਰਤਗਾਲ ਨੇ ਬਸਤੀਵਾਦ ਦੀ ਸ਼ੁਰੂਆਤ ਕੀਤੀ, ਫਿਰ ਸਪੇਨ, ਇੰਗਲੈਂਡ, ਫਰਾਂਸ ਅਤੇ ਡੱਚ ਗਣਰਾਜ ਨੇ ਇਸ ਵਿਚ ਭਾਗ ਲਿਆ ਅਤੇ ਵਿਸ਼ਵੀਕਰਨ ਵਿਚ ਵੱਡੀ ਭੂਮਿਕਾ ਨਿਭਾਈ। ਉੱਨ੍ਹੀਵੀਂ ਸਦੀ ਵਿਚ ਉਦਯੋਗਿਕ ਕ੍ਰਾਂਤੀ ਨੇ ਸਾਮਰਾਜਵਾਦ ਨੂੰ ਜਨਮ ਦਿੱਤਾ, ਜਿਸ ਕਾਰਨ ਕੱਚੇ ਮਾਲ ਅਤੇ ਤਿਆਰ ਉਤਪਾਦਾਂ ਲਈ ਬਾਜ਼ਾਰਾਂ ਦੀ ਲੋੜ ਨੇ ਬਸਤੀਵਾਦ ਨੂੰ ਹੋਰ ਵਧਾਇਆ। ਪਹਿਲੇ ਅਤੇ ਦੂਜੇ ਵਿਸ਼ਵ ਯੁੱਧ ਦੌਰਾਨ ਲੋਕਾਂ ਦੇ ਵਿਸਥਾਪਨ ਅਤੇ ਵਿਨਾਸ਼ ਕਾਰਨ ਵੀ ਵੱਡੇ ਪੱਧਰ 'ਤੇ ਲੋਕਾਂ ਦੀਆਂ ਚਲਣਾਂ ਹੋਈਆਂ।

1 ਜਨਵਰੀ 1948 ਨੂੰ ਦੂਜੇ ਵਿਸ਼ਵ ਯੁੱਧ ਤੋਂ ਬਾਅਦ ਆਰਥਕ ਰਿਕਵਰੀ ਲਈ GATT (General Agreement on Tariffs and Trade) ਸ਼ੁਰੂ ਕੀਤਾ ਗਿਆ, ਜਿਸ ਦਾ ਮਕਸਦ ਵਪਾਰ ਨੂੰ ਖੁੱਲ੍ਹਾ ਕਰਨਾ ਸੀ। ਇਸ ਨੇ ਬਾਅਦ ਵਿਚ WTO (World Trade Organization) ਦੀ ਨੀਂਹ ਰੱਖੀ, ਜੋ 1 ਜਨਵਰੀ 1995 ਨੂੰ ਜਿਨੇਵਾ, ਸਵਿਟਜ਼ਰਲੈਂਡ ਵਿਚ ਸਥਾਪਿਤ ਹੋਈ। ਇਸ ਦਾ ਕੰਮ ਦੇਸ਼ਾਂ ਵਿਚਕਾਰ ਅੰਤਰਰਾਸ਼ਟਰੀ ਵਪਾਰ ਦੇ ਨਿਯਮ ਬਣਾਉਣਾ, ਸੋਧਣਾ ਅਤੇ ਲਾਗੂ ਕਰਨਾ ਹੈ।

ਵਿਸ਼ਵ ਵਪਾਰ ਸੰਗਠਨ ਅਸਲ ਵਿਚ 1945 ਵਿਚ ਵਿਸ਼ਵ ਬੈਂਕ ਅਤੇ ਆਈਐੱਮਐੱਫ਼ ਦੇ ਨਾਲ ਬ੍ਰੈਟਨ ਵੁੱਡਸ ਸਮਝੌਤੇ ਦਾ ਹਿੱਸਾ ਬਣਨਾ ਸੀ, ਪਰ ਅਮਰੀਕੀ ਕਾਂਗਰਸ ਨੇ ਇਸ ਨੂੰ ਮੰਨਿਆ ਨਹੀਂ। ਇਸ ਲਈ GATT ਇਕ ਅਸਥਾਈ ਪ੍ਰਬੰਧ ਰਿਹਾ ਜਦ ਤਕ ਕਿ 1995 ਵਿਚ

WTO ਬਣੀ। ਉਸ ਸਮੇਂ ਤੱਕ ਦੁਨੀਆ ਦੀ ਸਥਿਤੀ ਬਦਲ ਚੁੱਕੀ ਸੀ ਅਤੇ ਮਿਲਟਨ ਫਰੀਡਮੈਨ ਦਾ ਸਿਧਾਂਤ ਕੇਨਸੀਅਨਿਜ਼ਮ ਨੂੰ ਚੁਣੌਤੀ ਦੇ ਰਿਹਾ ਸੀ।

WTO ਨੇ ਮੈਂਬਰ ਦੇਸ਼ਾਂ ਵਿਚਕਾਰ ਸਮਝੌਤਿਆਂ ਰਾਹੀਂ ਵਸਤੂਆਂ, ਸੇਵਾਵਾਂ ਅਤੇ ਬੌਧਿਕ ਅਧਿਕਾਰਾਂ ਵਿਚ ਵਪਾਰ ਦੀ ਸਹੂਲਤ ਦਿੱਤੀ।

ਵਿਸ਼ਵੀਕਰਨ ਦੇ ਫ਼ਾਇਦੇ ਤੇ ਨੁਕਸਾਨਾਂ ਬਾਰੇ ਬਹੁਤ ਚਰਚਾ ਹੁੰਦੀ ਰਹੀ ਹੈ, ਪਰ ਕੋਈ ਇਕ ਪੱਕਾ ਜਵਾਬ ਨਹੀਂ ਹੈ। ਪਰ ਇਕ ਗੱਲ ਸਪਸ਼ਟ ਹੈ ਕਿ ਇਹ ਉਸ ਤਰੀਕੇ ਨਾਲ ਨਹੀਂ ਚੱਲਿਆ ਜਿਵੇਂ ਇਸ ਦੇ ਨਿਰਮਾਤਾਵਾਂ ਨੇ ਸੋਚਿਆ ਸੀ। ਇਸ ਦੇ ਉਲਟ, ਕਈ ਵਾਰ ਇਹ ਉਨ੍ਹਾਂ ਦੇ ਖ਼ਿਲਾਫ਼ ਵੀ ਗਿਆ। ਕੋਵਿਡ-19 ਮਹਾਂਮਾਰੀ ਦੌਰਾਨ ਇਸ ਦਾ ਪ੍ਰਭਾਵ ਸਾਫ਼ ਦਿਖਾਈ ਦਿੱਤਾ।

ਵਿਕਸਤ ਦੇਸ਼ਾਂ ਨੇ ਵਿਸ਼ਵੀਕਰਨ ਨੂੰ ਆਪਣੇ ਮਾਲ ਵੇਚਣ ਲਈ ਨਵੇਂ ਬਾਜ਼ਾਰ ਲੱਭਣ ਦੇ ਤਰੀਕੇ ਵਜੋਂ ਸੋਚਿਆ ਸੀ। ਪਰ ਸਭ ਤੋਂ ਵੱਡਾ ਨਤੀਜਾ ਇਹ ਨਿਕਲਿਆ ਕਿ ਨਿਰਮਾਣ ਉਦਯੋਗ ਵੱਡੇ ਪੱਧਰ 'ਤੇ ਚੀਨ ਚਲਾ ਗਿਆ। ਸਸਤੀ ਮਜ਼ਦੂਰੀ ਕਾਰਨ ਵਿਕਸਤ ਦੇਸ਼ਾਂ ਨੇ ਆਪਣਾ ਨਿਰਮਾਣ ਅਧਾਰ ਗੁਆ ਦਿੱਤਾ ਅਤੇ ਚੀਨ ਨਿਰਮਾਣ ਦਾ ਕੇਂਦਰ ਬਣ ਗਿਆ। ਇਸ ਕਰਕੇ ਵਿਕਸਤ ਦੇਸ਼ ਵੀ ਮੁੱਢਲੀਆਂ ਵਸਤੂਆਂ ਲਈ ਚੀਨ 'ਤੇ ਨਿਰਭਰ ਹੋ ਗਏ। ਕੋਵਿਡ-19 ਦੌਰਾਨ ਇਹ ਗੱਲ ਸਾਹਮਣੇ ਆਈ ਜਦੋਂ ਸਪਲਾਈ ਘਾਟ ਕਾਰਨ ਮਾਲ ਦੀ ਕਮੀ ਹੋ ਗਈ। ਇਸ ਤਰੀਕੇ ਨਾਲ ਵਿਸ਼ਵੀਕਰਨ ਨੇ ਚੀਨ ਨੂੰ ਵੱਡਾ ਲਾਭ ਦਿੱਤਾ।

1990 ਦੇ ਦਹਾਕੇ ਵਿਚ ਦੇਸ਼ਾਂ ਵਿਚਕਾਰ ਵਪਾਰਕ ਰੁਕਾਵਟਾਂ ਹਟਾ ਦਿੱਤੀਆਂ ਗਈਆਂ ਅਤੇ ਲੋਕਾਂ, ਵਸਤੂਆਂ ਤੇ ਵਿਚਾਰਾਂ ਦਾ ਆਵਾਜਾਈ ਖੁੱਲ੍ਹੀ ਹੋ ਗਈ। ਤਕਨਾਲੋਜੀ, ਸੰਚਾਰ ਅਤੇ ਇੰਟਰਨੈਟ ਵਿਚ ਤਰੱਕੀ ਨੇ ਵਪਾਰਕ ਭਾਈਚਾਰੇ ਲਈ ਨਵੇਂ ਮੌਕੇ ਖੋਲ੍ਹੇ।

ਮੁਕਤ ਵਪਾਰ ਜ਼ੋਨ (Free Trade Zones), ਜਿਨ੍ਹਾਂ ਨੂੰ ਵਿਸ਼ੇਸ਼ ਆਰਥਕ ਜ਼ੋਨ (Special Economic Zones) ਵੀ ਕਿਹਾ ਜਾਂਦਾ ਹੈ, WTO ਦੇ ਨਿਯਮਾਂ ਅਨੁਸਾਰ ਬਣਾਏ ਗਏ। ਇਨ੍ਹਾਂ ਜ਼ੋਨਾਂ ਵਿਚ ਕਸਟਮ ਡਿਊਟੀ ਅਤੇ ਹੋਰ ਟੈਕਸਾਂ ਵਿਚ ਛੂਟ ਮਿਲਦੀ ਹੈ। ਇਹ ਖ਼ਾਸ ਭੂਗੋਲਿਕ ਖੇਤਰ ਹੁੰਦੇ ਹਨ ਜਿੱਥੇ ਵਸਤੂਆਂ ਨੂੰ ਆਯਾਤ, ਵੇਅਰਹਾਊਸ, ਸੰਭਾਲ, ਨਿਰਮਾਣ, ਮੁੜ-ਇੰਜੀਨੀਅਰ, ਮੁੜ-ਡਿਜ਼ਾਈਨ ਅਤੇ ਮੁੜ-ਨਿਰਯਾਤ ਕੀਤਾ ਜਾ ਸਕਦਾ ਹੈ। ਇਹ ਜ਼ੋਨ ਆਮ ਤੌਰ 'ਤੇ ਮੁੱਖ ਬੰਦਰਗਾਹਾਂ ਅਤੇ ਅੰਤਰਰਾਸ਼ਟਰੀ ਹਵਾਈ ਅੱਡਿਆਂ ਦੇ ਨੇੜੇ ਬਣਾਏ ਜਾਂਦੇ ਹਨ।

ਰਾਸ਼ਟਰ-ਰਾਜਾਂ ਦਾ ਖੰਡਨ

ਹਾਲ ਹੀ ਵਿਚ, ਤਕਨੀਕੀ ਅੰਤਰਰਾਸ਼ਟਰੀਵਾਦ (technocratic transnationalism) ਨੇ ਰਾਸ਼ਟਰ-ਰਾਜਾਂ ਦੇ ਅੰਦਰ ਲੋਕਵਾਦੀ ਪ੍ਰਤੀਕਿਰਿਆਵਾਂ (populist reactions) ਨੂੰ ਜਨਮ ਦਿੱਤਾ ਹੈ। ਲੋਕਵਾਦ ਅਤੇ ਰਾਸ਼ਟਰਵਾਦ ਦਾ ਇਹ ਵਾਧਾ ਅੰਤਰਰਾਸ਼ਟਰੀ ਪੱਧਰ 'ਤੇ ਸਾਂਝੇ ਫ਼ੈਸਲੇ ਲੈਣ ਵਿਚ ਰੁਕਾਵਟ ਪੈਦਾ ਕਰਦਾ ਹੈ। ਬਲੈਟਰ, ਜੋਆਚਿਮ, ਅਤੇ ਜੋਹਾਨਸ ਸ਼ੁਲਜ਼ (2022) ਦਾ ਕਹਿਣਾ ਹੈ ਕਿ ਤਕਨੀਕੀ ਅੰਤਰਰਾਸ਼ਟਰੀਵਾਦ ਅਤੇ ਰਾਸ਼ਟਰਵਾਦੀ ਲੋਕਵਾਦ ਵਿਚਕਾਰ ਇਸ ਟਕਰਾਅ ਨੂੰ ਪ੍ਰਤੀਨਿਧ ਲੋਕਤੰਤਰਾਂ ਦੁਆਰਾ ਹੱਲ ਕੀਤਾ ਜਾ ਸਕਦਾ ਹੈ, ਜੇ ਉਹ ਆਪਣੇ ਨਾਗਰਿਕਾਂ ਨੂੰ ਨਾ ਸਿਰਫ਼ ਆਪਣੀ ਘਰੇਲੂ ਸੰਸਦ ਵਿਚ, ਸਗੋਂ

'ਸਹਿਯੋਗੀ ਲੋਕਤੰਤਰਾਂ' (consociated democracies) ਦੀਆਂ ਸੰਸਦਾਂ ਵਿਚ ਵੀ ਪ੍ਰਤੀਨਿਧ ਚੁਣਨ ਦਾ ਹੱਕ ਦੇਣ। ਇਹ ਪ੍ਰਣਾਲੀ ਬਹੁ-ਦੇਸ਼ੀ ਨਾਗਰਿਕਤਾ ਨਾਲ ਮਿਲਦੀ ਹੈ।

ਸਹਿਯੋਗੀ ਲੋਕਤੰਤਰ (Consociational democracies) ਉਹ ਰਾਜਨੀਤਿਕ ਪ੍ਰਣਾਲੀਆਂ ਹੁੰਦੀਆਂ ਹਨ ਜਿੱਥੇ ਵੱਖ-ਵੱਖ ਨਸਲੀ, ਧਾਰਮਿਕ ਜਾਂ ਭਾਸ਼ਾਈ ਸਮੂਹਾਂ ਨੂੰ ਸ਼ਕਤੀ-ਵੰਡ ਪ੍ਰਣਾਲੀ ਰਾਹੀਂ ਸਰਕਾਰ ਵਿਚ ਪ੍ਰਤੀਨਿਧਤਾ ਅਤੇ ਫ਼ੈਸਲੇ ਲੈਣ ਦਾ ਹੱਕ ਦਿੱਤਾ ਜਾਂਦਾ ਹੈ। ਇੱਥੇ ਸ਼ਕਤੀ ਸਰਕਾਰ ਦੀਆਂ ਕਾਰਜਕਾਰੀ, ਵਿਧਾਨਕ ਅਤੇ ਨਿਆਂਇਕ ਸ਼ਾਖਾਵਾਂ ਵਿਚ ਵੰਡੀ ਜਾਂਦੀ ਹੈ। ਇਸ ਤਰ੍ਹਾਂ ਦੀ ਸਰਕਾਰ ਦਾ ਉਦੇਸ਼ ਇਹ ਹੁੰਦਾ ਹੈ ਕਿ ਸਾਰੇ ਲੋਕਾਂ ਦੀ ਆਵਾਜ਼ ਸੁਣੀ ਜਾਵੇ ਅਤੇ ਹਰ ਨਾਗਰਿਕ ਨੂੰ ਉਸ ਦੇ ਜੀਵਨ 'ਤੇ ਪ੍ਰਭਾਵ ਪਾਉਣ ਵਾਲੇ ਫ਼ੈਸਲਿਆਂ ਵਿਚ ਹਿੱਸਾ ਲੈਣ ਦਾ ਮੌਕਾ ਮਿਲੇ। ਇਸ ਨਾਲ ਘੱਟ ਗਿਣਤੀ ਸਮੂਹਾਂ ਨੂੰ ਵੀ ਆਪਣੀ ਗੱਲ ਕਹਿਣ ਦਾ ਹੱਕ ਮਿਲਦਾ ਹੈ ਅਤੇ ਕੋਈ ਇਕ ਸਮੂਹ ਦੂਜਿਆਂ 'ਤੇ ਹਾਵੀ ਨਹੀਂ ਹੋ ਸਕਦਾ। ਇਸ ਤਰ੍ਹਾਂ ਦੀ ਪ੍ਰਣਾਲੀ ਸਮਾਜ ਦੇ ਵੱਖ-ਵੱਖ ਸਮੂਹਾਂ ਵਿਚ ਏਕਤਾ ਪੈਦਾ ਕਰਦੀ ਹੈ ਅਤੇ ਟਕਰਾਅ ਨੂੰ ਘਟਾਉਂਦੀ ਹੈ।

ਰਾਸ਼ਟਰੀ ਲੋਕਤੰਤਰਾਂ ਦਾ ਇਸ ਤਰ੍ਹਾਂ ਖਿਤਿਜੀ ਅਤੇ ਓਵਰਲੈਪਿੰਗ ਵਿਸਥਾਰ ਤਿੰਨ ਫ਼ਾਇਦੇ ਲਿਆ ਸਕਦਾ ਹੈ:

1. ਸਰਹੱਦ ਪਾਰ ਪ੍ਰਵਾਹ ਵਾਲੀ ਦੁਨੀਆ ਵਿਚ ਨਾਗਰਿਕਾਂ ਨੂੰ ਮੁੜ ਸ਼ਕਤੀ ਦੇਣਾ।
2. ਪਾਰਟੀ ਪ੍ਰਣਾਲੀਆਂ ਵਿਚ ਧਿਰਬੰਦੀ (polarisation) ਨੂੰ ਘਟਾਉਣਾ।
3. ਲੋਕਤੰਤਰਾਂ ਵਿਚਕਾਰ ਅੰਤਰਰਾਸ਼ਟਰੀ ਪੱਧਰ 'ਤੇ ਸਹਿਯੋਗ ਆਸਾਨ ਕਰਨਾ।

ਉਹ ਅੱਗੇ ਦੱਸਦੇ ਹਨ ਕਿ ਇਹ ਪਹੁੰਚ ਉਦਾਰ ਬਹੁ-ਪੱਖੀਵਾਦ (Liberal Multilateralism), ਵਿਚਾਰ-ਵਟਾਂਦਰਾ ਅੰਤਰਰਾਸ਼ਟਰੀਵਾਦ (Deliberative Transnationalism) ਅਤੇ ਰਿਪਬਲਿਕਨ ਅੰਤਰ-ਸਰਕਾਰੀਵਾਦ (Republican Intergovernmentalism) ਨੂੰ ਵੀ ਉਤਸ਼ਾਹਿਤ ਕਰੇਗੀ।

ਇਹ ਵਿਸ਼ਵੀਕਰਨ ਨਾਲ ਪਿੱਛੇ ਰਹਿ ਗਏ ਲੋਕਾਂ ('globalisation losers') ਵਿਚ ਪੈਦਾ ਹੋਈ ਨਿਰਾਸ਼ਾ ਅਤੇ ਬੇਗ਼ਾਨਗੀ ਦੀ ਭਾਵਨਾ ਨੂੰ ਘਟਾਉਣ ਵਿਚ ਮਦਦ ਕਰੇਗੀ। ਇਸ ਨਾਲ ਉਨ੍ਹਾਂ ਲੋਕਵਾਦੀ ਨੇਤਾਵਾਂ (demagogues) ਦੀ ਸਫ਼ਲਤਾ ਘਟੇਗੀ ਜੋ ਆਪਣੇ-ਆਪ ਨੂੰ ਲੋਕਾਂ ਦੀ ਰੱਖਿਆ ਕਰਨ ਵਾਲੇ ਹੀਰੋ ਵਜੋਂ ਪੇਸ਼ ਕਰਦੇ ਹਨ ਅਤੇ ਦਾਅਵਾ ਕਰਦੇ ਹਨ ਕਿ ਲੋਕਾਂ ਨਾਲ ਅੰਤਰਰਾਸ਼ਟਰੀ ਕੁਲੀਨ ਵਰਗ (transnational elites) ਜ਼ੁਲਮ ਕਰ ਰਹੇ ਹਨ (ਬਿਕਰਟਨ, ਸੀ, ਅਤੇ ਅਕੇਟੀ, ਸੀਆਈ, 2015)।

ਇਸ ਤਰ੍ਹਾਂ, ਭਾਗ ਲੈਣ ਵਾਲੇ ਰਾਜਾਂ ਦੇ ਨਾਗਰਿਕਾਂ ਨੂੰ ਇਹ ਹੱਕ ਮਿਲੇਗਾ ਕਿ ਉਹ ਸਹਿਯੋਗੀ ਰਾਜਾਂ ਦੀਆਂ ਸੰਸਦਾਂ ਵਿਚ ਇਕ ਨਿਰਧਾਰਤ ਗਿਣਤੀ ਵਿਚ 'ਸਹਿਯੋਗੀ ਪ੍ਰਤੀਨਿਧ' ਚੁਣ ਸਕਣ ਅਤੇ ਅੰਤਰਰਾਸ਼ਟਰੀ ਫ਼ੈਸਲਿਆਂ ਵਿਚ ਆਪਣੀ ਗੱਲ ਰੱਖ ਸਕਣ।

ਪ੍ਰਭੂਸੱਤਾ ਦਾ ਘਟਣਾ (Dilution of Sovereignty)

ਪ੍ਰਭੂਸੱਤਾ ਰਾਜ ਦੀ ਉਹ ਸਰਵੋੱਚ, ਪੂਰੀ ਅਤੇ ਅਨਿਯੰਤਰਿਤ ਸ਼ਕਤੀ ਹੈ ਜਿਸ ਨਾਲ ਇਕ ਸੁਤੰਤਰ ਰਾਜ ਦਾ ਪ੍ਰਬੰਧ ਕੀਤਾ ਜਾਂਦਾ ਹੈ ਅਤੇ ਜਿਸ ਤੋਂ ਸਾਰੀਆਂ ਰਾਜਨੀਤਿਕ ਸ਼ਕਤੀਆਂ

ਆਉਂਦੀਆਂ ਹਨ। ਇਹ ਰਾਜ ਦੀ ਆਪਣੀ ਜਾਣਬੁੱਝ ਕੇ ਸੁਤੰਤਰਤਾ ਹੈ, ਜਿਸ ਨਾਲ ਰਾਜ ਨੂੰ ਵਿਦੇਸ਼ੀ ਦਖ਼ਲ ਤੋਂ ਬਿਨਾਂ ਆਪਣੇ ਅੰਦਰੂਨੀ ਮਾਮਲਿਆਂ ਨੂੰ ਨਿਯੰਤਰਿਤ ਕਰਨ ਦਾ ਹੱਕ ਮਿਲਦਾ ਹੈ। ਪ੍ਰਭੂਸੱਤਾ ਦਾ ਵਿਚਾਰ ਬਹੁਤ ਪੁਰਾਣਾ ਹੈ ਅਤੇ ਇਸ ਵਿਚ ਸਮੇਂ ਦੇ ਨਾਲ ਕਾਫ਼ੀ ਵਿਕਾਸ ਹੋਇਆ ਹੈ। ਇਸ ਬਾਰੇ ਪਲੈਟੋ ਨੇ ਵੀ ਸੰਖੇਪ ਵਿਚ ਦੱਸਿਆ ਸੀ। ਪ੍ਰਭੂਸੱਤਾ ਦਾ ਸੰਕਲਪ ਹਮੇਸ਼ਾ ਆਧੁਨਿਕ ਰਾਸ਼ਟਰ-ਰਾਜ ਦੇ ਉਭਾਰ ਨਾਲ ਜੁੜਿਆ ਰਿਹਾ ਹੈ। ਅੱਜ, ਇਹ ਸ਼ਬਦ ਮੁੱਖ ਤੌਰ 'ਤੇ ਇਕ ਰਾਜ ਦੀ ਸੁਤੰਤਰਤਾ ਅਤੇ ਆਜ਼ਾਦੀ ਦੇ ਗੁਣਾਂ ਦਾ ਵਰਣਨ ਕਰਨ ਲਈ ਵਰਤਿਆ ਜਾਂਦਾ ਹੈ।

ਪ੍ਰਭੂਸੱਤਾ ਦਾ ਘਟਣਾ ਅੰਤਰਰਾਸ਼ਟਰੀ ਸੰਧੀਆਂ ਅਤੇ ਸੰਯੁਕਤ ਰਾਸ਼ਟਰ ਦੁਆਰਾ ਬਣੇ ਕਾਨੂੰਨਾਂ ਨਾਲ ਸ਼ੁਰੂ ਹੋਇਆ, ਜਿਨ੍ਹਾਂ ਨੇ ਰਾਜਾਂ ਦੀ ਪੂਰੀ ਸੁਤੰਤਰਤਾ 'ਤੇ ਸੀਮਾਵਾਂ ਲਗਾਈਆਂ। ਇਸ ਨਾਲ ਪ੍ਰਭੂਸੱਤਾ ਦੇ ਸੰਕਲਪ ਦੇ ਕਮਜ਼ੋਰ ਹੋਣ ਦੀ ਬੁਨਿਆਦ ਪਈ।

ਦੋਹਰੀ ਨਾਗਰਿਕਤਾ (Dual Citizenship)

ਪ੍ਰਭੂਸੱਤਾ ਨੂੰ ਚੁਣੌਤੀ ਦੇਣ ਵਾਲਾ ਅਤੇ ਵਿਸ਼ਵੀਕਰਨ ਨੂੰ ਅੱਗੇ ਵਧਾਉਣ ਵਾਲਾ ਇਕ ਹੋਰ ਕਾਰਨ ਦੋਹਰੀ ਨਾਗਰਿਕਤਾ ਹੈ। ਅੱਜ ਬਹੁਤ ਸਾਰੇ ਦੇਸ਼ ਦੋਹਰੀ ਨਾਗਰਿਕਤਾ ਦੀ ਇਜਾਜ਼ਤ ਦੇ ਰਹੇ ਹਨ ਅਤੇ ਬਹੁਤ ਸਾਰੇ ਲੋਕਾਂ ਕੋਲ ਇਕ ਤੋਂ ਵੱਧ ਦੇਸ਼ਾਂ ਦੀ ਨਾਗਰਿਕਤਾ ਹੈ। ਇਸ ਨਾਲ ਉਨ੍ਹਾਂ ਦੀ ਵਫ਼ਾਦਾਰੀ ਵੱਖ-ਵੱਖ ਦੇਸ਼ਾਂ ਵਿਚ ਵੰਡ ਜਾਂਦੀ ਹੈ ਅਤੇ ਉਨ੍ਹਾਂ ਨੂੰ ਕਈ ਦੇਸ਼ਾਂ ਦੇ ਵਿਸ਼ੇਸ਼ ਅਧਿਕਾਰ ਵੀ ਮਿਲ ਜਾਂਦੇ ਹਨ। ਹਾਲਾਂਕਿ, ਦੋਹਰੀ ਨਾਗਰਿਕਤਾ ਦੇ ਫ਼ਾਇਦੇ ਅਤੇ ਨੁਕਸਾਨ ਦੋਵੇਂ ਹਨ, ਪਰ ਇਹ ਨਿਸ਼ਚਤ ਤੌਰ 'ਤੇ ਪ੍ਰਭੂਸੱਤਾ ਦੇ ਸੰਕਲਪ ਨੂੰ ਘਟਾਉਂਦੀ ਹੈ ਅਤੇ ਅਸਿੱਧੇ ਤੌਰ 'ਤੇ ਇਕ ਅੰਤਰਰਾਸ਼ਟਰੀ ਰਾਜ ਦੇ ਬਣਨ ਵੱਲ ਇਕ ਕਦਮ ਹੋਰ ਨੇੜੇ ਲੈ ਜਾਂਦੀ ਹੈ।

ਦੋਹਰੀ ਨਾਗਰਿਕਤਾ ਕੁਝ ਹਾਲਾਤਾਂ ਵਿਚ ਆਪਣੇ-ਆਪ ਹੋ ਸਕਦੀ ਹੈ। ਉਦਾਹਰਨ ਲਈ, ਜੇ ਕੋਈ ਬੱਚਾ ਅਮਰੀਕਾ ਵਿਚ ਉਨ੍ਹਾਂ ਮਾਪਿਆਂ ਦੇ ਘਰ ਪੈਦਾ ਹੁੰਦਾ ਹੈ ਜੋ ਵਿਦੇਸ਼ੀ ਦੇਸ਼ ਦੇ ਨਿਵਾਸੀ ਹਨ, ਤਾਂ ਉਹ ਬੱਚਾ ਆਪੇ ਹੀ ਅਮਰੀਕੀ ਨਾਗਰਿਕ ਬਣ ਜਾਂਦਾ ਹੈ। ਇਸ ਤੋਂ ਇਲਾਵਾ, ਦੋਹਰੀ ਨਾਗਰਿਕਤਾ ਬਹੁਤ ਸਾਰੇ ਦੇਸ਼ਾਂ ਵਿਚ ਕਾਨੂੰਨੀ ਪ੍ਰਕਿਰਿਆ ਰਾਹੀਂ ਵੀ ਮਿਲ ਸਕਦੀ ਹੈ।

ਦੋਹਰੀ ਨਾਗਰਿਕਤਾ ਦੇਣ ਵਾਲੇ ਦੇਸ਼ਾਂ ਵਿਚ ਸ਼ਾਮਲ ਹਨ: ਅਲਬਾਨੀਆ, ਆਸਟ੍ਰੇਲੀਆ, ਬਾਰਬਾਡੋਸ, ਬੰਗਲਾਦੇਸ਼, ਬੈਲਜੀਅਮ, ਬੁਲਗਾਰੀਆ, ਕੈਨੇਡਾ, ਚਿਲੀ, ਕੋਸਟਾ ਰੀਕਾ, ਕ੍ਰੋਏਸ਼ੀਆ, ਸਾਈਪ੍ਰਸ, ਚੈੱਕ ਗਣਰਾਜ, ਡੈਨਮਾਰਕ, ਮਿਸਰ, ਫਿਨਲੈਂਡ, ਫਰਾਂਸ, ਜਰਮਨੀ, ਗ੍ਰੀਸ, ਹੰਗਰੀ, ਆਈਸਲੈਂਡ, ਆਇਰਲੈਂਡ, ਇਜ਼ਰਾਈਲ, ਇਟਲੀ, ਜਮੈਕਾ, ਕੋਸੋਵੋ, ਲਾਤਵੀਆ, ਮਾਲਾਵੀ, ਮਾਲਟਾ, ਮੈਕਸੀਕੋ, ਨਾਈਜੀਰੀਆ, ਪਾਕਿਸਤਾਨ, ਪਨਾਮਾ, ਪੇਰੂ, ਫਿਲੀਪੀਨਜ਼, ਪੁਰਤਗਾਲ, ਰੋਮਾਨੀਆ, ਸਰਬੀਆ, ਸਲੋਵੇਨੀਆ, ਦੱਖਣੀ ਅਫ਼ਰੀਕਾ, ਦੱਖਣੀ ਕੋਰੀਆ, ਸਪੇਨ, ਸਵੀਡਨ, ਸਵਿਟਜ਼ਰਲੈਂਡ, ਸੀਰੀਆ, ਤੁਰਕੀ ਅਤੇ ਯੂਨਾਈਟਿਡ ਕਿੰਗਡਮ।

ਸਮੇਂ ਦੇ ਨਾਲ ਕਈ ਰਾਜ ਦੋਹਰੀ ਅਤੇ ਬਹੁ-ਨਾਗਰਿਕਤਾ ਨੂੰ ਮੰਨਣ ਲੱਗ ਪਏ ਹਨ। ਇਹ ਦਰਸਾਉਂਦਾ ਹੈ ਕਿ ਰਾਸ਼ਟਰ-ਰਾਜ ਦੀ ਪ੍ਰਭੂਸੱਤਾ ਕਮਜ਼ੋਰ ਹੋ ਰਹੀ ਹੈ ਅਤੇ ਇਕ ਵਿਸ਼ਵ-ਵਿਆਪੀ ਨਾਗਰਿਕਤਾ ਵਧ ਰਹੀ ਹੈ। ਕੁਝ ਰਾਜ ਇਸ ਨੂੰ ਆਪਣੀ ਪ੍ਰਭੂਸੱਤਾ ਦਾ ਵਿਸਥਾਰ ਮੰਨਦੇ ਹਨ, ਤਾਂ ਜੋ ਉਹ ਆਪਣੇ ਰਾਸ਼ਟਰੀ ਹਿਤਾਂ ਨੂੰ ਵਿਦੇਸ਼ਾਂ ਵਿਚ ਆਪਣੇ

ਪ੍ਰਵਾਸੀਆਂ ਰਾਹੀਂ ਅੱਗੇ ਵਧਾ ਸਕਣ (ਪੋਗੋਨੀ, ਐਸ, 2011)। ਪਰ ਅਸਲ ਵਿਚ, ਇਹ ਪ੍ਰਭੂਸੱਤਾ ਦਾ ਵਿਸਥਾਰ ਨਹੀਂ, ਸਗੋਂ ਪ੍ਰਭੂਸੱਤਾ ਦਾ ਵਿਕੇਂਦਰੀਕਰਨ (devolution) ਹੈ।

ਬਹੁ-ਨਾਗਰਿਕਤਾ ਦੇ ਗ਼ੈਰ-ਸੁਰੱਖਿਆਕਰਨ (de-securitisation) ਦੇ ਕਈ ਕਾਰਨ ਹਨ।

- ਪਹਿਲਾ, ਵਿਕਸਤ ਦੇਸ਼ਾਂ ਵਿਚ ਉਮਰ ਦਰਾਜ਼ ਆਬਾਦੀ ਵਧ ਰਹੀ ਹੈ ਅਤੇ ਕੰਮ-ਕਾਜੀ ਉਮਰ ਦੀ ਆਬਾਦੀ ਘਟ ਰਹੀ ਹੈ।
- ਦੂਜੇ, ਯੁੱਧ ਤੋਂ ਬਾਅਦ ਆਰਥਕ ਵਿਕਾਸ ਅਤੇ ਤੀਜੀ ਦੁਨੀਆ ਦੇ ਦੇਸ਼ਾਂ ਤੋਂ ਸਸਤੀ ਮਜ਼ਦੂਰੀ ਦੀ ਲੋੜ।
- ਇਸ ਤੋਂ ਇਲਾਵਾ, ਪ੍ਰਵਾਸੀ ਆਪਣੇ ਜਨਮ ਦੇ ਦੇਸ਼ ਨਾਲ ਭਾਵਨਾਤਮਕ ਤੌਰ 'ਤੇ ਜੁੜੇ ਰਹਿੰਦੇ ਹਨ ਅਤੇ ਆਪਣੀ ਮੂਲ ਨਾਗਰਿਕਤਾ ਛੱਡਣ ਲਈ ਝਿਜਕਦੇ ਹਨ। ਇਸ ਲਈ ਕਈ ਦੇਸ਼ਾਂ ਨੇ ਉਨ੍ਹਾਂ ਨੂੰ ਆਪਣੀ ਪੁਰਾਣੀ ਨਾਗਰਿਕਤਾ ਰੱਖਣ ਦੀ ਇਜਾਜ਼ਤ ਦੇ ਦਿੱਤੀ, ਤਾਂ ਜੋ ਉਹ ਨਵੀਂ ਨਾਗਰਿਕਤਾ ਆਸਾਨੀ ਨਾਲ ਅਪਣਾ ਸਕਣ।

ਦੂਜਾ ਕਾਰਨ ਟੈਕਸ ਕਾਨੂੰਨਾਂ ਵਿਚ ਬਦਲਾਅ ਹੈ। ਕਈ ਦੇਸ਼ ਹੁਣ ਨਾਗਰਿਕਤਾ ਦੀ ਬਜਾਏ ਨਿਵਾਸ ਦੇ ਅਧਾਰ 'ਤੇ ਟੈਕਸ ਲਗਾਉਂਦੇ ਹਨ। ਇਸ ਤੋਂ ਇਲਾਵਾ, ਵੱਖ-ਵੱਖ ਦੇਸ਼ਾਂ ਵਿਚਕਾਰ ਦੁਵੱਲੀਆਂ ਸੰਧੀਆਂ ਹੋਣ ਕਰਕੇ ਲੋਕ ਦੋਹਰਾ ਟੈਕਸ ਦੇਣ ਤੋਂ ਬਚ ਸਕਦੇ ਹਨ। ਇਹ ਵੀ ਦੋਹਰੀ ਨਾਗਰਿਕਤਾ ਨੂੰ ਮੰਨਣ ਦਾ ਇਕ ਵੱਡਾ ਕਾਰਨ ਹੈ।

ਕਾਰਪੋਰੇਟ ਨਾਗਰਿਕਤਾ

ਬਹੁ-ਰਾਸ਼ਟਰੀ ਜੀਵਨ ਅਤੇ ਕਾਰਪੋਰੇਟ ਨਾਗਰਿਕਤਾ

ਨਾਗਰਿਕਤਾ ਦਾ ਸੰਕਲਪ ਹੁਣ ਹੋਰ ਵਿਕਸਤ ਹੋ ਰਿਹਾ ਹੈ, ਖ਼ਾਸ ਕਰਕੇ ਬਹੁ-ਰਾਸ਼ਟਰੀ ਜੀਵਨ ਨੂੰ ਉਤਸ਼ਾਹਿਤ ਕਰਨ ਵਾਲੇ ਨੈੱਟਵਰਕਾਂ ਵਿਚ ਕਾਰਪੋਰੇਟ ਨਾਗਰਿਕਤਾ ਬਾਰੇ ਹੋ ਰਹੀ ਚਰਚਾ ਦੇ ਨਾਲ। 1989 ਤੋਂ ਬਾਅਦ, ਮੁਕਤ ਬਾਜ਼ਾਰ ਵਿਚਾਰਧਾਰਾ ਨੇ ਅੰਤਰਰਾਸ਼ਟਰੀ ਕਾਰਪੋਰੇਸ਼ਨਾਂ ਨੂੰ ਵਧੇਰੇ ਸ਼ਕਤੀ, ਜਾਇਜ਼ਤਾ ਅਤੇ ਆਜ਼ਾਦੀ ਦਿੱਤੀ। ਗਲੋਬਲ ਨੈੱਟਵਰਕਿੰਗ ਤਕਨਾਲੋਜੀ ਦੀ ਮਦਦ ਨਾਲ, ਇਹ ਕਾਰਪੋਰੇਸ਼ਨਾਂ ਰਾਸ਼ਟਰ-ਰਾਜਾਂ ਦੀ ਕੀਮਤ 'ਤੇ ਬਹੁਤ ਤਾਕਤਵਰ ਹੋ ਗਈਆਂ (ਕਾਸਟਲਸ, ਐਮ, 2004)। ਅੱਜ, ਸਭ ਤੋਂ ਅਮੀਰ ਅਤੇ ਵਿਕਸਤ ਰਾਜ ਵੀ ਇਨ੍ਹਾਂ ਕਾਰਪੋਰੇਸ਼ਨਾਂ ਦੇ ਸਾਹਮਣੇ ਬੇਬਸ ਮਹਿਸੂਸ ਕਰਦੇ ਹਨ, ਜਦਕਿ ਛੋਟੇ ਅਤੇ ਘੱਟ ਵਿਕਸਤ ਰਾਜ ਪੂਰੀ ਤਰ੍ਹਾਂ ਇਨ੍ਹਾਂ ਦੀਆਂ ਸ਼ਕਤੀਆਂ 'ਤੇ ਨਿਰਭਰ ਹਨ। ਇਨ੍ਹਾਂ ਦੇਸ਼ਾਂ ਦੇ ਨੇਤਾ ਅਕਸਰ ਭ੍ਰਿਸ਼ਟਾਚਾਰ ਅਤੇ ਲਾਲਚ ਦੇ ਸ਼ਿਕਾਰ ਬਣ ਜਾਂਦੇ ਹਨ।

ਇਸ ਰੁਝਾਨ ਨੂੰ ਸਮਾਜਕ ਸਹਾਇਤਾ ਪ੍ਰਣਾਲੀਆਂ ਦੇ ਟੁੱਟਣ ਨੇ ਹੋਰ ਮਜ਼ਬੂਤ ਕੀਤਾ ਹੈ। ਵਧੀਆਂ ਹੋਈਆਂ ਪਰਿਵਾਰਕ ਰਚਨਾਵਾਂ ਅਤੇ ਟਰੇਡ ਯੂਨੀਅਨਵਾਦ ਦੇ ਘਟਣ ਨਾਲ ਸਮਾਜ ਵਿਚ ਬੇਦਖਲੀ ਵਧੀ ਹੈ। ਇਸ ਦੇ ਨਤੀਜੇ ਵਜੋਂ, ਅਮੀਰਾਂ ਅਤੇ ਗ਼ਰੀਬਾਂ ਵਿਚਕਾਰ ਪਾੜਾ ਵਧਿਆ ਹੈ, ਧਾਰਮਿਕ ਕੱਟੜਵਾਦ ਅਤੇ ਸੰਗਠਿਤ ਅਪਰਾਧ ਨੇ ਵੀ ਜਗ੍ਹਾ ਬਣਾਈ ਹੈ (ਕੈਰੋਲ, ਏਬੀ, 1998)।

ਕਾਰਪੋਰੇਟ ਨਾਗਰਿਕਤਾ ਸ਼ਬਦ ਪਿਛਲੇ ਕੁਝ ਸਾਲਾਂ ਤੋਂ ਵਪਾਰ ਅਤੇ ਅਕਾਦਮਿਕ ਖੇਤਰ ਵਿਚ ਚਰਚਾ ਦਾ ਵਿਸ਼ਾ ਬਣਿਆ ਹੋਇਆ ਹੈ (ਆਲਟਮੈਨ ਅਤੇ ਵਿਡਾਵਰ-ਕੋਹੇਨ, 2000)। ਇਸ ਦੀ ਵਰਤੋਂ ਤੇਜ਼ੀ ਨਾਲ ਵਧ ਰਹੀ ਹੈ। ਇਹ ਖ਼ਾਸ ਕਰਕੇ ਕਾਰਪੋਰੇਟ ਸੰਚਾਲਨ ਦੇ ਨਕਾਰਾਤਮਕ ਪ੍ਰਭਾਵਾਂ ਤੋਂ ਬਚਣ ਲਈ ਇਕ ਨੁਕਸਾਨ ਨਿਯੰਤਰਣ ਅਭਿਆਸ ਵਜੋਂ ਉੱਭਰਿਆ ਹੈ। ਪਰ ਇਹ ਇਕ ਗੁੰਝਲਦਾਰ ਅਤੇ ਵਿਵਾਦਪੂਰਨ ਮੁੱਦਾ ਹੈ – ਜਿੰਨਾ ਵੱਧ ਇਸ ਵਿਚ ਖੋਜੀਦਾ ਹੈ, ਇਹ ਓਨਾ ਹੀ ਉਲਝਦਾ ਹੈ।

ਇਸ ਸੰਕਲਪ ਦੀ ਮਹੱਤਤਾ ਦਾ ਅੰਦਾਜ਼ਾ ਇਸ ਗੱਲ ਤੋਂ ਲੱਗਦਾ ਹੈ ਕਿ ਇਹ ਦੁਨੀਆ ਭਰ ਵਿਚ ਕਿੰਨਾ ਧਿਆਨ ਖਿੱਚ ਰਿਹਾ ਹੈ। ਕਾਰਪੋਰੇਟ ਨਾਗਰਿਕਤਾ 'ਤੇ ਕਈ ਖੋਜ ਕੇਂਦਰ ਬਣੇ ਹਨ, ਜਿਵੇਂ ਕਿ ਬੋਸਟਨ ਕਾਲਜ (ਅਮਰੀਕਾ), ਵਾਰਵਿਕ ਯੂਨੀਵਰਸਿਟੀ (ਯੂਕੇ), ਡੀਕਿਨ ਯੂਨੀਵਰਸਿਟੀ (ਆਸਟ੍ਰੇਲੀਆ) ਅਤੇ ਆਈਕਸਟੈਟ ਯੂਨੀਵਰਸਿਟੀ (ਜਰਮਨੀ) (ਮੈਟੇਨ ਅਤੇ ਕ੍ਰੇਨ, 2005)। ਇਸੇ ਉਦੇਸ਼ ਲਈ ਜਰਨਲ ਆਫ਼ ਕਾਰਪੋਰੇਟ ਸਿਟੀਜ਼ਨਸ਼ਿਪ ਵੀ ਛਪਣਾ ਸ਼ੁਰੂ ਹੋਇਆ। ਪਰ ਇਹ ਸੰਭਾਵਨਾ ਹੈ ਕਿ ਇਹ ਖੋਜ ਕੇਂਦਰ ਅਤੇ ਜਰਨਲ ਖ਼ੁਦ ਕਾਰਪੋਰੇਸ਼ਨਾਂ ਦੁਆਰਾ ਹੀ ਫ਼ੰਡ ਕੀਤੇ ਜਾ ਰਹੇ ਹਨ।

ਕਾਰਪੋਰੇਸ਼ਨ ਪਹਿਲਾਂ ਹੀ ਰਾਜਾਂ ਦੀਆਂ ਬਹੁਤ ਸਾਰੀਆਂ ਸ਼ਕਤੀਆਂ ਆਪਣੇ ਹਥਿਆਰ ਵਿਚ ਕਰ ਚੁੱਕੀਆਂ ਹਨ। ਹੁਣ ਉਹ ਆਪਣੇ-ਆਪ ਨੂੰ ਨਾਗਰਿਕ ਵਜੋਂ ਪੇਸ਼ ਕਰਦੀਆਂ ਹਨ। 2002 ਵਿਚ ਵਿਸ਼ਵ ਆਰਥਕ ਫੋਰਮ ਦੌਰਾਨ ਚੌਤੀ ਬਹੁ-ਰਾਸ਼ਟਰੀ ਕਾਰਪੋਰੇਸ਼ਨਾਂ ਨੇ ਇਕ ਸਾਂਝੇ ਬਿਆਨ "ਗਲੋਬਲ ਕਾਰਪੋਰੇਟ ਸਿਟੀਜ਼ਨਸ਼ਿਪ: ਸੀਈਓਜ਼ ਅਤੇ ਬੋਰਡਾਂ ਲਈ ਲੀਡਰਸ਼ਿਪ ਚੁਣੌਤੀ" ਉੱਪਰ ਹਸਤਾਖ਼ਰ ਕੀਤੇ। ਮਾਰਸਡਨ (2000) ਅਨੁਸਾਰ ਇਹ ਇਕ ਖਤਰਨਾਕ ਮਿਸਾਲ ਸੀ ਕਿ ਕਾਰਪੋਰੇਸ਼ਨ ਨਾਗਰਿਕਾਂ 'ਤੇ ਕਬਜ਼ਾ ਕਰਨ ਦੀ ਕੋਸ਼ਿਸ਼ ਕਰ ਰਹੀਆਂ ਹਨ। ਸੇਟਜ਼ (2002) ਅਨੁਸਾਰ, ਕਾਰਪੋਰੇਸ਼ਨ ਕਾਨੂੰਨੀ ਸੰਸਥਾਵਾਂ ਹਨ, ਜਿਨ੍ਹਾਂ ਦੇ ਅਧਿਕਾਰ ਅਤੇ ਫਰਜ਼ ਨਾਗਰਿਕਾਂ ਦੇ ਬਰਾਬਰ ਹਨ।

ਰਵਾਇਤੀ ਤੌਰ 'ਤੇ, ਇਕ ਪ੍ਰਭੂਸੱਤਾ ਰਾਜ ਦੇ ਨਾਗਰਿਕਾਂ ਨੂੰ ਨਾਗਰਿਕ, ਸਮਾਜਕ ਅਤੇ ਰਾਜਨੀਤਿਕ ਅਧਿਕਾਰ ਮਿਲਦੇ ਹਨ।

- ਸਮਾਜਕ ਅਧਿਕਾਰ: ਸਿੱਖਿਆ, ਸਿਹਤ ਅਤੇ ਭਲਾਈ।
- ਨਾਗਰਿਕ ਅਧਿਕਾਰ: ਬੋਲਣ ਦੀ ਆਜ਼ਾਦੀ, ਜਾਇਦਾਦ ਰੱਖਣ ਦਾ ਹੱਕ, ਸਰਕਾਰ ਦੁਆਰਾ ਦਖ਼ਲ ਤੋਂ ਮੁਕਤੀ।
- ਰਾਜਨੀਤਿਕ ਅਧਿਕਾਰ: ਵੋਟ ਪਾਉਣ ਅਤੇ ਚੋਣ ਲੜਨ ਦਾ ਹੱਕ।

ਇਸ ਨਜ਼ਰੀਏ ਤੋਂ, ਕਾਰਪੋਰੇਟ ਨਾਗਰਿਕਤਾ ਦਾ ਅਰਥ ਸਮਝਣਾ ਮੁਸ਼ਕਲ ਹੈ। ਕਾਰਪੋਰੇਸ਼ਨ ਪਹਿਲਾਂ ਹੀ ਰਾਜਾਂ ਦੀਆਂ ਕਈ ਭੂਮਿਕਾਵਾਂ ਆਪਣੇ ਹੱਥ ਵਿਚ ਕਰ ਚੁੱਕੀਆਂ ਹਨ ਅਤੇ ਲੋਕਤੰਤਰ ਹੁਣ ਕਾਰਪੋਰੇਟੋਕ੍ਰੇਸੀ ਬਣਦਾ ਜਾ ਰਿਹਾ ਹੈ। ਅਜਿਹੇ ਹਾਲਾਤਾਂ ਵਿਚ, ਕਾਰਪੋਰੇਸ਼ਨ ਨੂੰ ਚਾਹੀਦਾ ਹੈ ਕਿ ਉਹ ਨਾਗਰਿਕਾਂ ਪ੍ਰਤੀ ਆਪਣੇ ਫਰਜ਼ ਨਿਭਾਉਣ, ਨਾ ਕਿ ਆਪਣੇ ਲਈ ਨਾਗਰਿਕਤਾ ਦਾ ਦਾਅਵਾ ਕਰਨ। ਪਰ ਇੱਥੇ ਵੱਡਾ ਹਿਤਾਂ ਦਾ ਟਕਰਾਅ ਹੈ, ਕਿਉਂਕਿ ਕਾਰਪੋਰੇਸ਼ਨ ਦਾ ਮੁੱਖ ਟੀਚਾ ਮੁਨਾਫ਼ਾ ਹੈ, ਨਾ ਕਿ ਲੋਕਾਂ ਦੀ ਭਲਾਈ।

ਕਾਰਪੋਰੇਸ਼ਨ ਦੇ ਵਧੇਰੇ ਤਾਕਤਵਰ ਹੋਣ ਦੇ ਕਾਰਨ ਹਨ:

- ਲਾਬਿੰਗ ਅਤੇ ਪਾਰਟੀ ਫ਼ੰਡਿੰਗ ਰਾਹੀਂ ਰਾਜਨੀਤਿਕ ਪ੍ਰਭਾਵ।

- ਨਾਗਰਿਕਾਂ ਦਾ ਵੋਟ ਪਾਉਣ ਪ੍ਰਤੀ ਉਦਾਸੀਨ ਹੋਣਾ।
- ਲੋਕਾਂ ਦਾ ਰਾਜਨੀਤਿਕ ਗਤੀਵਿਧੀਆਂ ਵਿਚ ਸਰਗਰਮ ਨਾ ਹੋਣਾ।

ਇਸ ਕਾਰਨ ਕਾਰਪੋਰੇਸ਼ਨ ਸਮਾਜਕ ਜ਼ਿੰਮੇਵਾਰੀ ਨਿਭਾਉਣ ਦੀ ਬਜਾਏ ਸਰੋਤਾਂ, ਸਮਾਜ ਅਤੇ ਨਾਗਰਿਕਾਂ 'ਤੇ ਨਿਯੰਤਰਣ ਕਰਨ ਵਿਚ ਜੁਟੀਆਂ ਹਨ। ਵਾਤਾਵਰਨ ਨੂੰ ਨੁਕਸਾਨ ਅਤੇ ਕਿਰਤ ਦੇ ਸ਼ੋਸ਼ਣ ਨੇ ਇਹ ਸਪਸ਼ਟ ਕਰ ਦਿੱਤਾ ਹੈ ਕਿ ਕਾਰਪੋਰੇਸ਼ਨਾਂ ਦਾ ਟੀਚਾ ਮੁਨਾਫ਼ਾ ਹੈ, ਨਾ ਕਿ ਸਮਾਜਕ ਭਲਾਈ।

ਨਾਗਰਿਕਤਾ ਵਿਕਰੀ ਲਈ

ਬਹੁਤ ਸਾਰੇ ਵਿਕਸਤ ਦੇਸ਼ਾਂ ਨੇ ਅਜਿਹੀਆਂ ਨੀਤੀਆਂ ਬਣਾਈਆਂ ਹਨ ਜਿੱਥੇ ਕੋਈ ਵੀ ਵਿਅਕਤੀ, ਜਿਸ ਕੋਲ ਕਾਫ਼ੀ ਪੈਸਾ ਹੈ, ਉਹ ਇਕ ਨਿਰਧਾਰਤ ਰਕਮ ਦਾ ਨਿਵੇਸ਼ ਕਰਕੇ ਉਸ ਦੇਸ਼ ਵਿਚ ਰਹਿਣ ਦਾ ਅਧਿਕਾਰ (Residence by Investment – RBI) ਜਾਂ ਫਿਰ ਸਿੱਧਾ ਉਸ ਦੇਸ਼ ਦੀ ਨਾਗਰਿਕਤਾ (Citizenship by Investment – CBI) ਪ੍ਰਾਪਤ ਕਰ ਸਕਦਾ ਹੈ। ਇਸ ਪ੍ਰਕਿਰਿਆ ਨੂੰ ਆਮ ਤੌਰ 'ਤੇ ਗੋਲਡਨ ਵੀਜ਼ਾ ਜਾਂ ਗੋਲਡਨ ਪਾਸਪੋਰਟ ਕਿਹਾ ਜਾਂਦਾ ਹੈ। ਇਸ ਤਰੀਕੇ ਨਾਲ ਨਾਗਰਿਕਤਾ ਲੈਣ ਵਾਲਿਆਂ ਨੂੰ ਆਮ ਵੀਜ਼ਾ ਜਾਂ ਪਾਸਪੋਰਟ ਪ੍ਰਣਾਲੀ ਵਿੱਚੋਂ ਨਹੀਂ ਲੰਘਣਾ ਪੈਂਦਾ।

ਉਪਰੋਕਤ ਸਾਰਣੀ (ਚਿੱਤਰ 30) ਇਸ ਕਿਸਮ ਦੇ ਵੀਜ਼ਾ ਦੀ ਵਰਤੋਂ ਕਰਨ ਵਾਲੇ ਕਰੋੜਪਤੀਆਂ ਦੇ ਪ੍ਰਵਾਸ ਦੇ ਰੁਝਾਨ ਅਤੇ ਉਨ੍ਹਾਂ ਦੇ ਮਨਪਸੰਦ ਸਥਾਨਾਂ ਨੂੰ ਇਕ ਗ੍ਰਾਫਿਕ ਰੂਪ ਵਿਚ ਦਰਸਾਉਂਦੀ ਹੈ।

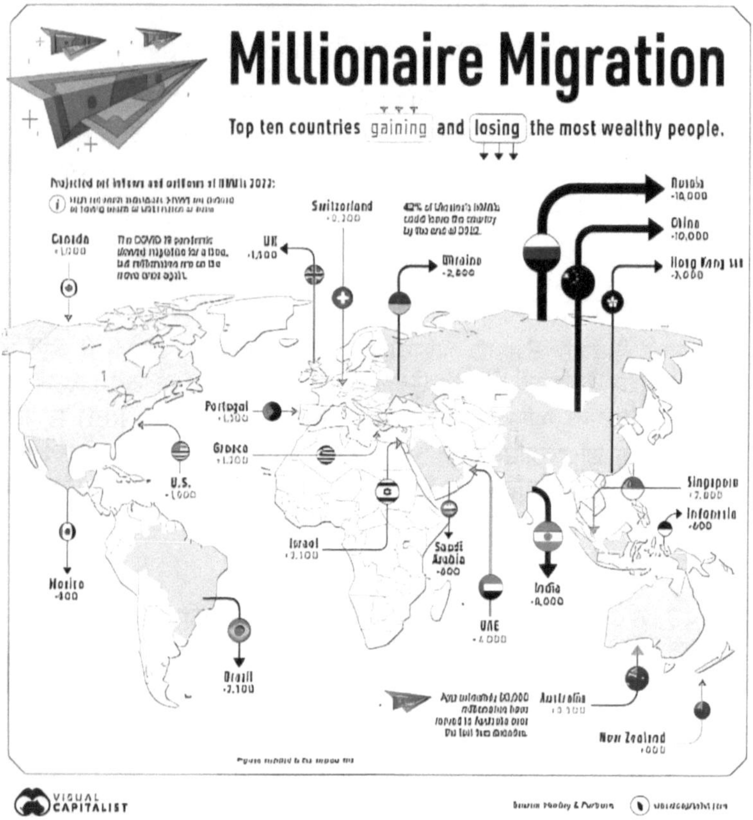

ਚਿੱਤਰ 30: ਕਰੋੜਪਤੀਆਂ ਦਾ ਪ੍ਰਵਾਸ

Source: Virtual Capitalist

ਗੋਲਡਨ ਵੀਜ਼ਾ

ਗੋਲਡਨ ਵੀਜ਼ਾ ਦੀ ਵਰਤੋਂ ਅਕਸਰ ਵਿੱਤੀ ਅਤੇ ਆਰਥਕ ਅਪਰਾਧਾਂ ਲਈ ਕੀਤੀ ਜਾ ਰਹੀ ਹੈ, ਜਿਵੇਂ ਕਿ ਰਿਸ਼ਵਤਖੋਰੀ, ਭ੍ਰਿਸ਼ਟਾਚਾਰ, ਟੈਕਸ ਚੋਰੀ ਅਤੇ ਮਨੀ ਲਾਂਡਰਿੰਗ। ਇਸ ਦਾ ਕਾਰਨ ਇਹ ਹੈ ਕਿ ਇਸ ਵਿਚ ਕਾਫ਼ੀ ਸੁਰੱਖਿਆ ਉਪਾਅ ਨਹੀਂ ਹਨ (ਪਾਵਲੀਡਿਸ, ਜੀ, 2021)। ਜਦੋਂ ਵੱਖ-ਵੱਖ ਦੇਸ਼ ਇਸ ਕਿਸਮ ਦੀ ਮਾਈਗ੍ਰੇਸ਼ਨ ਦੀ ਪੇਸ਼ਕਸ਼ ਕਰਨ ਵਿਚ ਆਪਸ ਵਿਚ ਮੁਕਾਬਲਾ ਕਰਦੇ ਹਨ, ਤਾਂ ਉਹ ਸੁਰੱਖਿਆ ਨਿਯਮਾਂ ਨੂੰ ਢਿੱਲਾ ਕਰ ਦੇਂਦੇ ਹਨ, ਜਿਸ ਨਾਲ ਮਨੀ ਲਾਂਡਰਿੰਗ ਦੇ ਮੌਕੇ ਹੋਰ ਵੱਧ ਜਾਂਦੇ ਹਨ।

ਜਾਰਜ ਪਾਵਲੀਡਿਸ (2021) ਦੇ ਅਨੁਸਾਰ, ਨਿੱਜੀ ਖੇਤਰ ਦੇ ਕੁਝ ਹਿੱਸੇ, ਜੋ ਸਿਰਫ਼ ਮੁਨਾਫ਼ੇ ਲਈ ਕੰਮ ਕਰਦੇ ਹਨ, ਅਜਿਹੀ ਵੀਜ਼ਾ ਪ੍ਰਣਾਲੀ ਸ਼ੁਰੂ ਕਰਨ ਲਈ ਰਾਜਨੀਤਿਕ ਨੇਤਾਵਾਂ ਅਤੇ

ਪਾਰਟੀਆਂ 'ਤੇ ਲਾਬਿੰਗ ਕਰਦੇ ਹਨ। ਇਸ ਤੋਂ ਇਲਾਵਾ, ਅਰਜ਼ੀਆਂ ਦੀ ਸਕ੍ਰੀਨਿੰਗ ਪ੍ਰਕਿਰਿਆ ਵਿਵੇਕਸ਼ੀਲ ਹੁੰਦੀ ਹੈ। ਕਈ ਵਾਰ ਇਹ ਵਿਵੇਕਸ਼ੀਲ ਸ਼ਕਤੀਆਂ ਰਾਜਨੀਤਿਕ ਨੇਤਾਵਾਂ ਦੇ ਹਿਤਾਂ ਦੇ ਟਕਰਾਅ ਜਾਂ ਉਨ੍ਹਾਂ ਦੇ ਕਾਰੋਬਾਰਾਂ ਵਿਚ ਸ਼ਮੂਲੀਅਤ ਨੂੰ ਅਣਦੇਖਾ ਕਰਨ ਲਈ ਵਰਤੀਆਂ ਜਾਂਦੀਆਂ ਹਨ, ਜਿਸ ਨਾਲ ਭ੍ਰਿਸ਼ਟਾਚਾਰ ਲਈ ਰਸਤਾ ਖੁੱਲ੍ਹਦਾ ਹੈ।

RBI (Residence by Investment) ਅਤੇ CBI (Citizenship by Investment) ਸਕੀਮਾਂ ਵਿਚ ਇਹ ਖ਼ਤਰਾ ਵੀ ਹੈ ਕਿ ਇਹ ਦੇਸ਼ਾਂ ਵਿਚਕਾਰ ਟੈਕਸ ਦੇ ਆਟੋਮੈਟਿਕ ਵਟਾਂਦਰੇ ਦੀ ਪ੍ਰਣਾਲੀ ਨੂੰ ਕਮਜ਼ੋਰ ਕਰ ਸਕਦੀਆਂ ਹਨ, ਜਿਸ ਨਾਲ ਟੈਕਸ ਚੋਰੀ ਦੇ ਜੋਖਮ ਵਧ ਜਾਂਦੇ ਹਨ।

ਜਿਹੜੇ ਦੇਸ਼ ਨਿਵੇਸ਼ ਦੁਆਰਾ ਨਾਗਰਿਕਤਾ (CBI) ਦਿੰਦੇ ਹਨ ਉਹ ਹਨ: ਐਂਟੀਗੁਆ ਅਤੇ ਬਾਰਬੁਡਾ, ਐਂਗੁਇਲਾ, ਆਸਟਰੀਆ, ਡੋਮਿਨਿਕਾ, ਕੇਮੈਨ ਆਈਲੈਂਡਜ਼, ਸਾਈਪ੍ਰਸ, ਜਰਮਨੀ, ਗ੍ਰੀਸ, ਗ੍ਰੇਨਾਡਾ, ਆਇਰਲੈਂਡ, ਮਾਲਟਾ, ਮੋਲਡੋਵਾ, ਮੋਂਟੇਨੇਗਰੋ, ਪੁਰਤਗਾਲ, ਸਪੇਨ, ਸੇਂਟ ਕਿਟਸ ਅਤੇ ਨੇਵਿਸ, ਸੇਂਟ ਲੂਸੀਆ, ਤੁਰਕੀ, ਯੂਕੇ, ਸੰਯੁਕਤ ਰਾਜ ਅਤੇ ਵਾਨੂਆਟੂ। ਇਹ ਸੂਚੀ ਲਗਾਤਾਰ ਵਧ ਰਹੀ ਹੈ।

ਕੁਝ ਦੇਸ਼ਾਂ ਵਿਚ, ਜਿਵੇਂ ਕਿ ਸਾਈਪ੍ਰਸ, ਨਾਗਰਿਕਤਾ ਲਈ ਸਥਾਨਕ ਆਰਥਕਤਾ ਵਿਚ ਵੱਡਾ ਨਿਵੇਸ਼ ਕਰਨਾ ਲਾਜ਼ਮੀ ਹੁੰਦਾ ਹੈ। ਕੁਝ ਹੋਰ ਦੇਸ਼ਾਂ, ਜਿਵੇਂ ਕਿ ਐਂਟੀਗੁਆ ਅਤੇ ਬਾਰਬੁਡਾ, ਵਿਚ ਸਰਕਾਰੀ ਖਾਤਿਆਂ (ਜਿਵੇਂ ਨੈਸ਼ਨਲ ਡਿਵੈਲਪਮੈਂਟ ਫੰਡ) ਵਿਚ ਸਿੱਧਾ ਦਾਨ ਦੇਣਾ ਲਾਜ਼ਮੀ ਹੁੰਦਾ ਹੈ। ਕਈ ਦੇਸ਼ਾਂ ਵਿਚ ਵੱਖ-ਵੱਖ ਕੰਬੀਨੇਸ਼ਨ ਸਕੀਮਾਂ ਵੀ ਹੁੰਦੀਆਂ ਹਨ।

ਨਿਵੇਸ਼ ਦੀ ਰਕਮ ਦੇਸ਼ ਦਰ ਦੇਸ਼ ਕਾਫ਼ੀ ਵੱਖਰੀ ਹੈ – $100,000 (ਡੋਮਿਨਿਕਾ, ਸੇਂਟ ਲੂਸੀਆ) ਤੋਂ ਲੈ ਕੇ $2,503,95000 (ਸਾਈਪ੍ਰਸ) ਤੱਕ (ਲੈਂਗੇਨਮਾਇਰ, ਡੀ, ਅਤੇ ਜ਼ਿਸਕਾ, ਐਲ, 2021)।

ਬਹੁਤ ਸਾਰੇ ਦੇਸ਼ ਹੁਣ ਇਸ ਪ੍ਰਣਾਲੀ 'ਤੇ ਦੁਬਾਰਾ ਵਿਚਾਰ ਕਰ ਰਹੇ ਹਨ। ਉਦਾਹਰਨ ਲਈ, ਯੂਕੇ ਨੇ ਫਰਵਰੀ 2022 ਵਿਚ ਆਪਣੀ ਨਿਵੇਸ਼ ਵੀਜ਼ਾ ਯੋਜਨਾ ਰੱਦ ਕਰ ਦਿੱਤੀ (ਨਿਊਜ਼, ਬੀ, 2022, ਫਰਵਰੀ 16)। ਇਹ ਯੋਜਨਾ 2008 ਵਿਚ ਸ਼ੁਰੂ ਕੀਤੀ ਗਈ ਸੀ ਅਤੇ ਉਸ ਤੋਂ ਬਾਅਦ ਰੂਸੀ ਨਾਗਰਿਕਾਂ ਨੂੰ 2,581 ਵੀਜ਼ੇ ਦਿੱਤੇ ਗਏ ਸਨ। ਆਸਟ੍ਰੇਲੀਆ ਵੀ ਜਲਦੀ ਹੀ ਇਸ ਪ੍ਰਣਾਲੀ ਨੂੰ ਖ਼ਤਮ ਕਰਨ ਬਾਰੇ ਸੋਚ ਰਿਹਾ ਹੈ। ਯੂਰਪੀ ਸੰਘ ਵੀ ਰੂਸ-ਯੂਕਰੇਨ ਯੁੱਧ ਦੇ ਮੱਦੇਨਜ਼ਰ ਇਸ ਪ੍ਰਣਾਲੀ ਦੀ ਸਮੀਖਿਆ ਕਰ ਰਿਹਾ ਹੈ।

ਬਹੁਤ ਸਾਰੇ ਭ੍ਰਿਸ਼ਟ ਅਧਿਕਾਰੀ ਅਤੇ ਵੱਡੇ ਕਾਰੋਬਾਰੀ ਲੋਕਾਂ ਨੇ ਆਪਣੀ ਪਛਾਣ ਅਤੇ ਸੰਪਤੀਆਂ ਨੂੰ ਛੁਪਾਉਣ ਲਈ ਇਸ ਪ੍ਰਣਾਲੀ ਦਾ ਦੁਰਵਿਨਿਯੋਗ ਕੀਤਾ ਹੈ।

ਡੇਟਾ ਦੱਸਦਾ ਹੈ ਕਿ 2013 ਤੋਂ 2019 ਤੱਕ ਲਗਭਗ 40,000 ਲੋਕਾਂ ਨੇ RBI ਜਾਂ CBI ਪ੍ਰਣਾਲੀ ਦੀ ਵਰਤੋਂ ਕੀਤੀ। ਇਸ ਵਿਚ ਸਭ ਤੋਂ ਵੱਧ ਲੋਕ ਚੀਨ ਤੋਂ ਸਨ, ਉਸ ਤੋਂ ਬਾਅਦ ਰੂਸ ਅਤੇ ਫਿਰ ਕੁਝ ਮੱਧ ਪੂਰਬ ਦੇ ਦੇਸ਼ਾਂ ਤੋਂ।

ਚੀਨੀ ਕਰਜ਼ਾ-ਫੰਦ ਕੂਟਨੀਤੀ

"ਆਧੁਨਿਕ ਗ਼ੁਲਾਮ ਕਰਜ਼ੇ ਵਿਚ ਹਨ, ਜ਼ੰਜੀਰਾਂ ਵਿਚ ਨਹੀਂ" – ਅਗਿਆਤ

ਚਿੱਤਰ 31: ਚੀਨੀ ਕਰਜ਼ਾ-ਜਾਲ ਕੂਟਨੀਤੀ

Source: https://themeghalayancom/wp-content/uploads/2022/04/Untitled-design-2022-04-07T013449796png

ਚੀਨੀ ਕਰਜ਼ਾ-ਫੰਦ ਕੂਟਨੀਤੀ (Debt-Trap Diplomacy)

ਕਰਜ਼ਾ-ਫੰਦ ਕੂਟਨੀਤੀ ਕਰਜ਼ੇ ਵਾਲੇ ਦੇਸ਼ ਦੀ ਪ੍ਰਭੂਸੱਤਾ ਨੂੰ ਹੋਰ ਘਟਾਉਂਦੀ ਹੈ, ਕਿਉਂਕਿ ਜਿਹੜੇ ਰਾਸ਼ਟਰ-ਰਾਜ ਡੂੰਘੇ ਕਰਜ਼ੇ ਵਿਚ ਫਸ ਜਾਂਦੇ ਹਨ, ਉਹ ਹੁਣ ਆਪਣੀ ਮਰਜ਼ੀ ਨਾਲ ਸੁਤੰਤਰ ਫ਼ੈਸਲੇ ਨਹੀਂ ਕਰ ਸਕਦੇ। ਕਰਜ਼ਾ-ਫੰਦ (ਚਿੱਤਰ-31) ਦਾ ਮਤਲਬ ਹੈ ਕਰਜ਼ਦਾਰ ਦੇਸ਼ 'ਤੇ ਇੰਨਾ ਵੱਡਾ ਬੋਝ ਪਾ ਦੇਣਾ ਕਿ ਉਹ ਕਰਜ਼ਾ ਵਾਪਸ ਕਰਨ ਵਿਚ ਅਸਮਰੱਥ ਹੋ ਜਾਵੇ। ਅਜਿਹੀ ਸਥਿਤੀ ਵਿਚ ਕਰਜ਼ਦਾਰ ਦੇਸ਼ ਨੂੰ ਕਰਜ਼ਾ ਦੇਣ ਵਾਲੇ ਦੇਸ਼ ਦੀਆਂ ਗੱਲਾਂ ਮੰਨਣ ਲਈ ਮਜਬੂਰ ਕੀਤਾ ਜਾਂਦਾ ਹੈ, ਤਾਂ ਜੋ ਉਹ ਆਪਣੇ ਰਣਨੀਤਕ ਅਤੇ ਭੂ-ਰਾਜਨੀਤਿਕ ਫ਼ਾਇਦੇ ਹਾਸਲ ਕਰ ਸਕੇ।

ਕਰਜ਼ਾ ਲੈਣ ਵਾਲੇ ਦੇਸ਼ ਨੂੰ ਅਕਸਰ ਇਹ ਕਿਹਾ ਜਾਂਦਾ ਹੈ ਕਿ ਉਹ ਉਸੇ ਦੇਸ਼ ਦੇ ਠੇਕੇਦਾਰਾਂ, ਸਮਗਰੀਆਂ ਅਤੇ ਸਰੋਤਾਂ ਦੀ ਵਰਤੋਂ ਕਰੇ ਜਿਸ ਨੇ ਕਰਜ਼ਾ ਦਿੱਤਾ ਹੈ।

ਚੀਨ ਨੇ ਇਸ ਰਣਨੀਤੀ ਨੂੰ ਬਹੁਤ ਵਿਆਪਕ ਤੌਰ 'ਤੇ ਵਰਤਿਆ ਹੈ ਅਤੇ ਇਹ ਹੁਣ ਅੰਤਰਰਾਸ਼ਟਰੀ ਭਾਈਚਾਰੇ ਲਈ ਵੱਡੀ ਚਿੰਤਾ ਬਣ ਗਈ ਹੈ। ਚੀਨ ਦੀ ਅੰਤਰਰਾਸ਼ਟਰੀ ਵਿੱਤ 'ਤੇ ਪਕੜ ਕਾਫ਼ੀ ਮਜ਼ਬੂਤ ਹੈ ਅਤੇ ਇਹ ਹਿੰਦ ਮਹਾਸਾਗਰ ਖੇਤਰ ਵਿਚ ਆਪਣੇ ਹਮਲਾਵਰ

ਰਵੱਈਏ, ਵਿਦੇਸ਼ ਨੀਤੀ ਅਤੇ ਸਰਦਾਰੀ ਵਾਲੀਆਂ ਖ਼ਾਹਿਸ਼ਾਂ (hegemonic ambitions) ਦੇ ਹਿੱਸੇ ਵਜੋਂ ਕਰਜ਼ੇ ਦੇ ਫੰਦ ਨੂੰ ਵਰਤ ਰਿਹਾ ਹੈ।

ਇਹ ਡਰ ਵੀ ਹੈ ਕਿ ਚੀਨ ਵਪਾਰਕ ਯੁੱਧ ਵਿਚ ਕਰਜ਼ਾ-ਫੰਦ ਨੂੰ ਇਕ ਭੂ-ਰਾਜਨੀਤਿਕ ਹਥਿਆਰ ਵਜੋਂ ਵਰਤੇਗਾ।

ਕਰਜ਼ਾ-ਫੰਦ (Debt Trap) ਸ਼ਬਦ ਸਭ ਤੋਂ ਪਹਿਲਾਂ ਬ੍ਰਹਮਾ ਚੇਲਾਨੀ ਨੇ ਘੜਿਆ ਸੀ। ਉਹ ਭੂ-ਰਣਨੀਤਕ ਮਾਮਲਿਆਂ 'ਤੇ ਨੌਂ ਕਿਤਾਬਾਂ ਦੇ ਲੇਖਕ ਹਨ ਅਤੇ ਨਵੀਂ ਦਿੱਲੀ ਵਿਚ ਸੈਂਟਰ ਫਾਰ ਪਾਲਿਸੀ ਰਿਸਰਚ ਵਿਚ ਰਣਨੀਤਕ ਅਧਿਐਨ ਦੇ ਪ੍ਰੋਫ਼ੈਸਰ ਹਨ।

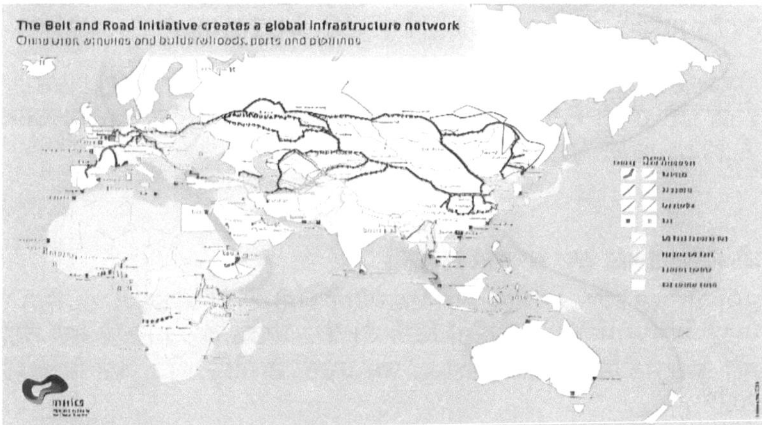

ਚਿੱਤਰ 32: ਬੈਲਟ ਐਂਡ ਰੋਡ ਪਹਿਲਕਦਮੀ ਦਾ ਨਕਸ਼ਾ ਬਣਾਉਣਾ

Source:The Economist 28July2018,14
https://wwwmericsorg/en/bri-tracker/mappingthe-belt-and-road-initiative

ਚੀਨੀ ਕਰਜ਼ਾ-ਫੰਦ ਕੂਟਨੀਤੀ ਦੇ ਅਸਲੀ ਖ਼ਤਰੇ

ਚੀਨੀ ਕਰਜ਼ਾ-ਫੰਦ ਕੂਟਨੀਤੀ ਦੇ ਖ਼ਤਰੇ ਹੁਣ ਸਿਰਫ਼ ਕਲਪਨਾ ਨਹੀਂ ਰਹੇ, ਸਗੋਂ ਅਸਲੀਅਤ ਬਣ ਗਏ ਹਨ। ਇਸ ਦੀ ਸਭ ਤੋਂ ਵੱਡੀ ਉਦਾਹਰਨ ਸ੍ਰੀਲੰਕਾ ਦਾ ਆਰਥਕ ਸੰਕਟ ਹੈ, ਜਿੱਥੇ ਦੇਸ਼-ਪੱਧਰੀ ਵਿਰੋਧ ਪ੍ਰਦਰਸ਼ਨ ਅਤੇ ਦੰਗੇ ਹੋਏ। ਇਹ ਸਭ ਕੁਝ 2017 ਵਿਚ ਸ੍ਰੀਲੰਕਾ ਵੱਲੋਂ ਆਪਣਾ ਹੰਬਨਟੋਟਾ ਬੰਦਰਗਾਹ 99 ਸਾਲਾਂ ਦੀ ਲੀਜ਼ 'ਤੇ ਚੀਨ ਨੂੰ ਦੇਣ ਤੋਂ ਬਾਅਦ ਦੇ ਵਿਕਾਸਾਂ ਨਾਲ ਜੁੜਿਆ ਹੈ। ਇਹ ਮਾਮਲਾ ਚੀਨ ਦੀ ਕਰਜ਼ਾ-ਫੰਦ ਕੂਟਨੀਤੀ ਦੇ ਨਤੀਜਿਆਂ ਲਈ ਇਕ ਟੈਂਪਲੇਟ ਬਣ ਗਿਆ ਹੈ।

ਹੁਣ ਸ੍ਰੀਲੰਕਾ ਕਰਜ਼ਾ ਤੋਂ ਇਕੁਇਟੀ ਸਵੈਪ ਸਮਝੌਤੇ ਦੇ ਅਧੀਨ ਹੈ। ਇਸ ਹਾਲਾਤ ਵਿਚ ਸ੍ਰੀਲੰਕਾ ਚੀਨ ਦੇ ਵਿਰੋਧ ਵਿਚ ਖੜ੍ਹਾ ਨਹੀਂ ਹੋ ਸਕਦਾ, ਭਾਵੇਂ ਚੀਨ ਹੰਬਨਟੋਟਾ ਬੰਦਰਗਾਹ ਨੂੰ ਫ਼ੌਜੀ ਅੱਡੇ ਵਜੋਂ ਵਰਤਣਾ ਚਾਹੇ।

ਹੰਬਨਟੋਟਾ ਬੰਦਰਗਾਹ ਤਾਂ ਸਿਰਫ਼ ਇਕ ਉਦਾਹਰਨ ਹੈ। ਇਹ 2013 ਵਿਚ ਸ਼ੁਰੂ ਕੀਤੀ ਗਈ ਬੈਲਟ ਐਂਡ ਰੋਡ ਇਨੀਸ਼ੀਏਟਿਵ (BRI) (ਚਿੱਤਰ 32) ਦੇ ਤਹਿਤ ਚੀਨ ਦੁਆਰਾ ਵਿੱਤ ਕੀਤੇ 3000 ਤੋਂ ਵੱਧ ਪ੍ਰੋਜੈਕਟਾਂ ਵਿੱਚੋਂ ਇਕ ਹੈ।

ਅਫਰੀਕਾ ਅਤੇ ਦੱਖਣੀ ਏਸ਼ੀਆ ਵਿਚ ਖ਼ਤਰੇ

ਅਜਿਹੀਆਂ ਸਥਿਤੀਆਂ ਅਫਰੀਕੀ ਦੇਸ਼ਾਂ ਵਿਚ ਵੀ ਪੈਦਾ ਹੋਣ ਦੀ ਸੰਭਾਵਨਾ ਹੈ, ਕਿਉਂਕਿ ਚੀਨ ਨੇ ਉੱਥੇ ਬਹੁਤ ਵੱਡੇ ਪੱਧਰ 'ਤੇ ਕਰਜ਼ੇ ਦਿੱਤੇ ਹਨ। ਚੀਨ ਕੋਲ ਸੰਸਥਾਗਤ ਸਰੋਤਾਂ ਦੇ ਮਾਮਲੇ ਵਿਚ ਅਫ਼ਰੀਕੀ ਦੇਸ਼ਾਂ ਨਾਲੋਂ ਕਾਫ਼ੀ ਵੱਧ ਲਾਭ ਹੈ। ਹਾਲਾਂਕਿ, ਅਫ਼ਰੀਕੀ ਦੇਸ਼ ਹੁਣ ਇਸ ਖ਼ਤਰੇ ਤੋਂ ਜਾਗਦੇ ਜਾਪਦੇ ਹਨ, ਕਿਉਂਕਿ ਉਨ੍ਹਾਂ ਨੂੰ ਅਫ਼ਰੀਕੀ ਯੂਨੀਅਨ ਦਾ ਸਮਰਥਨ ਮਿਲ ਰਿਹਾ ਹੈ (ਵੈਨ ਸਟੇਡਨ, ਸੀ, ਐਲਡਨ, ਸੀ, ਅਤੇ ਵੂ, ਵਾਈ-ਐਸ, 2018)।

ਸ੍ਰੀਲੰਕਾ ਦੀਆਂ ਮੁਸ਼ਕਲਾਂ ਨੇ ਬੰਗਲਾਦੇਸ਼, ਨੇਪਾਲ, ਮਾਲਦੀਵ, ਭੂਟਾਨ ਅਤੇ ਪਾਕਿਸਤਾਨ ਵਰਗੇ ਛੋਟੇ ਦੱਖਣੀ ਏਸ਼ੀਆਈ ਦੇਸ਼ਾਂ ਲਈ ਵੀ ਖ਼ਤਰੇ ਦੀ ਘੰਟੀ ਵਜਾਈ ਹੈ (ਰਵੀਨਦਰਨ, ਕੇ, 2022, ਅਪ੍ਰੈਲ 7)।

ਬੀਆਰਆਈ ਅਤੇ ਨਵਾਂ ਆਰਥਕ ਮਾਡਲ

BRI ਪ੍ਰੋਜੈਕਟ ਚੀਨ ਦਾ ਇਕ ਰਾਜ-ਨਿਰਦੇਸ਼ਿਤ ਪੂੰਜੀ ਆਰਥਕ ਮਾਡਲ ਹੈ, ਜਿਸ ਨੇ ਪੁਰਾਣੇ ਬਾਜ਼ਾਰ ਸੰਕਲਪ ਨੂੰ ਚੁਣੌਤੀ ਦਿੱਤੀ ਹੈ। ਇਹ ਮਾਡਲ ਸਿਰਫ਼ ਮੁਨਾਫ਼ੇ ਲਈ ਨਹੀਂ, ਸਗੋਂ ਭੂ-ਰਾਜਨੀਤਿਕ ਟੀਚਿਆਂ ਲਈ ਵੀ ਕੰਮ ਕਰਦਾ ਹੈ (ਲਿਊ, ਐਚ, ਅਤੇ ਲਿਮ, ਜੀ, 2022)।

ਇਹ ਮਾਡਲ ਰਵਾਇਤੀ ਰਾਸ਼ਟਰ-ਰਾਜ ਜਾਂ ਅੰਤਰ-ਰਾਜੀ ਵਿੱਤ ਤੋਂ ਵੱਖਰਾ ਹੈ। ਇਹ ਰਾਜ-ਮਾਲਕੀਅਤ ਵਾਲੇ ਉੱਦਮਾਂ (SOE) ਰਾਹੀਂ ਮੁਨਾਫ਼ੇ ਅਤੇ ਭੂ-ਰਾਜਨੀਤਿਕ ਏਜੰਡੇ ਨੂੰ ਜੋੜਦਾ ਹੈ।

ਅਮਰੀਕਾ ਅਤੇ ਹੋਰ ਦੇਸ਼ਾਂ ਦੀ ਚਿੰਤਾ

ਚੀਨ ਦੀ ਇਸ ਸ਼ਿਕਾਰੀ ਕਰਜ਼ਾ ਨੀਤੀ ਨੇ ਲਗਭਗ ਪੰਦਰਾਂ ਅਮਰੀਕੀ ਸੈਨੇਟਰਾਂ ਨੂੰ ਚੇਤਾਵਨੀ ਦੇਣ ਲਈ ਮਜਬੂਰ ਕੀਤਾ ਕਿ ਚੀਨ ਪੂੰਜੀ ਨੂੰ ਸਿਰਫ਼ ਏਸ਼ੀਆ ਅਤੇ ਅਫ਼ਰੀਕਾ ਹੀ ਨਹੀਂ, ਸਗੋਂ ਯੂਰਪ ਵਿਚ ਵੀ ਹਥਿਆਰ ਵਜੋਂ ਵਰਤ ਰਿਹਾ ਹੈ।

ਇਹ ਹਾਲਾਤ ਕਰਜ਼ਦਾਰ ਦੇਸ਼ਾਂ ਨੂੰ ਕਰਜ਼ਾ ਵਾਪਸ ਕਰਨ ਵਿਚ ਅਸਮਰੱਥ ਬਣਾ ਸਕਦੇ ਹਨ, ਅਤੇ ਫਿਰ ਆਈਐੱਮਐੱਫ਼ ਨੂੰ ਬਚਾਉਣ ਲਈ ਦਖ਼ਲ ਦੇਣਾ ਪੈਂਦਾ ਹੈ – ਜਿਵੇਂ ਕਿ ਪਾਕਿਸਤਾਨ ਦੇ ਮਾਮਲੇ ਵਿਚ ਹੋਇਆ, ਜਿੱਥੇ ਉਸ ਨੂੰ ਚੀਨ-ਪਾਕਿਸਤਾਨ ਆਰਥਕ ਗਲਿਆਰੇ (ਲਾਈ, ਕੇ ਪੀ ਵਾਈ, ਲਿਨ, ਐਸ, ਅਤੇ ਸਾਈਡਵੇ, ਜੇ ਡੀ, 2020) ਤੋਂ ਪੈਦਾ ਹੋਏ ਕਰਜ਼ੇ ਦੇ ਬੋਝ ਤੋਂ ਬਚਾਉਣ ਲਈ ਆਈਐੱਮਐੱਫ਼ ਨੇ ਮਦਦ ਕੀਤੀ।

ਆਈਐੱਮਐੱਫ਼ ਅਤੇ ਵਿਸ਼ਵ ਬੈਂਕ ਨਾਲ ਤੁਲਨਾ

ਇਹ ਗੱਲ ਵੀ ਧਿਆਨਯੋਗ ਹੈ ਕਿ ਇਕ ਤਰੀਕੇ ਨਾਲ ਚੀਨ ਉਹੀ ਕਰ ਰਿਹਾ ਹੈ ਜੋ ਆਈਐੱਮਐੱਫ਼ ਅਤੇ ਵਿਸ਼ਵ ਬੈਂਕ ਕਰਦੇ ਹਨ – ਸ਼ਿਕਾਰੀ ਕਰਜ਼ੇ ਦੇਣਾ ਅਤੇ ਵਾਪਸ ਲੈਣ ਲਈ ਆਪਣੀਆਂ ਸ਼ਰਤਾਂ ਲਗਾਉਣਾ। ਫ਼ਰਕ ਸਿਰਫ਼ ਇਹ ਹੈ ਕਿ ਆਈਐੱਮਐੱਫ਼ ਅਤੇ ਵਿਸ਼ਵ ਬੈਂਕ ਬਹੁਤ ਸਾਰੇ ਅਮੀਰ ਦੇਸ਼ਾਂ ਦਾ ਸਾਂਝਾ ਸੰਗਠਨ ਹਨ, ਜਦਕਿ ਚੀਨ ਇਹ ਸਭ ਕੁਝ ਇਕੱਲੇ ਕਰ ਰਿਹਾ ਹੈ।

ਦਿਲਚਸਪ ਗੱਲ ਇਹ ਹੈ ਕਿ ਕੁਝ ਪੁਰਾਣੇ ਸ਼ਿਕਾਰੀ ਹੁਣ ਆਪੇ ਹੀ ਸ਼ਿਕਾਰ ਬਣ ਰਹੇ ਹਨ। ਉਨ੍ਹਾਂ ਲਈ ਇਹ ਮੰਨਣਾ ਮੁਸ਼ਕਲ ਹੈ ਕਿ ਉਨ੍ਹਾਂ ਦੀਆਂ ਭੂਮਿਕਾਵਾਂ ਹੁਣ ਇਕ ਹੋਰ ਵੱਡੇ ਸ਼ਿਕਾਰੀ – ਚੀਨ – ਨੇ ਆਪਣੇ ਹੱਥ ਵਿਚ ਕਰ ਲਈਆਂ ਹਨ।

ਅਸਲ ਵਿਚ, ਚੀਨ ਨੇ ਆਈਐੱਮਐੱਫ਼ ਅਤੇ ਵਿਸ਼ਵ ਬੈਂਕ ਦਾ ਕੰਮ ਆਪਣੇ ਹੱਥ ਵਿਚ ਲੈ ਲਿਆ ਹੈ ਅਤੇ ਉਨ੍ਹਾਂ ਨੂੰ ਬੇਅਸਰ ਕਰ ਦਿੱਤਾ ਹੈ। ਯਕੀਨ ਕਰਨਾ ਮੁਸ਼ਕਲ ਹੈ, ਹੈ ਨਾ?

7. ਅੰਤਰਰਾਸ਼ਟਰੀ ਕਾਰਪੋਰੇਟ ਗਣਰਾਜ ਦਾ ਉਭਾਰ

ਟੈਕਸ ਹੈਵਨ

ਟੈਕਸ ਹੈਵਨ ਉਹ ਜਗ੍ਹਾ ਹੁੰਦੀ ਹੈ ਜਿੱਥੇ ਵਿਦੇਸ਼ੀ ਨਿਵੇਸ਼ਕਾਂ ਲਈ ਟੈਕਸ ਦੀ ਦਰ ਬਹੁਤ ਘੱਟ ਹੁੰਦੀ ਹੈ ਅਤੇ ਪੂਰੀ ਵਿੱਤੀ ਗੁਪਤਤਾ ਮਿਲਦੀ ਹੈ। ਵਿਸ਼ਵੀਕਰਨ ਨੇ ਜਿੱਥੇ ਵਪਾਰਕ ਰੁਕਾਵਟਾਂ ਘੱਟ ਕੀਤੀਆਂ ਅਤੇ ਪੂੰਜੀ ਦੇ ਆਉਣ-ਜਾਣ ਲਈ ਨਵੇਂ ਰਾਹ ਖੋਲ੍ਹੇ, ਉੱਥੇ ਹੀ ਵੱਖ-ਵੱਖ ਦੇਸ਼ਾਂ ਨੇ ਵਿਦੇਸ਼ੀ ਪੈਸਾ ਅਤੇ ਵਿਕਾਸ ਖਿੱਚਣ ਲਈ ਹਮਲਾਵਰ ਟੈਕਸ ਕਾਨੂੰਨ ਬਣਾਏ। ਇਸ ਨਾਲ ਦੇਸ਼ਾਂ ਵਿਚ ਗ਼ਲਤ ਤਰ੍ਹਾਂ ਦਾ ਮੁਕਾਬਲਾ ਸ਼ੁਰੂ ਹੋ ਗਿਆ। ਇਸ ਕਰਕੇ ਵਿਅਕਤੀਆਂ ਅਤੇ ਕੰਪਨੀਆਂ ਨੇ ਇਸ ਕਮਜ਼ੋਰੀ ਦਾ ਫ਼ਾਇਦਾ ਚੁੱਕ ਕੇ ਪੂਰੀ ਤਰ੍ਹਾਂ ਟੈਕਸ ਤੋਂ ਬਚਣ ਦਾ ਰਸਤਾ ਲੱਭ ਲਿਆ। ਅਸਲੀ ਟੈਕਸ ਹੈਵਨ ਦੇਸ਼ਾਂ ਵਿਚ ਟੈਕਸ ਦਰਾਂ ਅਤੇ ਨੀਤੀਆਂ ਇਸ ਤਰ੍ਹਾਂ ਬਣਾਈਆਂ ਜਾਂਦੀਆਂ ਹਨ ਕਿ ਨਿਵੇਸ਼ਕ ਆਪਣੇ ਘਰੇਲੂ ਦੇਸ਼ ਦੇ ਟੈਕਸ ਨਿਯਮ ਤੋੜ ਕੇ ਵੀ ਨਾ ਫੜੇ ਜਾਣ ਅਤੇ ਨਾ ਹੀ ਸਜ਼ਾ ਮਿਲੇ (ਜਲਾਨ, ਏ, ਅਤੇ ਵੈਦਿਆਨਾਥਨ, ਆਰ, 2017)।

ਟੈਕਸ ਹੈਵਨ ਇਕ ਆਫ਼ਸ਼ੋਰ ਦੇਸ਼ ਹੁੰਦਾ ਹੈ ਜਿੱਥੇ ਵਿਦੇਸ਼ੀ ਨਿਵੇਸ਼ਕਾਂ ਨੂੰ ਬਹੁਤ ਘੱਟ ਟੈਕਸ ਦੇਣਾ ਪੈਂਦਾ ਹੈ। ਇੱਥੇ ਟੈਕਸ ਦਾ ਲਾਭ ਲੈਣ ਲਈ ਨਾ ਨਿਵਾਸ ਦੀ ਲੋੜ ਹੁੰਦੀ ਹੈ ਅਤੇ ਨਾ ਹੀ ਕਾਰੋਬਾਰੀ ਹਾਜ਼ਰੀ ਦੀ। ਇਸ ਤੋਂ ਇਲਾਵਾ, ਇਹ ਦੇਸ਼ ਵਿਦੇਸ਼ੀ ਟੈਕਸ ਅਧਿਕਾਰੀਆਂ ਨਾਲ ਵਿੱਤੀ ਜਾਣਕਾਰੀ ਵੀ ਨਹੀਂ ਸਾਂਝੀ ਕਰਦੇ। ਬਹੁਤ ਸਾਰੇ ਛੋਟੇ ਟਾਪੂ ਦੇਸ਼ ਟੈਕਸ ਹੈਵਨ ਵਜੋਂ ਕੰਮ ਕਰਦੇ ਹਨ ਅਤੇ ਉਨ੍ਹਾਂ ਦੀ ਆਰਥਕਤਾ ਇਸੇ ਗੱਲ 'ਤੇ ਆਧਾਰਤ ਹੁੰਦੀ ਹੈ ਕਿ ਕਾਰਪੋਰੇਸ਼ਨਾਂ ਨੂੰ ਆਪਣੀ ਆਮਦਨ ਛੁਪਾਉਣ ਅਤੇ ਟੈਕਸਾਂ ਤੋਂ ਬਚਣ ਲਈ ਸੇਵਾਵਾਂ ਦਿੱਤੀਆਂ ਜਾਣ। ਇਨ੍ਹਾਂ ਦੇਸ਼ਾਂ ਕੋਲ ਨਾ ਕੁਦਰਤੀ ਸਰੋਤ ਹੁੰਦੇ ਹਨ ਤੇ ਨਾ ਹੀ ਹੋਰ ਕੋਈ ਵੱਡੀ ਆਰਥਕ ਗਤੀਵਿਧੀ। ਬਹੁ-ਰਾਸ਼ਟਰੀ ਕੰਪਨੀਆਂ ਮਹਿੰਗੇ ਵਕੀਲਾਂ ਅਤੇ ਅਕਾਊਂਟੈਂਟਾਂ ਦੀ ਟੀਮ ਰੱਖਦੀਆਂ ਹਨ ਜੋ ਉਨ੍ਹਾਂ ਦੀ ਮਦਦ ਕਰਦੀ ਹੈ ਆਪਣੇ ਕੰਮ-ਕਾਜ ਵਾਲੇ ਦੇਸ਼ਾਂ ਦੇ ਟੈਕਸ ਕਾਨੂੰਨਾਂ ਵਿਚ ਖਾਮੀਆਂ ਲੱਭਣ ਲਈ ਤਾਂ ਜੋ ਉਹ ਟੈਕਸ ਨਾ ਦੇਣ।

ਉੱਚ-ਟੈਕਸ ਵਾਲੇ ਦੇਸ਼ਾਂ ਨੂੰ ਨੁਕਸਾਨ ਇਸ ਕਰਕੇ ਹੁੰਦਾ ਹੈ, ਕਿਉਂਕਿ ਕਾਰੋਬਾਰ ਆਪਣੇ ਮੁਨਾਫ਼ੇ ਹੋਰ ਜਗ੍ਹਾ ਭੇਜ ਦਿੰਦੇ ਹਨ, ਪਰ ਟੈਕਸ ਹੈਵਨ ਦੇਸ਼ਾਂ ਵਿਚ ਨਿਵੇਸ਼ ਦੀ ਲਾਗਤ ਘੱਟ ਹੋਣ ਕਾਰਨ ਉੱਥੇ ਆਰਥਕ ਵਿਕਾਸ ਹੋ ਜਾਂਦਾ ਹੈ। ਭਾਵੇਂ ਟੈਕਸ ਹੈਵਨ ਅਕਸਰ ਸ਼ੱਕੀ ਲੱਗਦੇ ਹਨ, ਪਰ ਇੱਥੇ ਟਰੱਸਟ ਜਾਂ ਕੰਪਨੀ ਰਾਹੀਂ ਨਿਵੇਸ਼ ਕਰਨਾ ਕਾਨੂੰਨੀ ਹੈ।

ਦੁਨੀਆ ਦੇ ਚੋਟੀ ਦੇ ਦਸ ਟੈਕਸ ਹੈਵਨ ਹਨ: ਲਕਸਮਬਰਗ, ਕੇਮੈਨ ਆਈਲੈਂਡਜ਼, ਆਈਲ ਆਫ਼ ਮੈਨ, ਜਰਸੀ, ਆਇਰਲੈਂਡ, ਮਾਰੀਸ਼ਸ, ਬਰਮੂਡਾ, ਮੋਨਾਕੋ, ਸਵਿਟਜ਼ਰਲੈਂਡ ਅਤੇ ਬਹਾਮਾਸ। ਲਕਸਮਬਰਗ ਨੂੰ ਦੁਨੀਆ ਦਾ ਸਭ ਤੋਂ ਵਧੀਆ ਟੈਕਸ ਹੈਵਨ ਮੰਨਿਆ ਜਾਂਦਾ ਹੈ। ਸਿਟੀਜ਼ਨਜ਼ ਫਾਰ ਟੈਕਸ ਜਸਟਿਸ ਅਤੇ ਯੂਐਸ ਪੀਆਈਆਰਜੀ ਐਜੂਕੇਸ਼ਨ ਫੰਡ ਦੀ ਇਕ ਰਿਪੋਰਟ ਅਨੁਸਾਰ, ਲਗਭਗ 30% ਯੂਐਸ ਫਾਰਚੂਨ 500 ਕੰਪਨੀਆਂ ਦੀਆਂ

ਸਹਾਇਕ ਕੰਪਨੀਆਂ ਲਕਸਮਬਰਗ ਵਿਚ ਹਨ। ਉਦਾਹਰਨ ਲਈ, ਐਮਾਜ਼ਾਨ ਆਪਣੀਆਂ ਸਾਰੀਆਂ ਯੂਰਪੀਅਨ ਵਿਕਰੀਆਂ ਨੂੰ ਲਕਸਮਬਰਗ ਵਿਚ ਆਪਣੇ ਅਧਿਕਾਰਤ ਯੂਰਪੀਅਨ ਮੁੱਖ ਦਫ਼ਤਰ ਰਾਹੀਂ ਕਰਦਾ ਹੈ।

ਕੇਮੈਨ ਆਈਲੈਂਡਜ਼ ਕੋਲ ਵਰਤਮਾਨ ਵਿਚ ਦੁਨੀਆ ਦੇ ਕੁੱਲ $30 ਟ੍ਰਿਲੀਅਨ ਬੈਂਕਿੰਗ ਸੰਪਤੀਆਂ ਦੇ ਪੰਦਰਵੇਂ ਹਿੱਸੇ ਦੇ ਬਰਾਬਰ ਬੈਂਕਿੰਗ ਸੰਪਤੀਆਂ ਹਨ। ਕਾਰਪੋਰੇਟ ਟੈਕਸ ਨਾ ਹੋਣ ਦੇ ਨਾਲ, ਕੇਮੈਨ ਆਈਲੈਂਡਜ਼ ਨਿਵਾਸੀਆਂ 'ਤੇ ਕੋਈ ਸਿੱਧੇ ਟੈਕਸ ਨਹੀਂ ਲਗਾਉਂਦਾ, ਜਿਸ ਵਿਚ ਸੰਪਤੀ, ਆਮਦਨ, ਅਤੇ ਤਨਖਾਹ ਟੈਕਸ ਸ਼ਾਮਲ ਹਨ। ਕੇਮੈਨ ਖ਼ਾਸ ਤੌਰ 'ਤੇ ਹੈਜ ਫ਼ੰਡ ਪ੍ਰਬੰਧਕਾਂ ਵਿਚ ਪ੍ਰਸਿੱਧ ਹਨ, ਕਿਉਂਕਿ ਕੋਈ ਕਾਰਪੋਰੇਟ ਜਾਂ ਆਮਦਨ ਟੈਕਸ ਨਹੀਂ ਹੈ, ਇੱਥੋਂ ਤੱਕ ਕਿ ਨਿਵੇਸ਼ 'ਤੇ ਕਮਾਏ ਵਿਆਜ ਜਾਂ ਲਾਭ-ਅੰਸ਼ 'ਤੇ ਵੀ ਨਹੀਂ। ਇਹ ਟੈਕਸ ਹੈਵਨ ਕਾਰਪੋਰੇਸ਼ਨਾਂ ਲਈ ਆਪਣੇ ਹਿਤਾਂ ਵਾਲੇ ਰਾਸ਼ਟਰ-ਰਾਜਾਂ 'ਤੇ ਆਪਣੀ ਪਕੜ ਵਧਾਉਣ ਅਤੇ ਮਜ਼ਬੂਤ ਕਰਨ ਲਈ ਬਹੁਤ ਕੰਮ ਆਉਂਦੇ ਹਨ।

ਮੋਟੇ ਤੌਰ 'ਤੇ, ਸੰਭਾਵੀ ਨਿਵੇਸ਼ਕਾਂ ਦੀਆਂ ਖਾਸ ਲੋੜਾਂ ਦੇ ਅਧਾਰ 'ਤੇ ਟੈਕਸ ਹੈਵਨਾਂ ਦੀਆਂ ਸੱਤ ਸ਼੍ਰੇਣੀਆਂ ਹੁੰਦੀਆਂ ਹਨ, ਕਿਉਂਕਿ ਇੱਕੋ ਕਿਸਮ ਦਾ ਮਾਡਲ ਸਾਰਿਆਂ ਲਈ ਨਹੀਂ ਹੋ ਸਕਦਾ (ਮਰਫੀ, ਆਰ, 2008, ਜੂਨ 30)।

1. ਇਨਕਾਰਪੋਰੇਸ਼ਨ ਹੱਬ: ਇੱਥੇ ਘੱਟੋ-ਘੱਟ ਨਿਯਮ, ਖੁਲਾਸੇ ਅਤੇ ਕਾਗਜ਼ੀ ਕਾਰਵਾਈ ਨਾਲ ਆਫ਼ਸ਼ੋਰ ਕੰਪਨੀਆਂ ਆਸਾਨੀ ਨਾਲ ਬਣਾਈਆਂ ਜਾ ਸਕਦੀਆਂ ਹਨ, ਜਿਵੇਂ ਕਿ ਮੋਂਟਸੇਰਾਤ ਅਤੇ ਐਂਗੁਇਲਾ।

2. ਗੁਪਤਤਾ ਅਧਿਕਾਰ ਖੇਤਰ: ਇੱਥੇ ਵਿਅਕਤੀਆਂ ਦੀ ਪਛਾਣ ਨੂੰ ਗਾਰੰਟੀਸ਼ੁਦਾ ਅਤੇ ਸਖ਼ਤ ਗੁਪਤ ਰੱਖਿਆ ਜਾਂਦਾ ਹੈ, ਜਿਵੇਂ ਕਿ ਲੀਚਟਨਸਟਾਈਨ, ਸਿੰਗਾਪੁਰ, ਦੁਬਈ ਅਤੇ ਤੁਰਕਸ ਅਤੇ ਕੈਕੋਸ ਟਾਪੂ।

3. ਖਾਸ ਭੂਗੋਲਿਕ ਬਾਜ਼ਾਰ ਸਪਲਾਇਰ: ਇਹ ਖਾਸ ਦੇਸ਼ਾਂ ਲਈ ਬਣਾਈਆਂ ਗਈਆਂ ਆਫ਼ਸ਼ੋਰ ਸੰਸਥਾਵਾਂ ਹੁੰਦੀਆਂ ਹਨ, ਜਿਵੇਂ ਕਿ ਚੀਨੀਆਂ ਲਈ ਬ੍ਰਿਟਿਸ਼ ਵਰਜਿਨ ਆਈਲੈਂਡਜ਼, ਅਮਰੀਕਾ ਲਈ ਪਨਾਮਾ, ਲੰਡਨ ਲਈ ਜਰਸੀ ਅਤੇ ਆਸਟ੍ਰੇਲੀਆ ਲਈ ਵਾਨੂਆਟੂ।

4. ਮਾਹਿਰ ਸੇਵਾ ਬਾਜ਼ਾਰ: ਇਹ ਖਾਸ ਉਦਯੋਗਾਂ ਲਈ ਬਣਾਈਆਂ ਗਈਆਂ ਜਗ੍ਹਾ ਹੁੰਦੀਆਂ ਹਨ, ਜਿਵੇਂ ਕਿ ਬਰਮੂਡਾ ਅਤੇ ਗਰਨਸੀ ਮੁੜ-ਬੀਮਾ ਲਈ ਅਤੇ ਕੇਮੈਨ ਆਈਲੈਂਡਜ਼ ਹੈਜ ਫੰਡਾਂ ਲਈ।

5. ਬਾਜ਼ਾਰ ਪ੍ਰਵੇਸ਼ ਮਾਰਗ: ਕੁਝ ਦੋਹਰੇ ਟੈਕਸ ਸਮਝੌਤਿਆਂ ਦੇ ਹਿੱਸੇ ਵਜੋਂ ਇੱਥੇ ਨਿਵੇਸ਼ ਕਰਨ ਨਾਲ ਹੋਰ ਦੇਸ਼ਾਂ ਵਿਚ ਟੈਕਸਾਂ ਤੋਂ ਬਚ ਕੇ ਪੈਸੇ ਬਚਾਏ ਜਾ ਸਕਦੇ ਹਨ, ਜਿਵੇਂ ਕਿ ਭਾਰਤੀਆਂ ਲਈ ਮਾਰੀਸ਼ਸ ਅਤੇ ਯੂਰਪੀਅਨਾਂ ਲਈ ਨੀਦਰਲੈਂਡ।

6. ਉੱਚ ਨੈੱਟਵਰਥ ਪ੍ਰਦਾਤਾ: ਇਹ ਸਭ ਤੋਂ ਅਮੀਰ ਲੋਕਾਂ ਲਈ ਉੱਚ ਪੱਧਰ ਦੀ ਗੁਪਤਤਾ ਪ੍ਰਦਾਨ ਕਰਦੇ ਹਨ, ਜਿਵੇਂ ਕਿ ਸਵਿਟਜ਼ਰਲੈਂਡ, ਲੰਡਨ ਅਤੇ ਨਿਊਯਾਰਕ।

7. ਘੱਟ ਟੈਕਸ ਪ੍ਰਣਾਲੀਆਂ: ਇੱਥੇ ਘੱਟ ਟੈਕਸ ਦਰਾਂ ਰਾਹੀਂ ਟ੍ਰਾਂਸਫਰ ਮਿਸਪ੍ਰਾਈਸਿੰਗ ਦੀ ਸਹੂਲਤ ਮਿਲਦੀ ਹੈ, ਜਿਵੇਂ ਕਿ ਆਇਰਲੈਂਡ।

ਆਫ਼ਸ਼ੋਰ ਫਾਈਨਾਂਸ ਸੈਂਟਰ (Offshore Finance Centres – OFC) – ਇਕ ਸਿਆਮੀ ਜੁੜਵਾ (Siamese Twin): ਟੈਕਸ ਹੈਵਨਾਂ ਤੋਂ ਵੱਖਰਾ, OFC ਉਨ੍ਹਾਂ ਦੇਸ਼ਾਂ ਵਿਚ ਵਕੀਲਾਂ, ਟੈਕਸਦਾਤਾਵਾਂ, ਟੈਕਸ ਮਾਹਿਰਾਂ ਅਤੇ ਬੈਂਕਰਾਂ ਦਾ ਜਾਲ ਹੁੰਦਾ ਹੈ ਜੋ ਵਿਅਕਤੀਆਂ ਜਾਂ ਕੰਪਨੀਆਂ ਨੂੰ ਆਪਣੀਆਂ ਸੰਸਥਾਵਾਂ ਦਾ ਢਾਂਚਾ ਬਣਾਉਣ ਵਿਚ ਮਦਦ ਕਰਦਾ ਹੈ ਤਾਂ ਜੋ ਉਹ ਆਪਣੇ ਘਰੇਲੂ ਦੇਸ਼ ਦੇ ਟੈਕਸਾਂ ਤੋਂ ਬਚ ਸਕਣ। ਇਹ ਆਪਣੇ ਗਾਹਕਾਂ ਨੂੰ ਸੇਵਾਵਾਂ ਵੇਚਦੇ ਹਨ। ਟੈਕਸ ਹੈਵਨ ਅਤੇ OFC ਮਿਲ ਕੇ ਪੂਰੀ ਆਫ਼ਸ਼ੋਰ ਦੁਨੀਆ ਬਣਾਉਂਦੇ ਹਨ। ਇਹ OFC ਟੈਕਸ ਦੇਸ਼ਾਂ ਦੀ GDP ਵਿਚ ਵੱਡਾ ਯੋਗਦਾਨ ਪਾਉਂਦੇ ਹਨ, ਕਿਉਂਕਿ ਇਹ ਛੋਟੇ ਦੇਸ਼ ਹੋਰ ਕਿਸੇ ਵੱਡੀ ਆਰਥਕ ਗਤੀਵਿਧੀ ਤੋਂ ਰਹਿਤ ਹੁੰਦੇ ਹਨ।

ਕਾਰਪੋਰੇਸ਼ਨਾਂ ਦੀ ਖ਼ਾਸੀਅਤ ਮਾਲਕੀ ਅਤੇ ਪ੍ਰਬੰਧਨ ਦੇ ਵੱਖਰੇਪਣ ਨਾਲ ਹੁੰਦੀ ਹੈ। ਸ਼ੇਅਰ-ਧਾਰਕ ਅਸਲੀ ਮਾਲਕ ਹੁੰਦੇ ਹਨ, ਪਰ ਕਾਰੋਬਾਰ ਚਲਾਉਣ ਦਾ ਕੰਮ ਨਿਰਦੇਸ਼ਕ ਕਰਦੇ ਹਨ ਜੋ ਸ਼ੇਅਰ-ਧਾਰਕਾਂ ਦੁਆਰਾ ਚੁਣੇ ਜਾਂਦੇ ਹਨ। ਇਸ ਪ੍ਰਬੰਧ ਦਾ ਅਸਲ ਮਕਸਦ ਇਹ ਸੀ ਕਿ ਨਿਰਦੇਸ਼ਕ ਸ਼ੇਅਰ-ਧਾਰਕਾਂ ਦੇ ਸਭ ਤੋਂ ਵਧੀਆ ਹਿਤ ਵਿਚ ਕੰਮ ਕਰਨਗੇ, ਪਰ ਅਮਲ ਵਿਚ ਅਜਿਹਾ ਨਹੀਂ ਹੁੰਦਾ। ਅਸਲ ਵਿਚ, ਇਹ ਨਿਰਦੇਸ਼ਕ ਆਪਣੇ ਨਿੱਜੀ ਲਾਭ ਵਧਾਉਣ ਵਿਚ ਲੱਗ ਜਾਂਦੇ ਹਨ (ਦੇਸਾਈ, ਐਮ, ਅਤੇ ਧਰਮਪਾਲਾ, ਡੀ, 2009)। ਇਹ ਨਿਰਦੇਸ਼ਕ ਟੈਕਸ ਹੈਵਨ ਸੇਵਾਵਾਂ ਦੀ ਵਰਤੋਂ ਕਰਕੇ ਟੈਕਸ ਸ਼ੈਲਟਰਿੰਗ ਦੇ ਤਰੀਕੇ ਅਪਣਾਉਂਦੇ ਹਨ, ਜਿਸ ਨਾਲ ਸ਼ੇਅਰ-ਧਾਰਕਾਂ ਲਈ ਮੁਨਾਫ਼ਿਆਂ ਅਤੇ ਕਮਾਈਆਂ ਦੀ ਸਪਸ਼ਟਤਾ ਘੱਟ ਜਾਂਦੀ ਹੈ। ਇਸ ਓਟ ਹੇਠ, ਨਿਰਦੇਸ਼ਕ ਬਿਨਾਂ ਸ਼ੇਅਰ-ਧਾਰਕਾਂ ਨੂੰ ਦੱਸੇ ਕਮਾਈਆਂ ਨੂੰ ਆਪਣੇ ਹੱਕ ਵਿਚ ਮੋੜ ਲੈਂਦੇ ਹਨ।

ਕਾਰਪੋਰੇਟ ਰਾਜ

ਵਿਸ਼ਵੀਕਰਨ ਦੀ ਸ਼ੁਰੂਆਤ ਮੁੱਖ ਤੌਰ 'ਤੇ ਆਰਥਕ ਵਿਕਾਸ ਲਈ ਕੀਤੀ ਗਈ ਸੀ। ਪਰ ਇਸ ਦੇ ਰਾਜਨੀਤਿਕ ਨਤੀਜਿਆਂ ਬਾਰੇ ਜ਼ਿਆਦਾ ਨਹੀਂ ਸੋਚਿਆ ਗਿਆ। ਜਦੋਂ ਧਿਆਨ ਸਿਰਫ਼ ਆਰਥਕਤਾ 'ਤੇ ਰੱਖਿਆ ਗਿਆ, ਤਾਂ ਕਾਰਪੋਰੇਸ਼ਨਾਂ ਨੂੰ ਵਧੇਰੇ ਛੂਟ ਮਿਲ ਗਈ। ਇਸ ਨਾਲ ਉਨ੍ਹਾਂ ਨੂੰ ਆਮ ਨਾਗਰਿਕਾਂ ਨਾਲੋਂ ਵੱਧ ਲਾਭ ਅਤੇ ਆਜ਼ਾਦੀ ਮਿਲੀ। ਨਤੀਜੇ ਵਜੋਂ, ਕਾਰਪੋਰੇਸ਼ਨਾਂ ਵਿੱਤੀ, ਸੰਚਾਲਕੀ ਅਤੇ ਭੌਤਿਕ ਤੌਰ 'ਤੇ ਵਧਦੀਆਂ ਗਈਆਂ, ਵਿਦੇਸ਼ਾਂ ਤੱਕ ਫੈਲੀਆਂ ਅਤੇ ਬਹੁ-ਰਾਸ਼ਟਰੀ ਕੰਪਨੀਆਂ ਬਣ ਗਈਆਂ।

ਰਾਜਾਂ ਨੇ ਇਕ-ਦੂਜੇ ਦੀਆਂ ਕਾਰਪੋਰੇਸ਼ਨਾਂ ਨੂੰ ਫ਼ਾਇਦਾ ਪਹੁੰਚਾਉਣ ਲਈ ਸਮਝੌਤੇ ਕੀਤੇ। ਕਈ ਵਾਰ ਇਹ ਅੰਤਰਰਾਸ਼ਟਰੀ ਕਾਰਪੋਰੇਟ ਸੌਦੇ ਸਰਕਾਰ ਤੋਂ ਸਰਕਾਰ ਦੇ ਸੌਦਿਆਂ ਵਾਂਗ ਪੇਸ਼ ਕੀਤੇ ਗਏ, ਜਿੱਥੇ ਰਾਜਾਂ ਦੇ ਮੁਖੀ ਖੁੱਲ੍ਹੇ ਤੌਰ 'ਤੇ ਕਾਰਪੋਰੇਸ਼ਨਾਂ ਲਈ ਵਿਦੇਸ਼ੀ ਦੇਸ਼ਾਂ ਨਾਲ ਗੱਲਬਾਤ ਕਰਦੇ ਸਨ। ਇਹ ਸਾਰੇ ਕੰਮ ਸਿਆਸਤਦਾਨਾਂ ਅਤੇ ਕਾਰਪੋਰੇਸ਼ਨਾਂ ਵਿਚਕਾਰ ਗੁਪਤ ਸਮਝੌਤਿਆਂ ਕਾਰਨ ਸੰਭਵ ਹੋਏ, ਜਿਨ੍ਹਾਂ ਵਿਚ ਲੁਕੀਆਂ ਕਾਰਵਾਈਆਂ ਵੀ ਸ਼ਾਮਲ ਸਨ। ਇਸ ਤਰ੍ਹਾਂ ਕਾਰਪੋਰੇਸ਼ਨਾਂ ਦਾ ਪ੍ਰਭਾਵ ਵਧਦਾ ਗਿਆ ਅਤੇ ਉਹ ਰਾਜ ਦੀ ਸ਼ਕਤੀ ਨਾਲ ਮੁਕਾਬਲਾ ਕਰਨ, ਉਸ ਤੋਂ ਅੱਗੇ ਵਧਣ, ਉਸ ਦੀ ਉਲੰਘਣਾ ਕਰਨ ਅਤੇ ਆਖ਼ਰ ਵਿਚ ਉਸ 'ਤੇ ਹਾਵੀ ਹੋਣ ਲੱਗੀਆਂ। ਇਹ ਗੱਲਾਂ ਹੁਣ ਸਪਸ਼ਟ ਤੌਰ 'ਤੇ ਨਜ਼ਰ ਆਉਂਦੀਆਂ ਹਨ।

ਇਨ੍ਹਾਂ ਕਾਰਪੋਰੇਸ਼ਨਾਂ ਨੇ ਰਾਜਾਂ ਦੁਆਰਾ ਦਿੱਤੇ ਗਏ ਲਾਭਾਂ ਦਾ ਪੂਰਾ ਲਾਭ ਲਿਆ, ਪਰ ਆਪਣੀਆਂ ਜ਼ਿੰਮੇਵਾਰੀਆਂ ਤੋਂ ਬਚਦੀਆਂ ਰਹੀਆਂ। ਵਾਤਾਵਰਨ ਨੂੰ ਨੁਕਸਾਨ ਪਹੁੰਚਾਉਣ,

ਟੈਕਸ ਚੋਰੀ ਕਰਨ ਅਤੇ ਮਨੁੱਖੀ ਅਧਿਕਾਰਾਂ ਦੀ ਉਲੰਘਣਾ ਕਰਨ ਬਾਵਜੂਦ, ਉਨ੍ਹਾਂ ਨੇ ਆਪਣੇ ਹਿੱਸੇ ਦੀ ਜ਼ਿੰਮੇਵਾਰੀ ਨਹੀਂ ਨਿਭਾਈ। ਹੁਣ ਤਾਂ ਉਨ੍ਹਾਂ ਨੇ ਲੋਕਤੰਤਰਾਂ ਨੂੰ ਵੀ ਪ੍ਰਭਾਵਿਤ ਕਰਨਾ ਅਤੇ ਉਨ੍ਹਾਂ 'ਤੇ ਕਬਜ਼ਾ ਕਰਨਾ ਸ਼ੁਰੂ ਕਰ ਦਿੱਤਾ ਹੈ। ਕਾਰਪੋਰੇਸ਼ਨ ਨਾ ਸਿਰਫ਼ ਸ਼ਕਤੀਸ਼ਾਲੀ ਬਣੀਆਂ ਹਨ, ਸਗੋਂ ਲੋਕਤੰਤਰ ਲਈ ਖ਼ਤਰਾ ਵੀ ਬਣ ਗਈਆਂ ਹਨ (ਬੀਲਰ, ਏ, ਅਤੇ ਮੋਰਟਨ, ਏ ਡੀ, 2014)।

ਵਿਸ਼ਵੀਕਰਨ ਕਾਰਨ ਇਹ ਬਹੁ-ਰਾਸ਼ਟਰੀ ਕਾਰਪੋਰੇਸ਼ਨ ਅੰਤਰਰਾਸ਼ਟਰੀ ਪ੍ਰਣਾਲੀ ਨੂੰ ਬਦਲਣ ਵਿਚ ਸਫ਼ਲ ਰਹੀਆਂ। ਉਨ੍ਹਾਂ ਨੇ ਰਾਜ ਦੇ ਮੁੱਖ ਕੰਮ ਆਪਣੇ ਹੱਥ ਵਿਚ ਲੈਣ ਸ਼ੁਰੂ ਕਰ ਦਿੱਤੇ। ਰਾਜ ਹੁਣ ਸਿਰਫ਼ ਕਾਰਪੋਰੇਸ਼ਨਾਂ ਲਈ ਸਾਧਨ ਬਣ ਕੇ ਰਹਿ ਗਏ ਹਨ ਅਤੇ ਬੇਬੱਸ ਹੋ ਗਏ ਹਨ। ਇਸ ਦਾ ਕਾਰਨ ਇਹ ਹੈ ਕਿ ਸਾਰੀਆਂ ਰਾਜਨੀਤਿਕ ਪਾਰਟੀਆਂ ਚੋਣਾਂ ਲਈ ਲੋੜੀਂਦੇ ਪੈਸੇ ਲਈ ਕਾਰਪੋਰੇਸ਼ਨਾਂ 'ਤੇ ਨਿਰਭਰ ਹੁੰਦੀਆਂ ਹਨ। ਇਸ ਕਰਕੇ ਸਰਕਾਰਾਂ ਕਾਰਪੋਰੇਸ਼ਨਾਂ ਦੀਆਂ ਸ਼ਰਤਾਂ ਮੰਨਣ ਲਈ ਮਜਬੂਰ ਹਨ। ਸਰਕਾਰਾਂ ਦੁਆਰਾ ਕਾਰਪੋਰੇਸ਼ਨਾਂ ਨੂੰ ਨਿਯੰਤਰਿਤ ਕਰਨ ਦੀ ਬਜਾਏ, ਹੁਣ ਕਾਰਪੋਰੇਸ਼ਨ ਸਰਕਾਰਾਂ ਨੂੰ ਨਿਯੰਤਰਿਤ ਕਰ ਰਹੀਆਂ ਹਨ ਅਤੇ ਆਪਣੇ ਹੱਕ ਵਾਲੇ ਕਾਨੂੰਨ ਪਾਸ ਕਰਵਾ ਰਹੀਆਂ ਹਨ। ਕਾਰਪੋਰੇਸ਼ਨ ਉੱਚ ਤਨਖਾਹ ਵਾਲੇ ਲਾਬੀਸਟਾਂ ਨੂੰ ਰੱਖਦੀਆਂ ਹਨ ਤਾਂ ਜੋ ਇਹ ਯਕੀਨੀ ਬਣਾਇਆ ਜਾ ਸਕੇ ਕਿ ਕਾਨੂੰਨ ਉਨ੍ਹਾਂ ਦੇ ਮੁਨਾਫ਼ੇ ਲਈ ਬਣੇ, ਚਾਹੇ ਇਸ ਨਾਲ ਸਮਾਜ ਜਾਂ ਵਾਤਾਵਰਨ ਨੂੰ ਨੁਕਸਾਨ ਹੀ ਕਿਉਂ ਨਾ ਹੋਵੇ (ਭੰਡਾਰੀ, ਆਰ, 2013)। ਇਸ ਤਰ੍ਹਾਂ ਸਵਾਲ ਖੜ੍ਹਦਾ ਹੈ ਕਿ ਵਧੇਰੇ ਸ਼ਕਤੀਸ਼ਾਲੀ ਕੌਣ ਹੈ – ਰਾਜ ਜਾਂ ਕਾਰਪੋਰੇਸ਼ਨ? ਜਵਾਬ ਸਾਫ਼ ਹੈ: ਕਾਰਪੋਰੇਸ਼ਨ।

ਇਸ ਵੇਲੇ ਵਿਸ਼ਵੀਕਰਨ ਦੀ ਤੇਜ਼ ਰਫ਼ਤਾਰ ਕੁਝ ਹੱਦ ਤੱਕ ਘੱਟੀ ਹੈ। ਡੋਨਾਲਡ ਟਰੰਪ ਦੀ 'ਅਮਰੀਕਾ ਫਸਟ' ਮੁਹਿੰਮ ਨੇ ਇਸ ਪ੍ਰਕਿਰਿਆ ਨੂੰ ਰੋਕਿਆ, ਜੋ ਚੀਨ ਦੇ ਵਿਸ਼ਵ ਪੱਧਰੀ ਰਾਜ-ਨਿਰਦੇਸ਼ਿਤ ਵਿਕਾਸ ਦੇ ਜਵਾਬ ਵਿਚ ਸੀ। ਹਾਲ ਹੀ ਵਿਚ ਯੂਕਰੇਨ ਵਿਚ ਰੂਸ ਦੀ ਦਖ਼ਲ-ਅੰਦਾਜ਼ੀ ਨੇ ਵੀ ਇਸ ਰੁਕਾਵਟ ਨੂੰ ਹੋਰ ਵਧਾਇਆ ਹੈ।

ਇਸ ਗੱਲ ਵਿਚ ਕੋਈ ਸ਼ੱਕ ਨਹੀਂ ਕਿ ਕਾਰਪੋਰੇਸ਼ਨ ਅੰਤਰਰਾਸ਼ਟਰੀ ਰਾਜਨੀਤੀ ਵਿਚ ਵੱਡੀ ਸ਼ਕਤੀ ਰੱਖਦੀਆਂ ਹਨ। ਰਾਜ ਹੁਣ ਸਿਰਫ਼ ਹੋਰ ਰਾਜਾਂ ਨਾਲ ਹੀ ਨਹੀਂ, ਸਗੋਂ ਕਾਰਪੋਰੇਸ਼ਨਾਂ ਨਾਲ ਵੀ ਮੁਕਾਬਲਾ ਕਰ ਰਹੇ ਹਨ। ਬਹੁ-ਰਾਸ਼ਟਰੀ ਕਾਰਪੋਰੇਸ਼ਨਾਂ ਕੋਲ ਰਾਜਾਂ ਨਾਲੋਂ ਵੱਧ ਫ਼ਾਇਦੇ ਹਨ, ਕਿਉਂਕਿ ਉਹ ਆਪਣੇ ਕੰਮਕਾਜ ਨੂੰ ਉਨ੍ਹਾਂ ਦੇਸ਼ਾਂ ਵਿਚ ਤਬਦੀਲ ਕਰਦੀਆਂ ਹਨ ਜਿੱਥੇ ਟੈਕਸ ਕਾਨੂੰਨ ਕਮਜ਼ੋਰ ਹਨ, ਆਪਣੇ ਪੈਸੇ ਟੈਕਸ ਹੈਵਨਾਂ ਵਿਚ ਰੱਖਦੀਆਂ ਹਨ ਅਤੇ ਸ਼ੈੱਲ ਕੰਪਨੀਆਂ ਦੇ ਗੁੰਝਲਦਾਰ ਢਾਂਚੇ ਦੀ ਵਰਤੋਂ ਕਰਦੀਆਂ ਹਨ (ਹੀਮਸਕਰਕ, ਈ, 2018, 10 ਜੁਲਾਈ)।

ਮੂਲ ਰੂਪ ਵਿਚ, ਸਰਕਾਰਾਂ ਲੋਕਾਂ ਲਈ, ਲੋਕਾਂ ਦੁਆਰਾ ਅਤੇ ਲੋਕਾਂ ਦੀਆਂ ਹੁੰਦੀਆਂ ਹਨ, ਜਿਨ੍ਹਾਂ ਦਾ ਮਕਸਦ ਲੋਕਾਂ ਦੇ ਹਿਤ ਵਿਚ ਕੰਮ ਕਰਨਾ ਹੈ, ਪਰ ਕਾਰਪੋਰੇਸ਼ਨਾਂ ਦਾ ਇੱਕੋ ਉਦੇਸ਼ ਮੁਨਾਫ਼ਾ ਵਧਾਉਣਾ ਹੁੰਦਾ ਹੈ, ਲੋਕਾਂ ਪ੍ਰਤੀ ਕੋਈ ਵਫ਼ਾਦਾਰੀ ਨਹੀਂ। ਕਾਰਪੋਰੇਸ਼ਨ ਆਪਣੇ ਕੰਮ-ਕਾਜ ਲਈ ਸਸਤੀ ਮਜ਼ਦੂਰੀ ਵਾਲੇ ਦੇਸ਼ਾਂ ਵਿਚ ਨੌਕਰੀਆਂ ਭੇਜਦੀਆਂ ਹਨ ਅਤੇ ਟੈਕਸ ਤੋਂ ਬਚਣ ਲਈ ਆਪਣੇ ਮੁੱਖ ਦਫ਼ਤਰ ਟੈਕਸ ਹੈਵਨਾਂ ਵਿਚ ਰੱਖਦੀਆਂ ਹਨ। ਇਹ ਕਾਰਪੋਰੇਸ਼ਨਾਂ ਬਹੁਤ ਘੱਟ ਲੋਕਾਂ ਨੂੰ ਬਹੁਤ ਅਮੀਰ ਬਣਾਉਂਦੀਆਂ ਹਨ, ਪਰ ਆਮ ਨਾਗਰਿਕਾਂ ਨੂੰ ਸ਼ਕਤੀ ਨਹੀਂ ਦਿੰਦੀਆਂ।

ਇਸ ਤਰ੍ਹਾਂ, ਨਾਗਰਿਕ ਸਿਰਫ਼ ਕਾਰਪੋਰੇਸ਼ਨਾਂ ਦੇ ਹਿੱਸੇ ਬਣ ਕੇ ਰਹਿ ਗਏ ਹਨ, ਅਕਸਰ ਬਿਨਾਂ ਜਾਣਕਾਰੀ ਅਤੇ ਬਿਨਾਂ ਇੱਛਾ ਦੇ। ਉਨ੍ਹਾਂ ਕੋਲ ਹੋਰ ਕੋਈ ਬਦਲ ਨਹੀਂ ਬਚਦਾ। ਜਦੋਂ

ਅਸੀਂ ਖ਼ਬਰਾਂ ਵੇਖਦੇ ਹਾਂ, ਤਾਂ ਦੇਸ਼ਾਂ ਨੂੰ ਸਿਰਫ਼ ਅਰਥ-ਵਿਵਸਥਾਵਾਂ ਵਜੋਂ ਅਤੇ ਨਾਗਰਿਕਾਂ ਨੂੰ ਸਿਰਫ਼ ਖਪਤਕਾਰਾਂ ਵਜੋਂ ਦਰਸਾਇਆ ਜਾਂਦਾ ਹੈ। ਇਸ ਦੀ ਬਜਾਏ, ਇਹ ਕਿਹਾ ਜਾ ਸਕਦਾ ਹੈ ਕਿ ਹੁਣ ਉੱਭਰਦਾ ਹੋਇਆ ਪਾਰ-ਰਾਸ਼ਟਰੀ ਰਾਜ ਕਾਰਪੋਰੇਸ਼ਨਾਂ ਦੇ ਨਿਯੰਤਰਣ ਹੇਠ ਹੋਵੇਗਾ। ਇਹ ਹਰ ਪੱਖੋਂ ਇਕ ਕਾਰਪੋਰੇਟ ਰਾਜ ਹੋਵੇਗਾ, ਨਾ ਕਿ ਇਕ ਪ੍ਰਭੂਸੱਤਾ ਵਾਲਾ ਰਾਸ਼ਟਰ-ਰਾਜ।

ਲੋਕਤੰਤਰਾਂ ਵਿਚ ਰਾਜਨੀਤਿਕ ਪਾਰਟੀਆਂ ਨੂੰ ਚੋਣਾਂ ਦਾ ਸਾਹਮਣਾ ਕਰਨਾ ਪੈਂਦਾ ਹੈ, ਚੋਣਾਂ ਲੜਨੀਆਂ ਅਤੇ ਜਿੱਤਣੀਆਂ ਪੈਂਦੀਆਂ ਹਨ। ਇਸ ਲਈ ਉਨ੍ਹਾਂ ਨੂੰ ਬਹੁਤ ਸਾਰਾ ਪੈਸਾ ਚਾਹੀਦਾ ਹੈ। ਇਹ ਪੈਸਾ ਕਿੱਥੋਂ ਆਉਂਦਾ ਹੈ? ਵੱਡੇ ਕਾਰੋਬਾਰਾਂ ਅਤੇ ਕਾਰਪੋਰੇਸ਼ਨਾਂ ਤੋਂ। ਇਹ ਕਾਰਪੋਰੇਸ਼ਨ ਸਾਰੀਆਂ ਪਾਰਟੀਆਂ ਨੂੰ ਫੰਡ ਦਿੰਦੀਆਂ ਹਨ, ਕਿਉਂਕਿ ਉਨ੍ਹਾਂ ਕੋਲ ਬੇਅੰਤ ਰਕਮ ਹੁੰਦੀ ਹੈ। ਪਰ ਉਹ ਇਹ ਪੈਸਾ ਕਿਸ ਲਈ ਦਿੰਦੀਆਂ ਹਨ? ਇਸ ਦਾ ਜਵਾਬ ਹੈ – ਬਦਲੇ ਵਿਚ ਫ਼ਾਇਦਾ ਲੈਣ ਲਈ। ਉਹ ਸਿਆਸਤਦਾਨਾਂ ਤੋਂ ਅਜਿਹੀਆਂ ਨੀਤੀਆਂ ਬਣਵਾਉਂਦੀਆਂ ਹਨ ਜੋ ਸਿਰਫ਼ ਉਨ੍ਹਾਂ ਦੇ ਲਾਭ ਲਈ ਹੁੰਦੀਆਂ ਹਨ। ਸਿਆਸਤਦਾਨਾਂ ਨੂੰ ਲੋਕਾਂ ਦੀ ਸੇਵਾ ਕਰਨੀ ਚਾਹੀਦੀ ਹੈ, ਪਰ ਅਸਲ ਵਿਚ ਉਹ ਆਪਣੇ ਮਾਲਕਾਂ – ਕਾਰਪੋਰੇਸ਼ਨਾਂ – ਲਈ ਕੰਮ ਕਰਦੇ ਹਨ। ਇਸ ਤਰ੍ਹਾਂ ਸਿਆਸਤਦਾਨ ਕਾਰਪੋਰੇਸ਼ਨਾਂ ਦੇ ਹੱਥਾਂ ਵਿਚ ਸਿਰਫ਼ ਮੋਹਰੇ ਬਣ ਜਾਂਦੇ ਹਨ। ਅਜਿਹੇ ਹਾਲਾਤਾਂ ਵਿਚ ਉਹ ਆਪਣੇ ਸੋਚਣ ਦੀ ਆਜ਼ਾਦੀ ਅਤੇ ਸੁਤੰਤਰ ਇੱਛਾ ਗਵਾ ਬੈਠਦੇ ਹਨ ਅਤੇ ਆਪਣੀ ਜ਼ਮੀਰ ਅਤੇ ਨੈਤਿਕਤਾ ਕਾਰਪੋਰੇਟ ਮਾਲਕਾਂ ਨੂੰ ਗਿਰਵੀ ਰੱਖ ਦਿੰਦਿਆਂ ਹਨ। ਉਨ੍ਹਾਂ ਕੋਲ ਹੋਰ ਕੋਈ ਰਸਤਾ ਨਹੀਂ ਹੁੰਦਾ। ਉਦਾਹਰਨ ਲਈ, ਪਿਛਲੇ ਦਸ ਸਾਲਾਂ ਵਿਚ ਭਾਰਤੀ ਸੰਸਦ ਦੇ ਪ੍ਰਸ਼ਨ ਕਾਲ ਦੌਰਾਨ ਪੁੱਛੇ ਗਏ ਲਗਭਗ 67% ਪ੍ਰਸ਼ਨ ਕਾਰਪੋਰੇਸ਼ਨਾਂ ਦੀਆਂ ਲੋੜਾਂ ਨਾਲ ਜੁੜੇ ਹੋਏ ਸਨ (ਬਾਜਪਾਈ, ਪੀ ਪੀ, 2022)।

ਇਸ ਤੋਂ ਇਲਾਵਾ, ਸਿਆਸਤਦਾਨ ਕਾਰਪੋਰੇਸ਼ਨਾਂ ਦੇ ਮੁਕਾਬਲੇ ਦੂਜੇ ਦਰਜੇ 'ਤੇ ਹਨ। 1998 ਤੋਂ 2005 ਦੇ ਵਿਚਕਾਰ ਯੂਐਸ ਕਾਂਗਰਸ ਛੱਡਣ ਵਾਲੇ 198 ਮੈਂਬਰਾਂ ਵਿੱਚੋਂ 43% ਰਜਿਸਟਰਡ ਲਾਬੀਸਟ ਬਣ ਗਏ। ਬ੍ਰਸੇਲਜ਼ ਦੀਆਂ ਚਾਰ ਸਭ ਤੋਂ ਮਸ਼ਹੂਰ ਲਾਬੀ ਸਲਾਹਕਾਰ ਕੰਪਨੀਆਂ ਵਿੱਚੋਂ ਅੱਧ ਤੋਂ ਵੱਧ ਲਾਬੀਸਟਾਂ ਕੋਲ ਈਯੂ ਸੰਸਥਾਵਾਂ ਦੇ ਅੰਦਰ ਕੰਮ ਕਰਨ ਦਾ ਪਹਿਲਾਂ ਦਾ ਤਜਰਬਾ ਸੀ (ਅਗਿਆਤ, 2012, 24 ਜਨਵਰੀ)। ਬਹੁਤ ਸਾਰੇ ਮਸ਼ਹੂਰ ਸਿਆਸਤਦਾਨ ਸੇਵਾ-ਮੁਕਤੀ ਤੋਂ ਬਾਅਦ ਸਲਾਹਕਾਰਾਂ ਵਜੋਂ ਕਾਰਪੋਰੇਸ਼ਨਾਂ ਨਾਲ ਜੁੜ ਜਾਂਦੇ ਹਨ। ਇਹ ਬਹੁ-ਰਾਸ਼ਟਰੀ ਕਾਰਪੋਰੇਸ਼ਨ ਮਹਿੰਗੇ ਵਕੀਲਾਂ ਅਤੇ ਲੇਖਾਕਾਰਾਂ ਨੂੰ ਰੱਖਦੀਆਂ ਹਨ, ਜੋ ਵੱਖ-ਵੱਖ ਦੇਸ਼ਾਂ ਦੇ ਟੈਕਸ ਕਾਨੂੰਨਾਂ ਨਾਲ ਖੇਡ ਕਰਕੇ ਟੈਕਸਾਂ ਤੋਂ ਬਚਣ ਦੇ ਤਰੀਕੇ ਲੱਭਦੇ ਹਨ। ਇਸ ਤਰ੍ਹਾਂ ਇਹ ਕਾਰਪੋਰੇਸ਼ਨ ਬਹੁਤ ਘੱਟ ਜਾਂ ਕਈ ਵਾਰ ਕੋਈ ਟੈਕਸ ਨਹੀਂ ਦਿੰਦੀਆਂ।

ਇਸ ਤੋਂ ਇਲਾਵਾ, ਬਹੁਤ ਸਾਰੇ ਛੋਟੇ ਟਾਪੂ ਦੇਸ਼ ਟੈਕਸ ਹੈਵਨ ਵਜੋਂ ਕੰਮ ਕਰਦੇ ਹਨ। ਉਨ੍ਹਾਂ ਦੀਆਂ ਅਰਥ-ਵਿਵਸਥਾਵਾਂ ਪੂਰੀ ਤਰ੍ਹਾਂ ਇਸ ਗੱਲ 'ਤੇ ਆਧਾਰਿਤ ਹੁੰਦੀਆਂ ਹਨ ਕਿ ਉਹ ਕਾਰਪੋਰੇਸ਼ਨਾਂ ਨੂੰ ਆਮਦਨ ਛੁਪਾਉਣ ਲਈ ਸੇਵਾਵਾਂ ਪ੍ਰਦਾਨ ਕਰਦੇ ਹਨ। ਇਨ੍ਹਾਂ ਕਾਰਪੋਰੇਸ਼ਨਾਂ ਦੇ ਸ਼ੇਅਰ-ਧਾਰਕਾਂ ਦਾ, ਭਾਵੇਂ ਉਹ ਕਿਸੇ ਵੀ ਦੇਸ਼ ਦੇ ਨਾਗਰਿਕ ਹੋਣ, ਕਿਸੇ ਰਾਸ਼ਟਰ ਨਾਲ ਕੋਈ ਨੈਤਿਕ ਜਾਂ ਸਮਾਜਕ ਨਾਤਾ ਨਹੀਂ ਹੁੰਦਾ। ਉਹ ਸਿਰਫ਼ ਆਪਣੇ ਮੁਨਾਫ਼ਿਆਂ, ਡਿਵਿਡੈਂਡਾਂ ਅਤੇ ਬੋਨਸਾਂ ਨਾਲ ਹੀ ਸਬੰਧਿਤ ਰਹਿੰਦੇ ਹਨ। ਬਹੁਤ ਸਾਰੇ ਸ਼ੇਅਰ-ਧਾਰਕਾਂ ਕੋਲ ਕਈ ਪਾਸਪੋਰਟ ਹੁੰਦੇ ਹਨ। ਇਸ ਲਈ ਉਹ ਕਿਸੇ ਰਾਸ਼ਟਰ-ਰਾਜ ਦੇ ਨਾਗਰਿਕ ਨਹੀਂ, ਸਗੋਂ ਕਾਰਪੋਰੇਟ ਨਾਗਰਿਕ ਮੰਨੇ ਜਾ ਸਕਦੇ ਹਨ। ਸਿਧਾਂਤਕ ਤੌਰ 'ਤੇ, 'ਕਾਰਪੋਰੇਟ ਸਿਟੀਜ਼ਨਸ਼ਿਪ' ਦੀ ਪਰਿਭਾਸ਼ਾ ਕਹਿੰਦੀ ਹੈ ਕਿ ਕਾਰਪੋਰੇਸ਼ਨਾਂ ਦੀ ਜ਼ਿੰਮੇਵਾਰੀ

ਸਿਰਫ਼ ਆਪਣੇ ਸ਼ੇਅਰ-ਧਾਰਕਾਂ ਜਾਂ ਹਿੱਸੇਦਾਰਾਂ ਪ੍ਰਤੀ ਨਹੀਂ, ਸਗੋਂ ਉਸ ਸਮਾਜ, ਸੱਭਿਆਚਾਰ ਅਤੇ ਵਾਤਾਵਰਨ ਪ੍ਰਤੀ ਵੀ ਹੁੰਦੀ ਹੈ, ਜਿੱਥੇ ਉਹ ਕੰਮ ਕਰਦੀਆਂ ਹਨ। ਇਸ ਲਈ, ਕਾਰਪੋਰੇਸ਼ਨਾਂ ਲਈ ਸਮਾਜਕ ਜ਼ਿੰਮੇਵਾਰੀਆਂ ਨਿਭਾਉਣਾ ਲਾਜ਼ਮੀ ਹੋਣਾ ਚਾਹੀਦਾ ਹੈ। ਪਰ ਅਸਲ ਵਿਚ ਉਹ ਕਿਉਂ ਨਿਭਾਉਣ? ਉਨ੍ਹਾਂ ਕੋਲ ਨਾ ਕੋਈ ਪ੍ਰੇਰਨਾ ਹੈ, ਨਾ ਹੀ ਕੋਈ ਨਿਯੰਤ੍ਰਕ। ਉਨ੍ਹਾਂ ਦਾ ਇੱਕੋ-ਇਕ ਮਕਸਦ ਹੈ – ਮੁਨਾਫ਼ਾ। ਸਮਾਜਕ ਜ਼ਿੰਮੇਵਾਰੀਆਂ ਉਨ੍ਹਾਂ ਦੀ ਸੀਮਾ ਤੋਂ ਬਾਹਰ ਹਨ।

ਕਾਰਪੋਰੇਟੋਕ੍ਰੇਸੀ

ਰਾਜਨੀਤਿਕ ਪਾਰਟੀਆਂ ਚੋਣਾਂ ਲੜਨ ਲਈ ਕਾਰਪੋਰੇਸ਼ਨਾਂ 'ਤੇ ਨਿਰਭਰ ਰਹਿੰਦੀਆਂ ਹਨ ਅਤੇ ਇਸ ਦਾ ਨਤੀਜਾ ਇਹ ਹੁੰਦਾ ਹੈ ਕਿ ਸਾਰੀਆਂ ਸਰਕਾਰਾਂ ਇਨ੍ਹਾਂ ਕਾਰਪੋਰੇਸ਼ਨਾਂ ਦੇ ਅਧੀਨ ਹੋ ਜਾਂਦੀਆਂ ਹਨ। ਹੁਣ ਸਰਕਾਰਾਂ ਕਾਰਪੋਰੇਸ਼ਨਾਂ ਨੂੰ ਨਿਯੰਤਰਿਤ ਕਰਨ ਅਤੇ ਉਨ੍ਹਾਂ ਨੂੰ ਜਵਾਬਦੇਹ ਬਣਾਉਣ ਦੀ ਬਜਾਏ, ਕਾਰਪੋਰੇਸ਼ਨਾਂ ਹੀ ਸਰਕਾਰਾਂ ਨੂੰ ਨਿਯੰਤਰਿਤ ਕਰਨ ਲੱਗੀਆਂ ਹਨ ਅਤੇ ਆਪਣੇ ਹਿਤਾਂ ਮੁਤਾਬਕ ਨਿਯਮ ਤੇ ਸ਼ਰਤਾਂ ਲਗਾ ਰਹੀਆਂ ਹਨ।

ਪਾਰ-ਰਾਸ਼ਟਰੀਵਾਦ ਦਾ ਮਤਲਬ ਹੈ ਆਰਥਕ, ਰਾਜਨੀਤਿਕ ਅਤੇ ਸੱਭਿਆਚਾਰਕ ਪ੍ਰਕਿਰਿਆਵਾਂ ਦਾ ਰਾਸ਼ਟਰੀ ਸਰਹੱਦਾਂ ਤੋਂ ਪਾਰ ਫੈਲਾਉਣਾ। ਇਹ ਪ੍ਰਕਿਰਿਆ ਕਾਫ਼ੀ ਸਮੇਂ ਤੋਂ ਜਾਰੀ ਹੈ ਅਤੇ ਹੌਲੀ-ਹੌਲੀ ਇਕ ਪਾਰ-ਰਾਸ਼ਟਰੀ ਰਾਜ ਦੇ ਗਠਨ ਵੱਲ ਵੱਧ ਰਹੀ ਹੈ। ਇਸ ਨੂੰ ਸ਼ੁਰੂਆਤੀ ਦੌਰ ਵਿਚ ਵਿਸ਼ਵੀਕਰਨ ਨੇ ਹੋਰ ਉਤਸ਼ਾਹਿਤ ਕੀਤਾ, ਅਤੇ ਸਰਹੱਦਾਂ ਪਾਰ ਪੈਸੇ ਅਤੇ ਮਨੁੱਖੀ ਪੂੰਜੀ ਦੀ ਆਜ਼ਾਦ ਆਵਾਜਾਈ ਨਾਲ ਇਹ ਪ੍ਰਕਿਰਿਆ ਤੇਜ਼ ਹੋ ਗਈ। ਇਹ ਤਬਦੀਲੀ ਹੌਲੀ, ਲਗਾਤਾਰ ਅਤੇ ਅਟੱਲ ਹੈ, ਕੁਝ ਵੱਖਰੇ ਹਾਲਾਤਾਂ ਤੋਂ ਇਲਾਵਾ।

ਜਿਵੇਂ ਕਾਰਪੋਰੇਸ਼ਨਾਂ ਦੇ ਕੰਮ ਕਈ ਦੇਸ਼ਾਂ ਵਿਚ ਫੈਲੇ ਹੁੰਦੇ ਹਨ, ਉਸੇ ਤਰ੍ਹਾਂ ਉਨ੍ਹਾਂ ਦੇ ਸ਼ੇਅਰ-ਧਾਰਕ ਵੀ ਕਈ ਪਾਸਪੋਰਟ ਰੱਖਦੇ ਹਨ। ਇਸ ਲਈ ਇਹ ਸ਼ੇਅਰ-ਧਾਰਕ ਕਿਸੇ ਵੀ ਖ਼ਾਸ ਦੇਸ਼ ਨਾਲ ਨੈਤਿਕ ਜਾਂ ਸਮਾਜਕ ਤੌਰ 'ਤੇ ਨਹੀਂ ਜੁੜੇ ਹੁੰਦੇ। ਉਨ੍ਹਾਂ ਦੀ ਚਿੰਤਾ ਸਿਰਫ਼ ਮੁਨਾਫ਼ਿਆਂ, ਲਾਭਾਂਸ਼ ਅਤੇ ਬੋਨਸਾਂ ਨਾਲ ਹੁੰਦੀ ਹੈ, ਬਿਲਕੁਲ ਕਾਰਪੋਰੇਸ਼ਨਾਂ ਵਾਂਗ।

ਸਰਕਾਰਾਂ ਦੇ ਕਾਰਪੋਰੇਟਾਈਜ਼ ਹੋਣ ਨਾਲ ਆਮ ਲੋਕ ਸ਼ਕਤੀਹੀਣ ਹੋ ਗਏ ਹਨ, ਕਿਉਂਕਿ ਹੁਣ ਸ਼ਾਸਨ ਅਤੇ ਫ਼ੈਸਲੇ ਲੋਕਾਂ ਲਈ ਨਹੀਂ, ਸਗੋਂ ਕਾਰਪੋਰੇਸ਼ਨਾਂ ਲਈ ਹੋ ਰਹੇ ਹਨ। ਡੇਵਿਡ ਲੇਨ ਨੇ ਆਪਣੇ ਪੇਪਰ *ਗਲੋਬਲ ਕੈਪੀਟਲਿਜ਼ਮ ਐਂਡ ਦ ਟ੍ਰਾਂਸਫਾਰਮੇਸ਼ਨ ਆਫ਼ ਸਟੇਟ ਸੋਸ਼ਲਿਜ਼ਮ* (ਲੇਨ, ਡੀ, 2009) ਵਿਚ ਭਾਵੇਂ ਕਿਸੇ ਹੋਰ ਸੰਦਰਭ ਵਿਚ, ਪਰ ਅਸਿੱਧੇ ਤੌਰ 'ਤੇ ਇਹ ਗੱਲ ਦਰਸਾਈ ਹੈ। ਇਸ ਲਈ ਇਹ ਸਾਫ਼ ਹੈ ਕਿ ਉਦਾਰਵਾਦੀ ਲੋਕਤੰਤਰਾਂ ਦੇ ਮੁੱਖ ਥੰਮ੍ਹੇ ਵਿੱਚੋਂ ਇਕ ਢਹਿ ਗਿਆ ਹੈ। ਲੋਕਾਂ ਦੇ ਸ਼ਕਤੀਹੀਣ ਹੋਣ ਅਤੇ ਸ਼ਾਸਨ ਕਾਰਪੋਰੇਸ਼ਨਾਂ ਨੂੰ ਸੌਂਪੇ ਜਾਣ ਨਾਲ ਇਕ ਨਵਾਂ ਰੂਪ ਉਭਰਿਆ ਹੈ, ਜਿਸ ਨੂੰ ਕਾਰਪੋਰੇਟੋਕ੍ਰੇਸੀ ਕਿਹਾ ਜਾ ਸਕਦਾ ਹੈ। ਦੂਜੇ ਸ਼ਬਦਾਂ ਵਿਚ, ਲੋਕਤੰਤਰ ਹੁਣ ਕਾਰਪੋਰੇਟੋਕ੍ਰੇਸੀ ਵਿਚ ਬਦਲ ਰਿਹਾ ਹੈ।

ਬੇਨੀਟੋ ਮੁਸੋਲਿਨੀ ਨੇ ਕਿਹਾ ਸੀ ਕਿ "ਫ਼ਾਸ਼ੀਵਾਦ ਨੂੰ ਵਧੇਰੇ ਢੁਕਵੇਂ ਤਰੀਕੇ ਨਾਲ ਕਾਰਪੋਰੇਟਵਾਦ ਕਿਹਾ ਜਾਣਾ ਚਾਹੀਦਾ ਹੈ, ਕਿਉਂਕਿ ਇਹ ਰਾਜ ਅਤੇ ਕਾਰਪੋਰੇਟ ਤਾਕਤ ਦਾ ਮਿਲਾਪ ਹੈ।"

ਸਮੇਂ ਦੇ ਨਾਲ ਸ਼ੇਅਰ-ਧਾਰਕਾਂ ਦੇ ਰਵੱਈਏ ਵਿਚ ਵੀ ਤਬਦੀਲੀ ਆਈ ਹੈ। ਪਹਿਲਾਂ ਲੰਬੇ ਸਮੇਂ ਲਈ ਸ਼ੇਅਰ ਰੱਖਣ ਦਾ ਸਮਾਂ ਲਗਭਗ ਸੱਤ ਸਾਲ ਹੁੰਦਾ ਸੀ, ਪਰ ਹੁਣ ਛੋਟੇ ਸਮੇਂ ਦੇ

ਸੱਟੇਬਾਜ਼ਾਂ ਲਈ ਇਹ ਸਿਰਫ਼ ਸੱਤ ਮਹੀਨੇ ਰਹਿ ਗਿਆ ਹੈ (ਸਕਾਈਪਾਲਾ, ਪੀ, 2009, 8 ਸਤੰਬਰ)। ਇਸ ਦਾ ਮਤਲਬ ਹੈ ਕਿ ਨਿਵੇਸ਼ਕਾਂ ਨੇ ਆਪਣਾ ਰੋਲ ਲੰਬੇ ਸਮੇਂ ਦੇ ਨਿਵੇਸ਼ਕ ਤੋਂ ਛੋਟੇ ਸਮੇਂ ਦੇ ਸੱਟੇਬਾਜ਼ ਵਿਚ ਬਦਲ ਦਿੱਤਾ ਹੈ, ਜਿਸ ਨਾਲ ਕਾਰਪੋਰੇਸ਼ਨ ਅਣ-ਮਾਲਕ ਬਣ ਗਈਆਂ ਹਨ।

ਲੋਕਤੰਤਰ ਦੇ ਇਸ ਕਾਰਪੋਰੇਟੋਕ੍ਰੇਸੀ ਵਿਚ ਬਦਲਣ ਨੂੰ ਮੰਨਣ ਦੀ ਬਜਾਏ, ਬਹੁਤ ਸਾਰੇ ਪੀਅਰ-ਰਿਵਿਊਡ ਜਰਨਲ ਅਤੇ ਖੋਜਕਰਤਾ, ਜਿਵੇਂ ਕਿ ਫੂਚਸ, ਡੀ, ਕਾਲਫਾਗਿਅਨੀ, ਏ, ਸੈਟੇਲਬਰਗਰ, ਜੇ (2010), ਸ਼ਾਈਕ, ਐਲ ਜੀ ਵੀ, ਅਤੇ ਡੀ ਪਾਸ, ਆਰ ਵੈਨ (2014, 15 ਜੁਲਾਈ) ਅਤੇ ਕਯੂਪਰ, ਜੇ ਡਬਲਯੂ (2018), ਲੋਕਤੰਤਰ ਨੂੰ ਜਾਇਜ਼ ਠਹਿਰਾਉਣ ਲਈ ਵੱਖ-ਵੱਖ ਵਿਆਖਿਆਵਾਂ ਦੇਣ ਦੀ ਕੋਸ਼ਿਸ਼ ਕਰਦੇ ਹਨ। ਕਾਰਪੋਰੇਸ਼ਨ ਮੀਡੀਆ, ਹਿਤ ਸਮੂਹਾਂ ਅਤੇ ਸੰਸਥਾਵਾਂ ਉੱਤੇ ਆਪਣੀ ਪਕੜ ਰਾਹੀਂ ਸਾਨੂੰ ਇਹ ਯਕੀਨ ਦਿਵਾਉਂਦੀਆਂ ਹਨ ਕਿ ਸ਼ਾਸਨ ਦਾ ਹੋਰ ਕੋਈ ਬਦਲ ਨਹੀਂ ਹੈ (ਬਾਰਬੀਅਰ, ਸੀ ਐਲ, 2017, 14 ਅਕਤੂਬਰ)। ਸਿਆਸਤਦਾਨਾਂ ਨੂੰ ਰੋਕਣ ਜਾਂ ਪਲਟਣ ਦਾ ਕੋਈ ਤਰੀਕਾ ਨਹੀਂ ਬਚਿਆ, ਕਿਉਂਕਿ ਸਰਕਾਰੀ ਅਧਿਕਾਰੀ ਬੇਈਮਾਨ ਹਨ ਅਤੇ ਕਾਰਪੋਰੇਸ਼ਨਾਂ ਦੁਆਰਾ ਕੈਦ ਕੀਤੇ ਜਾ ਚੁੱਕੇ ਹਨ, ਜੋ ਅਮੀਰਾਂ ਨੂੰ ਹੋਰ ਅਮੀਰ ਅਤੇ ਗ਼ਰੀਬਾਂ ਨੂੰ ਹੋਰ ਗ਼ਰੀਬ ਬਣਾਉਂਦੀਆਂ ਹਨ।

ਇਹ ਕਾਰਪੋਰੇਸ਼ਨਾਂ ਆਪਣੇ ਵੱਡੇ ਬ੍ਰਾਂਡਾਂ ਅਤੇ ਟ੍ਰੇਡਮਾਰਕ ਵਾਲੇ ਉਤਪਾਦਾਂ ਨੂੰ ਪ੍ਰਚਾਰਤ ਕਰਨ ਲਈ ਇਸ਼ਤਿਹਾਰਬਾਜ਼ੀ ਦੀ ਦੋਹਰੀ ਰਣਨੀਤੀ ਵਰਤਦੀਆਂ ਹਨ। ਉਹ ਉਪਭੋਗਤਾਵਾਂ ਨੂੰ ਆਪਣੇ ਉਤਪਾਦਾਂ ਦੇ ਪ੍ਰਚਾਰਕਾਂ ਵਜੋਂ ਵਰਤਦੀਆਂ ਹਨ, ਸਾਨੂੰ ਆਪਣੇ ਕੱਪੜਿਆਂ ਅਤੇ ਹੋਰ ਦਿਖਾਵਟੀ ਉਤਪਾਦਾਂ 'ਤੇ ਵੱਡੇ ਬ੍ਰਾਂਡ ਨਿਸ਼ਾਨਾਂ ਵਾਲੀਆਂ ਚੀਜ਼ਾਂ ਪਹਿਨਣ ਲਈ ਮਜਬੂਰ ਕਰਦੀਆਂ ਹਨ।

ਇਕ ਕਾਰਪੋਰੇਟੋਕ੍ਰੇਸੀ ਵਿਚ ਦੇਸ਼ ਦੇ ਸਾਰੇ ਸਰੋਤ – ਕੁਦਰਤੀ, ਵਿੱਤੀ ਅਤੇ ਮਨੁੱਖੀ – ਕਾਰਪੋਰੇਸ਼ਨਾਂ ਦੇ ਹੱਥਾਂ ਵਿਚ ਚਲੇ ਜਾਂਦੇ ਹਨ। ਰਾਜ ਦੀਆਂ ਤਾਕਤਾਂ ਵੀ ਕਾਰਪੋਰੇਸ਼ਨਾਂ ਵੱਲੋਂ ਕਬਜ਼ੇ ਵਿਚ ਲੈ ਲਈਆਂ ਜਾਂਦੀਆਂ ਹਨ। ਰਾਜ ਲਈ ਇੱਕੋ ਕੰਮ ਰਹਿ ਜਾਂਦਾ ਹੈ – ਬਜਟ ਲਾਗੂ ਕਰਨਾ ਅਤੇ ਮੰਗਾਂ ਨੂੰ ਨਿਯੰਤਰਿਤ ਕਰਨਾ। ਇਸ ਤਰ੍ਹਾਂ ਰਾਸ਼ਟਰ-ਰਾਜ ਸਿਰਫ਼ ਬਹੁ-ਰਾਸ਼ਟਰੀ ਕਾਰਪੋਰੇਸ਼ਨਾਂ ਲਈ ਸੁਰੱਖਿਆ ਸੇਵਾ ਜਾਂ ਸਥਾਨਕ ਪੁਲਿਸ ਸਟੇਸ਼ਨ ਬਣ ਕੇ ਰਹਿ ਜਾਂਦਾ ਹੈ (ਬੌਮੈਨ, ਜ਼ੈਡ, 1998)।

ਇਨ੍ਹਾਂ ਬਹੁ-ਰਾਸ਼ਟਰੀ ਕਾਰਪੋਰੇਸ਼ਨਾਂ ਦੀ ਤਾਕਤ ਦਾ ਅੰਦਾਜ਼ਾ ਇਸ ਗੱਲ ਤੋਂ ਲੱਗਦਾ ਹੈ ਕਿ ਸਭ ਤੋਂ ਵੱਡੀਆਂ ਕਾਰਪੋਰੇਸ਼ਨਾਂ ਦੀਆਂ ਜਾਇਦਾਦਾਂ ਕਈ ਰਾਸ਼ਟਰ-ਰਾਜਾਂ ਦੇ ਕੁੱਲ ਰਾਸ਼ਟਰੀ ਉਤਪਾਦ ਨਾਲੋਂ ਵੱਧ ਹਨ। ਇਸ ਲਈ ਉਨ੍ਹਾਂ ਕੋਲ ਅਰਥ-ਵਿਵਸਥਾ ਨੂੰ ਆਪਣੀ ਮਰਜ਼ੀ ਅਨੁਸਾਰ ਚਲਾਉਣ ਅਤੇ ਆਪਣਾ ਏਜੰਡਾ ਲਾਗੂ ਕਰਨ ਦੀ ਪੂਰੀ ਤਾਕਤ ਹੈ (ਸ਼ਾਅ, ਐਚ ਜੇ, 2008)।

ਰਾਸ਼ਟਰ-ਰਾਜਾਂ ਤੋਂ ਸ਼ਕਤੀ ਕਾਰਪੋਰੇਸ਼ਨਾਂ ਵੱਲ ਜਾਣ ਦੇ ਕਾਰਨ ਨਾਗਰਿਕਾਂ ਦੀ ਪਛਾਣ ਦਾ ਕੇਂਦਰ ਹੁਣ ਉਨ੍ਹਾਂ ਦੇ ਕੰਮ ਅਤੇ ਸਮਾਜ ਪ੍ਰਤੀ ਯੋਗਦਾਨ ਤੋਂ ਬਦਲ ਕੇ ਸਿਰਫ਼ ਖਪਤ ਵੱਲ ਹੋ ਗਿਆ ਹੈ। ਵਾਰ-ਵਾਰ ਕਾਰਪੋਰੇਟ ਛਾਂਟੀਆਂ ਅਤੇ ਨੌਕਰੀ ਦੀ ਅਸੁਰੱਖਿਆ ਨੇ ਇਕ ਨਵੇਂ ਖਪਤਕਾਰ ਸਮਾਜ ਦੀ ਸੋਚ ਨੂੰ ਜਨਮ ਦਿੱਤਾ ਹੈ।

ਬਹੁ-ਰਾਸ਼ਟਰੀ ਕਾਰਪੋਰੇਸ਼ਨਾਂ ਨੇ ਦੁਨੀਆ ਭਰ ਵਿਚ ਆਪਣੀ ਰਾਜਨੀਤਿਕ ਤਾਕਤ ਨੂੰ ਜਾਇਜ਼ ਠਹਿਰਾਉਣ ਵਿਚ ਸਫ਼ਲਤਾ ਹਾਸਲ ਕੀਤੀ ਹੈ। ਉਦਾਹਰਨ ਲਈ, 2010 ਵਿਚ ਯੂਐਸ ਸੁਪਰੀਮ ਕੋਰਟ ਨੇ *ਸਿਟੀਜ਼ਨਜ਼ ਯੂਨਾਈਟਿਡ ਬਨਾਮ ਫੈਡਰਲ ਇਲੈਕਸ਼ਨਜ਼*

ਕਮਿਸ਼ਨ (130 US 876) ਦੇ ਕੇਸ ਵਿਚ ਫ਼ੈਸਲਾ ਦਿੱਤਾ ਕਿ ਕਾਰਪੋਰੇਸ਼ਨ ਅਸੀਮਿਤ ਚੋਣ ਫੰਡਿੰਗ ਕਰ ਸਕਦੀਆਂ ਹਨ। ਇਸ ਨਾਲ ਲੋਕਤੰਤਰ ਸਿਰਫ਼ ਇਕ ਦਿਖਾਵਾ ਬਣ ਕੇ ਰਹਿ ਗਿਆ (ਵਿਸਟ, ਡਬਲਯੂ, 2011, ਜੁਲਾਈ)। ਹੋਰ ਉਦਾਹਰਨ ਭਾਰਤ ਵਿਚ ਹੈ, ਜਿੱਥੇ ਚੋਣ ਬਾਂਡਾਂ ਦੀ ਸ਼ੁਰੂਆਤ ਕੀਤੀ ਗਈ (ਵੈਸ਼ਨਵ, ਐਮ, 2019, 25 ਨਵੰਬਰ)। ਇਹ ਪ੍ਰਣਾਲੀ ਕਾਰਪੋਰੇਸ਼ਨਾਂ ਨੂੰ ਕਿਸੇ ਵੀ ਰਾਜਨੀਤਿਕ ਪਾਰਟੀ ਨੂੰ ਪੂਰੀ ਤਰ੍ਹਾਂ ਗੁਪਤ ਰੂਪ ਵਿਚ ਪੈਸਾ ਦੇਣ ਦੀ ਆਜ਼ਾਦੀ ਦਿੰਦੀ ਹੈ। ਇਸ ਨੂੰ ਧੋਖੇ ਨਾਲ ਚੋਣ ਸੁਧਾਰ ਦਾ ਨਾਮ ਦਿੱਤਾ ਗਿਆ, ਜਦਕਿ ਇਹ ਦਰਅਸਲ ਇਕ ਘਿਨਾਉਣਾ ਤਰੀਕਾ ਸੀ।

ਕਾਰਪੋਰੇਟੋਕ੍ਰੇਸੀ ਵਿਚ ਲੋਕਤੰਤਰ ਦਾ ਮੁੱਖ ਸਿਧਾਂਤ – "ਸਰਕਾਰ ਲੋਕਾਂ ਦੀ, ਲੋਕਾਂ ਲਈ ਅਤੇ ਲੋਕਾਂ ਦੁਆਰਾ" – ਬਦਲ ਕੇ "ਸਰਕਾਰ ਕਾਰਪੋਰੇਸ਼ਨਾਂ ਦੀ, ਕਾਰਪੋਰੇਸ਼ਨਾਂ ਲਈ ਅਤੇ ਕਾਰਪੋਰੇਸ਼ਨਾਂ ਦੁਆਰਾ" ਬਣ ਗਿਆ ਹੈ। ਕਾਰਪੋਰੇਸ਼ਨਾਂ ਦੇ ਸਰਗਰਮ ਏਜੰਟਾਂ ਵਿਚ ਕਾਰਪੋਰੇਟ ਫੰਡ ਨਾਲ ਚੱਲਣ ਵਾਲੀਆਂ ਰਾਜਨੀਤਿਕ ਕਾਰਵਾਈ ਕਮੇਟੀਆਂ, ਲਾਬੀ ਸਮੂਹ, ਰੂੜੀਵਾਦੀ ਥਿੰਕ ਟੈਂਕ, ਸਿਆਸਤਦਾਨ ਅਤੇ ਕਾਰਪੋਰੇਟ-ਪੱਖੀ ਜੱਜ ਸ਼ਾਮਲ ਹਨ। ਰਿਟਾਇਰ ਹੋਏ ਸਿਆਸਤਦਾਨ ਅਤੇ ਅਧਿਕਾਰੀ ਅਕਸਰ ਕਾਰਪੋਰੇਟ ਲਾਬੀਸਟਾਂ ਵਜੋਂ ਭਰਤੀ ਕੀਤੇ ਜਾਂਦੇ ਹਨ (ਡੋਨ, ਪੀ, 2016, 30 ਅਪ੍ਰੈਲ)।

ਆਸਟ੍ਰੇਲੀਆ ਵਿਚ ਵੀ ਕੋਲੀਸ਼ਨ ਅਤੇ ਲੇਬਰ, ਦੋਵੇਂ ਮੁੱਖ ਪਾਰਟੀਆਂ, ਜਨਤਕ ਸੇਵਾਵਾਂ ਨੂੰ ਕਮਜ਼ੋਰ ਕਰ ਰਹੀਆਂ ਹਨ। ਉਹ ਨੌਕਰੀਆਂ ਘਟਾ ਰਹੀਆਂ ਹਨ ਅਤੇ ਨੀਤੀ ਸਲਾਹ ਲਈ ਬਾਹਰੀ ਸਲਾਹਕਾਰਾਂ 'ਤੇ ਨਿਰਭਰ ਹੋ ਰਹੀਆਂ ਹਨ। ਮਾਈਕਲ ਵੈਸਟ (ਵੈਸਟ, ਐਮ, 2017, 20 ਫਰਵਰੀ) ਅਨੁਸਾਰ, ਉਹ ਕਾਰਪੋਰੇਟੋਕ੍ਰੇਸੀ ਵੱਲ ਵਧ ਰਹੀਆਂ ਹਨ। ਸੰਘੀ ਸਰਕਾਰ ਨੇ ਦਸ ਸਾਲਾਂ ਵਿਚ PwC, EY, KPMG ਅਤੇ Deloitte ਵਰਗੀਆਂ ਚਾਰ ਵੱਡੀਆਂ ਲੇਖਾ ਕੰਪਨੀਆਂ ਨੂੰ ਲਗਭਗ $26 ਬਿਲੀਅਨ ਦਾ ਭੁਗਤਾਨ ਕੀਤਾ। ਸਿਰਫ਼ PwC ਨੂੰ ਭਵਿੱਖ ਦੇ ਕਲਿਆਣਕਾਰੀ ਖ਼ਰਚਿਆਂ ਬਾਰੇ ਰਿਪੋਰਟ ਲਿਖਣ ਲਈ $10 ਮਿਲੀਅਨ ਦਿੱਤੇ ਗਏ, ਜਿਸ ਦਾ ਹਿਸਾਬ ਪ੍ਰਤੀ ਪੰਨਾ $75,000 ਬਣਦਾ ਹੈ। ਇਹੋ ਕੰਪਨੀਆਂ ਦੁਨੀਆ ਭਰ ਦੀਆਂ ਬਹੁ-ਰਾਸ਼ਟਰੀ ਕਾਰਪੋਰੇਸ਼ਨਾਂ ਨੂੰ ਟੈਕਸਾਂ ਤੋਂ ਬਚਣ ਦੀਆਂ ਸਲਾਹਾਂ ਦਿੰਦੀਆਂ ਹਨ। ਇਹ ਸਾਫ਼ ਤੌਰ 'ਤੇ ਹਿਤਾਂ ਦਾ ਟਕਰਾਅ ਹੈ।

ਟ੍ਰਾਂਸ-ਪੈਸੀਫਿਕ ਪਾਰਟਨਰਸ਼ਿਪ (TTP), ਜੋ ਹੁਣ ਰੱਦ ਕੀਤਾ ਜਾ ਚੁੱਕਾ ਹੈ, ਦੀਆਂ ਸ਼ਰਤਾਂ ਕਾਰਪੋਰੇਸ਼ਨਾਂ ਨੂੰ ਇਹ ਹੱਕ ਦਿੰਦੀਆਂ ਸਨ ਕਿ ਉਹ ਰਾਸ਼ਟਰ-ਰਾਜ ਸਰਕਾਰਾਂ 'ਤੇ ਮੁਕੱਦਮਾ ਕਰ ਸਕਣ। ਇਹ ਰਾਜਾਂ ਦੀ ਪ੍ਰਭੂਸੱਤਾ 'ਤੇ ਕਬਜ਼ਾ ਕਰਨ ਵੱਲ ਇਕ ਗੰਭੀਰ ਕਦਮ ਸੀ। ਸਮਾਨ ਧਾਰਾਵਾਂ ਵਾਲੇ ਹੋਰ ਵਪਾਰਕ ਸਮਝੌਤਿਆਂ ਕਾਰਨ ਲਗਭਗ 120 ਕੇਸ ਦਾਇਰ ਕੀਤੇ ਗਏ। ਉਦਾਹਰਨ ਲਈ, ਵੀਓਲਾ ਨੇ ਮਿਸਰ 'ਤੇ ਘੱਟੋ-ਘੱਟ ਤਨਖਾਹ ਵਧਾਉਣ ਲਈ ਮੁਕੱਦਮਾ ਕੀਤਾ, ਅਤੇ ਫਿਲਿਪ ਮੋਰਿਸ ਨੇ ਆਸਟ੍ਰੇਲੀਆ 'ਤੇ ਸਿਗਰਟ ਪੈਕਿੰਗ ਦੇ ਕਾਨੂੰਨ ਲਈ ਮੁਕੱਦਮਾ ਕੀਤਾ।

ਜੇ ਟ੍ਰਾਂਸਐਟਲਾਂਟਿਕ ਵਪਾਰ ਅਤੇ ਨਿਵੇਸ਼ ਭਾਈਵਾਲੀ (TTIP) ਲਾਗੂ ਕੀਤਾ ਜਾਂਦਾ, ਤਾਂ ਇਹ ਕਾਰਪੋਰੇਸ਼ਨਾਂ ਨੂੰ ਇਹ ਤਾਕਤ ਦਿੰਦਾ ਕਿ ਉਹ ਭਵਿੱਖ ਦੀਆਂ ਸਰਕਾਰਾਂ ਨੂੰ ਕਿਸੇ ਵੀ ਕਾਨੂੰਨੀ ਤਬਦੀਲੀ ਨੂੰ ਰੋਕਣ ਲਈ ਮਜਬੂਰ ਕਰ ਸਕਣ। TTP ਅਤੇ TTIP ਦੋਵੇਂ ਹੀ ਕਾਰਪੋਰੇਸ਼ਨਾਂ ਅਤੇ ਰਾਜਾਂ ਵਿਚਕਾਰ ਸ਼ਕਤੀ ਦਾ ਸੰਤੁਲਨ ਕਾਰਪੋਰੇਸ਼ਨਾਂ ਦੇ ਪੱਖ ਵਿਚ ਝੁਕਾਉਣ ਦੀ ਕੋਸ਼ਿਸ਼ ਸਨ (ਕਿਟੀ, ਜੇ, 2013, 6 ਦਸੰਬਰ)।

ਥਾਮਸ ਰੀਵਾਸ (ਰੀਵਾਸ, ਟੀ, 2020, 18 ਅਕਤੂਬਰ) ਦਲੀਲ ਦਿੰਦਾ ਹੈ ਕਿ ਕਾਰਪੋਰੇਟੋਕ੍ਰੇਸੀ ਇਕ ਨਵਾਂ ਵਿਸ਼ਵ ਸਾਮਰਾਜ ਹੈ, ਜੋ ਪਿਛਲੇ ਸਮਿਆਂ ਦੇ ਰੋਮਨ ਜਾਂ ਬ੍ਰਿਟਿਸ਼ ਸਾਮਰਾਜਾਂ ਤੋਂ ਵੱਖਰਾ ਹੈ। ਇਹ ਸਿੱਧੇ ਸੈਨਿਕ ਤਰੀਕਿਆਂ ਦੀ ਬਜਾਏ ਸੂਖਮ ਆਰਥਕ ਹਥਿਆਰਾਂ ਨਾਲ ਬਣਾਇਆ ਜਾ ਰਿਹਾ ਹੈ।

ਜੌਨ ਪਰਕਿਨਸ ਨੇ ਆਪਣੀ ਕਿਤਾਬ *ਕਨਫੈਸ਼ਨਜ਼ ਆਫ਼ ਐਨ ਇਕਨੋਮਿਕ ਹਿੱਟ ਮੈਨ* (2004) ਵਿਚ ਕਾਰਪੋਰੇਟੋਕ੍ਰੇਸੀ ਦੇ ਉਭਾਰ ਦੀ ਕਹਾਣੀ ਬਹੁਤ ਸੁੰਦਰ ਢੰਗ ਨਾਲ ਦਰਸਾਈ ਹੈ:

"ਆਰਥਕ ਹਿੱਟ ਮੈਨ (EHMs) ਉੱਚ ਤਨਖਾਹ ਵਾਲੇ ਪੇਸ਼ੇਵਰ ਹੁੰਦੇ ਹਨ ਜੋ ਦੁਨੀਆ ਦੇ ਵੱਖ-ਵੱਖ ਦੇਸ਼ਾਂ ਨੂੰ ਅਰਬਾਂ ਡਾਲਰਾਂ ਨਾਲ ਠੱਗਦੇ ਹਨ। ਉਹ ਵਿਸ਼ਵ ਬੈਂਕ, USAID ਅਤੇ ਹੋਰ ਵਿਦੇਸ਼ੀ 'ਸਹਾਇਤਾ' ਸੰਸਥਾਵਾਂ ਤੋਂ ਪੈਸਾ ਕੱਢ ਕੇ ਵੱਡੀਆਂ ਕਾਰਪੋਰੇਸ਼ਨਾਂ ਅਤੇ ਕੁਝ ਅਮੀਰ ਪਰਿਵਾਰਾਂ ਦੀਆਂ ਜੇਬਾਂ ਵਿਚ ਪਾਉਂਦੇ ਹਨ, ਜੋ ਧਰਤੀ ਦੇ ਕੁਦਰਤੀ ਸਰੋਤਾਂ 'ਤੇ ਕਬਜ਼ਾ ਕਰਦੇ ਹਨ। ਉਹ ਧੋਖੇਬਾਜ਼ੀ ਵਾਲੀਆਂ ਵਿੱਤੀ ਰਿਪੋਰਟਾਂ, ਧਾਂਧਲੀ ਵਾਲੀਆਂ ਚੋਣਾਂ, ਰਿਸ਼ਵਤ, ਜਬਰਦਸਤੀ, ਸੈਕਸ ਅਤੇ ਕਤਲ ਵਰਗੇ ਹਥਿਆਰ ਵਰਤਦੇ ਹਨ। ਇਹ ਖੇਡ ਸਾਮਰਾਜਾਂ ਜਿੰਨੀ ਪੁਰਾਣੀ ਹੈ, ਪਰ ਵਿਸ਼ਵੀਕਰਨ ਦੇ ਸਮੇਂ ਇਸ ਨੂੰ ਨਵੇਂ ਅਤੇ ਡਰਾਉਣੇ ਰੂਪ ਮਿਲੇ ਹਨ। ਮੈਨੂੰ ਪਤਾ ਹੈ, ਕਿਉਂਕਿ ਮੈਂ ਖ਼ੁਦ ਇਕ EHM ਸੀ।"

– ਜੌਨ ਪਰਕਿਨਸ, *ਕਨਫੈਸ਼ਨਜ਼ ਆਫ਼ ਐਨ ਇਕਨੋਮਿਕ ਹਿੱਟ ਮੈਨ* (2004)

ਰਾਜ ਨਿਗਮ

ਕਾਰਪੋਰੇਸ਼ਨਾਂ ਦੇ ਪ੍ਰਭੂਸੱਤਾ ਰਾਜਾਂ 'ਤੇ ਵਧ ਰਹੇ ਕਬਜ਼ੇ ਤੋਂ ਸਬਕ ਲੈਂਦਿਆਂ, ਚੀਨੀ ਰਾਜ ਨੇ ਸਮਝਦਾਰੀ ਨਾਲ ਕਦਮ ਚੁੱਕਿਆ। ਕਾਰਪੋਰੇਸ਼ਨਾਂ ਨੂੰ ਰੋਕਣ ਦੀ ਬਜਾਏ, ਚੀਨ ਨੇ ਆਪ ਇਕ ਕਾਰਪੋਰੇਸ਼ਨ ਵਾਂਗ ਕੰਮ ਕਰਨਾ ਸ਼ੁਰੂ ਕੀਤਾ। ਇਕ ਪਾਰਟੀ ਪ੍ਰਣਾਲੀ ਅਤੇ ਬੰਦ ਰਾਜਨੀਤਿਕ ਢਾਂਚਾ ਹੋਣ ਕਾਰਨ, ਇਸ ਨੂੰ ਇਹ ਮਾਡਲ ਅਪਣਾਉਣ ਵਿਚ ਫ਼ਾਇਦਾ ਮਿਲਿਆ।

ਚੀਨ ਨੇ ਛੋਟੇ ਅਤੇ ਕਮਜ਼ੋਰ ਦੇਸ਼ਾਂ ਲਈ ਕਰਜ਼ੇ ਦੇ ਜਾਲ ਬੁਣਣੇ ਸ਼ੁਰੂ ਕੀਤੇ, ਆਪਣੀ *Belt and Road Initiative* ਰਾਹੀਂ ਪੈਸਾ ਲਗਾਇਆ ਅਤੇ ਵੱਖ-ਵੱਖ ਕਾਰਪੋਰੇਸ਼ਨਾਂ ਵਿਚ ਹਿੱਸੇ ਖ਼ਰੀਦੇ। ਇਸ ਰਣਨੀਤੀ ਦੇ ਤਹਿਤ, ਉਸ ਨੇ ਕਈ ਰਾਜਾਂ ਦੇ ਬੁਨਿਆਦੀ ਢਾਂਚੇ ਅਤੇ ਜ਼ਮੀਨ ਦੇ ਵੱਡੇ ਹਿੱਸੇ ਵੀ ਖ਼ਰੀਦਣੇ ਸ਼ੁਰੂ ਕਰ ਦਿੱਤੇ। ਇਹ ਸਾਰਾ ਕੰਮ ਚੀਨ ਨੇ ਬੜੀ ਚੁੱਪੀ ਨਾਲ ਕੀਤਾ, ਤਾਂ ਜੋ ਦੁਨੀਆ ਉਸ ਦੀ ਅਸਲੀ ਨੀਅਤ ਨੂੰ ਸਮੇਂ ਸਿਰ ਨਾ ਸਮਝ ਸਕੇ। ਹੁਣ ਸਥਿਤੀ ਇਹ ਹੈ ਕਿ ਚੀਨ ਆਪਣੀ ਵਿੱਤੀ ਸ਼ਕਤੀ ਅਤੇ ਫ਼ੌਜੀ ਤਾਕਤ ਨਾਲ ਵਿਸ਼ਵ ਪੱਧਰ 'ਤੇ ਹਾਵੀ ਹੋਣਾ ਸ਼ੁਰੂ ਹੋ ਗਿਆ ਹੈ।

ਚੀਨ ਨੇ ਹੋਰ ਦੇਸ਼ਾਂ ਵਿਚ ਸਿਆਸਤਦਾਨਾਂ ਨੂੰ ਚੋਣੀ ਵਿੱਤ ਸਹਾਇਤਾ ਦੇ ਕੇ ਜਾਂ ਰਿਸ਼ਵਤ ਦੇ ਕੇ ਪ੍ਰਭਾਵਿਤ ਕੀਤਾ ਹੈ ਤਾਂ ਜੋ ਉਹ ਉਸ ਦੇ ਹਿਤਾਂ ਲਈ ਕੰਮ ਕਰਨ। ਅਨੁਮਾਨ ਹੈ ਕਿ 2036 ਤੱਕ ਚੀਨ 551 ਟ੍ਰਿਲੀਅਨ ਨਾਲ ਯੂਐਸ ਨੂੰ ਪਿੱਛੇ ਛੱਡ ਕੇ ਵਿਸ਼ਵ ਅਰਥ-ਵਿਵਸਥਾ ਦੀ ਅਗਵਾਈ ਕਰੇਗਾ (ਅਮੋਰੋਸ, ਆਰ, 2022, 13 ਜੂਨ)।

ਇਸ ਤਰ੍ਹਾਂ, ਜਿੱਥੇ ਲੋਕਤੰਤਰ ਕਾਰਪੋਰੇਟ ਰਾਜ ਬਣਨ ਦੇ ਰਸਤੇ 'ਤੇ ਹਨ, ਚੀਨ ਇਕ "ਰਾਜ

ਕਾਰਪੋਰੇਸ਼ਨ" ਵਜੋਂ ਸਾਹਮਣੇ ਆ ਗਿਆ ਹੈ। ਚੀਨ ਵਿਚ ਰਾਜ-ਨਿਰਦੇਸ਼ਿਤ ਨਿਵੇਸ਼ ਵਿਸ਼ਵੀਕਰਨ ਦਾ ਕੁਦਰਤੀ ਨਤੀਜਾ ਹੈ (ਬਾਬਿਕ, ਐਮ, ਗਾਰਸੀਆ-ਬਰਨਾਰਡੋ, ਜੇ, ਅਤੇ ਹੀਮਸਕਰਕ, ਈ ਐਮ, 2019)।

ਪੱਛਮੀ ਦੇਸ਼, ਖ਼ਾਸਕਰ 2001 ਵਿਚ WTO ਵਿਚ ਚੀਨ ਦੇ ਸ਼ਾਮਲ ਹੋਣ ਤੋਂ ਬਾਅਦ, ਸਮਝਦੇ ਸਨ ਕਿ ਚੀਨ ਇਕ ਦਿਨ ਉਨ੍ਹਾਂ ਦੀ ਪ੍ਰਣਾਲੀ ਨਾਲ ਮਿਲ ਜਾਵੇਗਾ। ਪਰ 2012 ਵਿਚ ਸ਼ੀ ਜਿਨਪਿੰਗ ਦੇ ਸੱਤਾ 'ਤੇ ਆਉਣ ਨਾਲ ਚੀਨ ਨੇ ਪੱਛਮੀ ਸਰਦਾਰੀ ਮੰਨਣ ਦੀ ਬਜਾਏ ਆਪਣਾ ਰਸਤਾ ਬਣਾਇਆ। ਇਹ ਦ੍ਰਿਸ਼ਟੀ ਲੈਨਿਨਵਾਦੀ ਵਿਚਾਰਧਾਰਾ 'ਤੇ ਆਧਾਰਿਤ ਹੈ, ਜਿਸ ਵਿਚ ਤਾਕਤ ਅਤੇ ਪ੍ਰਭਾਵ ਮੁੱਖ ਹਨ।

ਚੀਨ ਨੇ ਬੜੇ ਪੱਧਰ 'ਤੇ ਪਾਰ-ਰਾਸ਼ਟਰੀ ਨਿਵੇਸ਼ ਸੌਦੇ ਕਰਨੇ ਸ਼ੁਰੂ ਕੀਤੇ। ਉਦਾਹਰਨ ਲਈ, ਮਈ 2017 ਵਿਚ *ChemChina* ਨੇ $43 ਬਿਲੀਅਨ ਦੇ ਨਿਵੇਸ਼ ਨਾਲ ਸਵਿਸ ਕੰਪਨੀ *Syngenta* ਨੂੰ ਖ਼ਰੀਦਿਆ। *Syngenta* ਖੇਤੀਬਾੜੀ ਵਿਗਿਆਨ, ਬੀਜਾਂ ਅਤੇ ਫਸਲ ਸੁਰੱਖਿਆ ਉਤਪਾਦਾਂ ਦੀ ਵਿਸ਼ਵ-ਪੱਧਰੀ ਕੰਪਨੀ ਹੈ।

ਇਸੇ ਤਰ੍ਹਾਂ, ਰੂਸ ਦੀ ਰਾਜ-ਮਲਕੀਅਤ ਵਾਲੀ ਊਰਜਾ ਕੰਪਨੀ *Rosneft* ਨੇ ਅਗਸਤ 2017 ਵਿਚ ਭਾਰਤ ਦੀ *Essar Oil* ਨੂੰ $13 ਬਿਲੀਅਨ ਵਿਚ ਖ਼ਰੀਦਿਆ। ਇਸ ਸੌਦੇ ਨੇ ਭਾਰਤ ਦੀ ਸੁਰੱਖਿਆ ਏਜੰਸੀਆਂ ਵਿਚ ਚਿੰਤਾ ਪੈਦਾ ਕੀਤੀ (ਦਿ ਏਸ਼ੀਅਨ ਏਜ, 2017)। ਇਹ ਸਿਰਫ਼ ਆਰਥਕ ਲੈਣ-ਦੇਣ ਨਹੀਂ ਸਨ, ਬਲਕਿ ਇਨ੍ਹਾਂ ਦੇ ਡੂੰਘੇ ਭੂ-ਰਾਜਨੀਤਿਕ ਪ੍ਰਭਾਵ ਵੀ ਹਨ।

ਇਸ ਤਰ੍ਹਾਂ ਦੇ ਨਿਵੇਸ਼ *Foreign Direct Investment (FDI)* ਦੇ ਤਹਿਤ ਆਉਂਦੇ ਹਨ, ਪਰ ਰਾਜ-ਨਿਰਦੇਸ਼ਿਤ FDI ਸਿਰਫ਼ ਆਰਥਕ ਨਹੀਂ, ਸਗੋਂ ਰਾਜਨੀਤਿਕ ਅਤੇ ਸੁਰੱਖਿਆ ਸੰਬੰਧੀ ਚਿੰਤਾਵਾਂ ਵੀ ਲਿਆਉਂਦਾ ਹੈ। ਖ਼ਾਸ ਤੌਰ 'ਤੇ ਜਦੋਂ ਚੀਨ ਵਰਗਾ ਤਾਨਾਸ਼ਾਹ ਰਾਜ ਇਸ ਵਿਚ ਸ਼ਾਮਲ ਹੁੰਦਾ ਹੈ, ਤਾਂ ਇਸ ਨੂੰ ਨਜ਼ਰ-ਅੰਦਾਜ਼ ਨਹੀਂ ਕੀਤਾ ਜਾ ਸਕਦਾ।

ਅਜਿਹੇ ਨਿਵੇਸ਼ ਅਤੇ *Sovereign Wealth Funds (SWFs)* ਦੀਆਂ ਗਤੀਵਿਧੀਆਂ ਦੁਨੀਆ ਭਰ ਵਿਚ ਤੇਜ਼ੀ ਨਾਲ ਵੱਧ ਰਹੀਆਂ ਹਨ। SWF ਉਹ ਰਾਜ-ਮਲਕੀਅਤ ਵਾਲੇ ਫੰਡ ਹਨ ਜੋ ਸਟਾਕ, ਬਾਂਡ, ਰੀਅਲ ਅਸਟੇਟ, ਕੀਮਤੀ ਧਾਤਾਂ ਅਤੇ ਨਿੱਜੀ ਫੰਡਾਂ ਵਿਚ ਨਿਵੇਸ਼ ਕਰਦੇ ਹਨ (ਕਰੋਲੀ, ਜੀ ਏ, ਅਤੇ ਲਿਆਓ, ਆਰ ਸੀ, 2017)। ਇਹ ਨਿਵੇਸ਼ ਰਿਵਾਇਤੀ ਪ੍ਰਭੂਸੱਤਾ ਅਤੇ ਰਾਜ ਸ਼ਕਤੀ ਦੇ ਵਿਚਾਰਾਂ ਨੂੰ ਚੁਣੌਤੀ ਦਿੰਦੇ ਹਨ (ਡਿਕਸਨ, ਏ ਡੀ, ਅਤੇ ਮੋਨਕ, ਏ ਐਚ ਬੀ, 2011)।

ਇਸੇ ਤਰ੍ਹਾਂ, ਬਲਾਕਚੇਨ ਅਧਾਰਤ ਕ੍ਰਿਪਟੋ ਕਰੰਸੀਆਂ ਨੇ ਮੁਦਰਾ ਪ੍ਰਭੂਸੱਤਾ ਨੂੰ ਵੀ ਚੁਣੌਤੀ ਦਿੱਤੀ ਹੈ (ਡੀ ਕਾਰੀਆ, ਆਰ, 2019)।

ਸਮਾਜ ਸ਼ਾਸਤਰੀ ਵਿਲੀਅਮ ਆਈ ਰੌਬਿਨਸਨ (2001) ਨੇ *Transnational State (TNS)* ਦੀ ਧਾਰਨਾ ਦਿੱਤੀ ਸੀ, ਜਿਸ ਅਨੁਸਾਰ ਵਿਸ਼ਵੀਕਰਨ ਨੇ ਇਕ ਨਵਾਂ ਰਾਜਨੀਤਿਕ ਅਤੇ ਰੈਗੂਲੇਟਰੀ ਨੈੱਟਵਰਕ ਬਣਾਇਆ ਹੈ। WTO, ਮੁਫ਼ਤ ਵਪਾਰ ਸਮਝੌਤੇ ਅਤੇ ਨਿਵੇਸ਼ ਸਮਝੌਤੇ ਇਸ ਗਲੋਬਲ ਕਾਰਪੋਰੇਟ ਸ਼ਾਸਨ ਦੀ ਉਦਾਹਰਨ ਹਨ। ਕਈ ਸਮਝੌਤਿਆਂ ਵਿਚ *Investor-State Dispute Settlement (ISDS)* ਧਾਰਾਵਾਂ ਵੀ ਹਨ, ਜਿਹੜੀਆਂ ਕਾਰਪੋਰੇਸ਼ਨਾਂ ਨੂੰ ਰਾਜਾਂ 'ਤੇ ਅੰਤਰਰਾਸ਼ਟਰੀ ਅਦਾਲਤਾਂ ਵਿਚ ਮੁਕੱਦਮੇ ਕਰਨ ਦੀ ਆਜ਼ਾਦੀ

ਦਿੰਦੀਆਂ ਹਨ। ਇਹ ਰਾਜਾਂ ਦੀਆਂ ਸ਼ਕਤੀਆਂ ਨੂੰ ਘਟਾਉਂਦੀਆਂ ਹਨ ਅਤੇ ਕਾਰਪੋਰੇਸ਼ਨਾਂ ਨੂੰ ਵਧਾਉਂਦੀਆਂ ਹਨ।

ਅੱਜ ਕੁਝ ਕਾਰਪੋਰੇਸ਼ਨਾਂ ਦਾ ਸਾਲਾਨਾ ਮਾਲੀਆ ਕਈ ਦੇਸ਼ਾਂ ਦੇ GDP ਤੋਂ ਵੱਧ ਹੈ। IMF, ਵਿਸ਼ਵ ਬੈਂਕ ਅਤੇ ਹੋਰ ਗਲੋਬਲ ਸੰਸਥਾਵਾਂ ਵੀ ਕਾਰਪੋਰੇਸ਼ਨਾਂ ਦੇ ਹੱਕ ਵਿਚ ਕੰਮ ਕਰਦੀਆਂ ਹਨ। ਟੈਕਸ ਛੂਟਾਂ, ਟੈਕਸ ਚੋਰੀ ਅਤੇ ਬਚਾਅ ਦੇ ਤਰੀਕੇ ਇਸ ਵਿਚ ਹੋਰ ਮਦਦ ਕਰਦੇ ਹਨ।

State of Tax Justice 2021 ਦੀ ਰਿਪੋਰਟ ਅਨੁਸਾਰ, ਕਾਰਪੋਰੇਸ਼ਨਾਂ ਕਾਰਨ ਹਰ ਸਾਲ ਦੁਨੀਆ ਨੂੰ $500 ਬਿਲੀਅਨ ਦਾ ਨੁਕਸਾਨ ਹੁੰਦਾ ਹੈ (ਮੈਕਗੋਏ, ਐਸ, 2021, 19 ਨਵੰਬਰ)। ਇਸ ਤੋਂ ਇਲਾਵਾ, ਕਾਰਪੋਰੇਸ਼ਨਾਂ ਦੇ ਇਕੱਠ ਹੋਣ ਨਾਲ ਉਹ ਹੋਰ ਵੱਡੀ ਸ਼ਕਤੀ ਹਾਸਲ ਕਰਦੀਆਂ ਹਨ। ਉਦਾਹਰਨ ਲਈ, *Bayer-Monsanto, ChemChina-Syngenta* ਅਤੇ *DuPont* ਦੇ ਮਿਲਾਪ ਨਾਲ ਬੀਜਾਂ ਅਤੇ ਐਗਰੋਕੈਮੀਕਲਜ਼ ਦਾ ਲਗਭਗ ਪੂਰਾ ਵਿਸ਼ਵ ਬਾਜ਼ਾਰ ਉਨ੍ਹਾਂ ਦੇ ਹੱਥਾਂ ਵਿਚ ਆ ਗਿਆ ਹੈ।

ਅੰਤਰਰਾਸ਼ਟਰੀ ਕਾਰਪੋਰੇਟ ਗਣਰਾਜ

ਲੋਕਤੰਤਰ ਹੌਲੀ-ਹੌਲੀ, ਪਰ ਪੱਕੇ ਤੌਰ 'ਤੇ ਕਾਰਪੋਰੇਟੋਕ੍ਰੇਸੀ ਵੱਲ ਵਧ ਰਹੇ ਹਨ, ਜਿੱਥੇ ਆਰਥਕ, ਰਾਜਨੀਤਿਕ ਅਤੇ ਨਿਆਂ ਪ੍ਰਣਾਲੀਆਂ ਨੂੰ ਸਿੱਧੇ ਜਾਂ ਅਸਿੱਧੇ ਤੌਰ 'ਤੇ ਕਾਰਪੋਰੇਟ ਹਿਤਾਂ ਵੱਲੋਂ ਨਿਯੰਤਰਿਤ ਕੀਤਾ ਜਾਂਦਾ ਹੈ। ਕਾਰਪੋਰੇਸ਼ਨ ਬੇਲਆਉਟ, ਸੀਈਓਜ਼ ਲਈ ਬਹੁਤ ਵੱਧ ਤਨਖਾਹਾਂ, ਅਤੇ ਰਾਸ਼ਟਰੀ ਖਜ਼ਾਨਿਆਂ, ਆਮ ਲੋਕਾਂ ਅਤੇ ਕੁਦਰਤੀ ਸਰੋਤਾਂ ਦਾ ਬੇਰੋਕਟੋਕ ਸ਼ੋਸ਼ਣ – ਇਹ ਸਭ ਇਸ ਤਬਦੀਲੀ ਦੇ ਸਪਸ਼ਟ ਸੰਕੇਤ ਹਨ। ਵਿਸ਼ਵ ਬੈਂਕ ਅਤੇ ਆਈਐੱਮਐੱਫ਼ ਵਰਗੀਆਂ ਸੰਸਥਾਵਾਂ, ਉਨ੍ਹਾਂ ਦੀਆਂ ਠੀਕ ਨਾ ਹੋਣ ਵਾਲੀਆਂ ਕਰਜ਼ਾ ਦੇਣ ਦੀਆਂ ਪ੍ਰਥਾਵਾਂ, ਅਤੇ ਮੁਫ਼ਤ ਵਪਾਰ ਸਮਝੌਤੇ ਇਸ ਵੱਡੇ ਬਦਲਾਅ ਲਈ ਉਤਸ਼ਾਹਕ ਵਜੋਂ ਕੰਮ ਕਰ ਰਹੇ ਹਨ।

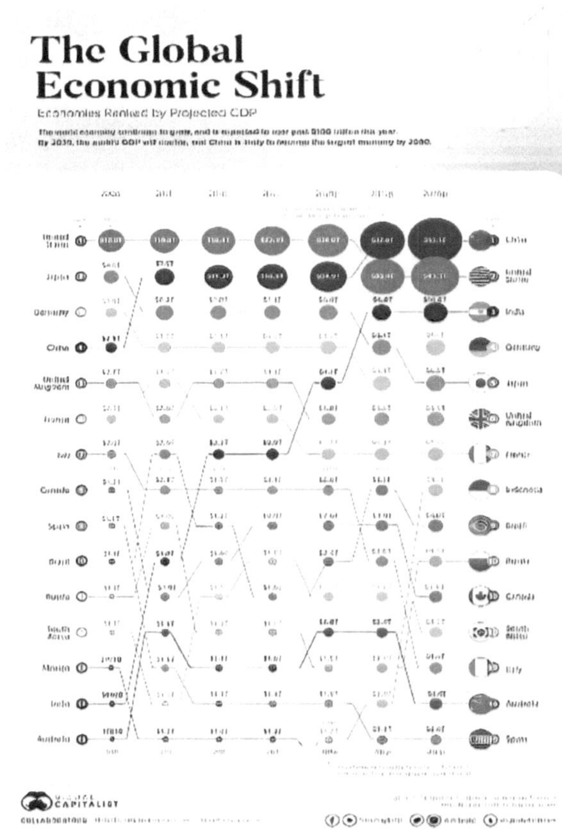

ਚਿੱਤਰ 33: ਗਲੋਬਲ ਆਰਥਕ ਬਦਲਾਅ

Source: https://wwwvisualcapitalistcom/shifting-global-economic-power/

ਇਹ ਗ਼ੈਰ-ਸਰਕਾਰੀ ਵਿੱਤੀ ਸੰਸਥਾਵਾਂ ਸਰਕਾਰੀ ਫ਼ੰਡਿੰਗ ਪ੍ਰਣਾਲੀਆਂ ਨਾਲ ਗੁੰਝਲਦਾਰ ਤਰੀਕੇ ਨਾਲ ਜੁੜੀਆਂ ਹੋਈਆਂ ਹਨ ਅਤੇ ਹੁਣ ਵਿਸ਼ਵ ਵਿੱਤ ਦੇ ਹਰ ਪਹਿਲੂ 'ਤੇ ਬਹੁਤ ਵੱਧ ਸ਼ਕਤੀਸ਼ਾਲੀ ਸਥਿਤੀ ਤੱਕ ਪਹੁੰਚ ਗਈਆਂ ਹਨ (ਥੋਰਪੇ, ਜੇ ਡੀ, 2015, 23 ਫਰਵਰੀ)। ਇਕ ਕਾਰਪੋਰੇਟ ਗਣਰਾਜ ਕਾਰਪੋਰੇਟੋਕ੍ਰੇਸੀ ਦਾ ਵਿਸਤਾਰ ਹੈ। ਸਰਕਾਰ ਦਾ ਇਹ ਰੂਪ ਅਸਲ ਵਿਚ ਇਕ ਕਾਰੋਬਾਰ ਵਾਂਗ ਚਲਾਇਆ ਜਾਂਦਾ ਹੈ, ਜਿਸ ਵਿਚ ਬੋਰਡ ਆਫ਼ ਡਾਇਰੈਕਟਰ ਅਤੇ ਕਾਰਜਕਾਰੀ ਸ਼ਾਮਲ ਹੁੰਦੇ ਹਨ, ਅਤੇ ਜਿੱਥੇ ਸਮਾਜ ਦੇ ਹਰ ਪਹਿਲੂ ਦਾ ਨਿੱਜੀਕਰਨ ਹੋ ਜਾਂਦਾ ਹੈ, ਭਾਵੇਂ ਉਹ ਇਕ ਕੰਪਨੀ ਹੋਵੇ ਜਾਂ ਕੁਝ ਗਿਣਤੀ ਦੀਆਂ ਕੰਪਨੀਆਂ ਦਾ ਸਮੂਹ। ਅਜਿਹੇ ਰਾਜ ਦਾ ਸਭ ਤੋਂ ਵੱਡਾ ਟੀਚਾ ਆਪਣੇ ਸ਼ੇਅਰ-ਧਾਰਕਾਂ ਦੀ ਦੌਲਤ ਵਧਾਉਣਾ ਹੁੰਦਾ ਹੈ। ਹਸਪਤਾਲ (ਸਿਹਤ), ਸਕੂਲ (ਸਿੱਖਿਆ), ਫ਼ੌਜ (ਰੱਖਿਆ), ਅਤੇ ਪੁਲਿਸ (ਕਾਨੂੰਨ ਅਤੇ ਵਿਵਸਥਾ) ਜਿਹੇ ਸਾਰੇ ਸੰਸਥਾਨ ਨਿੱਜੀ ਹੱਥਾਂ ਵਿਚ ਚਲੇ ਜਾਣ ਦੀ ਸੰਭਾਵਨਾ ਹੁੰਦੀ ਹੈ। ਸਮਾਜਕ ਕਲਿਆਣ ਰਾਜ ਦੀ ਬਜਾਏ ਪੈਨਸ਼ਨ ਅਤੇ ਕਰਮਚਾਰੀਆਂ ਨੂੰ ਲਾਭਾਂ ਦੀ ਜ਼ਿੰਮੇਵਾਰੀ ਵੀ ਕਾਰਪੋਰੇਸ਼ਨਾਂ ਦੁਆਰਾ ਸੰਭਾਲੀ ਜਾਂਦੀ ਹੈ। ਵਿਸ਼ਵੀਕਰਨ ਹੁਣ ਪੂੰਜੀਵਾਦ ਦੇ

ਇਕ ਨਵੇਂ ਯੁੱਗ ਵਿਚ ਦਾਖਲ ਹੋ ਚੁੱਕਾ ਹੈ, ਜਿਸ ਦੀ ਖ਼ਾਸੀਅਤ ਦੁਨੀਆ ਭਰ ਵਿਚ ਇਕ ਏਕੀਕ੍ਰਿਤ ਉਤਪਾਦਨ ਅਤੇ ਵਿੱਤੀ ਪ੍ਰਣਾਲੀ ਦਾ ਵਿਕਾਸ ਹੈ, ਜੋ ਪਾਰ-ਰਾਸ਼ਟਰੀ ਰਾਜ ਦੀ ਪਛਾਣ ਹੈ।

ਅਰਥ-ਵਿਵਸਥਾ ਤੋਂ ਬਿਨਾਂ ਰਾਜ ਦੇ ਹੋਰ ਅੰਗ, ਜਿਵੇਂ ਕਿ ਅਦਾਲਤਾਂ, ਨਿਯੰਤਰਕ ਏਜੰਸੀਆਂ, ਕਾਰਜਕਾਰੀ ਅਤੇ ਵਿਧਾਨ ਸਭਾਵਾਂ ਵੀ ਹੁਣ ਇਕ-ਦੂਜੇ ਨਾਲ ਰੋਜ਼ਾਨਾ ਨੈੱਟਵਰਕਿੰਗ ਕਰਦੀਆਂ ਹਨ ਅਤੇ ਕਈ ਵਾਰ ਇਕ-ਦੂਜੇ ਦੇ ਅਧਿਕਾਰ ਖੇਤਰ ਵਿਚ ਦਾਖਲ ਹੋ ਰਹੀਆਂ ਹਨ। ਇਸ ਤਰ੍ਹਾਂ ਇਕ ਨਵਾਂ ਪਾਰ-ਸਰਕਾਰੀ ਆਦੇਸ਼ ਬਣ ਰਿਹਾ ਹੈ। ਇਹ ਪਾਰ-ਰਾਸ਼ਟਰੀ ਸਰਕਾਰੀ ਨੈੱਟਵਰਕ, ਜਿਸ ਵਿਚ ਬੈਂਕਰ, ਵਕੀਲ, ਕਾਰਕੁਨ ਅਤੇ ਅਪਰਾਧੀ ਵੀ ਸ਼ਾਮਲ ਹੋ ਸਕਦੇ ਹਨ, ਪਾਰ-ਰਾਸ਼ਟਰੀ ਰਾਜ ਦੇ ਢਾਂਚੇ ਵਿਚ ਹੀ ਦੇਖੇ ਜਾ ਸਕਦੇ ਹਨ। ਅਕਾਊਂਟੈਂਟਾਂ ਅਤੇ ਬੈਂਕਰਾਂ ਵਰਗੇ ਪੇਸ਼ੇਵਰਾਂ ਦੇ ਵਿਸ਼ਵ-ਪੱਧਰੀ ਨੈੱਟਵਰਕ ਵੱਖ-ਵੱਖ ਦੇਸ਼ਾਂ ਵਿਚ ਸੰਕਲਪਾਂ ਅਤੇ ਅਭਿਆਸਾਂ ਨੂੰ ਮਿਆਰੀ ਬਣਾਉਣ ਵਿਚ ਸਹਾਇਕ ਹੁੰਦੇ ਹਨ। ਵਿਸ਼ਵੀਕਰਨ ਵਿਚ ਅੰਦਰੂਨੀ ਪਾਰ-ਰਾਸ਼ਟਰੀ ਢਾਂਚਾਗਤ ਤਬਦੀਲੀਆਂ ਹਾਲ ਹੀ ਵਿਚ ਕੇਂਦਰ ਵਿਚ ਆਈਆਂ ਹਨ ਅਤੇ ਇੱਕੀਵੀਂ ਸਦੀ ਦੇ ਅਕਾਦਮਿਕ ਅਤੇ ਰਾਜਨੀਤਿਕ ਚਰਚਾ ਵਿਚ ਮਹੱਤਵਪੂਰਨ ਵਿਸ਼ਾ ਬਣ ਗਈਆਂ ਹਨ। ਇਹ ਤਬਦੀਲੀਆਂ ਰਵਾਇਤੀ ਰਾਸ਼ਟਰ-ਰਾਜ ਦੀ ਸੋਚ ਅਤੇ ਇਸ ਦੀ ਅਹਿਮੀਅਤ ਤੋਂ ਅੱਗੇ ਨਿਕਲ ਰਹੀਆਂ ਹਨ। ਹੁਣ ਤੱਕ, ਵਿਸ਼ਵੀਕਰਨ ਦੀ ਬਹਿਸ ਜ਼ਿਆਦਾਤਰ ਰਾਸ਼ਟਰ-ਰਾਜ ਅਰਥ-ਵਿਵਸਥਾਵਾਂ ਤੱਕ ਸੀਮਿਤ ਰਹੀ ਸੀ। ਅਸਲ ਸਵਾਲ ਇਹ ਹੈ ਕਿ ਇਹ ਨਵੀਂ ਵਿਸ਼ਵ-ਵਿਵਸਥਾ ਵਿਚ ਇਸ ਦਾ ਕੀ ਅਸਰ ਹੋਵੇਗਾ। ਵਿਸ਼ਵੀਕਰਨ ਅਤੇ ਰਾਸ਼ਟਰ-ਰਾਜ ਦਾ ਰਿਸ਼ਤਾ ਹੁਣ ਇਕ ਨਵੀਂ ਇਕਾਈ, ਪਾਰ-ਰਾਸ਼ਟਰੀ ਰਾਜ, ਨੂੰ ਜਨਮ ਦੇ ਰਿਹਾ ਹੈ, ਜਿੱਥੇ ਕਈ ਵਾਰ ਰਾਸ਼ਟਰ-ਰਾਜ ਇਕ-ਦੂਜੇ ਨਾਲ ਓਵਰਲੈਪ ਵੀ ਕਰਦੇ ਹਨ। ਇਹ ਪ੍ਰਕਿਰਿਆ ਹੌਲੀ-ਹੌਲੀ ਪਾਰ-ਰਾਸ਼ਟਰੀ ਰਾਜ ਨੂੰ ਮਜ਼ਬੂਤ ਕਰ ਰਹੀ ਹੈ ਅਤੇ ਰਾਸ਼ਟਰ-ਰਾਜਾਂ ਨੂੰ ਹੌਲੀ-ਹੌਲੀ ਅਪ੍ਰਸੰਗਿਕ ਅਤੇ ਆਖ਼ਿਰਕਾਰ ਪੁਰਾਣਾ ਬਣਾਉਣ ਵੱਲ ਲੈ ਕੇ ਜਾ ਰਹੀ ਹੈ। ਸਮੱਸਿਆ ਇਹ ਹੈ ਕਿ ਪਾਰ-ਰਾਸ਼ਟਰੀ ਰਾਜ ਅਤੇ ਰਾਸ਼ਟਰ-ਰਾਜ ਇੱਕੋ ਜਿਹੇ ਨਹੀਂ ਹਨ। ਇਸ ਤੋਂ ਸਾਫ਼ ਹੈ ਕਿ ਅਸੀਂ ਇਕ ਵੱਡੇ ਬਦਲਾਅ – ਅੰਤਰਰਾਸ਼ਟਰੀ ਰਾਜ ਤੋਂ ਪਾਰ-ਰਾਸ਼ਟਰੀ ਰਾਜ ਵੱਲ – ਦੇ ਵਿਚਕਾਰ ਹਾਂ।

ਇਤਿਹਾਸਕ ਤੌਰ 'ਤੇ, ਈਸਟ ਇੰਡੀਆ ਕੰਪਨੀ ਇਕ ਕਾਰਪੋਰੇਟ ਗਣਰਾਜ ਦਾ ਪ੍ਰਾਚੀਨ ਉਦਾਹਰਨ ਸੀ। ਇਸ ਦੀ ਸਥਾਪਨਾ ਐਲਿਜ਼ਾਬੈਥ-। ਨੇ 31 ਦਸੰਬਰ 1600 ਨੂੰ ਇਕ ਚਾਰਟਰ ਜਾਰੀ ਕਰਕੇ ਕੀਤੀ ਸੀ। ਈਸਟ ਇੰਡੀਆ ਕੰਪਨੀ ਨੂੰ ਅਫਰੀਕਾ ਦੇ ਕੇਪ ਆਫ਼ ਗੁੱਡ ਹੋਪ ਤੋਂ ਦੱਖਣੀ ਅਮਰੀਕਾ ਦੇ ਮੈਗੇਲਨ ਸਟਰੇਟ ਤੱਕ ਵਪਾਰ ਕਰਨ ਦਾ ਏਕਾਧਿਕਾਰ ਦਿੱਤਾ ਗਿਆ ਸੀ (ਜੇਸਨ, ਐਮ ਐਚ, 2020, 30 ਜਨਵਰੀ)। ਇਸ ਕੰਪਨੀ ਕੋਲ ਆਪਣੀ ਫ਼ੌਜ ਰੱਖਣ, ਕਾਨੂੰਨ ਬਣਾਉਣ, ਯੁੱਧ ਜਾਂ ਸ਼ਾਂਤੀ ਕਰਨ, ਆਪਣੀ ਟਕਸਾਲ ਅਤੇ ਇੱਥੋਂ ਤੱਕ ਕਿ ਆਪਣਾ ਝੰਡਾ ਰੱਖਣ ਦੇ ਵੀ ਅਧਿਕਾਰ ਸਨ (ਥਾਮਸਨ, ਜੇਈ, 1996)। ਸਟਰਨ (ਸਟਰਨ, ਪੀਜੇ, 2011) ਅਨੁਸਾਰ, ਇਹ ਇਕ ਕਾਰਪੋਰੇਟ ਰਾਜ ਤੋਂ ਘੱਟ ਨਹੀਂ ਸੀ।

ਅੱਜ ਦੀ ਦੁਨੀਆ ਵਿਚ ਵੀ ਇਹ ਰੁਝਾਨ ਸਪਸ਼ਟ ਹੈ। ਫੋਰਬਸ ਦੀ ਫਾਰਚੂਨ 500 ਸੂਚੀ ਵਿਚ 119 ਕੰਪਨੀਆਂ ਚੀਨ ਨਾਲ ਸਬੰਧਿਤ ਹਨ, ਜਦੋਂ ਕਿ ਅਮਰੀਕਾ ਦੀਆਂ 121 ਹਨ। ਇਹ ਸੋਚਣ ਯੋਗ ਹੈ ਕਿ ਕੁਝ ਚੀਨੀ ਕਾਰਪੋਰੇਸ਼ਨ ਇੰਨੀ ਤੇਜ਼ੀ ਨਾਲ ਵਿਸ਼ਵ-ਪੱਧਰੀ ਖਿਡਾਰੀ ਕਿਵੇਂ ਬਣ ਗਈਆਂ ਹਨ। ਇਹ ਸਿਰਫ਼ ਚੀਨੀ ਸਰਕਾਰ ਦੀ ਜਾਣਕਾਰੀ ਜਾਂ ਉਸ ਦੀ ਮਿਲੀਭੁਗਤ ਨਾਲ ਹੀ ਸੰਭਵ ਹੈ। ਸਭ ਤੋਂ ਵੱਧ ਸੰਭਾਵਨਾ ਹੈ ਕਿ ਇਹ ਕੰਪਨੀਆਂ ਚੀਨ ਦੀ ਇਕ ਯੋਜਨਾਬੱਧ ਰਣਨੀਤੀ ਦੇ ਹਿੱਸੇ ਵਜੋਂ ਚੁਣੀਆਂ ਅਤੇ ਉਤਸ਼ਾਹਿਤ ਕੀਤੀਆਂ ਗਈਆਂ ਤਾਂ

ਜੋ ਵਿਦੇਸ਼ੀ ਤਕਨਾਲੋਜੀ ਹਾਸਲ ਕੀਤੀ ਜਾ ਸਕੇ ਅਤੇ ਚੀਨ ਦੇ ਪ੍ਰਭਾਵ ਨੂੰ ਵਧਾਇਆ ਜਾ ਸਕੇ (ਜੋਨਸ, ਐਲ, ਡਾ, 2020, 8 ਅਗਸਤ)।

ਕੁਝ ਪਹਿਲਕਦਮੀਆਂ, ਜਿਵੇਂ ਕਿ ਪ੍ਰਮਾਣੂ ਊਰਜਾ ਪਲਾਂਟਾਂ ਵਿਚ ਚੀਨ ਦੀ ਸ਼ਮੂਲੀਅਤ, ਹੁਆਵੇਈ ਦੁਆਰਾ 5G ਨੈੱਟਵਰਕ ਦਾ ਨਿਰਮਾਣ ਅਤੇ ਬੈਲਟ ਐਂਡ ਰੋਡ ਬੁਨਿਆਦੀ ਢਾਂਚਾ ਯੋਜਨਾ, ਚਿੰਤਾ ਦਾ ਕਾਰਨ ਹਨ, ਕਿਉਂਕਿ ਇਹ ਵਿਕਾਸਸ਼ੀਲ ਦੇਸ਼ਾਂ ਨੂੰ ਕਰਜ਼ੇ ਦੇ ਜਾਲ ਵਿਚ ਫਸਾਉਣ ਲਈ ਵੱਡੇ ਭੂ-ਰਾਜਨੀਤਿਕ ਯੋਜਨਾਵਾਂ ਦਾ ਹਿੱਸਾ ਮੰਨੀਆਂ ਜਾਂਦੀਆਂ ਹਨ। ਇਹ ਧਿਆਨ ਦੇਣ ਵਾਲੀ ਗੱਲ ਹੈ ਕਿ ਹਾਲਾਂਕਿ ਚੀਨੀ ਸਰਕਾਰ ਇਨ੍ਹਾਂ ਕੰਪਨੀਆਂ ਨੂੰ ਸਿੱਧਾ ਉਤਸ਼ਾਹਿਤ ਕਰਦੀ ਹੈ, ਫਿਰ ਵੀ ਉਨ੍ਹਾਂ ਨੂੰ ਆਪਣਾ ਮੁਨਾਫ਼ਾ ਵਧਾਉਣ ਲਈ ਕਾਫ਼ੀ ਖੁੱਲ੍ਹ ਦਿੱਤਾ ਗਿਆ ਹੈ, ਬਿਲਕੁਲ ਈਸਟ ਇੰਡੀਆ ਕੰਪਨੀ ਦੇ ਸਮੇਂ ਵਾਂਗ, ਜਦੋਂ ਬਹੁਤ ਘੱਟ ਨਿਯੰਤਰਣ ਹੁੰਦੇ ਸਨ।

ਹਾਲ ਹੀ ਵਿਚ ਚੀਨ ਨੇ ਅਮਰੀਕੀ ਡਾਲਰ ਤੋਂ ਹਟ ਕੇ ਇਕ ਨਵਾਂ ਰਾਹ ਬਣਾਇਆ ਹੈ। ਰੂਸ ਦੇ ਯੂਕਰੇਨ 'ਤੇ ਹਮਲੇ ਤੋਂ ਬਾਅਦ ਪੱਛਮੀ ਪਾਬੰਦੀਆਂ ਤੋਂ ਬਚਾਉਣ ਲਈ, ਚੀਨ ਨੇ ਰੂਸ ਨਾਲ ਇਹ ਪ੍ਰਬੰਧ ਕੀਤਾ ਕਿ ਰੂਸ ਤੋਂ ਭਾਰਤ ਨੂੰ ਨਿਰਯਾਤ ਹੋਣ ਵਾਲੇ ਕੋਲੇ ਦੀ ਭੁਗਤਾਨੀ ਅਮਰੀਕੀ ਡਾਲਰ ਵਿਚ ਨਹੀਂ, ਸਗੋਂ ਯੁਆਨ ਵਿਚ ਕੀਤੀ ਜਾਵੇ। ਇਸ ਤਰੀਕੇ ਨਾਲ ਚੀਨ ਨੇ ਇਕ ਤੀਰ ਨਾਲ ਦੋ ਨਿਸ਼ਾਨੇ ਲਗਾਏ: ਰੂਸ ਨੂੰ ਪਾਬੰਦੀਆਂ ਤੋਂ ਬਚਣ ਵਿਚ ਮਦਦ ਕੀਤੀ ਅਤੇ ਨਾਲ ਹੀ ਯੁਆਨ ਦੀ ਅੰਤਰਰਾਸ਼ਟਰੀ ਵਰਤੋਂ ਵਧਾਈ। 'ਦਿ ਵਾਇਰ' ਦੀ ਇਕ ਰਿਪੋਰਟ ਅਨੁਸਾਰ, ਅਲਟਰਾਟੈਕ ਸੀਮੈਂਟ, ਜੋ ਭਾਰਤ ਦੀ ਸਭ ਤੋਂ ਵੱਡੀ ਸੀਮੈਂਟ ਕੰਪਨੀ ਹੈ ਅਤੇ ਰੂਸ ਤੋਂ ਕੋਲਾ ਆਯਾਤ ਕਰ ਰਹੀ ਸੀ, ਨੇ ਚੀਨੀ ਯੁਆਨ ਵਿਚ ਭੁਗਤਾਨ ਕੀਤਾ। ਇਹ ਇਕ ਅਜਿਹੀ ਅਸਧਾਰਨ ਭੁਗਤਾਨ ਵਿਧੀ ਹੈ ਜੋ ਅਗਲੇ ਸਮੇਂ ਵਿਚ ਹੋਰ ਆਮ ਹੋ ਸਕਦੀ ਹੈ। ਕਿਹਾ ਜਾਂਦਾ ਹੈ ਕਿ ਇਹ ਸੌਦਾ ਦੁਬਈ ਤੋਂ SUEK ਦੁਆਰਾ ਪ੍ਰਬੰਧਿਤ ਕੀਤਾ ਗਿਆ। ਯੁਆਨ ਵਿਚ ਭੁਗਤਾਨ ਕਰਨ ਦਾ ਇਹ ਰੁਝਾਨ ਮਾਸਕੋ ਨੂੰ ਪਾਬੰਦੀਆਂ ਤੋਂ ਬਚਾਉਣ ਦੇ ਨਾਲ ਹੀ ਬੀਜਿੰਗ ਦੀ ਮੁਦਰਾ ਨੂੰ ਵਿਸ਼ਵ-ਵਿਆਪੀ ਬਣਾਉਣ ਅਤੇ ਅਮਰੀਕੀ ਡਾਲਰ ਦੇ ਦਬਦਬੇ ਨੂੰ ਘਟਾਉਣ ਦੀ ਯੋਜਨਾ ਨੂੰ ਵੀ ਹੋਰ ਮਜ਼ਬੂਤ ਕਰਦਾ ਹੈ।

ਬਿੱਲ ਗੇਟਸ (ਗਿੱਲ, ਬੀ, 2022) ਅਨੁਸਾਰ, 2012 ਵਿਚ ਸ਼ੀ ਜਿਨਪਿੰਗ ਦੁਆਰਾ ਸੀਸੀਪੀ ਦੇ ਕਬਜ਼ੇ ਤੋਂ ਬਾਅਦ ਚੀਨ ਕੋਲ ਨਾ ਸਿਰਫ਼ ਸਮਰੱਥਾ ਹੈ, ਸਗੋਂ ਇਹ ਇਰਾਦਾ ਵੀ ਹੈ ਕਿ ਉਹ ਅਮਰੀਕਾ ਅਤੇ ਪੱਛਮ ਦੇ ਵਿਰੁੱਧ ਆਪਣੇ-ਆਪ ਨੂੰ ਇਕ ਮਜ਼ਬੂਤ ਭੂ-ਰਣਨੀਤਿਕ ਸਥਿਤੀ 'ਤੇ ਲਿਆਵੇ। ਇਸ ਨੇ ਆਪਣੀ ਵਿਦੇਸ਼ ਨੀਤੀ ਬਹੁਤ ਹੀ ਹਮਲਾਵਰ ਅਤੇ ਮਜ਼ਬੂਤ ਰੂਪ ਵਿਚ ਅਪਣਾਈ ਹੈ ਤਾਂ ਜੋ ਆਪਣੇ-ਆਪ ਨੂੰ ਇਕ ਵਿਸ਼ਵ ਨੇਤਾ ਵਜੋਂ ਸਥਾਪਤ ਕਰ ਸਕੇ। ਇਸ ਦੀਆਂ ਵਿਦੇਸ਼ ਨੀਤੀ ਦੀਆਂ ਯੋਜਨਾਵਾਂ ਇਸ ਤਰੀਕੇ ਨਾਲ ਬਣਾਈਆਂ ਗਈਆਂ ਹਨ ਕਿ ਘਰੇਲੂ ਅਤੇ ਅੰਤਰਰਾਸ਼ਟਰੀ ਪੱਧਰ 'ਤੇ ਇਸ ਦੀ ਜਾਇਜ਼ਤਾ ਵਧੇ, ਲੋਕਾਂ ਵਿਚ ਸਤਿਕਾਰ ਪੈਦਾ ਹੋਵੇ ਅਤੇ ਵਿਨਿਯੋਗ ਵੀ ਆਵੇ।

ਇਹ ਗੱਲ ਚੀਨ ਦੇ ਤਾਈਵਾਨ, ਦੱਖਣੀ ਅਤੇ ਪੂਰਬੀ ਚੀਨ ਸਾਗਰ ਅਤੇ ਭਾਰਤ ਨਾਲ ਲਾਈਨ ਆਫ਼ ਕੰਟਰੋਲ (LOC) ਦੇ ਸਰਹੱਦੀ ਖੇਤਰਾਂ ਬਾਰੇ ਇਸ ਦੇ ਸਖ਼ਤ ਰੁਖ ਅਤੇ ਦਾਅਵਿਆਂ ਤੋਂ ਸਪਸ਼ਟ ਹੈ। ਬੈਲਟ ਐਂਡ ਰੋਡ ਯੋਜਨਾ, ਖੇਤਰੀ ਵਿਆਪਕ ਆਰਥਕ ਭਾਈਵਾਲੀ, ਏਸ਼ੀਆ ਬੁਨਿਆਦੀ ਢਾਂਚਾ ਨਿਵੇਸ਼ ਬੈਂਕ, ਨਿਊ ਡਿਵੈਲਪਮੈਂਟ ਬੈਂਕ, ਚੀਨ ਅਤੇ ਮੱਧ ਅਤੇ ਪੂਰਬੀ ਯੂਰਪ ਦੇ ਦੇਸ਼ਾਂ ਵਿਚਕਾਰ ਸਹਿਯੋਗ, ਆਪਣੀ ਆਰਥਕ ਸ਼ਕਤੀ ਦੀ ਵਰਤੋਂ ਕਰਕੇ ਹੋਰ ਦੇਸ਼ਾਂ ਨੂੰ ਡਰਾਉਣਾ, ਮਜਬੂਰ ਕਰਨਾ ਅਤੇ ਆਪਣੇ ਪੱਖ ਵਿਚ ਕਰਨਾ, ਅਤੇ ਵਿਸ਼ਵ ਗਵਰਨੈਂਸ ਵਿਚ ਵੱਡੀ ਆਵਾਜ਼ ਪ੍ਰਾਪਤ ਕਰਨ ਦੇ ਯਤਨ – ਇਹ ਸਭ ਮਿਲ ਕੇ ਚੀਨ

ਨੂੰ ਵਿਸ਼ਵ ਮੰਚ 'ਤੇ ਕੇਂਦਰ ਵੱਲ ਲੈ ਆਏ ਹਨ।

8. ਸਿੱਟਾ

ਇਸ ਅਧਿਐਨ ਵਿਚ ਲੋਕਤੰਤਰ ਦੀ ਰਾਜਨੀਤਿਕ ਸੰਸਥਾ ਅਤੇ ਪੂੰਜੀਵਾਦ ਦੇ ਆਰਥਕ ਮਾਡਲ ਦੀ ਜਾਂਚ ਕੀਤੀ ਗਈ ਹੈ, ਇਹ ਵੇਖਣ ਲਈ ਕਿ ਸਮੇਂ ਦੇ ਨਾਲ ਇਨ੍ਹਾਂ ਵਿਚ ਕਿਵੇਂ ਹੌਲੀ-ਹੌਲੀ ਤਬਦੀਲੀ ਆਈ ਹੈ ਅਤੇ ਸਮੇਂ ਦੀਆਂ ਚੁਣੌਤੀਆਂ ਅਤੇ ਮੁਸ਼ਕਲਾਂ ਕਾਰਨ ਇਨ੍ਹਾਂ ਦੇ ਅਰਥ ਅਤੇ ਮਹੱਤਵ ਕਿਵੇਂ ਬਦਲੇ ਹਨ। ਇਹ ਤਬਦੀਲੀਆਂ, ਖ਼ਾਸ ਕਰਕੇ ਤਕਨਾਲੋਜੀ ਦੇ ਤੇਜ਼ੀ ਨਾਲ ਹੋਏ ਵਿਕਾਸ ਨਾਲ, ਲੋਕਤੰਤਰ ਦੇ ਕੰਮ ਕਰਨ ਦੇ ਢੰਗ ਅਤੇ ਪੂੰਜੀਵਾਦ ਦੇ ਆਰਥਕ ਮਾਡਲ 'ਤੇ ਗਹਿਰਾ ਪ੍ਰਭਾਵ ਪਾਉਂਦੀਆਂ ਹਨ।

ਤਕਨੀਕੀ ਤਰੱਕੀ, ਵਿਸ਼ੇਸ਼ ਤੌਰ 'ਤੇ ਸੂਚਨਾ ਤਕਨਾਲੋਜੀ ਅਤੇ ਦੂਰਸੰਚਾਰ ਦੇ ਖੇਤਰ ਵਿਚ, ਅਤੇ ਹਾਈ-ਸਪੀਡ ਇੰਟਰਨੈਟ ਦੇ ਆਉਣ ਨਾਲ ਇਸ ਦੀ ਪਹੁੰਚ ਅਤੇ ਪ੍ਰਭਾਵ ਵਧੇ ਹਨ। ਇਸ ਨੇ ਰਵਾਇਤੀ ਰਾਸ਼ਟਰੀ ਸਰਹੱਦਾਂ ਨੂੰ ਪਾਰ ਕਰਕੇ ਆਪਸੀ ਜੋੜ ਵਧਾਇਆ ਅਤੇ ਵਿਸ਼ਵੀਕਰਨ ਦੀ ਪ੍ਰਕਿਰਿਆ ਨੂੰ ਹੋਰ ਤੇਜ਼ ਕਰ ਦਿੱਤਾ।

ਵਿਸ਼ਵੀਕਰਨ ਨੇ ਪ੍ਰਭੂਸੱਤਾ ਸੰਪੰਨ ਰਾਸ਼ਟਰ-ਰਾਜਾਂ ਦੇ ਸੁਭਾਅ ਅਤੇ ਕੰਮ ਕਰਨ ਦੇ ਢੰਗ ਨੂੰ ਬਦਲਿਆ ਹੈ। ਇਸ ਨਾਲ ਸ਼ਾਸਨ ਵਿਚ ਇਕ ਨਵਾਂ ਰੁਝਾਨ ਪੈਦਾ ਹੋਇਆ ਹੈ, ਜਿਸ ਨੂੰ ਕਾਰਪੋਰੇਟ ਗਵਰਨੈਂਸ ਕਿਹਾ ਜਾਂਦਾ ਹੈ। ਸ਼ੁਰੂ ਵਿਚ, ਰਾਸ਼ਟਰ-ਰਾਜਾਂ ਨੇ ਕਾਰਪੋਰੇਸ਼ਨਾਂ ਨੂੰ ਵਿਸ਼ੇਸ਼ ਸਹੂਲਤਾਂ ਦਿੱਤੀਆਂ, ਜਿਵੇਂ ਕਿ ਸਰੋਤਾਂ ਦੀ ਪਹੁੰਚ ਅਤੇ ਟੈਕਸ ਛੂਟਾਂ। ਹੌਲੀ-ਹੌਲੀ ਕਾਰਪੋਰੇਸ਼ਨਾਂ ਦੀ ਸ਼ਕਤੀ ਪਹਿਲਾਂ ਰਾਸ਼ਟਰੀ ਅਤੇ ਫਿਰ ਅੰਤਰਰਾਸ਼ਟਰੀ ਪੱਧਰ 'ਤੇ ਵਧ ਗਈ। ਅਖ਼ੀਰਕਾਰ, ਉਨ੍ਹਾਂ ਨੇ ਉਨ੍ਹਾਂ ਹੀ ਰਾਸ਼ਟਰ-ਰਾਜਾਂ ਦੀਆਂ ਸ਼ਕਤੀਆਂ ਵਿਚ ਦਖ਼ਲ ਦੇਣਾ ਅਤੇ ਉਨ੍ਹਾਂ 'ਤੇ ਹਾਵੀ ਹੋਣਾ ਸ਼ੁਰੂ ਕਰ ਦਿੱਤਾ, ਜਿਨ੍ਹਾਂ ਨੇ ਉਨ੍ਹਾਂ ਨੂੰ ਪਹਿਲਾਂ ਮੌਕਾ ਦਿੱਤਾ ਸੀ।

ਇਸ ਦਾ ਨਤੀਜਾ ਇਹ ਹੋਇਆ ਕਿ ਸਰਕਾਰਾਂ ਅਤੇ ਕਾਰਪੋਰੇਸ਼ਨਾਂ ਦੀਆਂ ਭੂਮਿਕਾਵਾਂ ਉਲਟੀਆਂ ਜਾਪਦੀਆਂ ਹਨ। ਹੁਣ ਸਰਕਾਰਾਂ ਕਾਰਪੋਰੇਸ਼ਨਾਂ ਨੂੰ ਨਿਯੰਤਰਿਤ ਕਰਨ ਦੀ ਬਜਾਏ, ਕਾਰਪੋਰੇਸ਼ਨ ਸਰਕਾਰਾਂ ਨੂੰ ਨੀਤੀਆਂ ਬਣਾਉਣ ਅਤੇ ਕਾਨੂੰਨ ਲਿਆਉਣ ਲਈ ਮਜਬੂਰ ਕਰਦੀਆਂ ਹਨ, ਜੋ ਉਨ੍ਹਾਂ ਦੇ ਹਿਤਾਂ ਨੂੰ ਅੱਗੇ ਵਧਾਉਂਦੇ ਹਨ। ਉਦਾਹਰਨ ਲਈ, ਕਾਰਪੋਰੇਸ਼ਨਾਂ ਨੇ ਬੈਂਕਾਂ ਅਤੇ ਪੈਸੇ ਦੀ ਸਪਲਾਈ 'ਤੇ ਕਬਜ਼ਾ ਕਰ ਲਿਆ। ਉਨ੍ਹਾਂ ਨੇ ਸਰਕਾਰੀ ਬੈਂਕਾਂ ਤੋਂ ਕਰਜ਼ੇ ਲਏ ਅਤੇ ਫਿਰ ਉਨ੍ਹਾਂ ਨੂੰ ਮੁਆਫ਼ ਵੀ ਕਰਵਾ ਲਿਆ। ਇਹ ਸਾਰਾ ਕੁਝ ਤਕਨੀਕੀ ਵਿਕਾਸ ਕਾਰਨ ਆਸਾਨ ਹੋ ਗਿਆ, ਜਿਸ ਨਾਲ ਬਲਾਕਚੇਨ ਅਤੇ ਕ੍ਰਿਪਟੋ ਕਰੰਸੀ ਵਰਗੀ ਨਵੀਂ ਮੁਦਰਾ ਪ੍ਰਣਾਲੀ ਉੱਭਰੀ। ਇਸ ਨੇ ਕਾਰਪੋਰੇਸ਼ਨਾਂ ਨੂੰ ਦੁਨੀਆ ਭਰ ਵਿਚ ਹੋਰ ਸ਼ਕਤੀਸ਼ਾਲੀ ਬਣਾਇਆ ਅਤੇ ਰਾਜਾਂ ਦੀ ਖੇਤਰੀ ਤੇ ਮੁਦਰਾ ਪ੍ਰਭੂਸੱਤਾ ਨੂੰ ਕਮਜ਼ੋਰ ਕੀਤਾ।

ਇਸ ਦੇ ਨਤੀਜੇ ਵਜੋਂ, ਲੋਕਤੰਤਰ ਹੌਲੀ-ਹੌਲੀ ਬਦਲ ਕੇ ਕਾਰਪੋਰੇਟ ਰਾਜ ਬਣ ਗਏ, ਕਿਉਂਕਿ

ਸਰਕਾਰਾਂ ਨੇ ਕਾਰਪੋਰੇਸ਼ਨਾਂ ਵਾਂਗ ਕੰਮ ਕਰਨਾ ਸ਼ੁਰੂ ਕਰ ਦਿੱਤਾ। ਇਹ ਰਾਜ ਕਾਰਪੋਰੇਸ਼ਨ, ਲੋਕਤੰਤਰ ਅਤੇ ਪੂੰਜੀਵਾਦ ਨੂੰ ਇਕੱਠਾ ਕਰਕੇ, ਸ਼ਾਸਨ ਦਾ ਨਵਾਂ ਰੂਪ ਲਿਆਉਣ ਲੱਗੀਆਂ ਜਿਸ ਨੂੰ ਕਾਰਪੋਰੇਟੋਕ੍ਰੇਸੀ ਕਿਹਾ ਜਾਂਦਾ ਹੈ। ਜਦੋਂ ਬਾਕੀ ਲੋਕਤੰਤਰ ਕਾਰਪੋਰੇਟ ਰਾਜਾਂ ਵਿਚ ਬਦਲੇ, ਚੀਨ ਨੇ ਇਕ ਹੋਰ ਰਾਹ ਅਪਣਾਇਆ। ਚੀਨ ਨੇ ਆਪਣੇ-ਆਪ ਨੂੰ ਸਿੱਧੇ ਤੌਰ 'ਤੇ ਇਕ ਕਾਰਪੋਰੇਸ਼ਨ ਵਿਚ ਬਦਲ ਲਿਆ ਅਤੇ ਇਕ ਰਾਜ ਕਾਰਪੋਰੇਸ਼ਨ ਵਜੋਂ ਉੱਭਰਿਆ।

ਭਾਰੀ ਨਿਵੇਸ਼ ਕਰਕੇ ਅਤੇ ਕਰਜ਼ੇ ਦੇ ਜਾਲ ਫੈਲਾ ਕੇ, ਚੀਨ ਨੇ ਆਪਣਾ ਪ੍ਰਭਾਵ ਦੁਨੀਆ ਭਰ ਵਿਚ ਵਧਾਇਆ। ਇਹ ਇਕ ਪਾਰ-ਰਾਸ਼ਟਰੀ ਕਾਰਪੋਰੇਟ ਗਣਰਾਜ ਬਣ ਗਿਆ ਹੈ – ਇਕ ਅਜਿਹਾ ਰਾਜ ਜੋ ਕਾਰਪੋਰੇਟੋਕ੍ਰੇਸੀ ਦਾ ਵਿਸਤਾਰ ਹੈ, ਜਿੱਥੇ ਸਰਕਾਰ ਇਕ ਕਾਰੋਬਾਰ ਵਾਂਗ ਚੱਲਦੀ ਹੈ, ਬੋਰਡ ਆਫ਼ ਡਾਇਰੈਕਟਰ ਅਤੇ ਕਾਰਜਕਾਰੀ ਉਸ ਦਾ ਹਿੱਸਾ ਹੁੰਦੇ ਹਨ, ਅਤੇ ਸਮਾਜ ਦੇ ਸਾਰੇ ਪਹਿਲੂਆਂ ਨੂੰ ਕੁਝ ਗਿਣਤੀ ਕੰਪਨੀਆਂ ਦੁਆਰਾ ਨਿੱਜੀਕਰਨ ਕੀਤਾ ਜਾਂਦਾ ਹੈ।

ਨੋਟਸ

- Alexandre, A (2018, October 10) Research: $20 billion raised through ICOS since 2017 *Cointelegraph* https://cointelegraphcom/news/research-20-billionraised-through-icos-since-2017
- Altman, B W, & Vidaver-Cohen, D (2000) A framework for understanding corporate citizenship *Business and Society Review, 105*(1), 1–7 https://doi.org/101111/0045-360900061
- Amoros, R (2022, June 13) *Visualising the coming shift in global economic power (2006-2036p)* Visual Capitalist https://wwwvisualcapitalistcom/shifting-global-economic-power/
- Anon (1992, May 1) The decadence of Capitalism International Communist Current
- Anon (2012, January 24) *State of power 2012* Transnational Institute https://www.tniorg/en/report/state-corporate-power-2012
- Anon (2013, February 17) *A framework for the concept of the decadence of capitalism*
- Leftcom https://wwwleftcomorg/en/forum/2013-02-17/a-framework-forthe-concept-of-decadence-of-capitalism
- Anon (2014, May 18) *Analysis of Criminal and Financial background details of Lok Sabha 2014 Winners* Association for Democratic Reforms http://adrindiaorg/research-and-report/election-watch/lok-sabha/2014/lok-sabha-2014-winners-analysis-criminal-and-finan
- Anon (2019, June 29) *Who owns the media in India?* Media Ownership Monitor. https://indiamom-gmrorg/
- Anon (2021, November 18) *Shell corporations explained: How shell corporationswork - 2023* MasterClass https://wwwmasterclasscom/articles/shellcorporation-explained
- Anon (2022, March 1) *Cryptocurrency prices, charts and market capitalisations* CoinMarketCap. https://coinmarketcapcom/
- António, H O (2021, June 22) *Global wealth report 2021* Credit Suisse https://wwwcredit-suissecom/about-us-news/en/articles/media-releases/globalwealth-report-2021-202106html
- Anup, C (2020) The criminalisation of Politics in India Dissertation Submitted As A Part Of The Master Of Laws In Constitutional And Administrative Law, The National University Of Advanced Legal

Studies (Nuals), Kochi, 2020

- Aon (2022, March 1) *Today's top 100 crypto coins prices and data* CoinMarketCap https://coinmarketcapcom/coins/
- Ashby, H (2021, January 15) Far-Right extremism is a global problem – and the worldneeds to come together to address it *Foreign Policy* https://foreignpolicy.com/2021/01/15/far-right-extremism-global-problem-worldwide-solutions/
- Babic, M, Garcia-Bernardo, J, & Heemskerk, E M (2019) The rise of transnational state capital: State-led foreign investment in the 21st century *Review of International Political Economy, 27*(3), 433–475 https://doi.org/101080/0969229020191665084
- Bajpai, P P (2022) Modi's new policy: **किसी सरकार ने ऐसा काम कभी नहीं किया**… [Video] In *YouTube* https://wwwyoutubecom/watch?v=1FLvDGj0ZLU
- Barbier, C L (2017, October 14) *Corporatocracy and capitalism* Christophe L Barbier AcademiaEdu. https://wwwacademiaedu/34858106/Corporatocracy_and_Capitalism
- Bauman, Z (1998) Globalisation: The Human Consequences United Kingdom: Columbia University Press
- Bergin, T (2020, May 28) Exclusive: US taxpayers' virus relief went to firmsthat avoided US taxes *Reuters* https://wwwreuterscom/article/us-healthcoronavirus-companies-tax-excl-idUSKBN2341ZE
- Bhandari, R (2013, March 1) Rise of the global corporatocracy: An interview with John Perkins *Monthly Review* https://monthlyrevieworg/2013/03/01/rise-of-the-global-corporatocracy-an-interview-with-john-perkins/
- Bickerton, C, & Accetti, C I (2015) Populism and technocracy: Opposites or complements? *Critical Review of International Social and Political Philosophy, 20*(2), 186–206 https://doi.org/101080/136982302014995504
- Bieler, A, & Morton, AD (2011) The will-o'-the-wisp of the transnational state *Journal of Australian Political Economy*, 23
- Blatter, J, & Schulz, J (2022) Intergovernmentalism and the crisis of representative democracy: The case for creating a system of horizontally expanded and overlapping national democracies European Journal of International Relations, 28(3), 722–747 https://doi.org/101177/13540661221106909
- Boar, C, & Wehrli, A (2021, January 27) *Ready, steady, go?* Results of the Third BIS Survey on Central Bank Digital Currency https://wwwbisorg/publ/bppdf/bispap114htm

- Brown, D L (2012) Roger Coate and Markus Thiel (eds)Identity Politics in the Age of Globalization Boulder, CO: Lynne Rienner, 2010, 207 pp$6500 hbk *Studies in Ethnicity and Nationalism, 12*(3), 550–551 https://doi.org/101111/sena12003
- Brunnermeier, M K, James, H, & Landau, J P (2021) The digitisation of money (BIS working papers' no 941) https://wwwbisorg/publ/work941htm
- Campion, K, & Poynting, S (2021) International nets and national links: The global rise of the extreme right – introduction to special issues Social Sciences, 10(2), 61 https://doi.org/103390/socsci10020061
- Caponnetto, M (2023, January 3) *Debt system and capitalism: What are the links? – CADTM* CADTM https://wwwcadtmorg/Debt-system-and-capitalism-what
- Carroll, A B (1998) The four faces of corporate citizenship *Business and Society Review, 100–101*(1), 1–7 https://doi.org/101111/0045-360900008
- Carter, E (2018) Right-wing extremism/radicalism: Reconstructing the concept *Journal of Political Ideologies, 23*(2), 157–182 https://doi.org/101080/1356931720181451227
- Castells, M (2004) The Information Age: Economy Society and Culture-End of Millenium, Oxford: Blackwell
- Chengu, G (2013, December 19) Capitalism: A cancer that threatens civilisation *The Chronicle* https://wwwchroniclecozw/capitalism-a-cancer-that-threatenscivilisation/
- Choyleva, D (2021, July 1) China advances in challenge to dollar hegemony Financial Times https://wwwftcom/content/efa3ec2b-5be8-413f-b23c-cc9b9bff1261
- Chubb, A (2022) The securitisation of 'Chinese influence' in Australia *Journal of Contemporary China, 32*(139), 17–34 https://doi.org/101080/1067056420222052437
- Daniali, H, & Flaten, M A (2021) Experiencing COVID-19 symptoms without the disease: The role of nocebo in reporting symptoms *Scandinavian Journal of Public Health, 50*(1), 61–69 https://doi.org/101177/14034948211018385de Caria, R (2019) Blockchain-Based money as the ultimate challenge to sovereignty *European Journal of Comparative Law and Governance, 6*(2), 131–145 https://doi.org/101163/22134514-00602004
- Desai, M, & Dharmapala, D (2009) Corporate tax avoidance and firm value, Vol 91, No 3 (pp 357–547) The Review of Economics and Statistics
- Desai, S (2022, May 26) Fake News," Lies and Propaganda: How to

Sort Fact from Fiction: Research Guides at the University of Michigan Library https://guideslibumichedu/fakenews

- Desjardins, J (2022, July 7) *The evolution of media: Visualising a data-driven future*
- Visual Capitalist https://wwwvisualcapitalistcom/evolution-of-media-datafuture/
- Dixon, A D, & Monk, A H B (2011) Rethinking the sovereign in sovereign wealth funds Transactions of the Institute of British Geographers, 37 (1),104–117
- Doan, P (2016, April 30) The United States Corporatocracy and its Imperialist Agenda to Achieve Full Spectrum Dominance Phil Doan – AcademiaEdu https://wwwacademiaedu/24906416/The_United_States_Corporatocracy_and_its_Imperialist_Agenda_to_Achieve_Full_Spectrum_Dominance
- Duraisamy, P, & Jérôme, B (2017) Who wins the Indian parliament election: Criminals, the wealthy and incumbents? *Journal of Social and Economic Development*, *19*(2), 245–262 https://doi.org/101007/s40847-017-0044-0
- Enfield, N (2019) Ideas and tactics for making it through the post-truth maze The University of Sydney https://wwwsydneyeduau/research/researchimpact/ideas-and-tactics-for-making-it-through-the-post-truth-mazehtml
- Erman, E, & Uhlin, A (2010) *Legitimacy beyond the state?* Palgrave Mcmillan https://linkspringercom/book/101057/9780230283251 (Original work published 2010)
- Fuchs, D, Kalfagianni, A, Sattelberger, J (2010) Democratic Legitimacy of Transnational Corporations in Global Governance In: Erman, E, Uhlin, A (eds)
- Funnell, B (2009, July 1) Debt is Capitalism's dirty little Secret Financial Times https://wwwftcom/content/e23c6d04-659d-11de-8e34-00144feabdc0
- Garza, A (2019, September 24) *Identity politics: Friend or foe?* Othering & Belonging Institute https://belongingberkeleyedu/identity-politics-friend-or-foe
- Georgescu, P (2021, July 21) The shareholders are not the owners of A corporation *Forbes* https://wwwforbescom/sites/petergeorgescu/2021/07/21/the-shareholders-are-not-the-owners-of-a-corporation/?sh=337146b31e0a
- Georgieva, Kristalina (2022, February 10) The future of money: Gearing up for central bank digital currency MercoPress https://enmercopress.com/2022/02/10/the-future-of-money-gearing-u

p-for-central-bank-digitalcurrency?fr=operanews

- Gill, B (2022) *Daring to struggle: China's global ambitions under Xi Jinping* Oxford University Press
- Gleckman, H (2019, July 3) The UN signs a deal with Davos that threatensdemocratic principles Transnational Institute https://wwwtniorg/en/article/un-signs-deal-with-davos-that-threaten s-democratic-principles
- Graham, A, & Davies, G (1997) *Broadcasting, society and policy in the multimedia age* University of Luton Press
- Gross, M (2017) The dangers of a post-truth world *Current Biology, 27*(1), R1–R4 https://doi.org/101016/jcub201612034
- Guibernau, M (2010) Migration and the rise of the radical right Social Malaiseand the Failure of Mainstream Politics Retrieved March 8, 2016, from http://wwwpolicy.networknet/publications_downloadaspx?ID = 3684
- Hallin, D, & Mancini, P (2004) Comparing media systems Three models of media and politics Cambridge, UK: Cambridge University Press
- Hanna, T (2019, August 24) *Buyouts, not bailouts: Public banks as a solution to the next crisis* OpenDemocracy https://wwwopendemocracynet/en/oureconomy/buyouts-not-bailout s-public-banks-solution-next-crisis/
- Hanton, A (2012, January 16) Top 10 disadvantages to capitalism *ListverseCom* https://listversecom/2012/01/16/top-10-disadvantages-to-capitalism/
- Harrison, S, & Bruter, M (2011) Mapping extreme right ideology Empiricalgeography of the European extreme right London: Palgrave Macmillan
- Heemskerk, E (2018, July 10) *Who is more powerful – states or corporations?*
- The Conversation https://theconversationcom/who-is-more-powerfulstates-or-corporati ons-99616
- Heffer, S (2021, August 31) *Identity politics: The threat to society* The Centre for Independent Studies https://wwwcisorgau/publication/the-threat-of-identity-politics/
- Herman, E, & McChesney, R (1997) The global media New missionaries of global capitalism London: Cassell
- Huang, Y, & Mayer, M (2022) Digital currencies, monetary sovereignty, and US–China power competition Policy & Internet, 14(2), 324–347 https://doi.org/101002/poi3302
- Ignazi, P (1992) The silent counter-revolution Hypotheses on the

emergence of extreme right-wing parties in Europe European Journal of Political Research, 22(1), 3–34

- Jaffrelot, C, & Verniers, G (2020) The BJP's 2019 election campaign: Not business as usual *Contemporary South Asia, 28*(2), 155–177 https://doi.org/101080/0958493520201765985
- Jalan, A, & Vaidyanathan, R (2017) Tax havens Conduit for corporate taxmalfeasance *Journal of Financial Regulation and Compliance, 25*(1), 86–104 https://doi.org/101108/JFRC-04-2016-0039
- Jessen, M H (2020, January 30) The corporate state Transnational Institute https://wwwtniorg/en/publication/the-corporate-state
- Jones, L, Dr (2020, August 8) Beyond China, Inc: Understanding Chinese companies
- Longreads https://longreadstniorg/stateofpower/understanding-chinesecompanies-beyond-china-inc
- Karolyi, G A, & Liao, R C (2017) State capitalism's global reach: Evidence from foreign acquisitions by state-owned companies Journal of Corporate Finance, 42, 367–391
- Kitty, J (2013, December 6) *The coming Corporatocracy and the death of democracy* Politics and Insights https://politicsandinsightsorg/2013/12/06/the-coming-corporatocracy-and-the-death-of-democracy/
- Klein, N (2014) *The shock doctrine: The rise of disaster capitalism* Penguin UK
- Köhler, D, & Ebner, J (2019) Strategies and tactics: communication strategies of jihadists and right-wing extremists In *Hate Speech and Radicalisation Online The OCCI Research Report*
- Kshetri, N, & Voas, J (2017a) The economics of "fake news" *IT Professional, 19*(6), 8–12 https://doi.org/101109/mitp20174241459
- Kuyper, J W (2018) Democratic legitimacy beyond the state: Politicisation, representation, and a systemic framework Moral Philosophy and Politics, 5(2), 281–303 https://doi.org/101515/mopp-2018-0014
- Lai, K P Y, Lin, S, & Sidaway, J D (2020) Financing the Belt and Road Initiative (BRI): Research agendas beyond the "debt-trap" discourse *Eurasian Geography and Economics, 61*(2), 109–124 https://doi.org/101080/1538721620201726787
- Lane, D (2009) Global capitalism and the transformation of state socialism *Studies in Comparative International Development, 44*(2), 97–117 https://doi.org/101007/s12116-008-9039-3
- Langenmayr, D, & Zyska, L (2021) Escaping the Exchange of Information: Tax Evasion Via Citizenship-by-Investment (2021)

CESifo Working Paper No8956, Available at SSRN: https://ssrncom/abstract=3812073 or http://dxdoi.org/102139/ssrn3812073

- Liu, H, & Lim, G (2022) When the state goes transnational: The political economy of China's engagement with Indonesia Competition & Change, 0(0) https://doi.org/101177/10245294221103069
- Mahurkar, U, & Punj, S (2018, May 10) Uday Mahurkar India Today https://wwwindiatodayin/magazine/the-big-story/story/20180521-india-publicsector-bank-npa-vijay-mallya-nirav-modi-debt-bailout-1231739-2018-05-10
- Marsden, CT (2000) The New Corporate Citizenship of Big Business: Part of the Solution to Sustainability? *Business and Society Review, 105,* 8-25
- Martin, N, & Picherit, D (2019) Special issue: Electoral fraud and manipulation in India and Pakistan *Commonwealth & Comparative Politics, 58*(1),1–20 https://doi.org/101080/14662043202017000016
- Matten, D, and A Crane (2005) 'Corporate Citizenship: Toward an Extended Theoretical Conceptualisation', Academy of Management Review 301:166-79
- McGoey, S (2021, November 19) *Nearly $500 billion is lost yearly to global tax abuse due mostly to corporations, a new analysis says - ICIJ* International Consortium of Investigative Journalists https://wwwicijorg/insideicij/2021/11/nearly-500-billion-lost-yearly-to-global-tax-abuse-due-mostlyto-corporations-new-analysis-says
- McIntyre, L (2018c) Post-Truth MIT Press
- Menczer, F (2020b, December 1) Information overload helps fake news spread, and social media knows it Scientific American https://wwwscientificamericancom/article/information-overload-helps-fake-news-spread-and-social-media-knows-it/
- Miraz, M H, & Ali, M (2019, January 31) *Applications of blockchain technology beyond cryptocurrency* SSRN Papers https://paperssrncom/sol3/paperscfm?abstract_id=3318926
- Mirchandani, M (2018, August 29) Digital hatred, real violence: Majoritarian radicalisation and social media in India *Observational Research Foundation* https://wwworfonlineorg/research/43665-digital-hatred-real-violence majoritarian-radicalisation-and-social-media-in-india/
- Mitra, S, Mitra, A, & Mukherji, A (2016, January 1) *Cash for votes: Evidence from India on election financing and dynastic politics* IIMB-https://repositoryiimbacin/handle/2074/14609
- Mudde, C (2002) The ideology of the extreme right New York, NY:

Manchester University Press

- Murali, AGACIVS (2017, November 30) *Sam Dastyari and the Chinese government's influence in Australia* Lowy Institute https://wwwlowyinstitute.org/the-interpreter/sam-dastyari-chinese-government-influence-australia
- Murphy, R (2008, June 30) *Tax Havens Creating Turmoil: The Tax Justice Network submission to the Treasury Select Committee* Tax Research UK https://www.taxresearchorguk/Blog/2008/06/30/tax-havens-creating-turmoil-the-taxjustice-network-submission-to-the-treasury-select-committee/
- Mystakidis, S (2022) Metaverse *Encyclopedia,* 2(1), 486–497 https://doi.org/103390/encyclopedia2010031
- News, B (2022, February 16) *UK scraps rich foreign investor visa scheme* BBCNews https://wwwbbccom/news/uk-politics-60410844
- Northcott, M S (1993b) New world order or new world enemies? *New Blackfriars, 74*(872), 316–327 https://doi.org/102307/43249463
- Oliver, T (2018, June 26) *Here's a better way to think about identity politics* The Conversation https://theconversationcom/heres-a-better-way-to-thinkabout-identity-politics-84144
- Pavlidis, G (2021) A case of insufficient safeguards or state-enabled money laundering? 'Golden Passport' and 'Golden Visa' investment schemes in Europe *Journal of Investment Compliance, 22*(2), 170–179 https://doi.org/101108/joic-01-2021-0002
- Pejovich, S (1990, January 1) *The rise of capitalism* Springer Netherlands https://linkspringercom/chapter/101007/978-0-585-28557-3_2
- Perkins, J (2004a) Confessions of an economic hitman Berrett-Koehler Publishers Plimer, I (2009) *Heaven and earth: Global warming: The missing science* Connor Court
- Pogonyi, S (2011) Dual citizenship and sovereignty *Nationalities Papers, 39*(5),685–704 https://doi.org/101080/009059922011599377
- Prakash, A (2019, April 12) The dynamics of social media and the Indian Elections 2019 Asia Dialogue
- Raveendran, K (2022, April 7) *Lanka victim of Chinese debt trap diplomacy*
- The Meghalayan https://themeghalayancom/lanka-victim-of-chinesedebt-trap-diplomacy/
- Redman, J (2017, October 31) *Satoshi Nakamoto's brilliant white paper turns 9-years old – technology bitcoin news* Bitcoin News https://newsbitcoin.com/satoshi-nakamotos-brilliant-white-paper-tur

ns-9-years-old/

- Reiff, N (2022, July 13) How much of all money is in bitcoin? *Investopedia* https://wwwinvestopediacom/tech/how-much-worlds-money-bitcoin/
- Rickards, J (2014) *The death of money: The coming collapse of the international monetary system* Penguin
- Rivas, T (2020, October 18) *Corporatocracy: A Global Empire Introduction The corporatocracy represents more than a group of individuals focused on* Course Hero https://wwwcourseherocom/file/70822112/Thomas-Rpdf/
- Robinson, W I, & Harris, J (2000) Towards a Global Ruling Class? Globalisation and the Transnational Capitalist Class *Science & Society, 64*(1), 11–54 http://wwwjstororg/stable/40403824
- Rose, C (2015) The evolution of digital currencies: Bitcoin, a cryptocurrency causing a monetary revolution International Business & Economics Research Journal, 14(4), 617–621
- Rosen, P (2022, June 27) China is building a yuan currency reserve to compete with the dollar and prop up other economies facing volatility *Markets Insider* https://marketsbusinessinsidercom/news/currencies/dollar-vs-yuan-china-currency-reserve-to-combat-us-2022-6?amp
- Routley, N (2022, June 29) *33 problems with media in one chart* Visual Capitalist https://wwwvisualcapitalistcom/problems-with-media/
- Sandhar, H(2022) Kisan Nama: Farmer's Odyssey Harkirat Singh Sandhar
- Schaik, L G V, & de Pas, R van (2014, July 15) Transnational Governance and Democratic Legitimacy: The case of Global Health Unknown http://dxdoi.org/1013140/RG2120705120
- Schelling, C (2019, May 21) The problem with capitalism? We don't have enough of it *Institutional Investor* https://wwwinstitutionalinvestor.com/article/b1fhs3c4bs1mh8/The-Problem-With-Capitalism-We-Don-t-Have-Enough-of-It
- Seitz, B (2002) The economic approach to corporate citizenship: The economic argument In H von Weltzien Hoivik (Ed), Moral leadership in action: 42–52 Cheltenham, UK: Edward Elgar
- Shaw, H J (2008) The Rise of Corporatocracy in a Disenchanted Age Human Geography, 1(1), 1–11 https://doi.org/101177/194277860800100113
- Shen, D (2012) The public sphere: Journal of public policy *The Public Sphere: Journal of Public Policy, 1*(1)
- Shmargad, Y, & Sanchez, L (2020) Social media influence and

electoral competition Social Science Computer Review, 40(1), 4–23

- Sidhu, A (2020, April 6) A different contagion: India's bank bailouts Geopolitical Monitor https://wwwgeopoliticalmonitorcom/a-different-contagionindias-ban k-bailouts
- Skypala, P (2009, September 8) Tackling 'ownerless' corporations Financial Times https://wwwftcom/content/957fdd9c-cb06-11de-97e0-00144feabdc0
- Sommerlad, N (2013, March 23) *Who really won the Iraq war? Oil barons, big business and mercenaries* Mirror https://wwwmirrorcouk/news/world-news/iraq-war-winners-were-oi l-1779740
- Stern, PJ (2011) The Company-State Corporate Sovereignty and the Early Modern Foundations of the British Empire in India Oxford & New York: Oxford University Press
- Sumption, Jonathan (2021) Law in a time of crisis Allen & Unwin
- Tanenhaus, S (2011) Whittaker Chambers: A Biography United Kingdom: Random House Publishing Group
- Thomson, JE (1996) Mercenaries, Pirates, and Sovereigns: State-Building and Extraterritorial Violence in Early Modern Europe Princeton studies international history and politics Princeton, NJ: Princeton University Press, p 32–35
- Thorpe, J D (2015, February 23) *Do corporations rule the world?* John D Thorpe - AcademiaEdu https://wwwacademiaedu/11017677/Do_Corporations_Rule_the_Wor ld
- Vaishnav, M (2017, January 24) *When crime pays: Money and muscle in Indian politics* Carnegie Endowment for International Peace https://carnegieendowmentorg/2017/01/24/when-crime-pays-money-andmuscle-in-indian-politics-pub-66205
- Vaishnav, M (2019, November 25) *Electoral bonds: The safeguards of Indian democracy are crumbling* Carnegie Endowment for International Peace https://carnegieendowmentorg/2019/11/25/electoral-bonds-safeguard sof-indian-democracy-are-crumbling-pub-80428
- Van Staden, C, Alden, C, & Wu, Y-S (2018) In the driver's seat? African agency and Chinese power at FOCAC, the AU and the BRI (Occasional
- Paper No 286) Retrieved from https://saiiaorgza/research/in-the-driversseat-african-agency-and-chi nese-power/
- Vattamattam, S (2020a, February 21) *Post-truth and the return of fascism*

- Sebastian Vattamattam - AcademiaEdu https://wwwacademiaedu/42036340/Post_truth_and_the_Return_of_ Fascism
- Waldek, L, & Droogan, J (2021, August 16) Right-wing extremism weaponises democracy against itself The Sydney Morning Herald
- West, M (2017, February 20) *Australia's march towards corporatocracy* The Conversation https://theconversationcom/australias-march-towardscorporatocracy-73192
- Wiist, W (2011, July) Citizens United, public health, and democracy: The Supreme Court's ruling, implications, and proposed action American Journal of Public Health,7, 1172-1179 doi:102105/AJPH2010300043
- Williams, M T (2014, February 14) Finance professor: Bitcoin could evolve into an existential threat worthy of a science fiction movie Insider https://www.businessinsidercom/bitcoin-sovereign-attack-2014-2
- Zattoni, A (2011) Who should control a corporation? Toward a contingency stakeholder model for allocating ownership rights *Journal of Business Ethics, 103*(2), 255–274 https://doi.org/101007/s10551-011-0864-3

ਪੁਸਤਕ ਸੂਚੀ

- Acharya, A (2000) Developing countries and the emerging world order: Security and Institutions In L Fawcett & Y Sayigh (Eds), The Third World Beyond the Cold War: Continuity and Change (pp 78–98) Oxford University PressOxford http://dxdoi.org/101093/01982955100030005
- ADR (2022, April 11) Electoral Bonds And Opacity In Political Funding
- Agnew, J, (1994), 'Global Hegemony versus National Economy The United States in the New World Order, in Demko, G, Wood, W (eds), Re-Ordering the World Oxford: Westview Press, 269–279
- Aidt, T, Asatryan, Z, Badalyan, L and F Heinemann (2020) 'Vote Buying or (Political) Business (Cycles) as Usual?' The Review of Economics and Statistics, 2020 102:3, 409-425
- Aidt T, Golden M, Tiwari D (2011) Incumbents and criminals in the Indian national legislature Working paper version 50, Department of Political Science, University of California-Los Angeles
- Akinci, G, & Crittle, J (2008) Special economic zone: performance, lessons learned, and implication for zone development Washington DC: World Bank, 2008, pp 9–11
- Albert, M, (1992), 'Conspiracy Theory', Z Magazine, May (http://zenasecureforumcom/Znet/zmag/zarticlecfm?Url=articles/oldalbert19htm)
- Alison Millington - Business Insider (2019, January 2) 23 countries where money can buy you a second passport or "elite residency" Evening Standard https://wwwstandardcouk/escapist/travel/countries-where-money-canbuy-you-a-second-passport-or-residency-a4028361html
- Amoros, R (2022a, February 1) Visualising the state of global debt by country Visual Capitalist https://wwwvisualcapitalistcom/global-debt-to-gdp-ratio/
- Anon, (2012) 'State of Power' Transnational Institute, 24 Jan 2012,

https://www.tniorg/en/report/state-corporate-power-2012
- Anon, (2021, Feb 9) State of Power, Transnational Institute wwwtniorg/en/report/state-corporate-power-2012
- Anon (2014) Bhutan's gross national happiness index OPHI https://ophiorg.uk/policy/gross-national-happiness-index/
- Anon (2020, September 9) Pandemic profits for companies soar by billions more as the poorest pay the price Oxfam International
- Anon (2021, June 19) Insights into Editorial: Needed: Full disclosure on electoral bonds Insightsias
- Anon (2014) Media Control and Ownership Policy Background Paper No3 Department of Infrastructure, Transport, Regional Development, Communications and the Arts, 2014, https://wwwinfrastructuregovau/department/media/publications/media-control-and-ownership-policybackground-paper-no3
- Ashish (2018, Feb 12) 'If All Large Countries Are In Debt, Who Do They Borrow Money From?' ScienceABC
- Babic, M, Fichtner, J, & Heemskerk, E M (2017) States versus corporations: Rethinking the power of business in international politics The International Spectator, 52(4), 20–43 https://doi.org/101080/0393272920171389151
- Barrett, P, Das, S, & Magistretti, G (2021, July 30) After-Effects of the COVID-19 pandemic: Prospects for medium-term economic damage imf. https://www.imf.org/en/Publications/WP/Issues/2021/07/30/After-Effects-of-the-COVID-19-Pandemic-Prospects-for-Medium-Term-Economic-Damage-462898
- Bebchuk, L A (2003) The case for increasing shareholder power SSRN Electronic Journal https://doi.org/102139/ssrn631344
- Bernstein, M (2005) Identity politics Annual Review of Sociology, 31, 47–74 https://doi.org/102307/29737711
- Bhattacharjee, A, Wang, L, & Banerjee, T (2016) Media ownership and concentration in India In Who Owns the World's Media? (pp 772-800) Oxford University Press http://dxdoi.org/101093/acprof:oso/97801999872380030025
- Bock, & Fuccillo (1975) Transnational corporations as international political actors Studies in Comparative International Development, 10(2), 51–77. https://doi.org/101007/BF02800444
- Boon, A (2022) Corporatocracy In Lawyers and the Rule of Law Hart Publishing. http://dxdoi.org/105040/9781509925247ch-015
- Brennan, B, and Gonzalo Berrón (2020, January 14) The growth of corporate power and the decline of the public interest Brewminate: A Bold Blend of News and Ideas

https://brewminatecom/the-growth-of-corporatepower-and-the-decline-of-the-public-interest/

- Bresheeth, H (1991) The new world order The Gulf War and the New World Order (pp243-256), Zed Books, Editors: Haim Bresheeth and Nira Yuval-Davis
- Brierly, J L (1963) The Law of Nations: An introduction to the international law of peace Oxford University Press
- Brunnermeier, M K, James, H, & Landau, J- P (2021) The digitisation of money (BIS working paper's no 941) https://wwwbisorg/publ/work941htm
- Brzezinski, Z (2016) The Grand Chessboard: American Primacy and Its Geostrategic Imperatives Hachette UK
- Carroll, W K, & Carson, C (2003) Forging a new hegemony? The role of transnational policy groups in the network and discourses of global corporate governance *Journal of World-Systems Research, 9*(1), 67–102 https://doi.org/105195/jwsr2003257
- Centola, D (2020, Oct 15) Why Social Media Makes Us More Polarised and How to Fix It Scientific American
- Chengu, G (2013, December 19) Capitalism: Cancer that threatens civilisation The Chronicle https://wwwchroniclecozw/capitalism-a-cancer-that-threatenscivilisation/
- Chomsky, N, & Waterstone, M (2021) Consequences of capitalism: Manufacturing discontent and resistance Penguin UK
- Coate, R A, & Thiel, M (2010) Identity politics in the age of globalisation First Forum Press
- Cooper, M N (2003) Media ownership and democracy in the digital informationage: Promoting diversity with first amendment principles and market structure analysis Consumer Federation of Amer
- Critchley, P, (1995) Transnational Corporate Capitalism [e-book] Available through: Academia website <http://mmuacademiaedu/PeterCritchley/Papers
- Dalby, Simon, et al (2003), The Geopolitics Reader Routledge
- Dalio, R (2021) Changing world order: Why nations succeed or fail Simon & Schuster
- DeBoom, MJ (2020) Who is afraid of 'debt-trap diplomacy'? Geopolitical narratives, agency and the multiscalar distribution of risk Area Development and Policy, 5, 15 – 22 de Jouvenel, B (2012) Sovereignty: An Inquiry Into the Political Good United Kingdom: Cambridge University Press
- Dent, C M (2003) Transnational capital, the state and foreign economic policy: Singapore, South Korea and Taiwan Review of

International Political Economy, 10(2), 246–277 https://doi.org/102307/4177460

- Dice, M (2010) The new world order: Facts & fiction Mark Dice
- Dimin, L S (2011) Corporatocracy: A Revolution in Progress United States: iUniverse
- Dixon, M (1982) Dual power: The rise of the transnational corporation and the nation-state: Conceptual explanations to meet popular demand Contemporary Marxism, 5, 129–146 https://doi.org/102307/29765709
- Dube, R (2020, September 21) GDP vs GNH: Rethinking what A healthy economy means Forbes https://wwwforbescom/sites/robdube/2020/09/21/gdp-vs-gnh-rethinking-what-a-healthy-economy-means/?sh=74d3f60055df
- Duffy, M (2002) "Shareholder democracy or shareholder plutocracy? Corporate governance and the plight of small shareholders' ' 28; (2002) 25(2) UNSW law journal 434 http://classicaustliieduau/au/journals/UNSWLawJl/2002/28/html
- Duraisamy, P, & Jérôme, B (2017b) Who wins the Indian parliament election: Criminals, the wealthy and incumbents? Journal of Social and Economic
- Development, 19(2), 245–262 https://doi.org/101007/s40847-017-0044-0
- Erve, M V D (2006) The Future of Society The Future of Society
- Faccio, M, Masulis, R W, & McCONNELL, J J (2006) Political connections and corporate bailouts The Journal of Finance, 61(6), 2597–2635 https://doi.org/101111/j1540-6261200601000x
- F H Hinsley, Sovereignty (1966); A James, Sovereign Statehood (1986)
- Galbraith, J K (2004) The economics of innocent fraud Penguin Canada
- Gangte, L (2020, April 1) The debt-trap diplomacy revisited: A case study on Sri Lanka's Hambantota port Christ University Bangalore - Artha Journal of Social Sciences https://wwwresearchgatenet/publication/347586679_The_Debt-Trap_Diplomacy_Revisited_A_Case_Study_on_Sri_Lanka's_Hambantota_Port
- Garcia-Bernardo, J, Janský, P, & Tørsløv, T (2021) Multinational corporations and tax havens: Evidence from country-by-country reporting International Tax and Public Finance, 28(6), 1519–1561 https://doi.org/101007/s10797-020-09639-w
- Gneiting, U, Lusiani, Nicholas, & Tamir, I (2022, May 25) Power, profits and the pandemic Oxfam International
- Goey, F de (2014) Perspectives on European Economic and Social History - Perspektiven der Europäischen Wirtschafts- und

Sozialgeschichte Nomos Verlagsgesellschaft mbH & Co KG http://dxdoi.org/105771/9783845242590

- Goldstein, Judith L; Rivers, Douglas; Tomz, Michael (2007) "Institutions in International Relations: Understanding the Effects of the GATT and the WTO on World Trade" International Organisation 61 (1): 37–67
- Graphics, R (2019, May 25) Drugs, gold, cash and alcohol Reuters
- Gupta, Manav, (2018) Blockchain for Dummies, John Wiley & Sons, Inc
- Gupta, U (2021, March 10) The Grand Chessboard: American Primacy And Its
- Geostrategic Imperatives: Brzezinski, Zbigniew: 9780465027262: Books Amazon
- Hanna, T (2019, August 28) Buyouts, not bailouts: Public banks as a solution to the next crisis OpenDemocracy https://wwwopendemocracynet/en/oureconomy/buyouts-not-bailouts-public-banks-solution-next-crisis/
- Hanton, A (2012, January 16) Top 10 disadvantages to capitalism ListverseCom https://listversecom/2012/01/16/top-10-disadvantages-to-capitalism/
- Hayes, A (2022, December 30) Corporate citizenship: What it means, 5 stages, and examples Investopedia https://wwwinvestopediacom/terms/c/corporatecitizenshipasp
- Heyes, C (2008) Identity politics PhilPapers https://philpapersorg/rec/HEYIP
- Hinsley, F H (1986) Sovereignty CUP Archive
- Hoffman, S G (2018) The responsibilities and obligations of STS in a moment of post-truth demagoguery Engaging Science, Technology, and Society, 4,444–452 https://doi.org/1017351/ests2018259
- Horsman, Marshall (1994), After the Nation-State: Citizens, Tribalism and the New World Disorder London: Harper Collins https://doi.org/104324/9781351034661
- Ilias Alami, Adam D Dixon, Emma Mawdsley (2021) State Capitalism and the New Global D/development Regime Antipode 53:5, pages 1294-1318
- Ilias Alami, Adam D Dixon (2022) 'Expropriation of Capitalist by State Capitalist: Organisational Change and the Centralisation of Capital as State Property Economic Geography 0:0 pages 1-24
- Ilias Alami, Milan Babic, Adam D Dixon, Imogen T Liu (2022) Special issue introduction: what is the new state capitalism? Contemporary Politics 0:0,pages 1-19
- Jakobeit, L, (2011) Transnational Corporations as Political Actors

GRIN Verlag

- James, A (1986) Sovereign statehood: The basis of international society Unwin Hyman
- James, A (1999) The practice of sovereign statehood in contemporary international society Political Studies, 47(3), 457–473 https://doi.org/101111/1467-924800212
- Jones, M T, & Haigh, M (2007) The transnational corporation and new corporate citizenship theory Journal of Corporate Citizenship, 2007(27),51–69 https://doi.org/109774/gleaf47002007au00007
- Josh Rosenau, (2008, September 24), Evolution, climate change, plate tectonics, and string theory National Centre for Science Education Columbia University Press
- Kato, T (2005) Challenges to the international monetary system: Rebalancing currencies, institutions, and rates imf https://www.imf.org/en/News/Articles/2015/09/28/04/53/sp093007
- Khalil, L (2022, August 30) Rise of the Extreme Right: A Lowy institute paper: Penguin special by Lydia Khalil Penguin Books Australia https://www.penguincomau/books/rise-of-the-extreme-right-a-lowy-institute-paperpenguin-special-9781761046353
- Kinder, M, Bach, K, & Stateler, L (2022, April 21) Profits and the pandemic: As shareholder wealth soared, workers were left behind Brookings
- Kobrin, S J, Scherer, A G, & Palazzo, G (2008) 12 Globalisation, transnational corporations and the future of global governance Handbook of Research on Global Corporate Citizenship, Edward Elgar, Cheltenham, 249-272
- Korten, D (2015) "When Corporations Rule The World by David C Korten." Penguin Books Australia, 2015, https://wwwpenguincomau/books/when-corporations-rule-the-world-9781626562875
- Kovalenko, M, Ziuz, D, Shimunova, O, Bondar, N, & Omelchenko, H (2020) Implementation of state economic policy under corporatocracy: Financial and credit aspect Public Policy And Administration, 19(3), 36–47 https://doi.org/105755/j01ppaa19326842
- Kovalenko, M, Ziuz, D, Smihunova, O, Bondar, N, & Omelchenko, H (2020) Implementation of state economic policy under corporatocracy: Financial and credit aspect Public Policy And Administration, 19(3), 36–47 https://doi.org/105755/j01ppaa19326842
- Kumar, A (2015) Criminalisation of Politics: Caste, Land and the State India: Rawat Publications
- Kurlantzick, J (2016) State Capitalism: How the Return of Statism is

Transforming the World Oxford University Press

- Lacroix, T (2022) The transnational state and migration: Reach, flows and Policies Political Geography, 94, 102571 https://doi.org/101016/jpolgeo2021102571
- Lapavitsas, C (2013) The financialisation of capitalism: 'Profiting without producing' City, 17(6), 792–805 https://doi.org/101080/136048132013853865
- Laski, H J (2014) Studies in the problem of sovereignty (works of Harold J Laski) Routledge
- Little, Kendall (2021, June 11) Want to buy crypto? Here's what to look for in a crypto exchange NextAdvisor
- Lokesh, K (2020), Bad banks in India Deloitte
- Lowenstein, L, Werner, W, & Smith, S T (1992) Is speculation "the essential native genius of the stock market"? Columbia Law Review, 92(1), 232 https://doi.org/102307/1123029
- Maan, Jeet Singh (2019) International Journal of Transparency and accountability in governance National Law University Delhi, Vol 5 UGC Care List ISSN 2395-4337
- Mahurkar, U (2018, May 10) Uday Mahurkar India Today
- Maksimovic, L M, Kostić, M, & Marjanović, G (2019, March 1) RELATIONSHIP BETWEEN MODERN TRANSNATIONAL CORPORATIONS AND STATES: A VIEW OF DEVELOPING COUNTRIES https://wwwresearchgatenet/publication/345309092_RELATIONSHIP_BETWEEN_MODERN_TRANSNATIONAL_CORPORATIONS_AND_STATES_A_VIEW_OF_DEVELOPING_COUNTRIES
- Marina, A, Kuzmina, V M, & Golo, A A (2020, May 11) Transnational corporations as actors of international relations International Business Information
- Management Association (IBIMA) https://ibimaorg/accepted-paper/transnational-corporations-as-actors-of-international-relations/
- Martin, N, & Picherit, D (2019) Special issue: Electoral fraud and manipulation in India and Pakistan Commonwealth & Comparative Politics, 58(1),1–20 https://doi.org/101080/146620432020170016
- Maslin, M (2013) Tectonics and climate In Climate (pp 61–78) Oxford University Press
- Mason, P (2016) PostCapitalism: A guide to our future Penguin Books Limited
- MasterClass (2021, November 18) Shell corporations explained: How shell corporations work - 2023 MasterClass

https://wwwmasterclasscom/articles/shell-corporation-explained

- Mellor, M (2010) The Future of Money: From financial crisis to public resource Pluto Press
- Mendel, Tony, et al (2017) Concentration of Media Ownership and Freedom of Expression: Global Standards and Implications for the Americans UNESCO,2017, https://unesdocunescoorg/ark:/48223/pf0000248091
- Merriam, C E (1999) History of the theory of sovereignty since Rousseau The Lawbook Exchange, Ltd
- Meyer, F (2018, April) A shifting balance of power in world politics ETH Zurich https://ethzch/en/news-and-events/eth-news/news/2018/04/a-shifting balance-of-power-in-world-politicshtml
- Mishra, P (2018) Age of anger: A history of the present Picador
- Moore & Hinckle, H & M (2020, November 3) Social media's impact on the 2020 presidential election: The good, the bad, and the ugly Division of Research
- Mudde, C (2000) The ideology of the extreme right Manchester University Press http://wwwjstororg/stable/jctt155j8h1
- Mueller, T J (2015) *The coming new world order - The rise of global government* FriesenPress
- Mukherjee, D, Narasimha, V L, Shukla, L, Mahadevan, J, Murthy, P, & Benegal, V (2021) How do individuals with alcohol use disorders think about and respond to election dry days? Indian Journal of Psychological Medicine, 44(3), 313–315 https://doi.org/101177/02537176211013497
- Nichols, S (2019) Transnational Capital and the Transformation of the State: Investor-State Dispute Settlement (ISDS) in the Transatlantic Trade and Investment Partnership (TTIP) Critical Sociology, 45(1), 137–157 https://doi.org/101177/0896920516675205
- Noam, E M (2009) The debate over media concentration and ownership In Media Ownership and Concentration in America (pp 3–25) Oxford University Press http://dxdoi.org/101093/acprof:oso/97801951885230030001 Noble, Barnes (2010) The New World Order: Facts & Fiction Barnes & Noble, 2010
- Nollert, M (2005) Transnational corporate ties: A synopsis of theories and empirical findings Journal of World-Systems Research, 11(2), 289–314 https://doi.org/105195/jwsr2005383
- OECD (2001) 'Report on the Misuse of Corporate Vehicles for Illicit Purpose's Behind the Corporate Veil using corporate entities for illicit purposes organisation for economic co-operation and development,

2001

- Pash, C (2018, February 7) AMP has turned around its insurance business and is back in profit Business Insider Australia
- Peterson-Withorn, C (2021, April 6) Nearly 500 people became billionaires during the pandemic year Forbes https://wwwforbescom/sites/chasewithorn/2021/04/06/nearly-500-people-have-become-billionairesduring-the-pandemic-year/?sh=31f3b28725c0&utm_source=pocket_mylist
- Pratap, V (2021, March 10) In India, sedition law is the 'toolkit' to suppress dissent and criticism The Print
- PTI (2019, May 26) 43% of newly-elected Lok Sabha MPs have a criminal record: ADR The Hindu
- Ravi, R (2020, February 28) The Logical Indian The Logical Indian
- Robinson (2012, January 1) Global capitalism theory and the emergence of transnational elites Palgrave Macmillan UK https://linkspringercom/chapter/101057/9780230362406_3
- Robinson (2013) Social theory and globalisation: The rise of a transnational state Theory and Society, 30(2), 157–200 https://doi.org/101023/A:1011077330455
- Sampson, EE (1993) Identity politics: Challenges to psychology's understanding American Psychologist, 48, 1219-1230
- Sawaya, Rubens R (2019) Relations between State and Transnational Capital: The Case of Controls and Multipolarity Geopolitical Economy Research Group
- The Fourteenth Forum of the World Association for Political Economy 19-21 July 2019, the University of Manitoba, Winnipeg, Canada
- Sawyer, M C (1988) Theories Of Monopoly Capitalism Journal of Economic Surveys, 2(1), 47–76
- Schmidt, V A (1995) The New World Order, Incorporated: The Rise of Business and the Decline of the Nation-State Daedalus, 124(2), 75–106 http://www.jstor.org/stable/20027298
- Scholtz, H (2016, February 25) The future of world society Hanno
- Scholtz – AcademiaEdu https://wwwacademiaedu/22464922/The_future_of_world_society
- Seitz, K (2019, August 8) UN signs a deal with Davos that threatens democratic principles https://archiveglobalpolicyorg/component/content/article/270-general/53120-un-signs-deal-with-davos-that-threatens-democraticprinciples/html
- Sharma, I, Vashnav, M, & Sharma, R (2020) COVID-19 pandemic hype: Losers and gainers Indian journal of psychiatry, 62(Suppl 3),

S420–S430
- Shelanski, H A (2006) Antitrust law as mass media regulation: Can merger standards protect the public interest? California Law Review, 94(2), 371 https://doi.org/102307/20439038
- Singh, S, Sharma, M & Kaur, S Eswar S Prasad (2021): The future of money: how the digital revolution is transforming currencies and finance J Evol Econ (2022) https://doi.org/101007/s00191-022-00774-7
- Sismondo, S (2017) Post-truth? Social Studies of Science, 47(1), 3–6 https://doi.org/101177/0306312717692076
- Sklair, L (2000) The transnational capitalist class and the discourse of globalisation Cambridge Review of International Affairs, 14(1), 67–85 https://doi.org/101080/09557570008400329
- SLAUGHTER, S (2014) Transnational democratisation and republican citizenship: Towards critical republicanism Global Constitutionalism, 3(3), 310-337 doi:101017/S2045381713000270
- Spark, A (2000) Conjuring Order: The New World Order and Conspiracy Theories of Globalisation The Sociological Review, 48(2_suppl), 46–62
- Sprague, J (2012) Transnational state In The Wiley-Blackwell Encyclopaedia of Globalisation John Wiley & Sons, Ltd
- Stasiulis, D, & Ross, D (2006) Security, flexible sovereignty, and the perils of multiple citizenships Citizenship Studies, 10(3), 329–348 https://doi.org/101080/13621020600772107
- Štětka, V (2010, January 1) Between a rock and a hard place? Market concentration, local ownership and media autonomy in the Czech Republic Václav Štětka -AcademiaEdu https://wwwacademiaedu/7962829/Between_a_Rock_and_a_Hard_Place_Market_Concentration_Local_Ownership_and_Media_Autonomy_in_the_Czech_Republic
- Sumption, J (2022) Law in a time of crisis Profile Books Ltd
- Sweezy (1990, January 1) Monopoly capitalism Palgrave Macmillan UK https://linkspringercom/chapter/101007/978-1-349-20572-1_44
- Thomson, J E (1994) Mercenaries, Pirates, and Sovereigns: State-Building and Extraterritorial Violence in Early Modern Europe Princeton University Press http://wwwjstororg/stable/jctt7t30p
- Uhlin, A (1988) Transnational Corporations as Global Political Actors: A Literature Review Cooperation and Conflict, 23(2), 231–247 https://doi.org/101177/001083678802300208 Uhlin, A (1988) Transnational corporations as global political actors: A literature review Cooperation and Conflict, 23(2), 231–247 https://doi.org/101177/001083678802300208
- US Trade Representative (2022) Transpacific Agreement

Https://UstrGov/Trade-Agreements/Free-Trade-Agreements/Trans-Pacific-Partnership/Tpp-Full-Text
https://ustrgov/trade-agreements/free-trade-agreements/trans-pacific-partnership/tpp-full-text

- Vamaraju, N (2019, March 11) Shelf companies & shell companies: 4 things to be aware of Lawpath https://lawpathcomau/blog/shelf-companiesvs-shell-companies-4-things-you-should-be-aware-of
- Van Cuilenburg, J (1999) On Competition, Access and Diversity in Media, Old and New: Some Remarks for Communications Policy in the Information Age New Media & Society, 1(2), 183–207 https://doi.org/101177/14614449922225555
- Varadhan, S (2022, June 29) India's top cement maker paying for Russian coal in Chinese yuan The Wire https://thewirein/business/indias-topcement-maker-paying-for-russian-coal-in-chinese-yuan
- Wallerstein, I (1974) The rise and future demise of the world capitalist system: Concepts for comparative analysis Comparative Studies in Society and History, 16(4), 387–415 https://doi.org/102307/178015
- Warner, M (2017) Postcapitalism: A guide to our future; How will capitalism end?: Essays on a failing system; The perils of leaving economics to the experts; Inventing the future: Postcapitalism and a world without work Asia Pacific Business Review, 24(1), 118–121 https://doi.org/101080/13602381201713355 11
- Washburn, PC (1995) Democracy and media ownership: a comparison of commercial, public and government broadcast news Media, Culture & Society, 17, 647 - 676
- Wecke, Ivan (2021, August 24) Conspiracy theories aside, there is something fishy about the Great Reset Resilience https://wwwresilienceorg/stories/2021-08-24/conspiracy-theories-aside-there-is-something-fishyabout-the-great-reset/
- William Outhwaite (2008) The Future of Society John Wiley & Sons
- Yalcin, O G (2019, January 1) Taxation of cryptocurrencies and initial coin offerings Orhan Gazi Yalcin - AcademiaEdu https://wwwacademia.edu/44158568/Taxation_of_Cryptocurrencies_and_Initial_Coin_Offerings
- Zekos, P A (1989) The Corporate Republic: Economics of Power ABC Books (Original work published 1989)

ਲੇਖਕ ਬਾਰੇ

ਬਲਵਿੰਦਰ ਰੂਬੀ ਇਕ ਉੱਦਮੀ, ਵਿਚਾਰਵਾਨ, ਲੇਖਕ ਅਤੇ ਸਮਾਜਕ ਕਾਰਕੁਨ ਹਨ। ਉਨ੍ਹਾਂ ਨੇ "The Provocateur: Spilling Beans, by all means" ਕਿਤਾਬ ਲਿਖੀ ਹੈ, ਜੋ ਪ੍ਰੇਰਨਾਦਾਇਕ, ਉਤਸ਼ਾਹਵਰਧਕ ਅਤੇ ਭਾਵਨਾਤਮਕ ਕਵਿਤਾਵਾਂ ਦਾ ਸੰਗ੍ਰਹਿ ਹੈ।

ਬਲਵਿੰਦਰ ਨੇ ਸਿਡਨੀ ਵਿਚ ਭਾਰਤ ਦੇ ਸਭ ਤੋਂ ਵੱਡੇ ਅੰਗਰੇਜ਼ੀ ਰੋਜ਼ਾਨਾ ਅਖ਼ਬਾਰ "ਦਿ ਟਾਈਮਜ਼ ਆਫ਼ ਇੰਡੀਆ" ਲਈ ਯੋਗਦਾਨ ਪਾਇਆ ਹੈ ਅਤੇ ਇਸ ਦੇ ਬ੍ਰਾਂਡ ਅੰਬੈਸਡਰ ਵੀ ਹਨ।

ਯੋਗਤਾ ਅਤੇ ਸਿਖਲਾਈ ਪੱਖੋਂ, ਉਹ ਇਕ ਧਰਤੀ ਵਿਗਿਆਨੀ ਅਤੇ ਖੋਜਕਾਰ ਹਨ ਅਤੇ ਇਸ ਸਮਰੱਥਾ ਵਿਚ ਦੋ ਦਹਾਕਿਆਂ ਤੋਂ ਵੱਧ ਸਮੇਂ ਤੋਂ ਕੰਮ ਕਰ ਰਹੇ ਹਨ।

ਤੁਸੀਂ ਉਨ੍ਹਾਂ ਨਾਲ ਉਨ੍ਹਾਂ ਦੀ ਵੈੱਬਸਾਈਟ: https://balvinderruby.com.au 'ਤੇ ਜੁੜ ਸਕਦੇ ਹੋ।

ਕਿਤਾਬ ਦਾ ਉਦੇਸ਼

ਇਹ ਕਿਤਾਬ ਤੁਹਾਨੂੰ ਤੁਹਾਡੇ ਮਨ ਦੇ ਵਿਸ਼ਾਲ ਖੇਤਰ ਵਿੱਚੋਂ ਦੀ ਲੰਘਾਉਣ, ਉਤਸੁਕਤਾ ਜਗਾਉਣ, ਬੁੱਧੀ ਨੂੰ ਪ੍ਰੇਰਿਤ ਕਰਨ ਅਤੇ ਤੁਹਾਨੂੰ ਆਪਣੀ ਪੂਰੀ ਸਮਰੱਥਾ ਨੂੰ ਸਮਝਣ ਅਤੇ ਪ੍ਰਾਪਤ ਕਰਨ ਲਈ ਉਕਸਾਉਣ ਦਾ ਇਰਾਦਾ ਰੱਖਦੀ ਹੈ, ਤਾਂ ਜੋ ਤੁਸੀਂ ਰੋਜ਼ਾਨਾ ਦੀ ਜ਼ਿੰਦਗੀ ਦੀਆਂ ਮੁਸ਼ਕਲਾਂ ਨੂੰ ਸਦਭਾਵਨਾ ਨਾਲ ਪਾਰ ਕਰ ਸਕੋ।

ਇਹ ਤੁਹਾਨੂੰ ਤੁਹਾਡੇ ਆਰਾਮ ਖੇਤਰ ਤੋਂ ਬਾਹਰ ਕੱਢਣ, ਤੁਹਾਨੂੰ ਕਾਰਵਾਈ ਕਰਨ ਲਈ ਪ੍ਰੇਰਿਤ ਕਰਨ, ਤੁਹਾਨੂੰ ਅਸਹਿਜ ਕਰਨ ਅਤੇ ਤੁਹਾਨੂੰ ਆਪਣੀ ਹਿੰਮਤ ਨਾਲ ਜੂਝਣ ਲਈ ਪ੍ਰੇਰਿਤ ਕਰਨ ਦੀ ਕੋਸ਼ਿਸ਼ ਕਰਦੀ ਹੈ ਤਾਂ ਜੋ ਤੁਸੀਂ ਸੋਚਣਾ ਸ਼ੁਰੂ ਕਰੋ ਅਤੇ ਜ਼ਿੰਮੇਵਾਰੀ ਸੰਭਾਲੋ।

ਇਹ ਤੁਹਾਨੂੰ ਗੁੱਸਾ ਕਰਨ ਲਈ ਵੀ ਨਿਰਦੇਸ਼ਿਤ ਹੈ ਤਾਂ ਜੋ ਤੁਸੀਂ ਸ਼ਾਮਲ ਹੋ ਸਕੋ ਅਤੇ ਸਥਿਤੀ ਨੂੰ ਸੰਭਾਲ ਸਕੋ, ਦੂਜਿਆਂ 'ਤੇ ਦੋਸ਼ ਲਗਾਉਣ ਤੋਂ ਪਰਹੇਜ਼ ਕਰ ਸਕੋ, ਆਪਣੇ ਅਸਲੀ ਅਤੇ ਪ੍ਰਮਾਣਿਕ ਸਵੈ ਨਾਲ ਜੁੜ ਸਕੋ ਅਤੇ ਬਿਨਾਂ ਕਿਸੇ ਇਸ਼ਾਰੇ ਦੇ ਆਪਣੇ ਅਧਿਕਾਰ ਲਈ ਦਾਅਵਾ ਕਰ ਸਕੋ, ਲੱਭ ਸਕੋ ਅਤੇ ਲੜ ਸਕੋ, ਅਤੇ ਆਪਣੇ-ਆਪ ਨੂੰ ਚੁਰਾਹੇ 'ਤੇ ਖੜ੍ਹਾ ਕਰ ਸਕੋ ਤਾਂ ਜੋ ਤੁਸੀਂ ਖ਼ੁਦ ਫ਼ੈਸਲਾ ਕਰ ਸਕੋ ਕਿ ਇੱਥੋਂ ਅਤੇ ਅੱਗੇ ਕਿੱਥੇ ਜਾਣਾ ਹੈ।

ਦੂਜੇ ਕੀ ਕਹਿੰਦੇ ਹਨ:

"ਇਕ ਅਸਾਧਾਰਨ ਲਿਖਤ, ਬੁੱਧੀਮਾਨ ਅਤੇ ਬਹੁਤ ਹੀ ਵਿਚਾਰਸ਼ੀਲ।"

– ਐਡਜੰਕਟ ਪ੍ਰੋਫ਼ੈਸਰ ਡਾ ਜਿਮ ਟੈਗਾਰਟ, ਓਏਐਮ,

ਡਿਪਟੀ ਚੇਅਰਮੈਨ ਰਿਵਰਸਾਈਡ ਥੀਏਟਰਸ

ਬਲਵਿੰਦਰ ਰੂਬੀ ਦੀਆਂ ਹੋਰ ਕਿਤਾਬਾਂ

The Provocateur: Spilling beans by all means by Balvinder Ruby

'The Provocateur: Spilling beans, by all means,' ਇਕ ਪੂਰੀ ਤਰ੍ਹਾਂ ਤਸਵੀਰਾਂ ਵਾਲੀ ਕਿਤਾਬ ਹੈ ਜਿਸ ਵਿਚ 38 ਪ੍ਰੇਰਨਾਦਾਇਕ ਅਤੇ ਉਤਸ਼ਾਹਜਨਕ ਕਵਿਤਾਵਾਂ ਹਨ। ਹਰੇਕ ਕਵਿਤਾ ਦਾ ਆਪਣਾ ਵਿਸ਼ਾ ਹੈ ਅਤੇ ਇਸ ਨੂੰ ਬਲੈਕ ਐਂਡ ਵ੍ਹਾਈਟ ਪੈਨਸਿਲ ਸਕੈਚਾਂ ਨਾਲ ਪੇਸ਼ ਕੀਤਾ ਗਿਆ ਹੈ।

ਇਹ ਕਿਤਾਬ ਜਲਵਾਯੂ ਬਾਰੇ ਆਮ ਵਿਚਾਰਾਂ ਤੋਂ ਹਟ ਕੇ, ਰਾਜਨੀਤੀ, ਵਿਗਿਆਨ, ਮਨੋਵਿਗਿਆਨ ਅਤੇ ਵਪਾਰ ਵਰਗੇ ਖੇਤਰਾਂ ਦੀ ਡੂੰਘਾਈ ਨਾਲ ਜਾਂਚ ਕਰਦੀ ਹੈ।

ਮੈਨੂੰ ਇਸ ਦਾ ਪਹਿਲਾ ਅਧਿਆਇ, "The Hype," ਬਹੁਤ ਦਿਲਚਸਪ ਲੱਗਿਆ, ਜਿਸ ਵਿੱਚ ਦੱਸਿਆ ਗਿਆ ਹੈ ਕਿ ਵੱਡੀਆਂ ਸੰਸਥਾਵਾਂ ਅਤੇ ਮੀਡੀਆ ਕਿਵੇਂ ਲੋਕਾਂ ਦੀ ਸੋਚ ਨੂੰ ਪ੍ਰਭਾਵਿਤ ਕਰਦੇ ਹਨ। "Cult" ਨਾਂ ਦੇ ਅਧਿਆਇ ਵਿਚ ਜਲਵਾਯੂ ਅੰਦੋਲਨ ਨਾਲ ਜੁੜੇ ਮਨੋਵਿਗਿਆਨਕ ਪੱਖ ਦੀ ਪੜਚੋਲ ਨੇ ਮੈਨੂੰ ਹੈਰਾਨ ਕਰ ਦਿੱਤਾ, ਕਿਉਂਕਿ ਮੈਂ ਇਸ ਬਾਰੇ ਪਹਿਲਾਂ ਕਦੇ ਨਹੀਂ ਸੋਚਿਆ ਸੀ।

ਲੈਰਾ ਪਾਰਸਨ ਕਹਿੰਦੀ ਹੈ ਕਿ ਇਸ ਕਿਤਾਬ ਦੇ ਹਰ ਭਾਗ ਵਿਚ ਇਕ ਨਵਾਂ ਨਜ਼ਰੀਆ ਪੇਸ਼ ਕੀਤਾ ਗਿਆ ਹੈ। ਇਸ ਵਿਚ ਮਨੁੱਖੀ ਇਤਿਹਾਸ ਦੇ ਸੰਦਰਭ ਵਿਚ ਜਲਵਾਯੂ ਪਰਿਵਰਤਨ ਅਤੇ ਇਸ ਦੇ ਪਿੱਛੇ ਦੇ ਵਿਗਿਆਨ ਨੂੰ ਸਮਝਾਇਆ ਗਿਆ ਹੈ, ਜਿਸ ਵਿਚ ਆਮ ਤੌਰ 'ਤੇ ਨਜ਼ਰ-ਅੰਦਾਜ਼ ਕੀਤੇ ਜਾਣ ਵਾਲੇ ਸਿਧਾਂਤ – ਜਿਵੇਂ ਕਿ ਬਾਇਓ-ਥਰਮੋਸਟੈਟ ਅਤੇ ਸਮੁੰਦਰੀ ਧਾਰਾਵਾਂ ਦੇ ਸਿਧਾਂਤ ਵੀ ਸ਼ਾਮਲ ਹਨ। ਇਹ ਦਰਸਾਉਂਦਾ ਹੈ ਕਿ ਕਿਤਾਬ ਲਿਖਣ ਤੋਂ ਪਹਿਲਾਂ ਬਹੁਤ ਡੂੰਘਾਈ ਨਾਲ ਖੋਜ ਕੀਤੀ ਗਈ ਹੈ। ਇਸ ਕਿਤਾਬ ਨੂੰ ਪੜ੍ਹਨ ਤੋਂ ਬਾਅਦ, ਮੈਂ ਸਿਰਫ਼ ਵਧੇਰੇ ਜਾਣੂ ਹੀ ਨਹੀਂ ਹੋਈ, ਸਗੋਂ ਉਨ੍ਹਾਂ ਗੱਲਾਂ ਬਾਰੇ ਵੀ ਵਧੇਰੇ ਆਲੋਚਨਾਤਮਿਕ ਸੋਚਣ ਦੇ ਯੋਗ ਹੋ ਗਈ ਹਾਂ, ਜਿਨ੍ਹਾਂ ਨੂੰ ਅਸੀਂ ਆਮ ਤੌਰ 'ਤੇ ਬਿਨਾਂ ਸਵਾਲ ਕੀਤਿਆਂ ਮੰਨ ਲੈਂਦੇ ਹਾਂ। ਇਹ ਕਿਤਾਬ ਉਨ੍ਹਾਂ ਸਾਰੇ ਲੋਕਾਂ ਲਈ ਸ਼ਾਨਦਾਰ ਹੈ ਜੋ ਸੁਰਖ਼ੀਆਂ ਤੋਂ ਅੱਗੇ ਜਾ ਕੇ ਜਲਵਾਯੂ ਬਾਰੇ ਸਚਾਈ ਨੂੰ ਸਮਝਣਾ ਚਾਹੁੰਦੇ ਹਨ।

ਲੁਈਸ ਬੀ ਅਨੁਸਾਰ, ਇਹ ਕਿਤਾਬ ਜਲਵਾਯੂ ਪਰਿਵਰਤਨ ਦੀ ਗੁੰਝਲਦਾਰ ਅਤੇ ਵਿਵਾਦਪੂਰਨ ਦੁਨੀਆ ਵਿਚ ਇਕ ਨਵੀਂ ਸੋਚ ਪੈਦਾ ਕਰਦੀ ਹੈ। ਇਸ ਦੀ ਖ਼ਾਸੀਅਤ ਇਹ ਹੈ ਕਿ ਇਹ ਜਲਵਾਯੂ ਪਰਿਵਰਤਨ ਨੂੰ ਵਿਗਿਆਨ, ਇਤਿਹਾਸ, ਰਾਜਨੀਤੀ, ਮਨੋਵਿਗਿਆਨ ਅਤੇ ਅਰਥ ਸ਼ਾਸਤਰ ਵਰਗੇ ਵੱਖ-ਵੱਖ ਪੱਖਾਂ ਤੋਂ ਦੇਖਦੀ ਹੈ। ਹਰ ਅਧਿਆਇ ਗਹਿਰਾਈ ਨਾਲ ਸਾਜ਼ਿਸ਼ੀ ਸਿਧਾਂਤਾਂ, ਜਲਵਾਯੂ ਦੇ ਪੈਟਰਨਾਂ, ਅਤੇ ਵਿਸ਼ਵ ਨੀਤੀਆਂ ਦੇ ਅਸਲੀ ਕਾਰਨਾਂ 'ਤੇ ਚਾਨਣਾ ਪਾਉਂਦਾ ਹੈ। ਇਹ ਕਿਤਾਬ ਆਮ ਅਤੇ ਘੱਟ-ਜਾਣੇ ਜਾਂਦੇ ਸਿਧਾਂਤਾਂ ਨੂੰ ਸੰਤੁਲਿਤ ਤਰੀਕੇ ਨਾਲ ਪੇਸ਼ ਕਰਦੀ ਹੈ, ਜਿਸ ਨਾਲ ਪਾਠਕਾਂ ਨੂੰ ਆਲੋਚਨਾਤਮਿਕ ਸੋਚਣ ਦੀ ਪ੍ਰੇਰਨਾ ਮਿਲਦੀ ਹੈ। ਚਾਹੇ ਤੁਸੀਂ ਸ਼ੱਕੀ ਹੋ ਜਾਂ ਇਸ ਮੁੱਦੇ ਵਿਚ ਵਿਸ਼ਵਾਸ ਰੱਖਦੇ ਹੋ, ਇਹ ਕਿਤਾਬ ਤੁਹਾਡੀਆਂ ਧਾਰਨਾਵਾਂ ਨੂੰ ਚੁਨੌਤੀ ਦਿੰਦੀ ਹੈ ਅਤੇ ਇਸ ਜ਼ਰੂਰੀ ਮੁੱਦੇ ਬਾਰੇ ਤੁਹਾਡੀ ਸਮਝ ਨੂੰ

ਹੋਰ ਵਧਾਉਂਦੀ ਹੈ। ਜੇ ਤੁਸੀਂ ਜਲਵਾਯੂ ਪਰਿਵਰਤਨ ਬਾਰੇ ਇਕ ਡੂੰਘਾ ਅਤੇ ਵਧੇਰੇ ਸੂਖਮ ਦ੍ਰਿਸ਼ਟੀਕੋਣ ਚਾਹੁੰਦੇ ਹੋ ਤਾਂ ਇਹ ਕਿਤਾਬ ਜ਼ਰੂਰ ਪੜ੍ਹੋ।

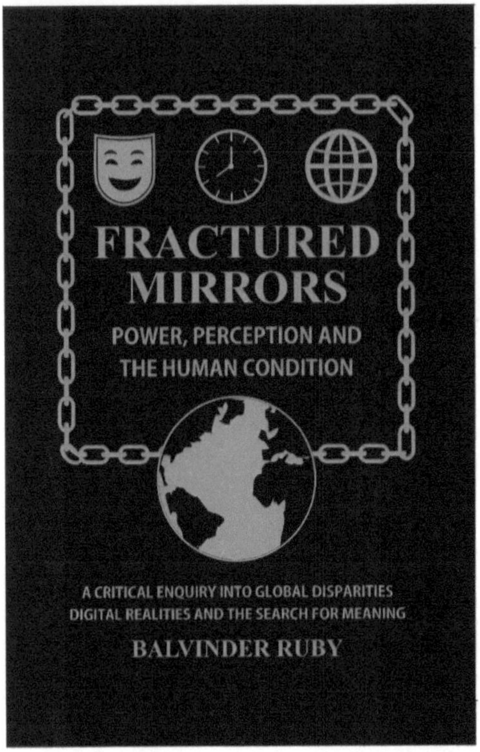

Fractured Mirrors ਕਿਤਾਬ ਇਕ ਤਰ੍ਹਾਂ ਦਾ ਵਿਰੋਧ ਹੈ ਜੋ ਵਿਚਾਰਾਂ ਰਾਹੀਂ ਕੀਤਾ ਗਿਆ ਹੈ। ਇਹ ਆਧੁਨਿਕ ਜ਼ਿੰਦਗੀ ਦੀਆਂ ਮੁਸ਼ਕਲਾਂ ਨੂੰ ਖੋਲ੍ਹ ਕੇ ਰੱਖਦੀ ਹੈ, ਜਿੱਥੇ ਰਾਜਨੀਤਿਕ ਧੋਖਾ, ਸਭਿਆਚਾਰਕ ਮਿੱਥਾਂ, ਕੰਪਨੀਆਂ ਦੀਆਂ ਚਾਲਾਂ ਅਤੇ ਸਾਡੀਆਂ ਆਪਣੀਆਂ ਮਾਨਸਿਕ ਪ੍ਰੇਸ਼ਾਨੀਆਂ ਇਕ-ਦੂਜੇ ਨਾਲ ਜੁੜੀਆਂ ਹੋਈਆਂ ਹਨ।

ਇਹ ਕਿਤਾਬ ਕਿਸੇ ਇਕ ਕਹਾਣੀ ਵਾਂਗ ਨਹੀਂ, ਸਗੋਂ ਛੋਟੇ-ਛੋਟੇ ਲੇਖਾਂ ਦਾ ਸੰਗ੍ਰਹਿ ਹੈ। ਇਸ ਦਾ ਮਕਸਦ ਹੈ ਕਿ ਤੁਸੀਂ ਸਾਰੇ ਹਿੱਸਿਆਂ ਨੂੰ ਜੋੜ ਕੇ ਪੂਰੀ ਤਸਵੀਰ ਨੂੰ ਸਮਝੋ। ਇਹ ਸਫ਼ੇ ਤੁਹਾਨੂੰ ਚੁਨੌਤੀ ਦੇਣ, ਸੋਚਣ ਲਈ ਮਜਬੂਰ ਕਰਨ ਅਤੇ ਅਖੀਰ ਵਿਚ ਤੁਹਾਨੂੰ ਆਪਣੇ ਆਲ਼ੇ-ਦੁਆਲੇ ਦੀ ਦੁਨੀਆ ਤੇ ਆਪਣੇ ਆਪ ਨੂੰ ਇਕ ਵੱਖਰੇ ਨਜ਼ਰੀਏ ਨਾਲ ਦੇਖਣ ਲਈ ਪ੍ਰੇਰਿਤ ਕਰਦੇ ਹਨ। ਲੇਖਕ ਕਹਿੰਦਾ ਹੈ ਕਿ ਇਹ ਕਿਤਾਬ ਸਿਰਫ਼ ਪੜ੍ਹਨ ਲਈ ਨਹੀਂ, ਬਲਕਿ ਸੋਚ-ਵਿਚਾਰ ਕਰਨ ਲਈ ਹੈ।

ਇਹ ਕਿਤਾਬ ਉਨ੍ਹਾਂ ਗੱਲਾਂ ਦਾ ਭਰਮ ਤੋੜਦੀ ਹੈ ਜੋ ਸਾਡੀ ਆਧੁਨਿਕ ਜ਼ਿੰਦਗੀ ਨੂੰ ਚਲਾਉਂਦੀਆਂ ਹਨ – ਜਿਵੇਂ ਕਿ ਜਦੋਂ ਲੋਕਤੰਤਰ ਸਿਰਫ਼ ਇਕ ਨਾਟਕ ਬਣ ਕੇ ਰਹਿ ਜਾਂਦਾ ਹੈ, ਜਾਂ ਜਦੋਂ ਸਾਡੀ ਪਛਾਣ ਪੈਸੇ ਕਮਾਉਣ ਦਾ ਸਾਧਨ ਬਣ ਜਾਂਦੀ ਹੈ, ਅਤੇ ਐਲਗੋਰਿਥਮ ਸਾਡੀਆਂ ਇੱਛਾਵਾਂ ਨੂੰ ਕੰਟਰੋਲ ਕਰਦੇ ਹਨ। ਇਹ ਸਾਨੂੰ ਜਲਵਾਯੂ ਨਾਲ ਸਬੰਧਿਤ ਧੋਖਿਆਂ ਤੋਂ ਲੈ ਕੇ ਆਜ਼ਾਦ ਚੋਣ ਦੇ ਭਰਮ ਤੱਕ, ਉਨ੍ਹਾਂ ਸਾਰੇ ਛੁਪੇ ਹੋਏ ਢਾਂਚਿਆਂ ਬਾਰੇ ਦੱਸਦੀ ਹੈ ਜੋ ਸਾਡੇ ਸੋਚਣ, ਖ਼ਰੀਦਣ ਅਤੇ ਰਹਿਣ-ਸਹਿਣ ਦੇ ਤਰੀਕਿਆਂ ਨੂੰ ਬਣਾਉਂਦੇ ਹਨ।

ਲੇਖਕ ਬਲਵਿੰਦਰ ਰੂਬੀ ਨੇ ਰਾਜਨੀਤੀ, ਮੀਡੀਆ ਅਤੇ ਸੱਭਿਆਚਾਰ ਦੀ ਡੂੰਘਾਈ ਨਾਲ ਆਲੋਚਨਾ ਕਰਕੇ ਸਭਿਅਤਾ ਦੇ ਹੇਠਾਂ ਲੁਕੀਆਂ ਕਮਜ਼ੋਰੀਆਂ ਨੂੰ ਉਜਾਗਰ ਕੀਤਾ ਹੈ। ਇਹ ਲੇਖ ਤੁਹਾਨੂੰ ਸ਼ਾਂਤੀ ਨਹੀਂ ਦਿੰਦੇ, ਬਲਕਿ ਤੁਹਾਨੂੰ ਸਵਾਲ ਪੁੱਛਣ ਅਤੇ ਸਹੀ ਅਰਥ ਲੱਭਣ ਲਈ ਉਤਸ਼ਾਹਿਤ ਕਰਦੇ ਹਨ।

ਜੇ ਤੁਸੀਂ ਉਨ੍ਹਾਂ ਵਿੱਚੋਂ ਹੋ ਜੋ ਸਿਰਫ਼ ਐਲਗੋਰਿਥਮ ਦੇ ਹਿਸਾਬ ਨਾਲ ਨਹੀਂ ਚੱਲਣਾ ਚਾਹੁੰਦੇ, ਤਾਂ **Fractured Mirrors** ਤੁਹਾਨੂੰ ਦੁਨੀਆ ਨੂੰ ਦੇਖਣ ਲਈ ਇਕ ਬਿਹਤਰ ਨਜ਼ਰੀਆ ਦਿੰਦੀ ਹੈ ਅਤੇ ਇਸ ਨੂੰ ਬਦਲਣ ਦੀ ਹਿੰਮਤ ਵੀ ਦਿੰਦੀ ਹੈ।

www.ingramcontent.com/pod-product-compliance
Lightning Source LLC
Chambersburg PA
CBHW050017170726
48282CB00025B/445
* 9 7 8 9 3 4 9 7 5 2 6 9 6 *